आमचा लढा
आमचा संघर्ष

दिलीपराज प्रकाशनाची सर्व पुस्तके आता आपण Online खरेदी करू शकता. आमच्या website ला कृपया अवश्य भेट द्या. www.diliprajprakashan.in

आमचा लढा
आमचा संघर्ष

संकल्पना, संकलन, संपादन
अश्विनी धोंगडे

दिलीपराज प्रकाशन प्रा. लि.
२५१ क, शनिवार पेठ, पुणे - ४११ ०३०

आमचा लढा आमचा संघर्ष - Aamcha Ladha Aamcha Sangharsha

◆ **प्रकाशक**
राजीव दत्तात्रय बर्वे,
मॅनेजिंग डायरेक्टर,
दिलीपराज प्रकाशन प्रा. लि.,
२५१ क, शनिवार पेठ,
पुणे - ४११ ०३०

◆ **© डॉ. अश्विनी धोंगडे**

◆ **प्रथमावृत्ती** - १२ जुलै २०१३

◆ **प्रकाशन क्रमांक** - २०६५

◆ **ISBN -** 978 - 93 - 82988 - 43 - 4

◆ **मुद्रक**
Repro India Ltd, Mumbai.

◆ **टाईपसेटिंग**
सौ. मधुमिता राजीव बर्वे
पितृछाया मुद्रणालय,
९०९, रविवार पेठ,
पुणे - ४११ ००२

◆ **मुखपृष्ठ** -सुहास चांडक

* या लेखातून व्यक्त झालेली मते त्या त्या लेखकाची आहेत.
संपादक त्याच्याशी सहमत असतीलच असे नाही.

जगण्याशी लढण्याचे

हे कुणीच सांगितले नव्हते
जगण्याशी लढण्याचे असते अतूट नाते

मुकेपणाने जगतो आम्ही मुकेपणाने मरतो
संघर्षाशी नको सामना दूर उभे राहतो
हसती कोणी कोणी थुंके भ्याड कोणी म्हणते
जगण्याशी लढण्याचे असते अतूट नाते

कुणी शब्दाने कुणी शब्दाविण
कुणी शस्त्राने कुणी शस्त्राविण
मनमानेसे कुणी कुणाचे आयुष्य ठोकरीत जाते
जगण्याशी लढण्याचे असते अतूट नाते

नकोच आता स्वत:स लपविणे
भर रस्त्यातून पळून जाणे
संग्रामाला अखेर अपुले मीपण भिडते
जगण्याशी लढण्याचे असते अतूट नाते

- अश्विनी धोंगडे

विद्युद्दामसमप्रभां मृगपतिस्कंधस्थिताम्
भीषणां कन्याभिः करवालखेटविलसद्धस्ताभिरासेविताम् ।
हस्तैचक्रगदासिखेटविशिखांश्चापं गुणं तर्जनीं
बिभ्राणामनलात्मिकां शशिधरां दुर्गां त्रिनेत्रां भजे ।।

लसलसत्या विजेप्रमाणे अंगकांती, सिंहावर बसलेली भीषण मूर्ती, हातात ढाल तलवार घेऊन अनेक स्त्रिया तिच्या सेवेत उभ्या, हातात चक्र, गदा, तलवार, ढाल, धनुष्यबाण, कुऱ्हाड अशी शस्त्रास्त्रे, मस्तकावर चंद्राचा मुकुट आणि जळत्या अग्नीसारखी तेजस्वी - अशा दुर्गेला वंदन!

समरांगणात प्रवेश करताना...

अथपासून इतिपर्यंत ज्यांच्या आयुष्यात केवळ मखमली पायघड्या अंथरल्या आहेत अशी व्यक्ती शोधूनही सापडणार नाही. प्रत्येकाच्याच आयुष्यात खाचखळगे असतात. वाट कधी चढाची तर कधी उताराची असते. कधी ना कधी काटेरी वळणावरून जावेच लागते. हे काटे तुडवताना आयुष्यातील दाहक वास्तवाची जाणीव निर्माण होऊ लागते. असे काही क्षण आयुष्यातील कसोटीचे असतात. ते आपलीच परीक्षा पाहतात. त्यांच्या कसोटीला आपण उतरतो की नाही, आपण हातपाय गाळून बसतो, रडत राहतो, खचून जातो, नैराश्याने ग्रासले जातो, नशिबाला दोष देत राहतो, की संघर्षाशी दोन हात करायला सिद्ध होतो, जिद्द धरतो, मात करतो आणि आपले माणूसपण सिद्ध करतो, यावरून आपले व्यक्तित्व कशा प्रकारचे आहे ते कळत असते.

'मुकी बिचारी कुणीही हाका' अशी भ्याड मेंढरे बनून जगण्याची अनेकांची वृत्ती असते. कुणी भित्रे म्हणून, कुणी पलायनवादी म्हणून, कुणी नको उगाच डोक्याला कटकट म्हणून शक्यतो पाण्यात सूर न मारता काठाकाठाने दबकून, घाबरत चालत असतात. पण त्यामुळे मनाचा कायमचा कोंडमारा होतो, श्वास घुसमटून जगावे लागते. डोळे बंद करून पाहावे लागते. बोलता येत असून वाचा बंद होते आणि पाय असून अपंगत्व येते. असे मन मारून जगणारी व्यक्ती ताठ मानेने कोणाच्या डोळ्याला डोळा भिडवू शकत नाही.

काही व्यक्ती मात्र आपल्या अंगावर येणाऱ्या लाटेवर स्वार होतात. झुंजत राहतात, लढत राहतात. कधी जिंकतात, कधी हरतात, पण खेळात हारजितीला महत्त्व नसतेच. महत्त्व असते ते 'फायटिंग स्पिरिटला.' आपल्या लढण्याच्या जिद्दीला, आपल्या स्वत:वरच्या विश्वासाला. आपल्या सदसद्विवेक बुद्धीला. त्यामुळेच प्रचंड मानसिक वेदना झाल्या, कष्ट झाले, शरीर पोखरले गेले, मानहानी झाली, प्रतिष्ठेला

ठेच लागली, अस्मिता डिवचली गेली, अचानक आघात, अपघात झाला, आर्थिक नुकसान झाले, आपली म्हणणारी जवळची माणसे परकी झाली, तरी अशा व्यक्ती हातपाय गाळून बसत नाहीत. गळ्याशी पाणी आले, तरी हातपाय मारून तरून जाण्याचा शेवटच्या श्वासापर्यंत प्रयत्न करतात, त्यांचा आपल्या प्रयत्नांवर विश्वास असतो, त्यामुळे त्यांना लढण्यासाठी लागणारे मानसिक बळ प्राप्त होते. 'मी खालमानेने शरणागती स्वीकारली नाही' ही भावनाच मानसिक सामर्थ्याचे द्योतक असते. पुढच्या जगण्यासाठी बळ देणारी असते. आपण स्वत:शी प्रामाणिक राहिलो ही अंतर्यामी तृप्ती देणारी असते. त्यानंतर वाटणारे समाधान एका नितांत आत्मिक सुखाचे असते.

ही लढाई जगाच्या दृष्टीने सामान्य असेल, कोणाला त्याची फारशी किंमत वाटत नसेल, पण आपल्यालाच आपल्या लढाईचे मोल ठाऊक असते, कारण त्यासाठी आपली जिगर, आपले सामर्थ्य पणाला लागते. रणांगणावर समोरासमोर युद्ध करणे एकवेळ सोपे, कारण तिथे शत्रू आपल्या समोर असतो. दहशतवाद्यांच्या लढाईत भ्याडासारखे स्वत: लपून निरपराध्यांचा बळी घेऊन दहशत माजवली जाते. त्यांची पाळेमुळे खणणे फार अवघड. आयुष्याच्या लढाईतही अनेकदा मित्र म्हणवणारेही पाठीत खंजीर खुपसतात. आपले कुटुंब, नातेवाईक, भोवतीचा समाज, राजकारण, जातीय तेढ, नोकरी, व्यवसाय, प्रवास-- केव्हाही कुठेही, कधीही, कुणाशीही समर प्रसंग उभा राहू शकतो. एवढेच काय आयुष्याच्या रोजच्या लढाईत कधी आपणच आपले शत्रू होतो. परंपरांच्या, रीतीभातींच्या विळख्यात जायबंदी होतो आणि आपणच निर्माण केलेल्या या पिंजऱ्यातून आपल्यालाच बाहेर पडता येणे कठीण होते. जखडलेल्या चौकटीतून बाहरे पडणे ही स्वत:शीच केलेली लढाई असते. मनासारखे, स्व-तंत्र जगण्यासाठीही लढाईच करावी लागते. एकूण काय, जगण्याचे आणि लढण्याचे नाते फार जवळचे असते.

स्त्री-पुरुष दोघेही आपापल्यापरीने ही लढाई लढत असतात. पुरुषांनी केलेल्या लहानसहान पराक्रमाचे कौतुक करायला बायका नेहमी सज्ज असतात. युद्धावरून पराक्रम गाजवून आलेल्या सैनिकांना ओवाळायची पद्धत पूर्वी होती. आता युद्धे आणि पराक्रम नसले तरी पुरुषांना ओवाळायची पद्धत आहेच. बायका पूर्वीपासून घरच्या आघाडीवर लढाया लढत होत्या. आज समाजाच्या मुख्य प्रवाहाकडे सरकायला लागल्यावर घरच्या आणि बाहेरच्या आघाडीवरही त्या लढू लागल्या आहेत. अबला हे नाव पुसून आपले सबला हे नाव अधोरेखित करणाऱ्या कितीतरी स्त्रिया आहेत. स्वातंत्र्यपूर्व कालापासून राजघराण्यातील, राजकारणातील, समाजकारणातील, शिक्षण

क्षेत्रातील अनेक स्त्रिया होऊन गेल्या, ज्यांनी परिस्थितीशी लढा दिला आणि स्वतंत्र भारताचा चेहरामोहरा बदलण्यासाठी योगदान दिले. अशांच्या कर्तृत्वाचे पोवाडे नेहमीच गायले जातात. त्यांच्या चरित्रांची पुस्तके होतात. इतिहासात त्यांची नावे नोंदली जातात. पण अनेक सामान्य स्त्रिया आपल्या सामान्य आयुष्यातही छोटे-मोठे लढे लढत असतात. ते कधी प्रकाशात येत नाहीत. त्यांच्या पराक्रमाला कौतुकाचा शब्द लाभत नाही. प्रसिद्धीचा प्रकाशकिरण दिसत नाही. अशा सामान्य स्त्रियांनी आपले लढ्याचे अनुभव लिहून पाठवावेत असे आवाहन मी केले आणि त्याला खूप उत्साहवर्धक प्रतिसाद आला. मुख्य म्हणजे यातल्या प्रत्येक लेखातला लढाईचा विषय फार वेगवेगळा होता, अगदी कल्पनाही करता येणार नाही इतके वैविध्य त्यात होते आणि अनेकींनी अगदी नावानिशीवार आपल्या लढ्यांना मोकळेपणाने आविष्कृत केले होते. त्यातील निवडक ४३ लेख मी या पुस्तकासाठी निवडले आणि सर्वसाधारणपणे आठ विभागांमध्ये त्यांची मांडणी केली. यात कौटुंबिक समस्या आहेत, वैवाहिक प्रश्न आहेत, मतिमंद मुले वाढवतानाची आव्हाने आहेत, गंभीर आजाराबरोबर केलेल्या सामान्याच्या कथा आहेत. रूढी, परंपरा, अंधश्रद्धा यांच्या विरोधात दिलेले लढे आहेत, रोजच्या जीवनात दिसणारा भ्रष्टाचार, नियमभंग, सार्वजनिक अनैतिकता याविरोधात दिलेले समरप्रसंग आहेत; नोकरीमध्ये निर्माण झालेले पेचप्रसंग आहेत आणि आयुष्यभर संकटांशी दिलेली झुंजही आहे. यातला प्रत्येक लेख 'युनिक'- एकमेवाद्वितीय आहे. यातला कोणताच लढा लहान-मोठा, श्रेष्ठ-कनिष्ठ नाही; प्रत्येक लढ्याचे आपापल्या ठिकाणी एक मौल्यवान स्थान आहे आणि हे लढे जिंदादिलाने लढणारी प्रत्येक स्त्री लढवय्यी आहे. ज्यांच्या अंगी विरोध करण्याचे सामर्थ्य असते, त्या स्त्रिया सक्षम, समर्थ असतात. अशा काही स्त्रियांच्या लढ्याची ही ओळख आहे. स्त्रीचे सामर्थ्य दाखवणारी ही फक्त एक चुणूक आहे. अशा अनेकजणी पडद्यामागे आहेत, त्यातल्या फक्त थोड्यांनी पडद्याचे कापड किंचितसे बाजूला सारले आहे एवढेच. आपल्या अनुभवांच्या पोतड्या या बायकांनी शब्दातून खुल्या केल्या. जे सोसले, भोगले त्याला शब्दरूप देताना त्यांनी ते समरप्रसंग पुन्हा अनुभवले, आपण त्यातून सुखरूप बाहेर पडलो याचा आनंद घेतला. नुसते लढे लढून चालत नाही, तर ते अभिमानाने जगापुढे मांडावे, त्यातली जिद्द, शौर्य यांना वाचकांनी दाद द्यावी, स्त्रीचा लढण्याचा बाणा अधिक टोकदार व्हावा हाच तर या सगळ्या खटाटोपामागे उद्देश होता. वाचकांना हे लढे नक्कीच स्फूर्ती देतील. कोणत्याही प्रश्नाकडे पाहण्याची सकारात्मक दिशा देतील आणि ताठ मानेने कसे जगायचे याचे वस्तुपाठ देतील याची खात्री वाटते.

१० नोव्हेंबर २०११ च्या महाराष्ट्र टाईम्समध्ये मुंबईच्या डॉ. अविषा कुलकर्णी यांच्या एका छोट्या लढ्याची हकिगत प्रसिद्ध झाली होती. गोरेगाव येथील विग्योर हायस्कूलने २०१० मध्ये पूर्वसूचना न देता जवळपास ५० टक्के फी वाढ केली. या विरोधात डॉ. कुलकर्णी यांनी आवाज उठवला. याचाच आकस मनात ठेवून शाळा व्यवस्थापनाने डॉ. कुलकर्णी यांच्या आदिश्री या मुलीला शाळा सुरू होण्याच्या एक दिवस आधीच काढून टाकले. शाळेच्या या अन्यायाविरोधात डॉ. कुलकर्णी यांनी विभागातील शिक्षण अधिकाऱ्यांपासून तत्कालीन मुख्यमंत्री अशोक चव्हाण यांच्याकडे दाद मागितली होती. मात्र काहीही झाले नाही. डॉ. कुलकर्णी अखेर मुंबई हायकोर्टात गेल्या. मात्र 'मुलीला पुन्हा शाळेत प्रवेश दिल्यावर तिच्यावर मानसिक दबाव राहील' असे हायकोर्टाने सांगितले. निर्णयाने समाधान न झाल्याचे त्यांनी सुप्रीम कोर्टात दाद मागितली. तेथे खंडपीठाने शाळा व्यवस्थापनाचा निर्णय चुकीचा ठरवून आदिश्रीला शाळेतून काढून टाकण्याचे आदेश मागे घेण्याचा निर्णय दिला. या सगळ्या व्यापाला म्हणतात लढा— तत्त्वासाठी दिलेला लढा– कारण ती मुलगी नंतर त्या शाळेत गेली नाही.

असे अनेक क्षेत्रातले लढे या पुस्तकात वाचायला मिळतील. या माझ्या उपक्रमाला पुणे, मुंबई, सोलापूर, चंद्रपुर, भुसावळ, नागपूर, सांगली, कोल्हापूर, बेळगांव इ. महाराष्ट्राच्या कानाकोपऱ्यातून अनेक सख्यांनी त्याचे अनुभव कथन केले आहे, त्यांचे आभार मानणे हा कृतघ्नपणा होईल. कारण यातूनच अनेकांना पुढील आयुष्यात लढण्याचे मानसिक बळ मिळणार आहे. या सर्वांची मी अतिशय ऋणी आहे.

❖❖

अनुक्रमणिका

विभाग ८
आव्हान विशेष मूल वाढवण्याचे / २८४

विभाग -१

हारजितीच्या फुलांचा

हारजितीच्या फुलांचा

नोकरी, व्यवसायात आव्हाने नेहमीच पावलापावलावर उभी असतात. पुरुषप्रधान संस्कृती, बॉसचा वरचष्मा, स्त्रियांच्या कर्तृत्वाला कमी लेखण्याची प्रवृत्ती, भ्रष्टाचारी वृत्ती, तत्त्वहीन वागणुकीला मिळणारी प्रतिष्ठा-अशा एक ना दोन, अक्षरशः शेकडो समस्या स्त्रिया समाजाच्या मध्यप्रवाहात आल्यावर त्यांना जाणवू लागतात.

कित्येक गोष्टी पटत नाहीत, आपल्यावर धडधडीत अन्याय होतो आहे, स्त्री म्हणून आपला छुपा छळ केला जातोय हे नोकरी करणाऱ्या प्रत्येक स्त्रीच्या आयुष्यात घडतच असते. मात्र सर्वसाधारणपणे तक्रार न करण्याची, शक्यतो दुर्लक्ष करण्याची, आपण बरे-आपले काम बरे, असेच वागण्याची स्त्रियांची प्रवृत्ती असते, पण त्यामुळे अनेकदा तोंड दाबून बुक्क्यांचा मार सहन करावा लागतो. मुकाटपणे गप्प बसण्याने मनाचा कोंडमारा होतो. त्यापायी स्त्रिया कित्येकदा बढतीची संधी सोडून देतात. संघर्षाला कंटाळून नोकरी सोडणाऱ्याही काही असतात.

आधी एक तर स्त्रिया या बाबतीत तोंडच उघडायला तयार नसतात. अगदी वरवर बोलल्या तरी स्वतःचे नाव सांगायला घाबरतात. एखादा अपवाद सोडला तर या विभागातील सर्व स्त्रियांनी आपल्या व्यावसायिक जीवनातील पेचप्रसंग अगदी तपशीलवार निर्भयपणे सांगितले आहेत. जेव्हा आपली बाजू सत्याची आहे आणि त्यासाठी आपण दिलेला लढा नैतिक अधिष्ठानावर उभा आहे याची खात्री असते, त्यावेळी कुठून कसे पायात बळ येते कोण जाणे. शिक्षणाने दिलेले हे संस्कार असू शकतील किंवा आपल्या कार्यक्षमतेवरचा हा पूर्ण विश्वास असू शकेल, पण या लढाया खरोखरच पूर्ण

ताकद पणाला लावूनच लढल्या गेल्या आहेत. 'संघर्षाला अखेर अपुले मीपण भिडते. जगण्याशी लढण्याचे असते अतूट नाते'. ह्या 'मीपणाला' आपल्या अस्मितेला जेव्हा ठेच पोचते, तेव्हा झाशीच्या राणीसारखी हातात ढाल-तलवारच घ्यावीच लागते. एक राजकीय लढाई सोडली तर या विभागातल्या सर्वच लढाया शिक्षण क्षेत्रातल्या आहेत. एकेकाळी सुविद्य, पवित्र मानले जाणारे ज्ञानमंदिर आज भ्रष्टाचाराचा केवढा मोठा अड्डा बनले आहे याची कल्पना सगळ्यांनाच आहे. या समुद्राच्या तुफानाला अत्यंत क्षीण का होईना, पण आव्हान देणे म्हणजे आपल्याच पायावर धोंडा मारून घेणे आहे; पण या स्त्रियांनी दिलेली लढाई त्यांना स्वत:लाच लढण्याचे प्रामाणिक प्रयत्न केल्याचे समाधान देणारी आहे. विजय-पराजय या शब्दांना शेवटी काहीच अर्थ नसतो याचा साक्षात्कार कौरवांशी महायुद्ध करणाऱ्या पराक्रमी पांडवांनाही झाला. पण आपण हे करू शकतो आणि आपणच हे करायला हवे होते– हे शेवटी वाटणारे समाधानही काही कमी महत्त्वाचे नाही.

मनीषा परांजपे भारती विद्यापीठातून एम्.एस्.डब्ल्यूला प्रथम आल्या आणि तिथेच गेस्ट लेक्चरर झाल्या. त्यांचे काम अत्यंत नेटके आणि चोख होते. त्या लेक्चरर-शिपसाठी आवश्यक ती नेट परीक्षाही उत्तीर्ण झाल्या, पण मुलाखतीत त्यांना डावलून एका 'अनक्वालिफाईड' माणसाला नेमले गेले. (अशा गोष्टी अनेक ठिकाणी सर्रास घडत असतात.) त्यांनी या अन्यायाविरुद्ध हायकोर्ट, सुप्रीम कोर्टाचेही दरवाजे ठोठावले, अजूनही इतक्या वर्षांत त्यांना न्याय मिळालेला नाही. त्या लिहितात, "माझी उत्तम प्राध्यापकीची सारी स्वप्नं धुळीला मिळाली. सर्व अडचणींवर मात करून स्त्रीने आपली पात्रता सिद्ध केली तरी पुरुषी शक्तीच्या जोरावर तिला गप्प बसवले जाते." हा लढा त्या कोर्टात जिंकोत-न जिंकोत, एका बलाढ्य शिक्षणसंस्थेच्याविरुद्ध लढा देणे हीच फार अवघड गोष्ट आहे आणि त्यातच त्यांचा झुंजारपणा सिद्ध झाला आहे.

एखाद्या संस्थेत आपण जीव ओतून काम केले असेल आणि त्याच संस्थेने आपल्यावर अन्याय करून आपल्याला कामावरून कमी केले तर काय वाटेल? संध्या देवरूखकर हिने सेवासदन संस्थेशी झालेल्या मतभेदाचे भेदक दर्शन आपल्या लेखात घडवले आहे. तिचे अनुभव तिच्या कर्तव्यदक्षतेची साक्ष देतातच, पण त्याचबरोबर पुन्हा एकदा 'व्यक्ती विरुद्ध संस्था' या

संघर्षात व्यक्तीला कसे झुकावे लागते याचे विदारक दर्शनही घडवतात. मतिमंदांसाठी अक्षरश: झोकून देऊन तिने केवढे काम उभे केले हे पुणेकरांना नवीन नाही. राष्ट्रपतीपदक देऊन या कार्याचा गौरव होतो, पण मतिमंदांसाठी मिळालेल्या जागेत इंग्रजी माध्यमाची प्रतिष्ठित शाळा उभी राहते आणि कोर्ट कचेऱ्यांची दारे ठोठावूनही तिच्या स्वप्नांचा दु:खद शेवट होतो. हा पराजय नाहीच. ही आपल्या 'प्रेयसा'साठी दिलेली जीवघेणी टक्कर आहे.

माझ्या चौदा वर्षांच्या प्राचार्यपदाच्या कारकिर्दीत मी स्वत:चे कर्तृत्व पूर्णपणे पणाला लावून एस्.एन्.डी.टी. महाविद्यालयाचा विकास आणि विस्तार केला. माझे यश आणि माझा नावलौकिक सहन न होणाऱ्या काही विघ्नसंतोषी लोकांनी माझ्या प्रतिष्ठेला अक्षरश: चूड लावली. माझ्याविषयी खोटा-नाटा मजकूर वृत्तपत्रात छापून आणून त्यांनी माझे जाहीर धिंडवडे काढण्याचा प्रयत्न केला. हातात बेड्या पडून माझी रवानगी तुरुंगात होते आहे, अशी स्वप्ने पाहणाऱ्या या महाभागांशी मला अक्षरश: झुंज देऊन माझी प्रतिष्ठा जपावी लागली. या सर्व गोष्टींचा मला भरपूर मनस्ताप झाला. माझी तब्येत ढासळली. पदाचा राजीनामा देऊन घरी बसावेसे वाटू लागले, पण त्यामुळे मीच दोषी आहे, असाही लोकांचा गैरसमज झाला असता. मी विचार केला, की माझी बाजू निष्ठेची, प्रामाणिकपणाची आणि सत्याची आहे, तेव्हा मी का पलायन करू? त्या लोकांना हेच हवे आहे. प्रचंड ताणाखाली असूनही स्वत:ला सिद्ध करण्यासाठी अक्षरश: रात्रंदिवस झटले आणि शेवटी माझा निरपराधीपणा सिद्ध केला. त्याचा कुठलाही गवगवा आणि जाहिरात न करता! हीच एनर्जी, ऊर्जा, बुद्धी मला विधायक कामासाठी वापरण्याची संधी आणि मानसिक शांतता मिळाली असती, तर मी कॉलेजला आणखी एक पाऊल पुढे घेऊन गेले असते. ज्यांना जिद्द, महत्त्वाकांक्षा असते, त्यांच्याच आयुष्यात क्रूर श्वापदांसारख्या वृत्तीशी लढा देण्याची वेळ येते.

अपर्णा चितळे या हाडाच्या शिक्षिका. शिक्षक हा पेशा आहे, धंदा नाही यावर नितांत विश्वास असलेल्या. मुलांवर चांगले संस्कार होण्यासाठी जिवाचे रान करणाऱ्या. म्हणूनच नीतीची यत्किंचितही चाड नसलेला शाळेच्या मुख्याध्यापकांचा एक डाव त्यांनी त्यांच्यावरच उलटवला, फारच शिताफीने प्रचंड धैर्य दाखवून आणि हातात राजीनामा तयार ठेवून. ही लढाई तशी छोटीशी, पण त्याचा निकाल मात्र मूल्यवान– कारण मूल्यांशी तडजोड कधीच

नाही हा पक्का निर्धार त्यामागे होता.

अनामिक नावाने लिहिणाऱ्या एका मुख्याध्यापक बाईंनीही संस्थेशी लढा दिला. आपल्या मूल्यांशी तडजोड न करता त्या सन्मानाने निवृत्त झाल्या. जिथे आपले प्रामाणिक प्रयत्न पैशाच्या मोहापायी हाणून पाडले जातात, तिथे लाचारीने खाली मान घालून काम करणे, म्हणजे स्वतःला फसवणे आहे. आत्मविश्वास, खंबीर निर्णयक्षमता आणि कुटुंबाचे पाठबळ यामुळेच त्या आपली मान ताठ ठेवू शकल्या.

राजकारणात स्त्रियांना राखीव जागा मिळायला लागल्यापासून स्त्रियांच्या लढाया खरे तर तीव्र होत गेल्या. स्त्रिया मोकळेपणाने आपल्यावरील अन्यायाबाबत बोलत गेल्या, तर राजकारणातल्या धुळवडीच्या डावपेचांचे एक स्वतंत्र पुस्तक होईल. पण पुरुष सत्तेखाली दबलेल्या स्त्रिया बोलत नाहीत. त्यांना ते अनेक दृष्टीने गैरसोयीचे असते. थोडासा प्रयत्न करूनही माझ्याकडे असे लेख आले नाहीत. मात्र मुंबई महानगरपालिकेच्या एका जुन्या जाणत्या नगरसेविकेने आणीबाणीच्या काळातील आपले दोन हृद्य अनुभव लिहून पाठवले. आणीबाणीत बिले चिकटवण्यावरून झालेल्या वादळाला त्यांनी एकटीने खंबीरपणे तोंड दिले. एक स्त्री म्हणून त्या कुठे कमी पडल्या नाहीत. रेल्वे संपाच्या काळात पती भूमिगत असताही रेल्वे कर्मचाऱ्यांच्या मदतीला खंबीरपणे उभे राहून स्त्री किती सबला आहे हे सिद्ध करून दाखवले.

१.

अजून लढतेच आहे

- मनिषा परांजपे

मी मनिषा परांजपे. शाळेत मी एक हुशार विद्यार्थिनी म्हणून प्रसिद्ध होते. बी. एस. सी. (फर्स्ट क्लास - १९६९) झाल्यावर माझे लग्न झाले; पण शिक्षणाची आवड होती. त्यामुळे जेव्हा संधी मिळाली तेव्हा पुणे कॉर्पोरेशनच्या कचरा उचलण्याच्या पद्धतीचा सर्वात प्रथम शास्त्रशुद्ध अभ्यास करून, वृत्तपत्रात लेख लिहून लोकांच्यात जागृती निर्माण केली व शहराच्या कचरा व्यवस्थापनाला सर्वप्रथम योग्य दिशा देण्याचे काम केले.

नंतर प्रोफेशनल सोशल वर्कर होण्यासाठी भारती विद्यापीठातून एम. एस. डब्ल्यू. केले. त्यात देखील भारती विद्यापीठात मी सर्वप्रथम आले. त्यामुळे गेस्ट लेक्चरर म्हणून मला विद्यापीठात आमंत्रित करण्यात आले. मी एम. एस. डब्ल्यू. चे दोन विषय शिकवत होते व दहा-बारा विद्यार्थ्यांना फील्डवर्क व प्रोजेक्टसाठी मार्गदर्शन करत होते. माझे काम मी अगदी चोख करत होते. विद्यार्थ्यांना निरनिराळ्या संस्था फिल्डवर्कसाठी उपलब्ध करून देणे, विविध वर्तमानपत्रांतील, मासिकांतील समाजकार्याविषयीचे ताजे लेख संकलन करून ग्रंथालयात ठेवणे इत्यादी गोष्टी मी मन लावून करत होते.

एका वर्षानंतर मला सांगण्यात आले की विद्यापीठात खुल्या गटातून तीन जागा भरावयाच्या आहेत तेव्हा तुम्ही जर नेट किंवा सेट परीक्षा पास झालात तर तुमचा पूर्ण वेळ प्राध्यापकासाठी विचार करण्यात येईल. त्याप्रमाणे पहिल्याच प्रयत्नात मी नेट परीक्षा पास झाले.

भारती विद्यापीठाची वर्तमानपत्रात जाहिरात आली. त्यात यू. जी. सी. ची उमेदवार नेट किंवा सेट पास पाहिजे अशी अट सांगितली होती. उमेदवार निवडीसाठी इंटरव्ह्यू होता. खरं तर जे नेट, सेट पास आहेत अशांनाच इंटरव्ह्यू कॉल द्यायला हवा होता. पण इंटरव्ह्यूला तीस-चाळीस उमेदवारांना बोलविण्यात आले होते. त्यात

मी व माझी एक मैत्रीण अशा दोघीच नेट पास होतो. बाकी कोणीही नेट किंवा सेट पास नव्हते. त्यावेळी भारती विद्यापीठ डीम्ड युनिव्हर्सिटी नव्हते व पुणे विद्यापीठाच्या अखत्यारीत नेमणुका होत्या. त्यामुळे पुणे विद्यापीठाची निवड समिती होती.

माझी निवड होणार याची मला खात्री होती. पण आश्चर्याची गोष्ट म्हणजे जेव्हा प्राध्यापक निवड केली गेली तेव्हा मला वगळण्यात आले व माझ्याऐवजी श्री. शिवाजीराव कदम यांचा प्यून श्री. कोळी यांची प्राध्यापक म्हणून निवड करण्यात आली. ते उमेदवारीच्या कुठल्याच अटीत बसत नव्हते. मी भारती विद्यापीठातील सर्व वरिष्ठांना भेटले. त्यापैकी एका वरिष्ठांची भेट मुद्दाम सविस्तर देते.

मी त्यांना भेटायला अलका टॉकीजजवळील भारती भवनमध्ये गेले. ऑफीस बाहेर वेटींग रूममध्ये मला बसविण्यात आले व माझ्या नावाची चिठ्ठी मी प्यून बरोबर आत पाठवली. सुमारे अर्धा, पाऊण तास बाहेर बसल्यावर मला आत बोलविण्यात आले. मी आत गेले तर त्यांच्यासमोर दहा बारा खुर्च्यांवर माणसे बसली होती. मला बसायला एकही खुर्ची उपलब्ध नव्हती. त्यांनी प्यूनला निर्देश केला, तेव्हा प्यूनने मला ऑफीस लगत असलेल्या एका खोलीत बसायला सांगितले. ही खोली फारच सुशोभित केलेली होती. मखमलीचे कोच आणि गालिचा तेवढे माझ्या लक्षात आहेत. मी खोलीत पाऊल टाकले आणि घाबरलेच. मनात देवाचे नाव घेऊन म्हटले, ''मी असा काय गुन्हा केला म्हणून तू मला इथे आणलेस?'' त्याक्षणी अंत:प्रेरणेने मी खोलीबाहेर पाऊल टाकले. तोच समोरून ते झपझप येत होते. माझं एक पाऊल खोली बाहेर होतं त्यामुळे त्यांना म्हटलं, ''आपण बाहेरच हॉलमध्ये बसू'' तोपर्यंत त्या खुर्च्यांवरील सर्व माणसे अदृश्य झाली होती. मला वाटतं, त्याचवेळी माझ्या प्राध्यापक होण्याच्या स्वप्नांची राखरांगोळी झाली. त्यांनी काहीतरी थातुरमातुर बोलून माझी बोळवण केली.

नंतर पुणे विद्यापीठात मी बरेच हेलपाटे घातले, खूप जणांना भेटले तेव्हा पुणे विद्यापीठाने माझी पात्रता नेमणूक झालेल्या व्यक्तिपेक्षा जास्त असल्याने जमल्यास माझी नेमणूक करावी अशा तऱ्हेचे पत्र भारती विद्यापीठाच्या प्रमुखांना दिले. यात नियमभंग केला म्हणून कुठल्याही तऱ्हेचा आदेश न देता गुळमुळीत भाषेत आणि मी फारच खनपटीला बसले म्हणून एक पत्र दिले. त्याचा काहीच उपयोग झाला नाही.

मला सांगण्यात आले की, तुम्ही गेस्ट लेक्चरर म्हणून काम सुरू ठेवू शकता. म्हणजे श्री. कोळी यांनी नेमणूक होऊन त्यांनी एकही लेक्चर घ्यायचे नाही. पगार मात्र पूर्ण वेळ प्राध्यापकाचा घ्यायचा व मी तासाच्या पगारावर त्यांचे काम

करावयाचे. मी या गोष्टीला अर्थातच नकार दिला व रिट् पिटिशनद्वारा हायकोर्टात माझ्यावरील अन्यायाविरुद्ध दाद मागितली (साल १९९६).

२००८ साली (आम्ही खटला Expedite करण्याचा अर्ज केल्यामुळे) हायकोर्टात खटला सुनावणीला आला तेव्हा माझे वकील दुसऱ्या खटल्यात गुंतले आहेत हे निमित्त साधून दावा दाखल करणारे, म्हणजे मी खटल्याबाबत फारसे गंभीर नाही, या कारणास्तव केस डिसमिस केली. अशावेळी वकिलांना बोलावून दुसरी तारीख दिली जाते. माझ्या वकिलांनी ॲफेडेव्हिट दिले पण काही उपयोग झाला नाही. हे का झाले याचा सूज्ञांनी तर्क करावा.

या पुढचे पाऊल म्हणजे शेवटी आम्ही सुप्रीम कोर्टात गेलो. सुप्रीम कोर्टाने केस दाखल करून घेतली आहे व तेथे काय न्याय मिळतो याची मी वाट पाहात आहे.

मध्यंतरी न्यायमूर्ती सावंत यांनी म्हटले होते की, सामान्य माणसाचा न्यायालयावरचा विश्वास उडत चालला आहे. कारण इतकी वाट पाहावी लागते की जो न्याय मिळतो त्याला काहीच अर्थ उरत नाही. माझ्या बाबतीत हे खरे आहे. कारण आता मी रिटायरमेंटच्या वयाला आले. आधीच स्त्री म्हणून मुलं थोडं मोठी झाल्याशिवाय करीयरसाठी काही करता येत नाही. माझी उत्तम प्राध्यापक व्हायची सर्व स्वप्ने धुळीला मिळाली. सर्व अडचणींवर मात करून स्त्रीने आपली पात्रता सिद्ध केली तरी पुरुषी शक्तीच्या जोरावर तिला गप्प बसवले जाते.

त्यामुळे माझी प्राध्यापक म्हणून नेमणूक वैध ठरवून मला जर आर्थिकदृष्ट्या या न्याय निवाड्यातून फायदा झाला नाही तर नेट-सेट पास झालेल्यांचे भवितव्य भयाण आहे. कारण कुठलेही कॉलेज आपल्या मर्जीतील लायक नसलेल्या लोकांची प्राध्यापकपदी नेमणूक करून जे खरे लायक आहेत त्यांना सांगेल– जा कोर्टात व कोर्टात दहा बारा वर्षे घालवून त्या उमेदवाराच्या हाती काहीच पडणार नसेल तर युजीसीच्या नियमांना व प्राध्यापकांच्या गुणवत्तेला अर्थच काय राहिला?

२.

रात्रंदिन आम्हा

– संध्या देवरूखकर

देव एखाद्याला सौंदर्याचं वरदान देतो तर एखाद्याला अतिशय विद्रूप बनवतो. एखादी व्यक्ती अतिशय बुद्धिमान तर एखाद्याला बुद्धिमांद्याने ग्रासलेले! असे का? या प्रश्नाचे उत्तर आपल्याला मिळत नाही. फक्त अशा दुर्दैवी व्यक्तीसाठी, निसर्गाच्या लहरीला बळी पडलेल्या व्यक्तींसाठी, आपण काय करू शकतो हाच खरा मूल्यात्मक प्रश्न आहे. या प्रश्नाच्या उत्तराची अर्धी अधिक बाजू तरी समजावी म्हणून मतिमंद मुलांना शिकविण्याचे, विशेष बी. एड. करण्याचे, मी ठरवले.

या प्रशिक्षणाच्या दरम्यान माझ्या लक्षात आले की, या मुलांसाठी असणाऱ्या शाळा पुण्यात अगदी कमी होत्या. अगदी एखाद- दुसरी शाळाच अस्तित्वात होती. त्या शाळेत असणाऱ्या प्रचलित पद्धतीपेक्षा माझ्या मनातल्या कल्पना वेगळ्या होत्या. माझे विचार वेगळ्या वाटेने धावत होते. मला मनोमन वाटत होते की, मतिमंद व्यक्तींच्या प्रगतीची वेगळी पाऊलवाट आपल्याला शोधता येईल. निदान प्रयत्न तरी करू या. पण माझ्या मनातल्या कल्पनांना प्रत्यक्ष रूप देण्यासाठी वेगळ्या विशिष्ट, स्वतंत्र शाळेची गरज होती. एखादी संस्था उभी करण्यासाठी लागणारा अनुभव माझ्याजवळ नव्हता. मी एक सामान्य गृहिणी होते. मध्यमवर्गीय गृहिणीला भेडसावणाऱ्या अनेक अडचणींचे भोवरे माझ्याही भोवती फिरत होते. माझी स्वत:ची मुले लहान होती. पतीचे निधन झालेले होते. मुलांच्या भविष्याची सारी जबाबदारी माझ्यावर होती. माझ्या दिवसाच्या २४ तासांवर त्यांचा पहिला अधिकार होता. पैसे तर नव्हतेच. जागाही नव्हती. पण तरीही मानसिक अपंग मुलांसाठी काहीतरी करण्याची जिद्द मला शांत बसू देईना. प्रशिक्षणाच्या दरम्यान अनेक पालक स्त्रियांशी माझा परिचय झाला होता. त्यांच्या डोळ्यातली कातरता, मतिमंद मुलांच्या जीवनातली असहायता- माझ्या मनाचा सतत पाठपुरावा करत होती. काय करावे, कुठून सुरुवात करावी काहीच उलगडत नव्हते. मतिमंद मुलांसाठी शाळा सुरू करायची या निर्णयापर्यंत

येऊन पोचले खरी पण- पहिली अडचण होती जागेची!

पुण्यातल्या काही प्रतिष्ठित संस्थांकडे मी या शाळेकरीता भाड्याने जागा मागितली. आश्चर्याची गोष्ट म्हणजे सर्वांनीच सहकार्याचा रुकार दिला. पण मी सेवासदन या संस्थेचा पाठिंबा घ्यायचे ठरविले. सेवासदनच्या मागे सामाजिक कार्याचा दीर्घ इतिहास होता. अध्यक्षपदी मा. निळूभाऊ लिमये हे द्रष्टे, सामाजिक कार्यकर्ते होते. निळूभाऊंनी मला भाड्याने जागा नाकारली. पण सेवासदनाचाच एक उपक्रम म्हणून शाळा सुरू करावी असे सांगितले. मला तेव्हा वाटले होते आंधळा मागतो एक डोळा..! माझ्या मनात उसळणाऱ्या आनंदाच्या कारंजाला नियती हसत होती. माझे विचार, माझ्या कल्पना, माझे उपक्रम, माझे स्वातंत्र्य संस्थेने ताब्यात घेतले. अगदी पहिल्या दिवसापासून...!

सेवासदन संस्था फक्त स्त्रियांच्या उद्धारासाठी कार्यरत होती. मला मतिमंद मुले आणि मुली दोघांनाही मदत करायची होती. घटना दुरुस्तीचे पहिले आव्हान आम्ही पेलले. अन् सेवासदनने मुले-मुली दोघांना प्रवेश देण्यास मान्यता दिली. आमचे वर्ग वसतिगृहाच्या इमारतीमध्ये तळमजल्यावर घेण्याची परवानगी मिळाली. वयाने वाढलेले, मनाने अबोध असलेले अनेक किशोर वसतिगृहाच्या इमारतीमध्ये वावरताना पाहून काही मुलींच्या पालकांनी, संस्थेकडे तक्रार केली. "आमची मुलगी तुमच्या संस्थेत आम्ही पाठवली ती विश्वासाने, स्त्री संस्था म्हणून. मग ही वेडी मुले इथे कशाला?" त्या पालकांना शांत करण्याची, त्यांच्या सवालांना उत्तरे देण्याची जबाबदारी संस्थेने माझ्यावरच़ सोपवली.

आज समाजात मतिमंद व्यक्तींविषयी पुष्कळच जागरूकता निर्माण झालेली दिसते. वेगवेगळ्या प्रतिभावान कलाकारांनी नाटक, सिनेमाद्वारे समाजातल्या या ज्वलंत समस्येची उकल, समाजापुढे आपल्या कलाकृतीद्वारे करण्याचा प्रयत्न केलेला दिसतो. वैद्यकीय शास्त्रानेही या समस्येची तीव्रता औषधउपचाराने कमी करण्याचा प्रयत्न केलेला जाणवतो. समाजाचा हा एक निरुपद्रवी, पण उपेक्षित घटक आहे हे आता लोकांच्या ध्यानात येऊ लागले आहे. या पद्धतीचे जीवन शत्रूवरही जगण्याची वेळ येऊ नये इतपत उमज जनतेला आली आहे. पण तीस- पस्तीस वर्षांपूर्वी परिस्थिती वेगळी होती. मतिमंद मुले म्हणजे वेडसर मुले असाच समज दृढ होता.

शाळा सुरू करण्याचे ठरले. पण विद्यार्थी मिळेनात. मतिमंद मुलांची शाळा ही थट्टेची गोष्ट वाटत होती. मी पुण्यातल्या काही प्रसिद्ध बालरोगतज्ज्ञांकडून विशेष गरज असणाऱ्या मुलांची यादी मिळवली. त्यांचे पत्ते मिळवले अन् पुण्यातल्या पेठेतून, वाड्यातून, चाळीतून विद्यार्थी शोध सुरू केला. पुणेकरांच्या त्या खास

मनोवृत्तीची झलकही मी अनुभवली. एका पालकाने माझीच हजेरी घेतली, "तुम्हाला सांगितलेच कोणी की आमचा मुलगा असा आहे म्हणून?" एका गृहस्थांनी माझ्याकडे 'लेखी द्या' असा आग्रह धरला. 'आमची मुलगी शहाणी करू' असा लेखी कबुली जबाब त्यांना हवा होता. अशा तऱ्हेवाईक, गमतीदार प्रश्नांना उत्तरे शोधत शोधत माझ्या शाळेचा प्रवास सुरू झाला.

सेवासदन संस्थेला स्वत:च्याच आर्थिक अडचणी होत्या. संस्था कर्जात होती. जागेशिवाय आम्ही काही देणार नाही असे अध्यक्षांनी बजावले होते त्यामुळे पगार तर नव्हतेच. घरातल्या मुलांचीच खेळणी आणून कामाला सुरुवात केली. नाही म्हणायला मुलांना बसायला एक मोठी ताडपत्री आणि एक बाजाची पेटी संस्थेने दिली. शाळेला नाव देण्याचा विचार पुढे आला. पाखरं, सावली, आधार अनेक नावे सुचत होती. पण मला 'दिलासा' हे नाव आवडले. कारण ते सेवासदनच्या कार्यप्रवृत्तीला शोभणारे आहे असे मला वाटले. शंभर वर्षांपूर्वी सेवासदनच्या संस्थापिका कै. रमाबाई रानडे यांनी स्त्री शिक्षणाचा पुरस्कार करताना, अडलेल्या गांजलेल्या स्त्रियांना दिलासा देतच आपले कार्य सुरू केले होते आणि आता समाजातल्या अशाच उपेक्षित घटकाकडे, समाजाचे लक्ष वेधण्यासाठी संस्थेने पुन्हा नवा डाव मांडला होता. म्हणून मी 'दिलासा' हे नाव नक्की केले. संस्थेला ते मान्य झाले. 'दिलासा' शाळा विशेष मुलांकरीता सुरू झाली. १ जून १९८२!

शाळा सुरू झाल्यावर अनेक एकपात्री प्रयोग मला करावे लागले. शिक्षिका, लेखनिक, समुपदेशक, नृत्यशिक्षक, गायनशिक्षक, थेरपिस्ट - पडेल ते काम केले. शोधून, शोधून कामे काढली. निस्तरली. माझ्या एरवीच्या संभाषणातसुद्धा 'कळलं का, समजलं ना?' असे शब्द वारंवार येऊ लागल्यावर माझा मुलगा मला थांबवत असे. "होय, मला लगेच कळलंय, तू आता घरी आली आहेस. शाळेतले धडे बास." माझी मुलगी त्याला दुजोरा देई. विशेष मुलांना शाळेत प्रवेश द्यायचा, पालकांशी संवाद साधायचा, मुलांचे खेळ घ्यायचे, त्यांना नृत्य शिकवायचे, गाणी म्हणायची, त्यांच्या वर्तनाची टिपणे काढायची, डॉक्टरबरोबर चर्चा करायची. काय नाही केले? मतिमंदाच्या या प्रशिक्षणात 'फुल नर्सिंग' अपेक्षित असते. मुलांची लाळ पुसणे, चड्डी बदलणे, औषधाच्या, खाण्याच्या वेळा सांभाळणे, इतकेच नव्हे तर फीट आलेल्या मुलाची दातखिळी बसू नये म्हणून पटकन पदराचा बोळा त्याच्या तोंडात द्यावा लागे. या सर्व गोष्टी अपेक्षित होत्या अन् त्या मी केल्या. शाळेचे बस्तान बसवण्यासाठी टाटा, किर्लोस्करांपासून सामान्य व्यक्तींपर्यंत सर्वांना मदतीचे आवाहन केले. यथाशक्ती लोकांनी मदत केली अन् हळूहळू शाळेला 'शाळेचे' स्वरूप येऊ

लागले, मला 'प्राचार्य' पद मिळाले. आता मी शाळेच्या दर्जावर लक्ष केंद्रित केले. शंभर-सव्वाशे मुले आता शाळेत दाखल झाली होती. मनाजोगता सहकारी शिक्षकवर्गही आता उपलब्ध झाला. शिस्त, स्पर्धा, खेळ, अभ्यास असे सामान्य शाळेचे सारे निकष मी या शाळेलाही लावले त्यानुसार अभ्यासक्रम बनवले. शाळेतल्या प्रत्येक मुलाची 'केसहिस्ट्री' फाईल बनवली. पालकभेटींवर भर दिला. मुलांच्या मानसिक प्रगतीसाठी शिक्षकाला 'मुलांची आई' होऊन शिकवावं लागतं. यासाठी सतत शिक्षकांची- पालकांची चर्चासत्रे आखावी लागली. 'दिलासा' हे नाव सर्वार्थाने पूर्ण करण्यासाठी मी झटत होते.

दिलासा ही शाळा पूर्ण अर्थाने माझी संकल्पना, माझी जिद्द, माझी महत्त्वाकांक्षा बनलेली होती. माझ्या अपत्याप्रमाणे मी 'दिलासा'ला वाढवले, जोजवले, दिलासासाठी झगडले. दिलासाच्या प्रेमापोटी अनेक शुक्लकाष्टे मी मागे लावून घेतली. अनेक फायदेही झाले. या कामासाठी मी अनेकवेळा परदेशप्रवास केला. दुबई, सिंगापूर येथील परिसंवादामध्ये मी सहभागी झाले. स्वीडन, अमेरिकेमध्ये व्याख्याने दिली. रशियामध्ये नभोवाणीवरून, मराठीमध्ये, रशियातल्या मराठी मंडळीशी संवाद साधला. दिलासासाठी आवाहन केले. ते सफलही झाले. युरोपचा दौरा केला.

रशिया, नॉर्थ कोरिया, चीन या समाजवादी देशांना भेट देण्यासाठी, तेथील समाजकारण समजून घेण्यासाठी एका शिष्टमंडळात माझी निवड झाली. रशियामध्ये आम्ही १० दिवस थांबलो होतो. आमच्यासाठी दुभाषाचे काम करणाऱ्या एका प्रोफेसरांना मी अपंगांच्या शाळा मला दाखवू शकाल का? असे विचारले. त्यांनी माझ्याकडे पहिल्यांदा दुर्लक्षच केले. पण मी आग्रह केल्यानंतर त्यांनी सांगितले की, "आमच्याकडे अपंग व्यक्तींच्या शाळा वगैरे नाहीत, कारण अपंग व्यक्ति आमच्याकडे जगत नाहीत, आम्ही त्यांना जगूच देत नाही. खरं तर आम्ही त्यांची सुटका करतो. तुम्ही मात्र त्यांना शापित जीवन जगायला भाग पाडता." त्यांच्या बोलण्यात तथ्य होतं. पण रशियाच्या कडाक्याच्या थंडीत, रशियन लोकांच्या मनाची संवेदनशीलताही गोठून गेली असावी असाच माझा समज झाला.

माझी पहिली परदेश फेरी इंग्लंडला झाली. एका पालकांनी मला शासनाची मदत मागण्याविषयी सुचवले. कै. मा. वसंतदादा पाटील तेव्हा मुख्यमंत्री होते. कै. दादांचे एक अमराठी सचिव होते. मी त्यांना भेटायला गेले तेव्हा ते म्हणाले, 'फंडस्' आहेत. पण तुम्हाला परदेशी पाठवता येईल अशी 'स्कीम' नाही. पैसे आहेत पण योजना नाही हे ऐकून मी म्हणाले, "मी हे प्रशिक्षण समाजातल्या दुर्बल घटकांसाठी घेऊ इच्छिते. माझ्या प्रशिक्षणाचा फायदा त्यांना होणार आहे. योजना नसेल तर सुरू

करा, माझ्याचपासून सुरुवात करा.' माझ्या या अगोचरपणामुळे त्या दालनात असलेल्या सर्वांना वाटले असावे गेली ह्या बाईची संधी. पण त्या अमराठी अधिकाऱ्याच्या डोळ्यात मला हास्याची चमक दिसली. दोनच आठवड्यात मला ब्रिटिश एअरवेजचे रिटर्न तिकिट व १०० पौंडाचा चेक मिळाला. मी त्या अमराठी अधिकाऱ्याची ऋणी आहे. युरोपच्या दौऱ्यावर असताना अपंगांसाठी असणारे एक खास उद्यान मला बघायला मिळाले. खूप मोठे उद्यान, आत असंख्य सफरचंदाची झाडे, पेरूच्या बागा, चिक्कू लागलेली छोटी झाडे, लहान मोठ्या पपयांनी सजलेले लहान लहान वृक्ष. नारिंगी रंगाच्या संत्र्याची असंख्य रोपांची लागवड केलेली. या साऱ्यामुळे ते उद्यान एक रसरशीत फळांचा मळा बनले होते. दारातच पिक ॲन्ड प्लक असा बोर्ड टांगलेला. हवी तेवढी फळे खा पण इथेच. बाहेर न्यायची परवानगी नव्हती. त्या चिमुकल्या झाडांच्या गर्दीतून व्हीलचेअर आरामात जाऊ शकत होती. कंप्युटरच्या मदतीने झाडांची उंची रोखून धरली होती. पिकलेल्या फळातून पक्षांची शीळ ऐकू येत होती. ही व्यवस्था अंधजनांसाठी असावी. मला वाटलं, "माझ्या शाळेतल्या मुलांना इथे यायला किती आवडेल. असे उद्यान भारतात होऊ शकेल का?" मनाने कौल दिला नाही. नेदरलँडचा अनुभव तर फारच थरारक होता. आठ मतिमंद मुले (चार मुले, चार मुली) आणि दोन सहकारी घेऊन मी दोन आठवड्यांसाठी हॉलंडला गेले होते. निमित्त होते पहिले मराठी युरोपियन संमेलन. डॉ. पांडव यांनी पुण्यातली माझी शाळा बघितली होती. त्यांनी आम्हाला निमंत्रण पाठवले. राहण्याची, भोजनाची सर्व व्यवस्था केली. जाण्या-येण्यासाठी मर्सिडीस बेंझ या कंपनीने संपूर्ण साहाय्य दिले. पण भारतीय पोसपोर्ट ऑफिसने माझ्या नाकी दम आणला. मुले गरीब कुटुंबातली होती. पुन्हापुन्हा मुंबईला जाण्याचा खर्चही यांना झेपत नव्हता. एक सधन पालक देखील स्वत:ची कार व ड्रायव्हर आमच्या मदतीला पाठवीत. माझ्या विद्यार्थ्यांना अधिकारी प्रश्न विचारू लागले. 'हॉलंडला का चालला? तिथे काय करणार? राहाणार कुठे?' माझ्या विद्यार्थ्यांना पुण्यातला पत्ता तरी कुठे सांगता येत होता? शेवटी मी धाडकन् तिथल्या उच्च अधिकाऱ्यांच्या केबिनमध्ये शिरले. मला आलेले निमंत्रणपत्र, मर्सिडिज कंपनीचे पत्र दाखवले. मुलं तिथं लोकनृत्ये, लेझिम करणार आहेत हे सांगितलं अन् पासपोर्ट वेळेवर न मिळाल्यास हे सर्व कष्ट फुकट जातील आणि या मुलांची संधी गमावली जाईल असे बजावले. त्या केबिनमध्ये माझ्या चार विद्यार्थ्यांनी त्यांना वाघ्यामुरळीचे नृत्य करून दाखवले अन् सगळ्यांचे पासपोर्ट त्याच दिवशी मी खिशात घातले.

पुढची लढाई होती कस्टम डिपार्टमेंटशी. पण तिथेही चोरावर मोर बनून मी

बाहेर पडले. खरंतर कुठून या फंदात पडले असं मला झालं होतं. मी मतिमंद मुलं नेण्याचं धाडस का करते आहे असं मला विचारण्यात आलं. मुलांच्या आनंदासाठी हेच एकमेव माझं उत्तर होतं. पण विमानात बसल्यावर मुलांचा आनंद पाहिला आणि सारे कष्ट मार्गी लागल्याचं समाधान मिळालं.

१९८४ मध्ये एका पालकांच्या मदतीने मतिमंद व्यक्तींच्या विकासाची नवी तंत्रे समजून घेण्यासाठी, इंग्लंडला जाण्याची संधी मिळाली. 'मॅनकॅप'या संस्थेत मी सहा महिने वेगवेगळे प्रयोग पाहिले. चाळीस बुध्यंकाच्या डॅनीमध्ये आणि आमच्या धनंजयमध्ये तसा काहीच फरक नसतो. फरक असतो तो त्यांच्या भोवतीच्या सामाजिक जाणिवांमध्ये, सुविधांमध्ये आणि सुखसोयींमध्ये! पाश्चिमात्य राष्ट्रांमध्ये व्यक्तींकडे पाहण्याचा शासनाचा, समाजाचा दृष्टिकोन अतिशय सहृदयतेचा आहे. प्रगतीची, विकासाची कोणतीही संधी त्या व्यक्तीला नाकारली जात नाही. पालकांना मानसिक, आर्थिक आधार पुरवला जातो. प्रत्येक वर्गाला टी. व्ही, कंप्युटर यासारख्या सुविधा, पोहण्याचा तलाव, व्यायामशाळा, शाळेची वाहनव्यवस्था या सुखसोयी मिळतात. अपंग मूल ज्या कुटुंबात असते त्यांना दररोज एक दुधाचा कॅन मोफत दिला जातो. अभ्यासक्रमातही त्यांच्या व आपल्यामध्ये फरक नाही. फरक आहे तो फक्त सामाजिक जाणिवेमध्ये!

मतिमंद मुलांच्या पालकांना सतत मार्गदर्शन करावे लागते. अनेकदा पालक मुलांचे मतिमंदत्व स्वीकारत नाहीत. काही वेळेला फारच काळजी करतात अन् मुलाच्या प्रगतीची दारे स्वत:च बंद करून ठेवतात. काहींना हे मूल अगदी नकोसे वाटते. अशावेळी त्यांच्या मनातले शल्य ओळखून नेमकी मलमपट्टी करावी लागते. कधी कठोरपणे कानउघडणीही करावी लागते. आय. ए. एस. केडरमधल्या पती-पत्नीचे एक मतिमंद बालक होते. दोघेही असाधारण बुद्धिमान असल्याने मुलाचे अपंगत्व स्वीकारणे त्यांना फार जड जात होते. वडिलांनी तर मूल जवळजवळ नाकारले होते. त्या दांपत्यामध्ये एक दुरावा निर्माण झाला होता. अपंग मुलाच्या मामाने ही केस माझ्याकडे आणली मी त्या पालकांच्या अनेक भेटी घेतल्या. चर्चा केल्या. वडिलांना अनेकदा शाळेचे कामकाज पाहायला बोलवले. त्यांची समजूत काढली. मुलाचे मतिमंदत्व हा अपघात आहे आणि अपघात कोणाच्याही बाबतीत घडू शकतो हे त्यांना पटवून दिले. मग तो मुलगा 'दिलासा'मध्ये दाखल झाला. आता त्याचे स्वत:चे कागदी डिशेस बनवण्याचे छोटे युनिट आहे. आईवडील दोघेही त्याला (निवृत्तीनंतर) मदत करत आहेत. 'मुलासोबत मला तिसऱ्या मजल्यावरून उडी मारून सर्व संपवावे वाटते' असं म्हणणाऱ्या त्या उच्चशिक्षित मातेला मी

परिस्थितीचा स्वीकार करण्यास भाग पाडले. आता त्याचे समाधान वाटते.

दिलासामध्ये येणारी बहुतेक मुले ही कनिष्ठ आर्थिक घटकांमधली असत. मतिमंद मुलांच्या शाळेची पहिली गरज स्कूलबस! मुलांना शाळेत आणणे, नेणे, फिरायला नेणे, प्रदर्शन दाखवणे, सहलीला नेणे यासाठी बस पाहिजेच. मतिमंद मुलांना ॲबस्ट्रॅक्ट गोष्टी कळत नाहीत. त्यांची कल्पनाशक्ती काम करत नाही त्यामुळे नदी, डोंगर, समुद्र प्रत्यक्ष दाखवूनच समजावे लागते. अर्थात स्कूल बसची शाळेला नितांत गरज होती, पण पैसे आणायचे कुठून? माझा मुलगा समीर त्यावेळेला नुकताच अमेरिकेला एका शिष्यवृत्तीवर गेला होता. एकदा त्याने कळवले की, तो एका 'डिनर'ला गेला होता. त्या डिनरचे उत्पन्न अपंगांच्या संस्थेला देण्यात येणार होते. मेजवानीच्या वेळी त्यावेळची लोकप्रिय अभिनेत्री सिंडी क्रॉफर्ड हजर राहणार होती. त्यामुळे बरेच मोठे निधी संकलन झाले होते. माझ्याही मनात आशेचे दिवे उघडझाप करू लागले. आपणपण असाच एखादा 'हटके' कार्यक्रम करावा असे मला वाटू लागले. माझ्या योजनेला श्री निळूभाऊंनी मान्यता दिली.

नाना पाटेकर मराठी माणूस. सर्वांना मदत करतो पण विक्षिप्त आहे असे समजले होते. मी नानाला भेटायला गेले. त्याने नकार दिला, पण म्हणाला ''मी तुमच्या शाळेत येईन, मुलांना भूगोल शिकवेन.'' मला शाळेसाठी आर्थिक मदत हवी होती. नानाला शाळेत नेऊन मी काय करणार होते? नानाचा विक्षिप्तपणा, मतिमंद मुलांना भूगोल शिकवण्यासाठीही मला उपयोगी पडणार नव्हता. मी नानाचा नाद सोडला.

पण मला हेमामालिनीने होकार कळवला. निळूभाऊंच्या पूनम हॉटेलमध्ये डिनर विथ हेमामालिनी आम्ही आयोजित केले. लायन, रोटरी, सदस्यांनी, अनेक धनिकांनी तिकिटे खरेदी केली. एका रात्रीत पैसे मिळाले अन् शाळेच्या दारात स्कूलबस उभी राहिली.

त्याअगोदर मला पुष्कळ अग्निदिव्य पार पाडावे लागले. सिनेअभिनेत्री, तिच्याबरोबर भोजनाचा कार्यक्रम, सेवासदनसारख्या प्रतिष्ठित संस्थेने असा उठवळ कार्यक्रम करणे योग्य आहे का? अशा चर्चेला अगदी ऊत आला, पण निळूभाऊंच्या पाठिंब्यावर मी खंबीर राहिले. कार्यक्रम सुंदर झाला. पैसे मिळाले. बस आली. माझे काम झाले.

आपली सदसद्विवेकबुद्धी कायम ठेवायची अन आपली उद्दिष्टं गाठायची. सर्व अडचणी आपोआप दूर होतात, हाच धडा या लढ्यातून मला मिळाला.

भारतीय समाजव्यवस्थेत मुलींचा प्रत्येक प्रश्न नेहमीच ऐरणीवर असतो.

त्यातून ती मुलगी मतिमंद असेल तर तिच्या आईवडिलांना दुर्दैवाचे फेरे किती वेळा आणि कसे कसे अनुभवावे लागतात म्हणून सांगू?

मतिमंद मुलींना स्त्रीसुलभ लज्जा, संकोच या भावना जरा कमीच जाणवतात. कारण आपल्या स्त्रीत्वाचं त्यांना भानच नसतं. दरमहा येणारे मासिकपाळीचे चक्र मतिमंद मुलीच्या आईची अगदी त्रेधातिरपीट उडवते.

माझ्या शाळेतली एक विद्यार्थिनी जयश्री दर महिन्याला पाळीच्या दिवसात गैरहजर राहात असे. तिच्या पालकांची समजूत घालावी अन् त्यावेळीही तिला शाळेत पाठवा असे सांगण्याकरता मी तिच्या घरी गेले. होम व्हिजिट हा आमच्या कामाचा एक अत्यावश्यक भाग असतो. त्यामुळे पालकांचा आर्थिक स्तर, पती-पत्नींमधला सलोखा दुरावा, मुलांचे अपंगत्व स्वीकारण्यामागची त्यांची मन:स्थिती सारे समजते.

जयश्रीची आई निवर्तली होती. लग्न झालेला भाऊ परगावी राहात होता. तरुण मतिमंद मुलगी घेऊन सत्तरीचा वृद्ध पिता एकटाच राहत होता. जयश्रीचे मतिमंदत्व तीव्र स्वरूपाचे होते. तिची अंघोळ, वेणी, कपडे घालणे, बदलणे सर्व वडीलच करत. हेही तिला जमत नसे. मग पाळीच्या दिवसातली स्वच्छता, हायजिन तिला शिकवणे आवाक्याबाहेरचे होते. जयश्री ज्या वाड्यात राहत असे तिथे तिसऱ्या मजल्यावर त्यांचे घर होते. धुणे, भांडी, स्वयंपाक सर्व वडीलच करत.

त्या वाड्यात तळमजल्यावर ऋतुमती झालेल्या स्त्रियांसाठी एक मोरी होती. पण जयश्रीला स्वच्छता करता येत नसल्याने वाड्यातल्या बायका तिला ती मोरी वापरू देत नसत. म्हणून वडील खालून तीन मजले चढून पाणी भरून जयश्रीची स्वच्छता करत. त्या कुटुंबाशी कोणीही बोलत-चालतही नसे.

दोनहजार सालामध्ये पुण्यासारख्या प्रगत सुसंस्कृत शहरात एका मतिमंद मुलीवर टाकलेला असा सामाजिक बहिष्कार मी स्वत: पाहिला आहे.

त्या असहाय्य, मतिमंद मुलीला मदत करा अशी कळकळीची विनंती मी त्या बायकांना केली. पण त्याचा उपयोग झाला नाही. शेवटी ससून हॉस्पिटलमध्ये तिच्या गर्भाशयाची पिशवी काढण्याचे ऑपरेशन करण्याविषयी वडिलांचे मन मी वळवले.

ऑपरेशन झाले. ससूनच्या फिमेल वॉर्डमध्ये जयश्रीच्या वडिलांना थांबण्याची परवानगी नव्हती, तेव्हा जयश्रीच्या सोबत तीन रात्री राहून सार्वजनिक रुग्णालयात यातनांची रात्र कशी असते याचाही मी अनुभव घेतला.

मतिमंद मुलांबरोबर काम करताना काही प्रसंग मात्र माझ्या मनावर खोल जखमा करून गेले.

अभिजित नवाथे हा सोळा-सतरा वर्षांचा तीव्र स्वरूपाचे मतिमंदत्व असलेला

माझा विद्यार्थी. गेली सात-आठ वर्षे तो नियमितपणे माझ्या शाळेत येत असे. सर्वसामान्य व्यक्तींप्रमाणेच या मुलांचीही खास स्वभाववैशिष्ट्ये असतात. अभिजित बडबड्या आणि संतापी होता. राग आला की फेकाफेकी, पळापळी करत असे. मूड असला की माझ्या ऑफिसमध्ये येऊन म्हणे ''बाई, चला ना माझ्या घरी, गरम गरम चहा आणि मस्त भजी खायला.'' अभिजितला घाण पाण्याचे, तीव्र वासाचे, दुर्गंधी येणाऱ्या वस्तूंचे फार आकर्षण होते. त्यामुळे आम्ही सर्व त्याला वेळोवेळी आवरत असू, त्याच्यावर लक्ष ठेवत असू. रागवावंही लागे त्याला.

त्यादिवशी साडेपाचच्या सुमाराला त्याची आई त्याला शाळेतून घरी नेण्यासाठी आली. तिला पाहून तो धावतच शौचालयात शिरला. शाळा सुटायला थोडा अवधी होता. सर्वजण आवराआवरी करण्यात गुंतलेले होते. मी पण माझी कामे आवरून घरी निघायच्या तयारीत होते. मुलांना न्यायला आलेले बरेच पालक बाहेर थांबलेले होते. अचानक आरडाओरडा ऐकू आला. मी धावतच कार्यालयाच्या बाहेर आले.

अभिजित शौचालयाच्या दारात उभ्या उभ्या कोसळला होता. सर्वांनी एकच गलका केला. मी सर्व मुलांना बाजूला करून त्याला मोकळ्यावर झोपवले. त्याचे कपडे वगैरे सैल केले. डॉक्टरांना फोन करून बोलवण्याची लेखनिकांना सूचना केली. मतिमंद मुलांना वरचेवर फिट्स येतात. ते पडतात, दातखीळ बसते. दातात जीभ अडकली तर तोंडातून रक्ताची धार लागते. कपडे ओले होतात. असा प्रसंग आम्हाला नवा नव्हता. नेहमीप्रमाणे प्रथमोपचाराला सुरुवात केली. खरं तर अभिजितची फिटस् येण्याची हिस्ट्री नव्हती पण अचानक येऊही शकते असं मला वाटलं. त्याची आई आलेलीच होती. डॉक्टर लवकर सापडेनात. मग आईच्या विनंतीनुसार रिक्षाने त्यांच्याच डॉक्टरकडे घेऊन गेलो. दवाखान्यात दुसरे तरुण डॉक्टर होते. त्यांनी आम्ही कोण, काय चौकशी केली. अभिजितला तपासले. आईला बाहेर जायला सांगितले आणि मला म्हणाले 'ही इज नो मोअर.' 'काय' मी पुन्हा विचारले. अन् त्यांनी पुन्हा तेच शब्द परत उच्चारले व म्हणाले, ''पोलीसला फोन करावा लागेल. तुम्ही इथेच थांबा.''

मी शॉकमधून सावरले नव्हते. पण त्याच्या आईचा आक्रोश मनावर येऊ लागला. त्यांनी फोडलेला हंबरडा माझं काळीज हलवून गेला. अभिजितचे वडीलही तोवर तिथे पोचले. बघता बघता दवाखान्यासमोर गर्दी जमली. पोलीस आले. त्यात बघ्यांची भर पडली. वातावरण चांगलेच तापले. डोळ्यादेखत मुलाचा मृत्यू झालेला अभिच्या आईने पाहिले होते. त्यांच्या देखतच तर तो उभ्या उभ्या कोसळला होता. पण आता त्या काही वेगळेच पोलिसांना सांगू लागल्या. ''शाळेतच याचा मृत्यू झाला.

हा कोपऱ्यात पडला होता. *त्याला शिक्षकांनी मारहाण केली असणार.''* त्यांचा आक्रोश, मोठ्याने रडणे, छाती पिटून घेणे सारे दिङ्मूढ करणारे होते.

मग सुरू झाले एक दुष्टचक्र. चौकशी, संशय, आरोप, जाबजवाब आणि पोलीसचौकीच्या फेऱ्या. खरं तर असं काहीच घडलं नव्हतं. तो अपघात होता. त्या मतिमंद मुलाला कोण असं जीवघेणं मारेल? अन् शाळेतले त्याचे शिक्षक काही त्याचे वैरी नव्हते. त्याला कोणीही मारहाण केलेली नव्हती. पण अभिच्या आई असं का सांगत होत्या तेच कळेना. त्या आपल्या विधानाशी अगदीच ठाम होत्या. मी अडचणीत आले

एका बाजूला पुत्रशोकाने अनावर झालेला त्याच्या मातेचा आक्रोश. दुसरीकडे माझ्या सहकाऱ्यांवर मनुष्यवधाचा आरोप. मी अगदी धर्मसंकटात सापडले. पोलीस मला बाहेर जाऊ देईनात. संशयाचं किटाळ मी नामंजूर केलं. माझ्या सहकाऱ्याला वाचवणं माझं कर्तव्यच होतं. बाहेर गलका वाढला होता. माझ्या सहकाऱ्याला चोप देण्याची भाषा ऐकू येत होती. जसजसे त्यांचे नातेवाईक येत तसतसा आक्रोशाचा स्वर अधिकच उंच जात होता.

मग मी माझ्या ओळखीच्या पोलीस ऑफिसरला फोन करून मदतीची गळ घातली. पोलीस संरक्षणात मी व माझे सहकारी बाहेर पडलो. मी संस्थेच्या पदाधिकाऱ्यांना फोन करून सर्व अगोदरच कळवले होते. मी मदतीची वाट पाहात होते. रात्र चढू लागली. रात्रीचे दोन वाजले होते. पोलीसांनी पोस्टमार्टेम करावे लागेल असे सांगितले अन् लोकांचा गलका अधिकच वाढला. पण मृत्यूचे कारण समजणे गरजेचे होते. त्यांच्या आणि आमच्याही दृष्टीने!

आरोप मनुष्यवधाचा होता. प्राचार्य म्हणून माझीही जबाबदारी होती जी मी अजिबात नाकारली नव्हती. कोणतीही हलगर्जी, दुर्लक्ष याबाबतीत झाले नव्हते. सहकारी शिक्षक फार घाबरले होते. मी त्यांना धीर दिला. प्रत्येक वेळेला पोलीस चौकशीच्या वेळेला त्यांच्याबरोबर हजर राहिले. कारण ते निर्दोष आहेत याची मला खात्री होती. सुमारे तीन महिन्यांनी अभिजितच्या व्हिसेराचा रिपोर्ट मिळाला आणि त्याचा मृत्यू मारहाणीने झाला नाही यावर शिक्कामोर्तब झाले. संस्थेची मात्र काहीच मदत मिळाली नाही.

ते तीन महिने वाईट म्हणजे फारच वाईट गेले. मला स्ट्रेस डायबेटीस त्याच वेळेला झाला. आजही अभिजितच्या अप्पा बळवंत चौकातल्या त्याच्या घरावरून जाताना त्याची आठवण होते. अन्, *"बाई, येता का चहा प्यायला, गरम भजी खायला?''* असे त्याचे शब्द कानात घुमू लागतात.

२५ वर्षांच्या माझ्या नोकरीत असे अनेक चढउतार मी अनुभवले. मतिमंद मुले अतिशय निष्पाप आणि प्रेमळ असतात. मी त्यांच्या मायेमध्ये अगदी गुरफटून गेले होते. आपण जीवनात काय गमावले आहे याची त्यांना जाण नसते. ते केव्हाच जाणिवा- नेणिवांच्या पलीकडे ज्ञानेश्वरांपर्यंत पोचलेले असतात. मतिमंदत्व आजार नाही. शारीरिक स्थिती आहे, त्यात बदल होत नाही. त्यामुळे आईवडील अगदी असहाय्य बनतात. आपल्या पोटच्या गोळयाच्या भविष्यातला अंधार त्यांना सतत जाणवत असतो. माझ्या परीने मी त्यांच्या खांद्यावरचा भार हलका करण्याचा प्रयत्न केला.

दिलासाचे काम बऱ्यापैकी मार्गी लागले आणि संस्थेने माझ्यावर सेवासदनाच्या सरचिटणीसपदाची जबाबदारी सोपवली. दिलासाचे काम सांभाळून मी ही जबाबदारी निभवायची होती.

सेवासदन संस्था १९०९ मध्ये पूज्य रमाबाई रानडे यांनी स्थापन केली होती. स्त्रीशिक्षणाच्या इतिहासात सेवासदन संस्थेला अनन्यसाधारण महत्त्व आहे. विधवा, परित्यक्ता, अनाथ स्त्रियांना सेवासदनने खरा आधार दिला. पायावर उभे केले. स्त्री शिक्षणाबरोबर स्त्रीस्वातंत्र्याचे बीज त्यांच्या मनात पेरले. आज आम्ही ज्या स्त्रिया, वेगवेगळ्या सामाजिक भूमिका निभावताना दिसतो आहोत, त्यामागे सेवासदनसारख्या संस्थांचा फार मोठा सहभाग आहे. माझ्या स्वत:च्या मनात सेवासदन या संस्थेविषयी, त्या संस्थेच्या धुरीणांविषयी अत्यंत प्रेमाची, आदराची भावना आजही अगदी तशीच आहे. सेवासदन संस्थेने स्त्री उद्धाराचा जो महायज्ञ योजिला होता त्यामध्ये मी 'दिलासा'ची समिधा अर्पित करू शकले याचे मला निश्चित समाधान आहे.

५ जून १९८९ रोजी मी सरचिटणीस पद स्वीकारले तेव्हा संस्थेची विविध तेरा खाती बनलेली होती. रमाबाई रानडे प्रौढ शाळा, सुंदराबाई राठी प्रशाला, शिशुशाळा, डी. एड, कॉलेज, तीनशे मुलींचे वसतिगृह, विजय प्रेस, सोलापूरची कन्याशाळा इत्यादी प्रमुख खाती होती. जवळजवळ तीन हजार विद्यार्थिनी, अडीचशे ते तीनशे शिक्षक, शिक्षकेतर वर्ग या साऱ्यांवर खातेप्रमुखांच्या सहाय्याने नियंत्रण ठेवणे, सेवासदन संस्थेला कर्जातून बाहेर काढणे आणि संस्थेची मरगळ झटकून तिला आधुनिक रूप देणे अशी कामाची त्रिसूत्री मी मनामध्ये योजिली होती. निळूभाऊ लिमये यांच्यामुळे मी कामाला वेग आणू शकले. संस्थेची आर्थिक बाजू अत्यंत डळमळीत झालेली होती. तिला ऊर्जित अवस्था आणण्याचे श्रेय निळूभाऊ आणि मा. शशीताई किर्लोस्कर यांनाच नि:संशयपणे दिले पाहिजे.

सेवासदनच्या प्रशालेत येणाऱ्या मुली समाजाच्या तळागाळातून येत. पालकांचा शिक्षणाकडे पाहण्याचा दृष्टिकोन विधायक नसे. विद्यार्थिनी स्वत:ही धुण्याभांड्याची कामे करत, कुटुंबाला मदत करत असत. प्रशालेची टक्केवारी वाढावी, शैक्षणिक दर्जा सुधारावा यासाठी शिक्षकांच्या मासिक सभा आयोजित केल्या. कच्च्या राहाणाऱ्या विषयांसाठी शिक्षकांना पूरक तास घेण्याची विनंती केली. शाळेचे ग्रंथालय अद्ययावत केले. वसतिगृहाच्या, शाळेच्या मुलींना अभ्यासिका म्हणून वापरण्याची सवलत दिली. सर्व खात्यांमध्ये दूरध्वनी बसवले. बोअरवेल बसवून मुबलक पाण्याची सोय केली. त्यामुळे स्वच्छता आपोआपच निर्माण झाली. मुलींसाठी सायकल स्टँड बनविला, क्रीडांगण तयार केले. खेळाडू मुलींना प्रोत्साहन मिळावे म्हणून आंतरशालेय स्पर्धात सहभाग घेण्याविषयी शिक्षकांना विनंती केली. संस्थेच्या सर्व इमारतींना रंगकाम करून घेतले. माझी बागकामाची आवड सेवासदनमध्ये हिरवाई आणण्यामध्ये उपयोगी ठरली. संस्थेचे स्वरूप पालटून आधुनिक जगाला सन्मुख होण्यासाठी संस्था सज्ज झाली.

सेवासदनचे एक जुने कार्यकर्ते मला म्हणत, ‘‘बाई, तुम्ही सेवासदनला ब्युटीपार्लरमध्ये नेऊन आणले.’’ वसतिगृहात असंख्य सुधारणा केल्या. वसतिगृहावरची अनाथालयाची छाया जाऊन तिला आनंदालयाचे स्वरूप यावे असा माझा कटाक्ष होता. त्यासाठी शिस्तीची गरज होती. काटेकोरपणे नियमांचे पालन झालेच पाहिजे यासाठी आग्रही राहिले. चौक्यापहारे कडक केले. सेवासदनच्या वसतिगृहाबद्दल पूर्वी असलेला पूर्वग्रह बदलण्यासाठी याची गरज होती.

सेवासदनचे कँटीन मी सरचिटणीस होण्यापूर्वीच बंद झाले होते. पण सेवासदनने उपजीविकेचे एक साधन अनेक अर्धशिक्षित, अशिक्षित स्त्रियांना कँटिनच्या रूपाने मिळवून दिले होते. आज गल्लोगल्लीत तयार खाद्यपदार्थांच्या पाट्या, टेक अवे फूडचे धाबे पाहून सेवासदनने स्त्रियांना उपजीविकेचा मंत्र दिला याचे मला अप्रूप वाटते.

सेवासदनमध्ये दिवाळी फंड ही योजना अनेक वर्षे राबविली जात असे. एकेक रुपयाची कुपने विकून सर्व विद्यार्थिनी, सहकारी शिक्षक पैसे जमवत असत. समाजपयोगी कामे समाजाच्या प्रत्यक्ष सहभागानेच करावीत हा त्यामागचा हेतू असावा. पण आता काळ बदलला होता. सेवासदन संस्था पूर्णपणे कर्जमुक्त झाली होती. समाजाकडे दान मागण्याचे तसे काही प्रयोजन राहिले नसल्याने ही योजना मला जरा अडचणीची वाटत होती. विद्यार्थिनी, सहकारी उघडपणे नाराजी व्यक्त करत होते. पन्नास-साठ वर्षे चालत आलेली ही योजना बंद करण्याचा मी निर्णय घेतला.

मी धाडस केले. सुदैवाने सर्वांनी मला साथ दिली. अनेक वर्षांची ही प्रथा बंद झाली.

मी स्वत: अश्रद्ध, नास्तिक नाही, पण सार्वजनिक ठिकाणी पूजाअर्चा करणे मला योग्य वाटत नाही. आज लोकमान्य टिळक यांनी ज्या हेतूने गणेशउत्सव सुरू केला त्यापासून आपण किती दूर गेलो आहोत हे कोणालाही पटेल.

सेवासदन संस्थेत अनेक देव, उपकरणे, समया, देवांचे डोळे, सोन्याचांदीचे जवाहीर, ताटे, पाट अशी लोकांनी दिलेल्या अनेक चीजवस्तू होत्या. त्यांची दिवाळीतल्या लक्ष्मी पूजनाला पूजा करायची. अन् पुन्हा मोजदाद करून ते सर्व तिजोरीत ठेवायचे. मला ते फारच कालबाह्य वाटू लागले. कार्यकारिणीच्या परवानगीने मी त्याचे व्हॅल्युएशन करून घेतले. ते विकून आलेल्या रकमेच्या व्याजातून एका चांगल्या सामाजिक कार्यकर्त्याला पुरस्कार देण्याचा पायंडा पाडला, जो आजतागायात चालू आहे.

संस्थेत साजरे होणारे हळदीकुंकू, तिळगूळ वाटप वगैरे थांबवून विज्ञानदिन, वाङ्मयमंडळ, बालिका दिन सारखे नवे उपक्रम सुरू केले. सर्वांनी मला सहकार्य दिले. बदल सर्वांना हवा असतोच, फक्त पुढाकार कोणीतरी घेण्याची गरज असते. मी तो प्रयत्न केला.

संस्थेचे स्वरूप अंर्तबाह्य बदलावे म्हणून मी काही नव्या योजना मांडल्या. त्यासाठी जागेची आवश्यकता होती. निळूभाऊ लिमये, इंदुताई टिळक यांच्या प्रयत्नांनी सेवासदन संस्थेला शासनाकडून नाममात्र भाड्याने शहराच्या मध्यभागी कर्वेरोड जवळ साडेतीन एकर जागा मिळाली. या जागेची मागणी मा. पंतगराव कदम, मा. शांतीलाल मुथा, मा. शरद पवार यासारख्या मोठमोठ्या व्यक्तींच्या शैक्षणिक संस्थांनी केली होती. निळूभाऊंनी मला पवारसाहेबांची भेट घेऊन आपली मागणी त्यांना कळवावी असे सुचवले. मी मा. पवारसाहेबांना भेटले, त्यांनी सेवासदनला पुढे चाल दिली आणि ही जागा माझ्या मतिमंद मुलांच्या शाळेकरिता शासनाने दिली. लवकरच आमच्या मुलांसाठी त्रेसष्ट लाख रुपये (त्यावेळचे) खर्चून एक देखणी इमारत आकार घेऊ लागली. मी परदेशात पाहिलेल्या वेगवेगळ्या शाळांमधले वैशिष्ट्यपूर्ण वास्तुविशेष आमच्या शाळेसाठी बनवण्यात येऊ लागले. जसे, सगळीकडे रँपस् (उतार) ज्यावरून व्हीलचेअर्स आरामात जाऊ शकतील. मुलांना सहज काढता येतील अशा दारांच्या खिट्ट्या, कड्या, बाथरूमना काचा, मुलांना बसण्याजोग्या मोठाल्या खिडक्या, मुलांना रंग ओळखता यावेत म्हणून चौकातल्या खांबाना जोडीजोडीचे रंग, सगळीकडे सुंदर हिरवळ, ज्यामध्ये मला हरीण, ससे, मोर मुलांकरता आणायचे होते. जागोजागी पाण्याची कारंजी, मोठाल्या व्हरांड्यातून

पाळीव प्राणी, जंगली, प्राणी, पक्षी यांची मोठमोठी चित्रे, ऑडिओ, व्हिडिओ सेट असणारा मोठा असेंब्ली हॉल, ऑफीसमधल्या उंच उंच कपाटांमध्ये मला मिळालेल्या, शाळेला मिळालेल्या ट्रॉफीज, बक्षिसे यांचे कप्पेसुद्धा ट्रॉफीजच्या उंचीप्रमाणे बनवले होते.

थोडक्यात नव्या इमारतीमध्ये जायला आम्ही सज्ज झालो होतो. पण एके दिवशी मिटिंगमध्ये संस्थेच्या काही संदस्यांनी मतिमंद मुलांच्यासाठी एवढी मोठी सुंदर इमारत वाया (?) घालविण्याबाबत आपली नापसंती व्यक्त केली. मतिमंद मुलांच्या शाळेबद्दल विसंवादी सूर उमटू लागले. त्याचवेळी निळूभाऊ लिमये यांचे वृद्धापकाळाने निधन झाले. माझा आणि दिलासाचा आधारच हरपला. मी दोन पावले मागे जाऊन तडजोड करण्याचे ठरवले. तळमजल्यावर दिलासा. दुसऱ्या मजल्यावर इंग्रजी माध्यमाचे वर्ग, के. जी. चे वर्ग, तिसऱ्या मजल्यावर स्त्रियांसाठी तंत्र निकेतन सुरू करू या. असा मी प्रस्ताव दिला. जागा बरीच होती. नव्या इमारती बांधायला स्कोप होता. इंग्रजी माध्यमाच्या शाळेसाठी त्या परिसरात सर्वेक्षण करून दिले. इंग्लिश मीडियम शाळेमुळे आपल्याकडे उच्चभ्रू, सुशिक्षित समाज येईल. रिकामी झालेली तिजोरी परत संपन्न होईल. हाच या मागचा माझा उद्देश होता.

मी सेवासदन संस्थेशी पूर्ण एकरूप झाले होते. संस्थेचे हित तेच आपले; संस्थेचा तोटा तोच आपला- असा माझा समज होता. पण ग्रहमान बदलले होते. पूर्वी कार्यकारिणीला माझ्याबद्दल कौतुक होते. आता त्याच लोकांना माझ्या प्रत्येक कृतीबद्दल साशंकता वाटू लागली. कौतुकाची जागा द्वेषाने घेतली. उंच जाणाऱ्या व्यक्तीला खाली खेचायला लोक चटकन तयार होतात.

मतिमंद मुलांच्या सहवासात, चांगली लोकं आपली मुले पाठवणार नाहीत असा सूर कार्यकारिणीत उमटला. मला फार वाईट वाटले. मी सदस्यांशी समझोता करण्याचा प्रयत्न केला पण यश आले नाही. 'तूर्त नव्या इमारतीमध्ये मतिमंद मुलांची शाळा येऊ नये,' असा ठराव करण्यात आला आणि लवकरच इंग्रजी माध्यमाची शाळा त्या जागेत सुरू करण्याविषयी साऱ्यांचे एकमत झाले.

मीच शोधलेला पर्याय, बूमरँगसारखा माझ्यावरच उलटला. मी अर्थातच माझा निषेध नोंदवला. त्याची रीतसर नोंदही केली आणि अतिशय जड मनाने, तडकाफडकी सरचिटणीसपदाचा राजीनामा दिला.

मतिमंद मुलांची प्रगती- दिलासाची प्रगती- हेच तर माझं स्वप्न होतं त्याला तडा जाताना पाहून दुःखातिशयाने राजीनाम्याची आतताई कृती माझ्याकडून घडली. मी खुर्ची सोडली, सत्ता सोडली. अन् इतरांना रान मोकळे मिळाले.

धर्मादाय आयुक्तांकडे तक्रार नोंदवली, पालकांना मी माझ्या मनाचा हा सल उलगडून दाखवला. ज्यांना पटला ते लोक कोर्टात गेले, काही पालकांनी मला सबुरीचा सल्ला दिला. अनेक पत्रकार माझे स्नेही होते. त्यांना भेटून मी माझी कैफियत सांगितली. प्रिंटमीडिया, वृत्तपत्रे माझ्यामागे उभी राहिली. पण पुणेरी वृत्तीची खासीयत असणाऱ्या सेवासदनच्या संस्थेने आपला निर्णय बदलला नाही. सरचिटणीसपद तर मी सोडलेच होते. 'आजीवसदस्य' पदाचा राजीनामा देण्याविषयी माझ्यावर दबाव आणण्यात आला. ''तुम्ही राजीनामा दिला नाहीत तर तुम्हाला काढून टाकू.'' म्हणण्यापर्यंत मजल गेली. आपली अधिक मानहानी करून घेण्यापेक्षा 'नको ती संस्था' या विचारापर्यंत मी आले.

खरंतर, वैयक्तिक आयुष्यातले कोणतेही चढउतार मी माझ्या कर्तव्याच्या, कामाच्या आड येऊ दिले नव्हते. मी नेटाने माझे काम करत राहिले होते. त्याचा काहीच उपयोग झाला नाही. मनस्तापामुळे मला डायबेटिस सारखा आजार झाला. केसांमध्ये अतिविचाराने 'चाई'सारखा त्वचारोग झाला. माझ्या दोन्ही अपत्यांनी मात्र मला साथ दिली. पण माझी मुलं तशी लहानच होती. 'नको त्रास करून घेऊस, सोडून दे' अशी माझी समजूत घालत. मला अतिशय असहाय्य वाटत असे. अत्यंत संतापाने, डोळ्यातून अश्रूंची धार लागे, जेवण जात नसे. माझ्या प्रकृतीवर परिणाम होऊ लागला. आता असं वाटतं की, इतकं मनाला लावून घेणं गरजेचं होतं का? आपल्या कामाशी, ध्येयाशी अतिशय निष्ठा ठेवणे हे चूक आहे का? काही गोष्टी आपल्या हातात नसतात असं म्हणून मी गप्प बसायला हवं होतं का? माझ्या मनाला उत्तरं मिळत नाहीत.

संस्थेने, शासनाच्या निर्णयाच्या विरोधात कार्यवाही केली आहे हे सिद्ध करण्याची जबाबदारी आली. बरीचशी कागदपत्रे अद्यापही माझ्याजवळ होती. पण मी संस्थेच्या नोकरीत होते त्यामुळे पालकांतर्फे मला प्रमुख साक्षीदार बनविण्यात आले. (फिर्यादी नव्हे.)

संस्थेने नामांकित वकिलांची फौज उभी केली, भरपूर पैसे खर्च केले. वकिलांनी नेहमीचे वेळकाढू धोरण अवलंबिले. कोणत्याही संस्थेपुढे, समुदायापुढे व्यक्ती कमी पडतात, खुज्या ठरतात. इथे तर मतिमंद अपत्यांमुळे आमचे पालक अगोदरच जीवनाची निम्मी लढाई हरलेलेच होते. प्रत्येक कोर्टाच्या तारखेला पालकांकडून वर्गणी जमा करायची वेळ आली. कोर्टाचा निर्णय मिळायला वेळ लागतोच. पालकांच्या एका गटाने लोकायुक्तांकडे धाव घेतली.

ज्या दिवशी लोकायुक्तांचा निर्णय पालकांना मिळणार होता त्याच्या आदल्या

दिवशी संस्थेने शासनाचा मूळ आदेश फिरवून आणला.

"...सदर जागा पुणे सेवासदन संस्थेला मतिमंदांसाठी प्राथमिक शाळा चालविण्यासाठी देण्यात येत आहे."

अशा स्वरूपाचा मूळ आदेश होता, त्यातील मतिमंदांसाठी हे शब्द फक्त गाळण्यात आले. सही शिक्के झाले आणि संस्था आपल्या धोरणात यशस्वी झाली.

आज ह्या घटनाक्रमाकडे पाहताना मनस्वी खेद होतो. साऱ्या अशियाखंडातली उत्तम शाळा बनविण्याचं माझं स्वप्न लयाला गेल्याचं जाणवतं आणि वाटतं, "बिचारी मतिमंद मुले, त्यांचं दुर्दैव इथेही आड आलं."

त्यानंतर मी दिलासाचं काम नेटानं करतच राहिले. माझ्या कामाचा, राष्ट्रपतीपदक देऊन सन्मानही करण्यात आला, पण सेवासदन संस्थेशी जुळलेली नाळ तुटली ती मात्र कायमची!

३.

हृदयात बाण ज्याच्या

– डॉ. अश्विनी धोंगडे

खरं म्हणजे महाविद्यालयाचे प्रशासन हा काही माझा प्रांत नव्हे. तिथे व्यक्ती लागते ती खंबीर, सर्वांना पुरून उरणारी, सर्वांची तोंडे या ना त्या मार्गाने बंद ठेवू शकणारी आणि हो, गेंड्याच्या कातड्याचीसुद्धा. माझ्याकडे हे कुठलेच गुण नव्हते. स्वभाव स्वप्नाळू, काव्यात्म, कोणी फट म्हणता डोळ्यातून गंगा- यमुना वाहणार. खोटं पचवण्याची काय, पण खोटं बोलण्याचीही भीती! मन कॉलेजच्या राजकारणापेक्षा अभ्यासात, वाचनात आणि शिकवण्यात अधिक रमणार. तरी १९९२ ते २००७ अशी तब्बल १४ वर्षे मी प्राचार्यपदावर काम केले.

वयाच्या बावीसाव्या वर्षी मी इंग्रजी घेऊन एम. ए. केलं. निकाल लागून प्रथम वर्ग मिळण्याआधीच फर्ग्युसन व गरवारे महाविद्यालय दोन्ही ठिकाणी अर्धवेळ व्याख्यात्याची नोकरी मिळाली. पण वेळेचे गणित बसवणे अवघड जाऊ लागले. पगारही दोन्हीकडचा मिळून पूर्णवेळ प्राध्यापकापेक्षा कमी होता. मग पुढच्या वर्षी म्हणजे १९७१ साली कर्वे रस्त्यावरील एस. एन. डी. टी. महाविद्यालयामध्ये पूर्णवेळ व्याख्यात्याची नोकरी मिळाली. शिकवणं हा त्यातला सर्वात आनंदाचा भाग होता. शेक्सपिअर, शॉ, इब्सेन, मिलर यांची नाटके शिकवायला मिळाली. मी खूश होते. शिकवण्याव्यतिरिक्त नाट्यविभाग, साहित्य विभाग, वक्तृत्व विभाग यामध्ये मी रस घेत होते. स्वत: नाटकं लिहून बसवत होते. पुरुषोत्तममध्ये एकदा माझ्या नाटकाचा नंबरही आला. दरम्यानच्या काळात मला दोन मुले झाली. मुलगी झाली ती १९७५ साली, एप्रिल १५ तारखेला. त्यावेळी महाविद्यालयाला १५ मार्च ते १५ जून उन्हाळी सुट्टी असे. त्यातच बाळंतपण आल्याने बाळंतपणाची जी काही तीन महिन्याची सुट्टी घ्यावी लागते ती घेतली नाही. महाविद्यालय उघडल्यावर १५ जूनला कामावर हजर झाले. त्यावेळी डॉ. केळकर हे प्राचार्य होते. गृहस्थ एरवी वागायला चांगले, माझे त्यांचे संबंधही चांगले होते पण त्यांचे एकाएकी काय बिनसले

कोण जाणे? मला आल्याबरोबर त्यांनी त्यांच्या कार्यालयात बोलवून घेतले. मी मुलगी झाल्यावर मिस्टरांकडून त्यांना कळवले होते, तरी संस्थेची फसवणूक केली, बाळंतपणाची रजा मागितली नाही, तुम्हाला कामावरून का काढून टाकू नये, वगैरे प्रश्नाची सरबत्ती त्यांनी माझ्यावर केली. अर्धा तास नुसते एकटेच बोलत होते, मग त्यांनी मला आणखी सहा महिने बिनपगारी रजा घ्यायला सांगून घरी पाठवले. माझ्यावर तर आकाशच कोसळले. एकतर नवीन फ्लॅट घेतला होता, त्याचे मोठे कर्ज डोक्यावर होते. त्यात बाळंतपण आले, तो खर्च वाढलेलाच होता आणि त्यात सहा महिन्यांची बिनपगारी रजा. हा सरळ अन्याय होता, पण कुणाकडे दाद मागायची? काहीतरी हालचाल करायलाच हवी होती. आमचे महाविद्यालय हे विद्यापीठाने चालवलेले महाविद्यालय आहे. त्यामुळे प्राचार्यांच्या वरचा अधिकारी म्हणजे कुलगुरू. त्यावेळी श्री. विठ्ठलदास दामोदर ठाकरसी यांच्या सुविद्य पत्नी प्रेमलीलाबेन ठाकरसी विद्यापीठात कुलगुरू होत्या. माझा इंटरव्ह्यूही त्यांनी घेतला होता. बाई शांत, समंजस वाटल्या होत्या. म्हणून मी धाडस करून त्यांना पत्र लिहिले. त्यात सर्व तपशील लिहिला व मी कायमस्वरूपी पदावर असल्याने मला पुन्हा महाविद्यालयात जॉईन होण्याची परवानगी मिळावी अशी विनंती केली. आर्थिक चणचणीबद्दलही लिहिले. त्यांच्या उत्तराची मी वाट पाहात होते, तेवढ्यात डॉ. केळकरांचा कॉलेजात त्यांना भेटण्याचा निरोप आला. मला वाटले, चला, काम झाले. म्हणून भेटायला गेले, तो आगीत तेल ओतल्यासारखा भडका उडाला. माझे पत्र त्यांनी माझ्या अंगावर भिरकावले आणि अक्षरश: थयथयाट केला. हे पत्र मी त्यांच्या तर्फे विद्यापीठाला न पाठवता थेट पाठवले होते, म्हणून नियमभंग झाला होता, त्यांचा अपमान झाला होता, तेच प्राचार्यपदी कायम झाले नव्हते म्हणून मी त्यांच्याबद्दल वाईट मत करण्यासाठी असे खोटे-नाटे लिहिले, पण त्याचा काही उपयोग होणार नाही वगैरे गोष्टी ते इतक्या जोरात ओरडून सांगत होते की बाहेर सेवक, कार्यालयीन कर्मचारी, प्राध्यापक, विद्यार्थी यांची ही गर्दी जमली होती. मी काहीतरी प्रचंड मोठा अपराध केला आहे याची बाहेर खात्रीच पटली होती. मला थेट पत्र पाठवायचे नसते वगैरे काहीच नियम माहीत नव्हता, आणि प्राचार्यांच्या सहीने असे माझ्यावर अन्याय झाल्याचे पत्र थोडेच पाठवता आले असते? मी तर रडत रडत आणि थरथरतच सगळ्यांच्या गर्दीतून वाट काढत घरी आले. पण पत्राचा काहीच परिणाम झाला नव्हता असे नाही. आठ दिवसांनी त्यांनी माझ्यावर दया दाखवतो असा आव आणून मला 'माझी तब्येत ठीक नाही. मला सहा महिने रजा मंजूर करा' असे पत्र द्यायला सांगितले. माझ्याकडून खोटे डॉक्टरी सर्टिफिकेट

आणायला लावले व मला अर्ध पगारी सहा महिने रजा मंजूर केली. हे उघडपणे काही दबाव आल्यानेच घडले होते. त्यांनी दुसऱ्या एका कॉलेजच्या प्राचार्यांच्या मुलीला माझ्या जागी आधीच घेतले होते व मला या निमित्ताने काढून टाकण्याचाच त्यांचा बेत होता. हट्टाने त्यांनी शेवटी तिला सहा महिने घेतलेच व मला सहा महिने घरी बसवले. मुलगी झाल्यावर त्यांना पेढ्याचा पुडा दिला नाही, पार्टीही दिली नाही हाही राग होताच असे मागाहून कळले. त्यानंतर सहा महिन्यांनी कामावर रूजू झाल्यावर त्यांचे- माझे संबंध ताणाचेच राहिले. मी जेवढ्यास तेवढे, कामापुरते त्यांच्याशी बोलायचे असे धोरण ठेवले होते. पुढच्या वर्षी माझ्याकडे विद्यापीठाच्या नियतकालिकाचे संपादकपद आले. मुंबई-पुण्याची मिळून आठ महाविद्यालये व विद्यापीठ असा एकत्रित अंक काढायचा होता. अंक तयार झाल्यावर त्यांना प्रकाशन केव्हा करायचे आणि ते त्यांच्या अध्यक्षतेखाली व्हावे म्हणून निमंत्रण करायला गेले, तर ते म्हणाले, "बसा, तुमच्याशी थोडे बोलायचे आहे?" मला आश्चर्यच वाटले, पण मी बसले, मग पुढचा जवळजवळ अर्धा तास ते माझ्याशी महाविद्यालयात चालू असलेल्या राजकारणाबद्दल बोलले, त्यांना हुसकावून तिथे आणखी कोणाला आणण्याचा कट शिजतो आहे, त्यामुळे त्यांच्यावर प्रचंड ताण आहे, वगैरे गोष्टी ते अगदी मनमोकळेपणाने बोलले. खरे तर, मी तशी ज्युनिअर, त्यांच्यापेक्षा कितीतरी लहान आणि ह्या राजकारणाशी माझा काडीचा संबंध नव्हता, मला त्यात रसही नव्हता, पण त्यांना कुठेतरी मोकळेपणानं बोलावंसं वाटत होतं, म्हणून ते त्यादिवशी मागच्या प्रकरणानंतर इतक्या दिवसांनी माझ्याशी प्रथमच इतकं मनातलं बोलले. दोन, तीन दिवसांनीच महाविद्यालयाला उन्हाळी सुट्टी लागणार होती, म्हणून 'दर्शन' या कर्वे रस्त्याच्या कॉर्नरवर सगळ्या प्राध्यापकांची एकत्रित पार्टी होती. प्राचार्यांचं बोलणं झाल्यावर मी शांतपणे तिकडे गेले. सगळे प्राध्यापक जमले होते आणि प्राचार्यांची वाट पाहात होते. दहा मिनिटांतच कार्यालयातले अकाऊंटंट श्री. कळमकर घाईघाईने तिथे आले आणि प्राचार्य डॉ. केळकर खुर्चीतच हार्टफेलने गेल्याचे त्यांनी सांगितले. आम्ही सगळ्यांनी महाविद्यालयाकडे धाव घेतली. अर्ध्या तासापूर्वीच ते माझ्याशी इतकं बोलले होते, जे त्यांनी आजपर्यंत कोणाशीच बोललो नाही, असं सांगितलं होतं. त्यांचं असं अचानक प्राचार्यांच्या खुर्चीतच कोसळणं चटका लावणारं तर होतंच, पण मनावरच्या ताणासंबंधी त्यांनी माझ्याशी शेवटी बोलावं हा निव्वळ योगायोगच होता का? डॉ. केळकर अत्यंत संवेदनाशील, हळवे व पापभीरू होते. माझ्यावर त्यांनी जो अन्याय केला, नंतर माझ्याशी अबोला धरला, त्याचा अपराधगंड कुठेतरी त्यांच्या मनाला टोचत असावा, त्यामुळेच शेवटी ते मनमोकळेपणाने

मनातलं सगळं माझ्यापुढे भडाभडा बोलले असंच मला त्याक्षणी वाटलं.

स्थळ तेच– महाविद्यालय. मागच्या घटनेनंतर दहा वर्षाचा काळ लोटून गेलेला. कॉलेजच्या उपप्राचार्यांच्या पदासाठी नोटीस लागलेली होती. एव्हाना माझी महाविद्यालयात २१ वर्षे सेवा झालेली होती, पण प्रशासनात मला फारसा रस नव्हता. एके दिवशी अचानक महाविद्यालयाचे त्यावेळचे प्राचार्य डॉ. कमलाकर श्रीखंडे माझ्याकडे आले आणि मला या पदासाठी अर्ज करायला सांगू लागले. फक्त एक अर्ज या पदासाठी आला होता आणि तो माझ्या विभागातील माझ्यापेक्षा ज्युनिअर असलेल्या पुरुषाचा होता. तो अनुभवाने, शिक्षणाने माझ्यापेक्षा कमी तर होताच पण तो अधिकारावर आला, तर आम्हा सगळ्यांनाच ते त्रासदायक झालं असतं, म्हणून केवळ मी या प्रशासनाच्या फंदात पडायचं ठरवलं आणि सरांच्या सांगण्याप्रमाणे अर्ज केला. मुलाखती त्यावेळच्या कुलगुरू डॉ. सुमा चिटणीस यांनी घेतल्या आणि माझी निवड केली. त्यांचे प्राचार्य श्रीखंडे यांच्याबद्दल अजिबात चांगले मत नव्हते. मला पाच सहा महिन्याचा अनुभव आल्यानंतर त्यांनी डॉ. श्रीखंडे यांना सेवानिवृत्ती पूर्वीच्या रजेवर पाठवले व मला प्राचार्यपदाचा चार्ज दिला. आता तर माझी खरी परीक्षा होती, त्यामुळे मोठे निर्णय घेणे अवघड होते. यापूर्वी नुकताच पदव्युत्तर विभाग वेगळा, स्वतंत्र झाला होता. प्राध्यापकांमध्ये गट होते, कोणतीच कामे वेळेवर होत नव्हती. कार्यालयात कर्मचारी कमी होते. कॉलेज परिसर अस्वच्छ होता. विद्यार्थ्यांमध्ये नाराजी होती. पण कुलगुरू सुमा चिटणीस यांनी धीर आणि नैतिक बळ दिलं. त्या म्हणाल्या, ''तू इथे या पदावर असायच्या शेवटच्या क्षणापर्यंत योग्य ते निर्णय घे, आणि महाविद्यालयाची बिघडलेली घडी पुन्हा बसव. तुझ्या सगळ्या कामांना माझा पूर्ण पाठिंबा राहील.'' मी त्यांचा शब्द झेलला आणि अक्षरश: कसून कामाला लागले. तास चालू असता वर्गाबाहेरून फिरू लागले. प्राध्यापकांच्या सभा घेतल्या. त्यांच्याशी संपर्क वाढवला. कार्यालयाला विश्वासात घेतले. विद्यार्थिनींसाठी नवीन उपक्रम सुरू केले. पालक सभा घेतल्या. स्वच्छतेवर भर दिला. अहोरात्र माझ्या डोळ्यापुढे माझे महाविद्यालय होते. प्राचार्य श्रीखंडे बाहेरून आलेले होते, पण मी इथलीच होते, म्हणून इथले दुखरे कोपरे जसे मला माहीत होते, तसे इथले सामर्थ्यही मला माहीत होते. मी त्यांच्यातलीच एक असल्याने प्राध्यापकांनीही मला चांगले सहकार्य दिले. स्टाफ रूमची रचना बदलली म्हणून श्रीखंड्यांच्या काळात संप पुकारणाऱ्या प्राध्यापकांनीच मला अनेक चांगले बदल सुचवले. एकंदरीत जुने, संघर्षाचे वातावरण निवळून सहकार्याचे एक चांगले वातावरण तयार झाले होते. वर्ग

कमी पडू लागले होते. नवीन वर्ग बांधण्याची योजना माझ्या मनात सुरू झाली होती. मी तात्पुरत्या पदावर असल्याने मला काही प्राचार्यांचे स्केल नव्हते. या कामाचे फक्त ५०० रुपये जादा मिळायचे, पण काहीतरी ध्येयाने भारल्यासारखी, पैशाचा विचार न करता मी काम करत राहिले. प्राचार्यपदाची जाहिरात लौकरच येईल अशी वदंता होती. एक दिवस खरंच जाहिरात आली, आणि ती वाचून मी उडलेच. प्राचार्याचे पद अनुसूचित जमातीसाठी (Scheduled tribes) राखीव झाले होते. माझी एकदम निराशा झाली, पण मनात कुठेतरी शंका होती म्हणून राखीव जागेचे नियम पाहिले. मुंबईमध्ये विद्यापीठाचे एक कला-वाणिज्य महाविद्यालय होते, आणि दुसरे पुण्याचे आमचे. मुंबईचे प्राचार्य पद (Scheduled Caste) साठी राखीव होते व तेथे ती जागा नियमाप्रमाणे अनुसूचित जातीकडे गेली होती. संवर्गाप्रमाणे विद्यापीठाने पुढची जागा अनुसूचित जमातीसाठी राखीव केली, पण नियमांचा नीट अर्थ लावला नाही. विद्यापीठाची दोन महाविद्यालये, म्हणजे १०० टक्क्यांपैकी ५० टक्के जागा राखीव झाली, आणि उरलेली खुली, म्हणजे माझ्या महाविद्यालयाची जागा खुल्या संवर्गात हवी हे स्पष्ट होते, मी कुलगुरू डॉक्टर सुमा चिटणीस यांच्या नजरेस हे आणून दिले. त्या तर समाजशास्त्राच्या गाढ्या अभ्यासक. टाटा इन्स्टिटट्यूट ऑफ सोशल सायन्सेस मधून आमच्याकडे आलेल्या, सर्व नियम कोळून प्यायलेल्या, पण त्यांनी कानावर हात ठेवले, त्या म्हणाल्या, "पटतंय, पण मी काही करू शकत नाही. तुम्हाला हवं असेल तर कोर्टातून ऑर्डर आणा." माझ्या मनात खरंच विचारचक्र सुरू झालं. पदाचा काही फार लोभ होता असं नाही, शिवाय माझीच निवड झाली असती असंही नाही, पण हा उघडपणे नियमभंग होता, आणि कुलगुरूंपासून कोणीही राखीव जागांच्या बाबतीत धोका पत्करायला तयार नव्हतं. काय करावं? दोन, तीन वर्षे प्रभारी म्हणून काम केलं होतं. खूप कार्यक्षमता दाखवली होती, त्या सगळ्यावर पाणी सोडून येईल त्या माणसाच्या हाताखाली काम करायला मन तयार नव्हतं. शेवटी हो, नाही करत ठरवलं, लढा द्यायचा, कायदेशीर मार्गानं. स्टाफमधलं अन्य कोणी माझ्याबरोबर यायला तयार नव्हतं. मग एकटीनं पुढं जायचं ठरवलं. माझे मित्र डॉ. शिरीष गोपाळ देशपांडे मुंबईला आमच्या विद्यापीठात मराठी विभाग प्रमुख होते. त्यांचा सल्ला घेतला. त्यांची बायको साहित्यलक्ष्मी मुंबईला हायकोर्टात प्रॅक्टिस करत होती. दोघे म्हणाले, हालचाल लौकर करायला हवी. मुलाखती झाल्यावर काही करणे अवघड जाईल. त्यांनी मुंबईला सुप्रसिद्ध वकील बाळ आपटे यांची गाठ घालून दिली. ते म्हणाले "तुमचा मुद्दा बरोबर आहे. आपण ही केस जिंकू." त्यांच्या नुसत्या पहिल्या भेटीतच अठरा हजार रुपये रोख त्यांची फी द्यावी लागली. त्यावेळी पगार

काही फार नव्हता, आपण करतोय ते चूक की बरोबर, ज्या विद्यापीठात गेली २५ वर्षे काम केले आणि आताही करत आहे, त्यांच्यावरच केस करायची? आपल्याच लोकांविरुद्ध? शिवाय बी. सी. युनियनही रुष्ट होणार. त्यांनी विरोध केला तर रोजच्या कामात अडथळे येणार. मनात प्रश्नांचे नुसते काहूर माजले होते. पण एकदा पाऊल पुढे टाकले होते. आता मागे येण्यात अर्थ नव्हता. लगेचच कोर्टाकडून इंटरव्ह्यू घेण्यास स्टे मिळाला, माझे प्रभारी प्राचार्य म्हणून काम सुरू झाले. वरवर तरी कोणी नाराजी दाखवली नाही. तारखांवर तारखा पडू लागल्या. माझ्या पुणे-मुंबई चकरा वाढल्या. एकेक वेळी जाऊन एखाद्या मिनिटाचे काम होई. त्यासाठी दिवस, पैसा आणि मनस्ताप असा तिहेरी खर्च सुरू झाला. पाचशे रुपयात प्राचार्यांचे पूर्णवेळ काम करत होते, पण कामासाठी कुलगुरू डॉ. सुमा चिटणीसांचा भरभक्कम पाठिंबा होता. महाविद्यालयामध्ये चित्रकला व संगीत हे दोन विषय स्थापनेपासून म्हणजे १९१६ पासून शिकवले जात होते. आजपर्यंत इथून कितीतरी चित्रकार, चित्रकलाशिक्षक, गायिका, गायन शिक्षक बाहेर पडले होते. त्याचा उपयोग करून घ्यायचे ठरवले. या माजी विद्यार्थिनींना एकत्र करून बालगंधर्वमध्ये संगीत रजनी केली. प्रचंड प्रतिसाद मिळाला. तिथेच वर आर्ट गॅलरीत चित्रप्रदर्शन भरवले. त्यालाही उत्तम प्रतिसाद मिळाला. चांगले पैसे मिळाले. आहे त्या इमारतीला जोडून चार नवे वर्ग बांधून घेतले, थाटात उद्घाटन केले. बसविलेल्या कोनशीलेत प्रभारी शब्द माझ्या नावापुढे लावला नाही, म्हणून काही विघ्नसंतोषी लोकांनी बरीच कोल्हेकुई केली. कुलगुरूंकडून मला धाक दाखवणे भाग पाडले, पण मी चक्क तिकडे दुर्लक्ष केले. संगमरवरी पाटीवर खाडाखोड करण्याची मला मुळीच गरज वाटली नाही. माझ्या प्रभारी कारकिर्दीला पाच वर्षे व्हायला आली तरी सगळे अधांतरीच होते, पण हा प्रश्न अचानक सुटला, कोर्टाच्या निर्णयाआधीच त्या वेळचे शिक्षण संचालक डॉ. सोनावणे यांनी फतवा काढला की, ज्या महाविद्यालयांनी प्राचार्यांची पदे भरली नाहीत, त्यांनी ती ताबडतोब भरावी. विद्यापीठाने आमच्या प्राचार्यपदाची केस त्यांच्यापुढे मांडली, तेव्हा त्यांनी निःसंदिग्धपणे सांगितले की दोन महाविद्यालये आहेत. एकामध्ये अनुसूचित जातीचा प्राचार्य आहे, तर दुसरी जागा खुल्या संवर्गातच जाते. अर्धी लढाई तर जिंकली होती, पण लौकरच पुन्हा जाहिरात आली. मी रीतसर अर्ज भरला, मुलाखत झाली. आतले बाहेरचे मिळून अठरा उमेदवार मुलाखतीसाठी आले होते. मनात थोडी धाकधुक होती, पण पाच वर्षांत मी केलेले काम बघून मुलाखत घेणाऱ्या व्यक्तींनी आश्चर्य व्यक्त केले. मी सर्व उत्तरे आत्मविश्वासाने व नम्रतेने दिली. अर्थातच माझी निवड झाली, पण पाच वर्षे फुकट काम केले तरी विद्यापीठाने

स्केल देताना याचा कुठेही विचार न करता आहे तोच पगार प्रोटेक्ट केला- उदारपणा करतोय असे दाखवून. याचा मनाला थोडा विषादही वाटला. पण १९९७ मार्चपासून मला गेली पाच वर्षे चिकटलेला 'प्रभारी' शब्द उडला आणि निर्वेधपणे काम करण्याचा मार्ग मला मोकळा झाला. माझ्या कामाचा धडाका जोरात सुरू झाला. कॉलेजची गुणवत्ता वाढवणे, नॅकच्या मूल्यमापनासाठी विशेष तयारी वगैरेसाठी कामकाज सुरू झाले. कॉलेजची समाजातील प्रतिमाही उंचावली होती. एका इंग्रजी मासिकाने महाराष्ट्रातल्या दहा उत्तम कॉलेजेसची नावे प्रसिद्ध केली. त्यात सातवा क्रमांक आमच्या महाविद्यालयाला मिळाला. त्यावेळी प्रा. रूपा शहा कुलगुरू पदावर होत्या, त्या जाम खूश झाल्या, त्यांनी एका विशेष कार्यक्रमात माझा सत्कार केला. व्याख्याने देण्याची मला पहिल्यापासून आवड होती. आता लेखक, कवी याबरोबर प्राचार्य हाही किताब मला लाभल्याने गावोगावी व्याख्यानांची निमंत्रणे येऊ लागली. अनेक कार्यक्रमांचे अध्यक्षपद लाभले. मी कर्ज काढून गाडी घेतली. स्वत: चालवत महाविद्यालयात येऊ लागले. एकूण मी माझ्या करिअरच्या अत्युच्च शिखरावर होते, पण म्हणजे सगळे काही आलबेल होते असे नाही. माझ्या त्रुटींची, मर्यादांची आणि प्राचार्यांच्या मर्यादित अधिकाराची जाणीव मला होती. प्राध्यापकांचा संप, शिक्षकेतर कर्मचाऱ्यांचे प्रश्न, त्यांची संघटना, त्यांचे संप या गोष्टींना मधूनमधून सारखे तोंड द्यावे लागत होते. त्यात मानसिक शक्तीचा व्यय होत होता, पण सर्वोच्च पदावर या गोष्टी घडत राहतातच, तसेच या पदावर आपण एकाकी एकटेच असतो याचीही जाणीव होत होती. नियमांचे बोट धरून आपण चाललो की काही कटू निर्णय घ्यावे लागतातच. ज्यांच्या हितसंबंधा आड असे निर्णय येतात, ती माणसे नाराज होतात, त्यांची अस्मिता दुखावते, तसे कोणाच्या बाबतीत होऊ नये, याची काळजी घेत होते, तरी खोटेपणा आणि कामचुकारपणा मला सहन होत नसे. प्राध्यापक आणि कर्मचारी यांची संख्या शंभरावर होती, त्याच्यात चार दोन नाराज असणारच, पण हे नाराज स्वत:साठी त्रासदायक मूल्य (न्यूसन्स व्हॅल्यू) वाढवत होते ही गोष्टी वाईट होती. पण जे आपण समूळ उपटू शकत नाही, ते सहन करण्याशिवाय गत्यंतर नव्हते, पण त्याचा उद्रेक इतक्या कटकारस्थानात होईल अशीही मला शंका कधी आली नाही. आपण सज्जन असलो की जगही सज्जन असते असं भाबडेपणानं समजण्यातली ही गफलत होती.

१२ जुलै २००१ हा दिवस मी आयुष्यात कधीही विसरणार नाही, कारण या दिवशी माझ्या आयुष्यात एक महाभारत घडलं. पुण्यातील सर्व प्रमुख वर्तमानपत्रात या दिवशी तीन कॉलमी बातमी झळकली की ''एस. एन. डी. टी. च्या प्राचार्य डॉ.

अश्विनी धोंगडे यांनी बेकायदेशीरपणे प्रवेशासाठी देणगी घेतली आणि कायद्याचा भंग केला वगैरे...'' ती बातमी वाचताना अक्षरश: भोवळ आली. दोनच दिवसापूर्वी लोकसत्ताचे वार्ताहर आशिष पेंडसे यांनी मला तुमच्याबद्दल लौकरच एक वाईट बातमी येणार आहे, असे सुचवले होते, पण विचार करकरूनही मला माझ्याबद्दल काय वाईट असू शकते याची कल्पना आली नव्हती; आणि आता ही बातमी मला वाकुल्या दाखवत होती. मी भयंकर अस्वस्थ झाले, खाणेपिणे सुचेना. आत्तापर्यंतच्या आयुष्यात असा अपकीर्तीचा प्रसंग कधी ओढवला नव्हता, तेही इतक्या मोठ्या टाईपात, सर्व वृत्तपत्रात बातमी! घरातही एकदम सन्नाटा. कॉलेजात जाऊ की नको, लोकांना कसं तोंड दाखवू, कुलगुरू काय म्हणतील, एक ना दोन प्रश्न. पण ही बातमी वृत्तपत्रातून कुलगुरुंना कळण्याआधी मुंबईला त्यांना फोन लावला. त्यांना सगळं सांगितलं. त्याही गडबडल्या; पण त्यांनी मला धीर दिला. म्हणाल्या, ''हातपाय गाळू नकोस. आलेल्या प्रसंगाला धीराने तोंड दे.'' मग कसंबसं धैर्य गोळा केलं. काहीही झालेलं नाही अशा थाटात कॉलेजला गेले. आतापर्यंत याच वृत्तपत्रातून माझे फोटो, लेख, भाषणाचे वृत्तांत छापून आलेले, त्यांनी माझ्याविषयी असा मजकूर कसा छापला असे वाटले, पण हाही भाबडेपणाच. वृत्तपत्र त्यांना मिळालेली कुठलीही बातमी छापणारच आणि ही तर अखिल भारतीय विद्यार्थी परिषदेने वार्ताहर परिषद घेऊन आणि पावती दाखवून दिलेली बातमी होती, तेव्हा वृत्तपत्रांना बोल लावण्यातही अर्थ नव्हता. पण या बातमीमागे नेमके कोण आहे याची मला कल्पना आली होती.

गेली तीन चार वर्षे मी सतत कॉलेज वाढविण्याच्या व्यापात होते. संगणक लॅब बांधायला घेतली होती. नवा बी. सी. ए. अभ्यासक्रम सुरू करण्यासाठी जागेची जरूरी होती, नवी तीन मजली इमारत बांधायला सुरुवात झाली होती. कॉलेजकडे पुरेसे पैसे तर नव्हतेच. विद्यापीठाची कुठलीही आर्थिक मदत नव्हती. कॉलेज विद्यापीठाचे असल्याने आम्ही युजिसीकडून थेट मदत मागवू शकत नव्हतो. डिस्को दांडीया वगैरे काही कार्यक्रम करून दीड दोन लाख मिळवले होते, पण तेवढ्याने काय होणार? प्राध्यापकांपुढे हा प्रश्न मांडला, तेव्हा बाहेरच्या संघटनांमधून काम करणाऱ्या काही प्राध्यापकांनी, ''आपल्याकडे प्रवेशाला चांगली गर्दी आहे, तर प्रवेशासाठी काहीजणांकडून देणग्या घ्याव्यात'' असे सुचविले. मनाला हे पटत नव्हते, पण सगळ्यांचाच त्याकडे कल दिसला. देणग्यांसाठी इतर धडपड करण्यापेक्षा त्यांना हे सोपे वाटत होते. ''सर्वच कॉलेजमध्ये अशा देणग्या घेतात, देणग्यांचा संबंध प्रवेशाशी लावू नये.'' वगैरे चर्चा झाल्या. डॉ. सुमा चिटणीस त्यावेळी कुलगुरू

होत्या, त्यांनी पण महाविद्यालयांनी देणग्या मिळवून आपापला निधी उभा करावा असे सांगितले होते, विद्यापीठाकडून रीतसर पावतीपुस्तके दिली होती. त्यामुळे उशीरा येणाऱ्या, मार्क कमी असणाऱ्या, अडलेल्या आणि श्रीमंत पालकांना आम्ही पाच, दहा हजाराच्या देणग्या मागायला सुरुवात केली. पावती दुसऱ्या कुठल्या तारखेची व अन्य नावावर देत होतो. विद्यापीठाचे फायनान्स ऑफिसर जोशी यांना दरवर्षी सर्व हिशेब वेळेवर पाठवत होतो, एकूण हे सर्व प्रकरण सुरळीत व नियमित चालू होते.

महाविद्यालयात प्रवेशासाठी गर्दी होती. त्यातले काही पालक आपखुशीने पाच-दहा हजारांची देणगी देत. यात आता फारसे काही वेगळे चुकीचे करतो आहोत असा भाव राहिला नव्हता. त्यामुळे काही वेळेला त्याच तारखेची व पालकांच्या नावाचीही पावती दिली जात होती. आणि अचानक बातमी आली. मी रंगेहाथ सापडले होते. पहिल्यापासून मन पापभीरू. कधी एक पैसाही कुठे खाण्याची वृत्ती नाही. महर्षी कर्व्यांच्या खुर्चीवर बसत होते, तर खुर्चीलाच नमस्कार करून बसण्याची सवय लागली होती. आई-वडील, सासरे, नवरा- सगळीकडे दोन्हीकडून शिक्षकाचे घराणे, नीतिमत्ता अंगात मुरलेली. कोणी आपल्या चारित्र्याबद्दल ब्र सुद्धा उच्चारू नये अशी विलक्षण मनस्वी मनोवृत्ती. त्यात अशा अपराधांचे आरोप. तेही जाहीररीत्या मोठ्या वृत्तपत्रातून.

कॉलेजात जाऊन नेहमीप्रमाणे कामाला लागले. मन जास्तीत जास्त शांत ठेवण्याचा प्रयत्न करत होते. सगळेजण आपल्याकडे साशंकपणे पाहात आहेत असे वाटत होते. माझ्या ऑफिसबाहेर शिक्षकेतर कर्मचारी संघटनेने फळ्यावर मोठ्या अक्षरात बातमी छापली होती. विद्यापीठाला त्यांनी पाठविलेल्या पत्राची प्रत पण माझ्या टेबलावर ठेवली होती. त्यात आणखी किती पैसे गोळा केले, किती पैसे खाल्ले वगैरे चौकशी करण्याची मागणी केली होती. अपमानाचा इतका कटू प्रसंग वैऱ्यावरही येऊ नये. स्टाफमधलं कुणी येईल, हा विषय काढेल, आपल्या बाजूनं कोणी बोलेल असे वाटत होते, पण सगळ्यांच्याच तोंडात मिठाची गुळवणी होती. एका प्रकारे कुणी आले नाही तेही बरे वाटले, मला कुणाला सफाई देण्याची इच्छा नव्हती.

हे सगळं कसं झालं याचा थोडा शोध घ्यायचे लगेच ठरवले. मनात आले, बाहेरच्या संघटनेला ही बातमी मिळाली कशी? ताबडतोब प्राध्यापकांमधील माझी एक विश्वासू मैत्रीण डॉ. रेवा कुलकर्णी हिला सकाळ ऑफिसमध्ये श्री. वरुणराज भिडे यांच्याकडे पाठवून त्यांना जी पावती मिळाली होती त्याची झेरॉक्स प्रत द्यायची विनंती केली. त्यांनी ती लगेचच दिली. पावती पुस्तक अकाऊंटंटकडून घेऊन कार्बन

कॉपीशी ती प्रत ताडून काही गोष्टींची कल्पना आली. ज्या विद्यार्थिनीची पावती होती, तिच्या नावावर पट्टी चिकटवली होती, पण मला कार्बन कॉपीवरून मुलगी लगेच समजली. ती दुबईहून आमच्याकडे आली होती आणि हॉस्टेलला राहात होती. तिने पावती कोणाला दिली होती का, हे विचारल्यावर ती म्हणाली; पावती मिळाल्यावर ऑफिसमधीलच एका व्यक्तीने ती मागून घेतली. समोर ग्रंथालयाच्या बाहेरील झेरॉक्स मशीनवर त्याच्या प्रती काढून ती पावती तिला परत केली. मुलीला परत पाठवले, यात तिचा काहीच दोष नव्हता. झाले प्रकरणही तिला ठाऊक नव्हते. पण तिच्याकडून पालकांचा फोन नंबर घेतला. चाकं कशी कशी फिरली होती हे सगळे मला स्पष्ट झाले होते. दोन असंतुष्ट व्यक्तींनी माझी नाचक्की करून मला हाकलून देण्याच्या इराद्याने हे सर्व कटकारस्थान केले होते. त्यापैकी एकजण अभाविपचे कार्यकर्ते होते, पण सगळं करून नामानिराळे राहाण्याच्या उदात्त हेतूने ते अभाविपने योजलेल्या पत्रकार परिषदेला गेले नव्हते. पण तेच पडद्यामागचे सूत्रधार आहेत याची मला खात्री होती. ते व्यवसायिक अभ्यासक्रमाला इन्स्ट्रक्टर होते, पण त्यांना टायपिंग व संगणक दोन्ही येत नसल्याने व अनेकदा सांगूनही त्यांनी या दोन्ही गोष्टी न आत्मसात केल्याने मी त्यांची वेतनवाढ रोखून धरली होती, म्हणून ते माझ्यावर रुष्ट होते. ऑफिसमधल्या ज्या व्यक्तीला हाताशी धरून त्यांनी हे काम केले, ते सद्‌गृहस्थ प्रवेश संपता संपता दुबईच्या एका पालकांना घेऊन कॉमर्सच्या प्रवेशासाठी माझ्याकडे आले होते, पण जागा नसल्याचे सांगून मी त्यांना परत पाठवले. नंतर ते एकटेच माझ्याकडे आले व म्हणाले, "आम्हीही कॉलेजचा एक भाग आहोत, तुम्ही आमचेही काही प्रवेश द्यायला हवेत. शिवाय ते गृहस्थ श्रीमंत असून काही देणगीही देतील." शेवटी उगाच वादावादी नको म्हणून मी म्हटले, "ठीक आहे, तुम्ही काय ते बघा." त्यांनी दहा हजार देणगी घेऊन अकाऊंटंटकडून त्यांना रीतसर पावती दिली व नंतर पुढचे सगळे रामायण घडवले. एकूण चक्रे मला पिंजऱ्यात गुंतवण्यासाठी कशी काय फिरली होती ते कळले. मी भडकले होते. रागाच्या भरात वृत्तपत्रांना थोडी माहिती दिल्यावर स्टाफवरच्या त्या माणसाने माझ्यावर अब्रू नुकसानीचा दावा लावला, मग मी पण त्याच्यावर अब्रू नुकसानीचा दावा लावला. प्रकरण कोर्टात गेले. नंतर रोज वृत्तपत्रात बातम्या येत राहिल्या.

मी दावा लावणार आहे, हे विद्यापीठाला कळवल्यावर रजिस्ट्रारांनी मला चारचारदा फोन करून यात विद्यापीठाचा काही संबंध नाही, ही तुमची वैयक्तिक जबाबदारी आहे असे चारचारदा ऐकवले. वास्तविक पैसे महाविद्यालयासाठी घेतले होते, महाविद्यालय विद्यापीठाचे आहे, रीतसर पावती दिली होती. मी, अश्विनी

धोंगडे या व्यक्तीने पैसे घेतले नव्हते, प्राचार्य म्हणून पावतीवर माझी सही होती. तेव्हा विद्यापीठाने माझ्या बाजूने केस लढवायला काहीच हरकत नव्हती. पण त्यांनी हात झाडले हे मला कळून चुकले. एकटीनेच लढण्याची मी मानसिक तयारी केलेलीच होती. दुबईच्या पालकांना फोन करून, त्यांच्याकडे ''मी प्रवेशासाठी पैसे मागितले नव्हते. त्यांनी आपखुशीने पैसे दिले'' असे पत्र मागितले आणि ते खरेच होते, म्हणून त्यांनीही तत्काळ तसा फॅक्स केला. याच सुमारास कुलगुरूंनी मुंबईत एक प्राचार्यांची सभा घेऊन माझा उल्लेख न करता पण झालेली हकिगत सर्वांच्या कानावर घातली आणि देणग्या घेऊ नका असे सांगितले. त्यांनी जरी माझा आदर ठेवला होता, तरी मला भयंकर अपमानित वाटले. मुंबईहून पुण्याला येताना मनात विचारांचे काहूर माजले होते. विद्यापीठातील जबाबदार पदाच्या व्यक्तीवर असे आरोप होणे विद्यापीठालाही अपमानास्पद होते. दहा वेळा वाटले, ताबडतोब राजीनामा द्यावा आणि या सगळ्यातून मुक्त व्हावे, पण दुसरे मन म्हणे, मी का म्हणून राजीनामा द्यायचा? उलट त्यामुळे माझ्या प्रतिमेबाबत गैरसमज निर्माण होतील, विरोधकांना तर हेच हवे आहे. तेव्हा रणांगणातून पळून जाण्यापेक्षा लढून स्वत:चे निरपराधित्व सिद्ध करणे हेच जास्त आव्हानाचे आहे. मग राजीनाम्याचा विषय डोक्यातून काढून टाकला.

पण लढाई काही अजून संपली नव्हती. मुंबईच्या अभाविप संघटनेने कुलगुरूंना घेराव घालून माझ्यावर कारवाई करण्यासाठी दबाव आणला. शेवटी त्यांनी तीन बाहेरच्या व्यक्तींची एक चौकशी समिती नेमली. कसोटी लागण्याचा हा आणखी पुढचा भाग होता. पण अशा वेळी आपली बाजू सत्याची आहे, आणि सत्य अंतिमत: जिंकतेच असा विश्वास होता. परमेश्वरावर माझी श्रद्धा आहे आणि तो माझी प्रतिष्ठा टिकवेल याची मला खात्री होती. या काळात मला मुलीकडे फिनलंडला जायचे होते, पण चौकशीची पहिली फेरी पूर्ण होईपर्यंत देशाबाहेर जाण्याची परवानगी नाकारली गेली. चौकशी समितीसमोर मी कुठलाही आडपडदा न ठेवता माझी बाजू स्वच्छपणे मांडली, अगदी आतापर्यंतच्या देणग्यांचे सर्व तपशील-हिशेब-खर्च सर्व काही व्यवस्थितपणे मांडले. पूर्वीच्या कुलगुरूंनी देणग्या घ्यायची परवानगी दिल्याची पत्रे, त्या विशिष्ट पालकांचे पत्र, माझी भूमिका हे सर्व पुराव्यानिशी स्पष्टपणे सादर केले. समितीने आश्चर्य वाटावे इतकी माझी कसून चौकशी केली. माझे बोलणे प्रांजळ व प्रामाणिक आहे की नाही, याची सुद्धा ते परीक्षा घेताहेत हे देखील मला जाणवत होते. ही देणगी हॉस्टेलसाठी घेतली होती आणि प्रवेशाशी त्याचा संबंध नव्हता याबद्दल त्यांची खात्री झाली. त्यांनी आणखीही संबंधित व्यक्तींची चौकशी करून अहवाल

सादर केला. जवळजवळ दोन वर्षे या सगळ्यात गेली. मॅनेजमेंट कॉन्सिलमध्ये चौकशी समितीच्या अहवालानुसार मी निर्दोष आहे यावर शिक्कामोर्तब झाले. मला त्याबद्दल कुठलेही पत्र पाठवून विद्यापीठाने कळवले नाही. मीच विद्यापीठाच्या मागे लागून या ठरावाची झेरॉक्स मागून घेतली व आजही मौल्यवान दागिना जपून ठेवावा, तसा तो कागद मी जपून ठेवला आहे. आपण नुसते प्रामाणिक आहोत हे पुरेसे नसते, ते साक्षी पुराव्यानिशी सिद्ध व्हावे लागते हेच खरे! निकालाची मला खात्री होती, पण तरीही तो कळेपर्यंत मनावर सावट होतेच. वृत्तपत्रात ही बातमी देण्याचा मला मोह झाला, पण मी तो टाळला. मला जगासमोर माझे निरपराधित्व सांगण्याची गरज वाटली नाही, पुन्हा हा विषय उकरून काढण्याचीही इच्छा नव्हती.

हळूहळू लोक या गोष्टी विसरतात. पण ज्याच्या हृदयाला बाण लागतो तो झालेली जखम विसरू शकत नाही. आज इतकी वर्षे झाली. २००७ साली मी निवृत्त झाले, पण यातला प्रत्येक तपशील मला तारीखवार पाठ आहे. खरंतर, महर्षी कर्वे यांनी निरलसपणे देणग्या गोळा करून हे विद्यापीठ उभे केले. सर विठ्ठलदास ठाकरसींनी त्या काळात १८ लाख व नंतर ६० लाख देणगी देऊन ही संस्था नावारूपाला आणली. त्यांनी दाखवून दिलेल्या वाटेवर मी एखादे छोटे पाऊल उमटवू बघत होते, पण त्यानंतर मात्र मन विरजून गेले. काम करण्यातली उभारी, उत्साह कमी झाला. त्यानंतरही अनेक माणसे देणग्या घेऊन कॉलेजकडे आली, पण मी कानाला खडा लावला. त्यानंतर कोणतीही देणगी स्वीकारली नाही. कसोटीच्या काळात आपली अस्मिता कसाला लागते, या अग्निदिव्यातून बाहेर पडले ते उजळ माथ्याने, पण त्यानंतर धडाडीने काही करण्याची, कॉलेजला पुढे आणण्याची जिद्द मात्र मी कटाक्षाने आतल्या आत मारून टाकली.

४.

माझा लढा

- अपर्णा चितळे

पिंजऱ्यात बंदिस्त असलेल्या एखाद्या जखमी जनावरासारखी अत्यंत अस्वस्थ असलेली मी, घरभर फेऱ्या मारत होते. शाळेतून आल्यापासून जेवणही सुचले नव्हते. एका जागी बसवतही नव्हते. माझी शाळा सकाळची असल्यामुळे रोज शाळेतून आल्यावर, जेवण झाले की मी टी.व्ही. बघत अंमळ पडत असे. झोप आल्यास एखादी डुलकीही काढत असे. आज मी आडवी झालेच नाही. टी.व्ही. लावून बघितला पण डोळ्यांसमोरच्या चित्रांचा, त्यांच्या संवादांचा अर्थही मला कळत नव्हता. पेपर, कादंबरी वाचायचा प्रयत्न केला, पण डोके अगदीच बथ्थड झाले होते. आमचे घर म्हणजे एक बंगला होता- ७-८ खोल्यांचा. आमचे आणि माझ्या दिराचे अशी आमची दोन कुटुंबे त्यातच दोन भाग करून राहात होते. प्रवेशद्वार एकच होते. हॉलही कॉमन होता. घराच्या ह्या दोन्ही भागात दुपारच्या वेळी मी रोजच एकटी असे. त्यामुळे मनातली ही अस्वस्थता कोणाला सांगताही येत नव्हती.

आज माझ्या शाळेत घडलेली घटनाच तशी होती. मी बीएससी., बी.एड्. होऊनच शाळेत नोकरीला लागले होते. गरीब विद्यार्थ्यांसाठी चालवली जाणारी माझी शाळा आहे. त्यामुळे विद्यार्थ्यांकडून डोनेशनच काय, पण प्रवेश फी सुद्धा तिथे घेतली जात नाही. त्यामुळेच एक प्रकारचा आदर्शवाद मनात बाळगणारी मी आणि ते थोडेसे भाबडे वय; माझ्या शाळेवर आणि माझ्या पेशावर माझे अत्यंत प्रेम होते. आवडीने शिक्षकी पेशा पत्करणाऱ्यांपैकी मी एक होते. शिक्षण क्षेत्रात पावित्र्य, शुद्ध चारित्र्य, प्रामाणिकपणा इत्यादी गुणांना फार महत्त्व आहे असे मला वाटे. आपण राष्ट्राचे भावी नागरिक घडवतो, म्हणून विद्यार्थ्यांवर चांगले संस्कार केले पाहिजेत वगैरे, अशा गोष्टींवर आजच्या काळातही माझा विश्वास होता. जवळजवळ २५-२६ वर्षे नोकरी झाल्यावर नुकतीच मी पर्यवेक्षिका झाले होते. त्यामुळे आपल्याला विद्यार्थ्यांसाठी आणि शाळेसाठी काही चांगले करून दाखवण्याची संधी मिळाली आहे

असे मी समजत होते. पण आज जी घटना घडली होती, त्याची मात्र मी कधीच अपेक्षा केली नव्हती.

आज शाळेची मधली सुटी झाली तेव्हा म्हणजे साधारण दहा-सव्वा दहा वाजता मुख्याध्यापकांनी मला त्यांच्या कार्यालयात बोलावले. तिथे आधीपासून कोणी तरी दोघे बसलेले होते. मी आत गेल्यावर तिसऱ्या खुर्चीत बसले. सरांच्या हातात २-३ वह्या होत्या. त्या त्यांनी मला दाखवल्या आणि सर म्हणाले, "ह्या पाहुण्यांची संघटना आपल्या शाळेच्या विद्यार्थ्यांना ह्या वह्या देणार आहे. तेव्हा वर्ग आणि विद्यार्थ्यांची यादी, विद्यार्थी संख्या अशी माहिती त्यांना द्या!"

मी वह्या पाहिल्या आणि जणू मला शॉकच बसला. संपूर्ण भारतात कुख्यात असलेला एक गँगस्टर डॉन- ह्याची ती संघटना आहे हे माझ्या लक्षात आले. वह्यांवर त्याचा पांढरी टोपी घातलेला फोटोही छापलेला होता. करून करून भागलेल्या ह्या डॉनला आता राजकारणाचे डोहाळे लागले होते असे दिसत होते. स्वत:चे उदात्तीकरण त्याला करून घ्यायचे होते, म्हणून समाजसेवा वगैरे करण्याची उपरती त्याला झाली असावी, त्यासाठी त्याने शाळा हाताशी धरण्याचे ठरवले असावे. पण आपण आपली शाळा त्याला हाताशी धरू द्यावी का? असे मला वाटले. माझी प्रतिक्रिया फार तीव्र आणि झटकन होती.

"नाही सर, आपण ह्या वह्या घेऊ नयेत असे मला वाटते!" मी उत्तर दिले.

"अहो मॅडम, आपले विद्यार्थी फार गरीब आहेत आणि आपण म्हणू तितक्या वह्या द्यायला हे तयार आहेत, मग तुम्ही नको का म्हणताय?" सर म्हणाले.

"नाही सर, तरीही ह्या वह्या आपण घेऊ नयेत. वह्यांवर फोटो आहे. उद्या विद्यार्थ्यांनी हा फोटो कोणाचा असा प्रश्न विचारला तर ह्यांचा आणि ह्यांच्या कार्याचा (?) परिचय तुम्ही करून देणार का? मी नक्की असा परिचय करून देणार नाही. शिवाय फुकट देणाऱ्यांना वेगळ्या प्रकाराने परतफेडीची अपेक्षाही असेलच! ह्यांनी पक्ष स्थापन केलाच आहे. उद्या ते निवडणुकीला उभे राहतील आणि आपल्याला प्रचार करा म्हणतील. तर आपण ह्यांचा प्रचार करायचा का?"

हे सगळे बोलताना मला एवढेही भान राहिले नाही की मी हे सगळे त्या 'डॉन'च्या माणसांसमोरच बोलते आहे. आता असे वाटते, त्यांनी हे सगळे मनावर घेतले असते, तर कीडामुंगीसारखे मला चिरडून टाकले असते.

मी सरांशी बराच वाद घातला, पण वह्या घेण्याचा सरांचा हेका संपेना! काय केले म्हणजे सर हा हेका सोडतील हे मला समजेना! मनात विचार आला, ह्यामध्ये असलेला धोका, जो मला जाणवतो आहे, तो सरांना जाणवत नाही का? की

जाणवूनही त्यांना त्याची फिकीर नाही. ह्या गोंधळात शाळा सुटली. ती माणसे गेली. सरांनाही घरी जायची घाई होती. त्यामुळे तेही गेले, मग मीही नाईलाजाने घरी आले. तो विषय तसाच राहिला. आता घरी मी अत्यंत अस्वस्थ मन:स्थितीत घरात फेऱ्या मारत होते. शाळेतल्या घटनेचे प्रचंड दडपण मनावर आले होते. जणू मीच एखाद्या गुन्ह्यात सामील होणार होते. स्वत:ला, शाळेला आणि विद्यार्थ्यांना ह्या अधोगतीपासून वाचवलेच पाहिजे, अशी तळमळ मनाला लागली होती. अशी आणि एवढी प्रचंड अस्वस्थता आणि दडपण मी आयुष्यात ह्यापूर्वी कधीही अनुभवले नव्हते, आणि पुढे भविष्यातही कधी असे काही वाट्याला येईल असे वाटत नव्हते. मनात विचारांचे अक्षरश: वादळ उठले होते. संतापाने आणि वैफल्यभावनेने डोळ्यातून अविरत अश्रू वाहत होते, पण मी रडत मात्र नव्हते, एवढे खरे!

शेवटी सुचेल ते करून पाहायचे असे मी ठरवले. तीन वृत्तपत्रांच्या ऑफिसमध्ये एका पाठोपाठ फोन केले. झाला प्रकार त्यांना सांगितला. प्रत्येक ठिकाणी पहिली प्रतिक्रिया, 'हे चांगले नाही, असे व्हायला नको!' अशीच होती, पण पुढे मात्र, "मॅडम, आपण ह्याला काय करणार? हा काही भ्रष्टाचार नाही!" असे उत्तर दिले जात होते. पुन्हा विचार, पुन्हा फेऱ्या सुरू झाल्या. आमच्या शहरात एक ज्येष्ठ स्वातंत्र्य सेनानी, पद्मभूषण पदवीप्राप्त, अत्यंत आदरणीय व्यक्ती होती. त्यांना खूप आशेने फोन लावला. त्यांनी आमच्या मुख्याध्यापकांना काही सांगितले, तर त्यांचा शब्द ते मोडणार नाहीत असे मला वाटत होते. त्यांनी काही करावे किंवा मला मार्गदर्शन करावे अशी माझी अपेक्षा होती, परंतु त्यांनीही शब्दश: तेच उत्तर दिले, "हा काही भ्रष्टाचार नाही, आपण काय करणार?" हे उत्तर ऐकून मनाला अत्यंत निराशा आली; ह्या भरातच एक विचार मनात आला. ह्या मार्गाने जर शाळा जाणार असेल तर मला इथे राहायचे नाही. मी राजीनामा देणार!

ह्यापूर्वी जेव्हा माझ्या शाळेत माझी नोकरी ४-५ वर्षे झाली होती, तेव्हा गावातील एका अत्यंत नामांकित आणि यशस्वी शाळेकडून मला "आमच्या शाळेत येतेस का?" अशी विचारणा केली गेली होती आणि माझ्या शाळेवरील प्रेमापोटी मी नकार दिला होता! ह्या घटनेबद्दल आज प्रथमच पश्चात्ताप आणि दु:ख मनात उद्‌भवले!

संध्याकाळी घरातील सगळे आल्यावर त्यांनाही, विशेषत: ह्यांना- सगळे इत्थंभूत सांगितले, परंतु कोणालाच काही सुचेना, काही मार्ग दिसेना. अशा मन:स्थितीतच रात्र सरली.

दुसऱ्या दिवशी खरे म्हणजे मला शाळेत जायचे नव्हते. सरांनी मला त्यांची

प्रतिनिधी म्हणून मुख्याध्यापकांच्या सभेला जाण्याबद्दल सांगितले होते. सभा १०.३० वाजता होती आणि 'शाळेचे वेळापत्रक' ह्या विषयावर होती. पण मला घरी चैन पडेना. मी सकाळी ७.०० वाजताच नेहमीसारखी शाळेत गेले. वाटले, पुन्हा सरांशी बोलून पाहू, त्यांचा हेका ते कदाचित सोडतील. ८ वाजता सर शाळेत आले. मला पाहून त्यांना नवल वाटले.

"तुम्ही शाळेत कशा? मीटिंगला जायला मी सांगितले आहे ना?" सर म्हणाले,

"होय सर, पण मला वाटले, कालच्या विषयावर पुन्हा आपल्याशी बोलावे. सर, कृपा करून त्या वह्या घेऊ नका! फुकट मिळाले तरी वाट्टेल त्याचा आपण स्वीकार करावा का? ह्यातून मुलांवर चुकीचा संस्कार होईल. आपले उद्दिष्ट कसेही करून साध्य करावे, साधन शुचितेचा विचार करायची गरज नाही असे त्यांना वाटणार नाही का?" मी कळवळून सरांना विनवत होते.

ह्यावर मला गप्प करण्यासाठी सरांनी उत्तर दिले "तुमची मला कमालच वाटते, मॅडम! उगाच तुम्ही बाऊ करताय! आणखी एक महत्त्वाचे तुम्हाला सांगतो, म्हणजे ह्या वह्या देण्याचा मोठा कार्यक्रम आपल्या शाळेत होणार आहे. स्वत: कमिशनर साहेब येणार आहेत, त्यांच्या हस्ते वह्या दिल्या जाणार आहेत! आता कसे सांगावे तुम्हाला?"

डोळे विस्फारून मी ऐकत होते. माझा विश्वास बसेना. कसे शक्य आहे हे? कमिशनर कसे अशा कार्यक्रमाला मान्यता देतील? परंतु सर आपले ऐकणार नाहीत हे मी ओळखले. मनातल्या मनात काही निर्णय घेतला. गप्प बसले आणि घरी आले. मनात थोडी अनिश्चितता होती, पण धाडस केले आणि कमिशनरनाच फोन लावला! सकाळचे फक्त ९.०० वाजत होते. सुदैवाने फोन लागला. कमिशनर स्वत: माझ्याशी बोलत होते. त्यांना मी सगळे सविस्तर सांगितले.

"ही संघटना शाळेत वह्या वाटणार आहे आणि कव्हरवर त्या कुख्यात भाईचा फोटो आहे." एवढे माझे बोलून होते आहे तोच कमिशनरनी माझे बोलणे मधेच तोडले, ते तत्काळ म्हणाले, "त्या वह्या घेऊ नका मॅडम!"

मी सांगितले, "आमच्या मुख्याध्यापकांची ह्या वह्या घेण्याची फार इच्छा आहे. मी परोपरीने त्यांना सांगितले, पण ते माझे काहीही ऐकायला तयार नाहीत. एवढेच नव्हे, तर ह्या वह्यांचे वाटप आपल्या हस्ते होणार आहे, असे त्यांनी मला सांगितले."

"ते कसे शक्य आहे, मॅडम?" कमिशनर म्हणाले.

"साहेब, मलाही ते खरे वाटले नाही म्हणून तर आपल्याला फोन लावला!" मी म्हणाले.

ह्यानंतर कमिशनरनी आमच्या मुख्याध्यापकांचे नाव, पत्ता माझ्याकडून घेतला आणि उद्या शाळेत माणूस पाठवतो म्हणाले. मी स्वस्थ मनाने मीटिंगला गेले. संध्याकाळी घरी आले, तो माझी जाऊ दारातच उभी होती.

"अहो वहिनी, तुम्हाला आपल्या कमिशनरांचा फोन येऊन गेला, त्यांनी तुम्हाला आल्याबरोबर फोन करायला सांगितले आहे." तिने निरोप सांगितला. आपल्याकडे स्वत: कमिशनर ऑफ पोलीस ह्यांचा फोन आला ह्या विचाराने तिची खूपच एक्साइटमेंट झाली होती.

मी लगेच त्यांना फोन लावला. कमिशनर म्हणाले. "मॅडम, मी सकाळी तुम्हाला म्हणालो, 'उद्या शाळेत माणूस पाठवतो,' पण मी आजच १२ वाजता तुमच्या शाळेत माणूस पाठवला. तुमचे हेडमास्तर घरी गेले होते. आमचा माणूस त्यांच्या घरीही गेला. त्यांचे स्टेटमेंट आम्ही घेतले आहे. तुम्ही काही चिंता करू नका आणि उद्या शाळेत हा विषयही काढू नका. फक्त गंमत बघा! तुमचे हेडमास्तरही हा विषय काढणार नाहीत. अहो मॅडम, ही माणसे अगदी भेकड असतात, लगेच घाबरतात! वह्यांचे वाटपही अर्थात होणार नाहीच."

मी त्यांना मनापासून धन्यवाद दिले; वाटले कोणीही माझ्या तक्रारीची, चुकीची गोष्ट घडू नये म्हणून केलेल्या विरोधाची जराही दखल घेतली नाही! हा एवढा मोठा माणूस! केवळ माझ्या फोनवरच्या बोलण्याची दखल घेऊन किती चटकन त्यांनी कारवाई केली! माझे काळीज खरोखर सुपाएवढे झाले.

कमिशनर पुढे आणखी बोलत होते. मी लक्ष दिले, "मॅडम, ह्या सगळ्यामध्ये आम्ही कुठेही तुमचे नाव येऊ दिले नाही. तुम्हीही हे उघड करू नका, की ह्या वह्या वाटप प्रकाराला तुमचा विरोध होता."

त्यांची ही वाक्ये ऐकली आणि खाडकन् मी भानावर आले. मनातील कालपासूनचा संताप, वैफल्य, ह्या सगळ्याला विरोध करताना मनावर, मेंदूवर चढलेला ताण एकदम उतरला. प्रथमच एकदम मी थोडीशी घाबरले. मी म्हणाले, "साहेब, पण काल त्या संघटनेच्या माणसांसमोरच तर मी विरोध केला होता. नंतरही शाळाभर एका एका शिक्षकाशी बोलले, कोणी मला सपोर्ट करतेय का हे पाहण्यासाठी. आता तुम्ही जे सांगितलेत त्यामुळे मनात शंका आली आहे. ती माणसे मला काही करतील का?"

माझा हा प्रश्न ऐकून कमिशनर मोठ्याने हसले आणि म्हणाले, "तसे काही

भिण्याचे कारण नाही आणि तुम्ही केव्हाही आम्हाला मला फोन करून शकता.''

दुसऱ्या दिवशी मी नेहमीप्रमाणे शाळेत गेले. मी अर्थातच 'वह्या' ह्या विषयावर कोणाशीच काहीही बोलले नाही, बोलणारही नव्हते. आमचे मुख्याध्यापक शाळेत आले; पण 'वह्या' ह्या विषयावर 'चिडीचूप' होते.

पुढे जवळजवळ दोन वर्षांनी एक सिनिअर शिक्षक मला म्हणाले, ''मॅडम, मध्ये आपल्या विद्यार्थ्यांना वह्या देण्याबद्दल त्या नवीन पक्षाकडून प्रस्ताव आला होता, पण पुढे सगळेच सामसूम झाले. काय झाले त्याचे?''

तेव्हा आता ह्या गोष्टी जुन्या झाल्या. त्याबद्दल बोलायला हरकत नाही असे वाटून मी त्यांना सगळा प्रकार सांगितला. त्यांनी माझे मनापासून अभिनंदन केले आणि ते म्हणाले,

''तुम्ही लढा जिंकलात मॅडम!''

५.

जय की पराजय हे गौणच

अनामिका

मी एक निवृत्त शिक्षिका आहे. ही निवृत्ती माझ्यावर सक्तीने लादली गेली असे मी सांगितले तर तुमच्या भुवया उंचावतील. तुम्ही म्हणाल, "ही बाई असं कोड्यात का बोलते आहे?" काय घडलं ते स्पष्टच आता एकदा सर्व तुम्हाला सांगायचे ठरवल्यावर खुलासेवार सांगितले पाहिजे अन् त्यासाठी माझ्या लहानपणाची थोडी पार्श्वभूमी आधी सांगावी लागेल. माझा जन्म मुंबईतील गिरगाव या भागातला. माझे बालपण व वयाची बावीशी होईपर्यंतचे आयुष्य तिथेच गेले. माझे वडील प्रथितयश डोळ्यांचे डॉक्टर होते. त्यावेळेस बहुतेक शाळा मराठी माध्यमाच्या असायच्या. आर्यन एज्युकेशन, चिकित्सक समूह, राममोहन अशा नावाजलेल्या मराठी शाळा व रॉबर्ट मनी, क्वीन मेरी, सेंट कोंलबो अशा कॉन्व्हेंट शाळा गिरगावात होत्या.

माझे प्राथमिक शिक्षण आर्यन एज्युकेशन या शाळेत झाले. ६०-६५ वर्षापूर्वी बहुधा मुलींना मुलींच्याच शाळेत घातले जायचे. त्यानुसार आम्ही जवळच्याच शारदा मंदिर शाळेत जात असू. आठवीपासून मात्र मला चिकित्सक समूह या शाळेत घातले. शाळा घरापासून १-१॥ किलोमीटरच्या परिसरात असायच्या. घरचा गडी किंवा मोठ्या बहिणी चालत पोचवायला यायच्या. स्कूल बस हा प्रकार नव्हताच. कारमधून येणारी तर कोणी मुलं नसत. त्यावेळस दोन्ही वेळेत शाळा भरत. प्राथमिक शाळा सकाळी ७। ते १२। व माध्यमिकचे वर्ग दुपारी १२॥ ते ६. कॉन्व्हेंट शाळा मात्र आता सारख्याच सकाळी ९ ते दुपारी ३ पर्यंत असायच्या. मी तिसरीत किंवा चौथीत असेन. तेव्हा शाळेत आमच्याकडून एक पोवाडा बसवून घेतला होता. त्याच्या काही ओळी मला अजून आठवतात.

दंग्याच्या दिवसात, सरकारी राज्यात । जागता पहारा असावा ।
वेळ आहे खोटी, चूक होईल मोठी । झोपाळू माणूस नसावा ।

मला वाटतं, तेव्हा महात्मा गांधीचा वध झाला होता. सगळीकडे दंगली

उसळल्या होत्या. तरीही स्वातंत्र्याचं भारलेपण कमी झालं नव्हतं. स्वातंत्र्याचा आनंद प्रभातफेऱ्या काढून व देशभक्तीपर गीतं म्हणून उल्हासपूर्ण वातावरणात साजरा व्हायचा. शालेय जीवनात मी गर्ल गाइडची ग्रुप लीडर होते. स्वातंत्र्यदिनाच्या व इतरही महत्त्वाच्या दिवशी आझाद मैदान किंवा क्रॉस मैदानावर आम्ही सर्व शाळातील स्काऊट्स व गर्ल गाइड्स एकत्र जमून कार्यक्रम करत असू. इंग्रजी व मराठी माध्यमातील मुलं मुली तेव्हा भेटत असू. पण विशेष असे काही घडत नसे. त्यांचे व आमचे शालेय जीवन समांतर रेषेत चालायचे. कॉन्व्हेंटमध्ये जाणारी मुलंमुली श्रीमंत घरातील असत व त्यांची संख्या हाताच्या बोटावर मोजण्याइतकीच असे. त्यांच्या व आमच्या शालेय उपक्रमांची कधी तुलना वा चर्चा होत नसे. इंग्रजी माध्यमाच्या दुसऱ्या शाळा तेव्हा अस्तित्वातच नव्हत्या. आतासारखे तेव्हाचे नवनिर्वाचित सरकार, इंग्रजी धार्जिणे बनले नव्हते, जरी इंग्रज नुकतेच आपल्या देशातून गेले होते. हे सर्व विस्ताराने येथे सांगण्याचा उद्देश हाच आहे की, तेव्हा मराठी माध्यमाची आतासारखी गळचेपी होत नव्हती. मराठी माध्यमाच्या शाळा ओस पडत नव्हत्या की सरकारी मान्यतेसाठी त्यांना वर्षानुवर्ष वाट पाहावी लागत नव्हती. अस्तित्वासाठी त्यांना झगडावे लागत नव्हते.

पाचवीपासून इंग्रजी हा विषय शिकविला जायचा. आमच्या घरी मराठी व इंग्रजी खूप वर्तमानपत्रं यायची. आमच्या बाबांना वाचनाचे खूप वेड होते. आमचे बाबा, मला व माझी मोठी बहीण लता हिला रोज वेगवेगळ्या वृत्तपत्रातील स्तंभाचे भाषांतर करायला द्यायचे. वेगवेगळे अशासाठी की आम्ही एकमेकींचे बघून लिहू नये म्हणून. आलटून पालटून इंग्रजी व मराठीत भाषांतर करायला सांगायचे. शाळेतून आल्यावर मध्ये ऑक्सफर्डची डिक्शनरी ठेवून आम्ही बसायचो. रात्री दवाखान्यातून आल्यावर बाबा आमचे भाषांतर तपासायचे व चुका समजावून सांगायचे. लिखाणाप्रमाणेच इंग्रजी संभाषणाची सवय व्हावी म्हणून मधूनमधून बाबा आम्हाला परस्परांशी इंग्रजी बोलायला प्रवृत्त करायचे. याचा फायदा असा झाला की आम्हाला इंग्रजी या विषयात नेहमी उत्तम गुण मिळत.

इंग्रजी भाषा ही ज्ञानभाषा असल्याने ती चांगली यायला हवी याबाबत कोणाचेच दुमत असण्याचे कारण नव्हते. मी मराठी साहित्य परिषदेची प्राज्ञ परीक्षा दिली. राष्ट्रभाषा सभा, पुणेच्या पंडित पर्यंतच्या परीक्षा दिल्या व नंतर राष्ट्रभाषेच्या वर्गात शिकविण्याचे कामही केले.

सुरुवातीलाच सांगितल्याप्रमाणे मी एक निवृत्त शिक्षिका आहे. एस. एस. सी. झाल्यानंतर गिरगावातील आर्यन एज्युकेशन संस्थेच्या वनिता विनयालय ह्या अध्यापक

केंद्रातून पी. टी. सी. हा दोन वर्षाचा अभ्यासक्रम प्रथम श्रेणीत उत्तीर्ण झाले. त्यानंतर एका खाजगी प्राथमिक शाळेत मला नोकरी लागली. ती करत असतानाच मी एस. एन. डी. टी. विद्यापीठाची एफ. वाय. ची परीक्षा पास झाले. दरम्यान विवाहही झाला. माझे पती मध्य रेल्वेत सिव्हिल इंजिनिअर होते व त्यांची नियुक्ती मनमाडला होती. साहजिकच मला तेथे जावे लागले. विवाहापूर्वी मी मुंबई म्युनिसिपालिटीच्या शिक्षण विभागात परीक्षा व मुलाखत दिली होती. परंतु नोकरीसाठी कॉल आला तेव्हा मी मुंबई सोडली होती. नियमाप्रमाणे मला शिक्षिकेच्या पदासाठी तीनदा कॉल आला. सासरची माणसं मला नोकरीसाठी मुंबईत राहू देणे शक्यच नव्हते. त्यामुळे मला त्या नोकरीवर पाणी सोडावे लागले व माझी कार्पोरेशनमधील नोकरीची संधी कायमची हुकली. त्यानंतर दोन वर्षे मी मनमाड येथे मराठी व इंग्रजी माध्यमाच्या शाळेत नोकरी केली. त्यानंतर आमची बदली मुंबईला झाली व मी बहि:स्थ विद्यार्थिनी म्हणून बी. ए. ची परीक्षा द्वितीय श्रेणीत पूर्ण केली. त्यानंतर ठिकठिकाणच्या बदल्या, लहान तीन मुलींची जबाबदारी ह्यात आणची चार-पाच वर्ष निघून गेली व आम्ही लोणावळ्याला राहायला आलो व माझ्या मनातील शिकण्याची ओढ मला स्वस्थ बसू देईना. पुण्याला एस. एन. डी. टी. महाविद्यालयातून मी बहि:स्थ विद्यार्थिनी म्हणून एम. ए. चा फॉर्म भरला. मुली लहान होत्या व अनेक अडचणी सतत समोर उभ्या राहात होत्या. परंतु संपूर्ण मराठी विषय घेऊनही पदव्युत्तर पदवी चांगल्या प्रकारे प्राप्त केली व लगेच बी. एड्. ला प्रवेश घेतला. लोणावळ्याहून पुण्याला रोज ये-जा करून बी. एड्. मोठ्या कष्टाने पूर्ण केलं. कष्टाने अशासाठी की त्यावेळेस माझी प्रकृती खूपच खालावली होती. उत्तम गुणांनी बी. एड. झाल्याझाल्या मोठ्या शस्त्रक्रियेला सामोरे जावे लागले. त्यातून सावरेपर्यंत वर्ष गेले व आमची पुण्याला बदली झाली. मग मी नोकरीसाठी शाळांमध्ये अर्ज करू लागले. पण तोपर्यंत माझी पंचेचाळीशी आली होती त्यामुळे मला कुठल्याही मराठी माध्यमाच्या अनुदानित शाळेत नोकरी मिळाली नाही. या वेळेपावेतो शिक्षणक्षेत्रात खूपच बदल झाले होते. पुलाखालून बरेच पाणी वाहून गेले होते. जिकडे तिकडे इंग्रजी माध्यमाच्या शाळांचे पेव फुटले होते.

मला सेंट फेलिक्स या कॉन्व्हेंट शाळेत मराठी व हिंदी भाषेची शिक्षिका म्हणून नोकरी मिळाली. ती वर्षभराकरताच होती. त्यानंतर जे. एन. पेटिट टेक्निकल स्कूलमध्ये नोकरी मिळाली. पण या शाळांमध्ये मराठी ही द्वितीय भाषा असल्याने थोड्या मर्यादा पडत. त्यानंतर आणखी एक दोन इंग्रजी माध्यमाच्या शाळात मी सात-आठ वर्ष नोकरी केली. मराठी विषय विशेष महत्त्वाचा नाही अशीच एकूण सर्व शाळा चालकांची मानसिकता मला आढळली. त्यानंतर सिंहगड रोडवरील एका

नव्याने सुरू होणाऱ्या मराठी व इंग्रजी माध्यमाच्या प्राथमिक शाळेच्या दोन्ही विभागाची मुख्याध्यापिका म्हणून माझी नियुक्ती झाली. पगार मॅनेजमेंटने ठरविला. तो दोन्ही विभागाचे मुख्याध्यापकपद व मराठी विषय दोन्हीकडे शिकविण्याची अतिरिक्त जबाबदारी— या सर्वांच्या तुलनेत पगार नगण्यच होता. शिकविण्याची आवड व आपल्याला हवे ते बदल मुख्याध्यापक पदामुळे सहजपणे घडवता येतील ह्या वेड्या आशेपोटी मी ती नोकरी स्वीकारली. तिथपासूनच माझ्या लढाईला खरी सुरुवात झाली होती, पण मला तेव्हा ती उमगली नाही.

शाळा नव्यानेच सुरू होणार होती त्यामुळे सर्वच गोष्टींचा श्रीगणेशा करायचा होता. आवश्यक ती खरेदी करण्याचे, गणवेश वगैरे ठरविण्याचे सर्वाधिकार मला देण्यात आले. ''मॅडम, तुम्ही पैशाची काळजी करू नका, सर्व काही एकदम पॉश दिसले पाहिजे.'' असे मला सांगण्यात आले. मराठी व इंग्रजी दोन्ही विभागांसाठी प्रवेशप्रक्रिया एकाच वेळी सुरू झाली. मराठी माध्यमाच्या फॉर्मची किंमत दहा रुपये तर इंग्रजी माध्यमाच्या फॉर्मची किंमत ३० रुपये ठरविण्यात आली. मराठी माध्यमाची फी जुजबी होती. गणवेश, बूट मोजे, वह्या, पुस्तके यांचा खर्च वाजवी होता पण इंग्रजी माध्यमासाठी त्यापेक्षा भारी, वेगळ्या रंगाचे कापड, टाय, बूट, मोजे, वह्या, पुस्तके साऱ्याचा खर्च त्यामानाने बराच जास्त ठेवण्यात आला होता. डिपॉझिट व फीची रक्कमही अधिकच ठेवली होती. पाल्य माध्यमिकमध्ये जाण्यापूर्वी त्याने शाळा सोडल्यास डिपॉझिटची रक्कम परत केली जाणार नाही असे मी पालकांना सांगावे असे मला सांगण्यात आले. अर्थात मॅनेजमेंटबरोबरच्या मीटिंगमध्ये मी ह्या व अन्य काही मुद्द्यांवर नाराजी व्यक्त केली; तेव्हा, ''मॅडम, या फिल्डमध्ये तुम्ही अजून नवख्या आहात तेव्हा आताच काही मत बनवू नका, सर्व काही व्यवस्थित मार्गी लागेल'' असे मला सांगण्यात आले. अर्थात् मुख्याध्यापकपदाचा मला काहीच अनुभव नव्हता. त्यामुळे सध्या तरी गप्प राहून त्यांच्या आदेशानुसार वागणेच हितकारक आहे असे मी मनाशी ठरविले. परंतु खरी मेख पुढेच होती. पालक फॉर्म मागायला आले की शक्य तोवर त्यांना इंग्रजी माध्यमाचे फॉर्मच द्यायचे असे क्लार्कला वरून सांगण्यात आले होते. फॉर्म भरायला त्यांना मदत करायची हेही सांगितले होते. डिपॉझिटचे व फीचे पैसे एकदम भरण्याची ऐपत नसल्यास, दोन हप्त्यात भरण्याची सवलत मॅडम देतील असे त्यांना सांगायचे. पालक मला भेटायला आल्यावर मी त्यांना तसे आश्वासन द्यायचे. इंग्रजी माध्यमात प्रवेश घेतल्यानंतर तुमचा पाल्य कसा स्मार्ट, हुशार होईल व फाड् फाड् इंग्रजी बोलायला लागेल हे मी त्यांना पटवायचे. एवढे काम मी बिनबोभाट पार पाडावे अशी मॅनेजमेंटची अपेक्षा होती. येथे आणखी

एक खुलासा करणे गरजेचे आहे. आमची शाळा ज्या भागात होती तिथल्या जवळपासच्या पंचक्रोशीत राहाणारा समाज हा निम्न मध्यमवर्गातील होता. भोवतालचे कारखाने, ग्रामपंचायत, दवाखाने इत्यादी ठिकाणच्या तृतीय, चतुर्थ श्रेणीच्या कर्मचाऱ्यांचा पालकवर्गात अधिक भरणा होता. त्यातील बऱ्याच जणांना सही करण्यापुरतेच इंग्रजी येत होते. आर्थिक दृष्टीनेही त्यांना हा खर्च परवडण्यासारखा नव्हता. पण आम्ही त्यांना इंग्रजी माध्यमाच्या घोड्यावर बसवायला निघाल्यावर 'आपल्याला विंग्रजी येत नसेल तरी आपला बाळ्या कसा यसफॅस करेल' याचीही त्यांना अपूर्वाई वाटायची. एकाच पालकाचे एक मुलगा व एक मुलगी अशी अपत्ये असतील तर ते म्हणायचे, "ठीक आहे मॅडम, मुलाला इंग्रजी माध्यमात व मुलीला मराठी माध्यमात प्रवेश द्या." त्यांना दोघांचा इंग्रजीचा खर्च परवडणार नसेल तर मी हा मार्ग त्यांना सुचवणे अपेक्षित होते. नव्हे, त्यांच्या गळी उतरवायला हवे होते. कारण, "मुलीला कुठे जास्त शिकवायचे असते? नववी, दहावीपर्यंत गेली की तिचे लग्न करून टाकायचे असते. मुलगा वंशाचा दिवा. तो चांगला शिकला तर आईवडिलांना सुखात ठेवेल. मुलगी काय, लग्न करून सासरी जाईल. तिच्या शिक्षणाचा आईवडिलांना काय उपयोग होणार?" समाजाच्या अशा चुकीच्या मानसिकतेला आमच्यासारख्या सुशिक्षित म्हणवणाऱ्यांनी खतपाणी घालायचे हे माझ्या मनाला अजिबात पटणारे नव्हते.

मी स्वत: याबाबतीत पुढाकार घेत नसले तरी आमचा क्लार्क व दोन तीन शिक्षिका माझ्या अपरोक्ष हे कर्तव्य व्यवस्थित पार पाडत व मॅनेजमेंटच्या लोकांची शाबासकी मिळवत. इंग्रजी माध्यमाची पटसंख्या भरभर वाढावी, टेबलाचा ड्रॉवर प्रतिदिनी नोटांनी गच्च भरावा व मी ते पैसे सेक्रेटरी साहेबांकडे पोहोचते करावेत असा साधा सरळ हिशेब होता पण माझ्या तो पचनी पडत नव्हता. प्रत्यक्षात प्रवेश घ्यायला पालक आले की, मी त्यांची आर्थिक परिस्थिती व शैक्षणिक पार्श्वभूमी जाणून घेतल्यानंतरच त्यांना कोणत्या माध्यमासाठी राजी करायचे ते ठरवत असे. त्यानुसार मराठी माध्यमात पाल्याला घातल्यानंतर तो सर्व ज्ञान लवकर कसे आत्मसात करू शकेल ते समजावत असे. याउलट मुलांचे पालक सुशिक्षित असतील, त्यांना अभ्यासात मदत करू शकत असतील, घरी-दारी थोडीफार तरी इंग्रजी भाषा त्यांच्या कानावर पडत असेल तर इंग्रजी माध्यम निवडण्यात काही चूक नाही हे पटवत असे. परंतु त्यांचे म्हणणे असे असायचे की "मॅडम, आमचा पोरगा इंग्रजीतच शिकू दे, त्याला शाळेत शिकवणी लावा" हे आमच्या मॅनेजमेंटचे लोकच त्यांच्या डोक्यात भरवायचे. त्या मागचा हेतू असा असायचा, संस्थेने प्रशिक्षित शिक्षिकांना पाचशे-सहाशे रुपये मासिक पगार द्यायचा व शाळा सुटल्यावर शिकवण्या घेऊन त्यातून

आणखी हजार दीड हजार कमवायचे. इंग्रजीची शिकवणी घेऊ शकणाऱ्या शिक्षिकेला अशा रीतीने महिना पगारासकट दोन हजार रुपये सहज मिळत. त्यामुळे तिचे तोंड आपोआपच बंद होत असे. शाळेत अशा दोन तीन शिक्षिका होत्या. आपल्याला इंग्लिश विषय चांगला येत असल्याने आपण इतरांपेक्षा वरचढ आहोत अशी 'ग'ची बाधा त्यांना होती. शाळेचे आधीचे सौहार्दपूर्ण वातावरण यामुळे गढूळ होऊ लागले. वर्गात शिकविण्याकडे त्यांचे दुर्लक्ष होऊ लागले. या परिस्थितीत बदल घडविण्यासाठी मला थोडे कठोरपणाचे धोरण अवलंबावे लागले. अनेक उपाय योजावे लागले. प्रथम मी शाळेच्या वर्गात शिकवणी घेण्याला बंदी केली. एका शिक्षिकेने दहापेक्षा अधिक मुलांची शिकवणी घेण्यास मनाई केली. शिकवणी लावणाऱ्या विद्यार्थ्याचे नाव, पालकांच्या सहीचे संमतीपत्र व आकारत असलेल्या फीचा तपशील सर्व सविस्तर लिहून माझ्याकडे द्यावे, असा नियम केला. मराठी माध्यमातील एका प्रामाणिक व कामसू शिक्षिकेला गुप्तपणे या बाबीवर लक्ष ठेवण्याचा सल्ला दिला. मराठी माध्यम व इंग्रजी माध्यमाच्या पटसंख्येचा गुणांक फार विषम होऊ नये म्हणून पुढील शैक्षणिक वर्षापासून फक्त पालक व मी असा संवाद घडेल याची काळजी घेऊ लागले. इंग्रजी माध्यम निवडणाऱ्या पालकांना पाल्याची तयारी कशी करून घ्यावी याची सुस्पष्ट रूपरेषा समजावू लागले. या सर्व बाबींमुळे हळूहळू इंग्रजी व मराठी दोन्ही माध्यमांच्या प्रवेशात सुसूत्रता आली. मी दोन्ही विभागांची मुख्याध्यापिका असल्याने मला बरीच तारेवरची कसरत करावी लागत असे. आस्ते आस्ते सर्व घडी नीट बसली. दोन्ही माध्यमांची वेळ एकच होती. पण शाळेच्या बैठ्या वास्तूतील आठ खोल्यात मराठी व चार खोल्यात इंग्रजीची शाळा भरत असे.

चार-साडेचार वर्ष सर्व काही सुरळीत चालले. निदान वरवर तरी तसे दिसत होते. मॅनेजमेंटचे लोक माझ्याशी बोलताना कधीकधी मला हसत हसत टोमणे मारत, "मॅडम, तुम्ही मराठी माध्यमावर अधिक माया करता व इंग्रजी माध्यमाला सावत्रपणाची वागणूक देता, हे काही बरे नव्हे." मीही हसत हसत त्यांना प्रत्त्युत्तर देत असे. "आईचं मूल एक गोरं, एक काळं असलं तरी आईची दोघांवरही सारखीच माया असते हे काय मी तुम्हाला सांगायला हवं का सर?" पण थोड्या दिवसांनी मला त्रास होईल अशी परिस्थिती पद्धतशीरपणे निर्माण केली जाऊ लागली. इंग्रजी माध्यमाच्या शिक्षिकांना माझ्याविरुद्ध भडकवले जाऊ लागले. त्या उघडपणे माझ्या आज्ञांचे उल्लंघन करू लागल्या. मॅनेजमेंटकडे बिनबुडाच्या तक्रारी सांगू लागल्या. "मॅडम मराठी माध्यमांच्या शिक्षिकांशी आपलेपणाने व आमच्याशी परकेपणाने वागतात, आमच्या सारख्या चुका काढतात." वास्तविक मी सर्वांशी सारख्याच आत्मीयतेने

वागत होते. इंग्रजी भाषेला माझा विरोध नव्हता परंतु त्या माध्यमाचा अतिरेक किंवा सारासार विचार न करता ते माध्यम सरसकट सर्वांच्या माथी मारणे या गोष्टीला माझा विरोध होता. ज्या पालकांना प्रगती पुस्तकावरील विषयांची नावे वाचता येत नाहीत किंवा दिलेले शेरे वाचता येत नाहीत अशांना मी सांगायला गेले की ते म्हणत, "मॅडम, आम्हाला कुठं ते सगळं वाचाया येतंय? तुम्हीच दाखवा वाचून." पण असे असले तरी आम्ही आमच्या मुलांना इंग्रजी माध्यमातच घालणार. कारण आमची शेजारची, भावकीतली मुलं त्या माध्यमात शिकतात; असे असताना आमची मुलं मराठी माध्यमात शिकली तर तो केवढा कमीपणा? ते सर्व लोक आम्हाला नावं ठेवतील. कोल्ह्याने वाघाचे कातडे पांघरले म्हणून तो काय वाघ होतो?

मॅनेजमेंटबरोबरच्या मिटिंगमध्ये मी माझी मते अगदी परखडपणे मांडत असे. दुसऱ्याच्या वागण्याची नक्कल कोणी करू नये, आपल्याला झेपेल व पचेल तोच आहार घ्यावा, अन्यथा प्रकृतीचा विचका होण्यास कितीसा वेळ लागेल? हीच गोष्ट शिक्षणाच्या बाबतीतही तंतोतंत लागू पडते हा माझा मुद्दा मी आग्रहपूर्वक प्रत्येक वेळी ठासून मांडत असे. माझे म्हणणे असे असायचे, "सर, प्रत्येकाने स्वत:पासूनच चाचपणी करावी. आपणही मराठी माध्यमात शिकलो म्हणून कुठे कमी पडलो का? तुम्ही सर्वजण शिक्षण क्षेत्रात वावरता, तुमचे माध्यमामुळे कितीसे अडते? मी मराठी माध्यमातच शिकले, पण इंग्रजी माध्यमाची मुख्याध्यापिका म्हणून काम करते आहे व तेही समर्थपणाने. आपल्यात वैचारिक मतभेद असले तरी ते बाजूला ठेवून तुम्हाला हे नाकारता येणार नाही." यावर मॅनेजमेंटचे लोक निरुत्तर होत, कारण माझे काम चोख होते. यासाठी मी साधे उदाहरण देते. रस्त्यातून चालताना आपल्याला ठेच लागली तर उस्फूर्तपणे आपण "आई गं" म्हणतो oh mom नव्हे. हीच मातृभाषेची महती आहे. आईच्या दुधातून ती भाषा आपल्या रक्तात भिनली असते आणि म्हणूनच मातृभाषेतून दिलेले शिक्षण, ज्ञान अधिक लवकर समजते व चिरकाल टिकते. हा फक्त स्वानुभवच नव्हे तर अनेक विद्वान शिक्षणतज्ज्ञांनी अनेक निष्कर्षानंतर काढलेले हे खात्रीशीर अनुमान आहे. माझी विचारांची बैठक अशी पक्की होती आणि उक्ती व कृती यात अंतर नव्हते. मॅनेजमेंटच्या लोकांनी त्रास देण्यास सुरुवात केली तरी मी शांत होते. वरवर सुरळीत चालले आहे असे वाटत असले तरी मला माहीत होते, की ही वादळापूर्वीची शांतता आहे. माझे नोकरीचे पाचवे वर्ष संपत आले. एक दिवस सर्व कमिटी मेंबर्स आणि सर्व शिक्षकवर्ग यांची सभा बोलावण्यात आली. त्यात मला सांगण्यात आले की, "तुमचे सर्व काम समाधानकारक आहे पण इंग्रजी माध्यमाबद्दलचा तुमचा दृष्टिकोन बदलावा यासाठी आम्ही सहा महिन्यांची मुदत

तुम्हाला देत आहोत. त्यानंतर काय तो निर्णय आपण घेऊ.'' यावर मी सांगितले की, ''माझा दृष्टिकोन अगदी स्पष्ट व पक्का आहे त्यामुळे काही दिवसांनी त्यात कोणताही बदल संभवत नाही. मी माझ्या विचारांशी पूर्णपणे प्रामाणिक आहे. मला तुम्हा कोणाला त्रास व्हावा असे वाटत नाही. त्यामुळे आता या क्षणाला मी माझ्या नोकरीचा राजीनामा द्यायला तयार आहे.'' मी असे काही म्हणेन याची बहुधा कोणालाच कल्पना नसावी. ''तत्पूर्वी मला आणखी काही सांगावेसे वाटते. एका पदाचा पगार वाचविण्यासाठी तुम्ही दोन्ही माध्यमांच्या मुख्यध्यापकपदाची जबाबदारी माझ्या एकटीच्या माथी मारलीत अन् माझ्या कुवतीनुसार ती योग्य प्रकारे पार पाडण्याचा प्रयत्न मी केला. पण यापुढे दोन्ही विभागांसाठी दोन स्वतंत्र पदे भरावीत म्हणजे कोणावरच अन्याय होणार नाही.''

''दुसरे योग्य उमेदवार मिळेपर्यंत, मॅडम, तुम्ही ही जबाबदारी अशीच संभाळावी.'' अशी सेक्रेटरींनी मला विनंती केली व मी ती मान्य केली.

त्यानंतर तीन महिन्यांच्या कालावधीत शाळेला नवीन दोन उमेदवार माझ्या पदासाठी मिळाले. आधी सांगितल्याप्रमाणे मी माझा राजीनामा सेक्रेटरींकडे सुपूर्त केला व सन्मानाने निवृत्त झाले. शाळेने माझ्यासाठी निरोप समारंभाचे आयोजन केले. चांगल्या हॉटेलात जेवण दिले. पुष्पगुच्छ व सरस्वतीची चांदीची मूर्ती भेट दिली. माझ्या कार्याबद्दल प्रशंसापर भाषणं केली. मीही माझी मनोभूमिका मोकळेपणाने सर्वांसमोर पुन्हा मांडली. ह्या सक्तीच्या निवृत्तीने माझे आर्थिक नुकसान असे काहीच झाले नाही. उलट खांद्यावरचे जबाबदारीचे ओझे उतरल्यामुळे कसे मोकळे मोकळे वाटले. आता लेखन-वाचन या माझ्या आवडत्या छदांना मला मनसोक्त वेळ देता येणार होता.

ही माझी माझ्या विचारांशी प्रामाणिक राहण्यासाठी केलेली छोटीशी लढाई. आयुष्यात असे अनेक प्रसंग येतात. त्यांना सामोरं जाण्यासाठी आत्मविश्वास व खंबीर निर्णयक्षमता लागते. जोडीला कुटुंबाचे पाठबळ मिळाले तर तो लढा अधिक सामर्थ्याने लढता येतो. माझ्या पतीने व मुलींनी मला याबाबतीत कायम साथ दिली. त्यामुळे ह्या लढाईत मनावर झालेल्या जखमा लौकर भरून आल्या. आजही या विषयावर वादविवाद, चर्चा झडतात तेव्हा त्यावर माझे मत हिरीरीने मांडल्याशिवाय मला स्वस्थ बसवत नाही. आता मनात कोणाविषयीही कटू भावना नाही. भगवत्गीतेत सांगितल्याप्रमाणे आपली विचारांची बैठक पक्की ठेवली तर फारसा त्रास होत नाही.

'सुख दुःखे समे कृत्वा । लाभा लाभौ जया जयौ ।।'

अर्थात् प्रत्येक वेळेस हे शक्य होतेच असे नाही. ह्या लढाईत माझा जय झाला

की, पराजय हा प्रश्नच इथे माझ्या दृष्टीने गौण ठरतो. आपण समरांगणातून पाठ दाखवून पळून आलो नाही, आपल्या तत्त्वांशी कोणतीही तडजोड केली नाही, हीच आपल्यासारख्या सामान्य माणसांसाठी मोठी जमेची बाजू असते.

६.

आणीबाणी आणि मी

- पुष्पा वागळे

माझ्या राजकीय व सामाजिक जीवनात अनेक बरेवाईट प्रसंग माझ्यावर आले आणि एक स्त्री म्हणून माझा कस लागला. १९७५ ची आणीबाणी! सर्व राजकीय नेते मिसाखाली अटक झाले होते. काही मंडळी भूमिगत होती. माझ्या प्रकृती अस्वास्थ्यामुळे मी रुग्णालयात होते म्हणून पोलिसांच्या तावडीतून सुटले.

अंधेरी-मुंबई येथे सामाजिक कार्यकर्ती व राजकीय कार्यकर्ती म्हणून मला सर्व ओळखत होते. प्रकृती ठीक होताच मी कामाला लागले. वरिष्ठ नेत्यांचा तसा निरोप आला होता. म्हणजे आदेशच होता तो! २ ऑक्टोबर १९७५ या दिवशी सत्याग्रहींना पोलिसांनी अटक केली व मी त्यांना दुपारचे जेवण घेऊन गेले. पोलिसांना संशय आला, परंतु मला याची काही माहिती नाही, पण मी हे माणुसकी म्हणून केले. असे सांगितले. पोलिसांचा यावर विश्वास बसलाच नसता. नंतर त्यांची माझ्यावर कडक नजर असे. माझे काम चालूच होते.

असेच एकदा मी पत्रके चिकटवण्यासाठी खळ करीत होते. तेव्हा सोसायटीतील चार पाच मुले आली व म्हणाली, ''सुबोधच्या आई, आम्हालाही काम करायचे आहे.'' सगळी तरुण होती. मी म्हटलं. ''मग ही पत्रके चिकटवून या.'' मुले खाली गेली. दुर्दैवाने त्याच वेळी साध्या वेषातील पोलीस रस्त्यावर फिरत होते आणि त्यांनी ह्या मुलांना पाहिले. पत्रकासहित पकडून नेले. त्यांच्यातलाच एक मुलगा त्यांचा डोळा चुकवून निसटला व त्याने मला ही बातमी दिली.

बापरे! माझा जीव घाबरला. आता ही मुले तेथे काय सांगतील? म्हणून भराभरा घरातील पत्रके, पोस्टर्स एका साडीत बांधली व सोसायटीच्या मागच्या बाजूला एका रिकाम्या स्टॉलमध्ये ठेवली. पण आपल्या महाराष्ट्राला एक शाप आहे. ऐतिहासिक काळापासून आपल्याकडे सूर्याजी पिसाळ आहेत. अजूनही ही वृत्ती कमी झाली नाही. सोसायटीतील अशाच एका सूर्याजी पिसाळांनी पोलिसांना हे सर्व

सांगितले. दुसरे दिवशी पोलिसांनी तो स्टॉलच जप्त केला.

दुसरे दिवशी पोलीसांचा ताफा अचानक आला व आमच्या घरावर रेड टाकली. सकाळीच मी माझ्या मैत्रिणीला भेटायला गेले होते. तिचा मुलगा काल पकडला गेला होता. गेल्याबरोबर मला ती वाट्टेल तसे बोलायला लागली. ''स्वत:च्या मुलाला घरात ठेवून आमच्या मुलांना पकडून दिलेस.'' असा तिचा माझ्यावर सरळ सरळ आरोप होता. मी निराश होऊन घरी आले. हे संकट माझ्यावर कोसळले होते. वास्तविक काल रात्रीच मला कल्पना आली होती.

बाहेरच मला कळले म्हणून मी घरात न जाता सरळ खाली जाऊन एका मुलाला पार्ल्याला पाठवून त्यांच्याकडे काही पत्रके होती ती नष्ट करायला सांगितली आणि वर घरी आले. कुठून मला ही ऊर्जा मिळत होती माहीत नाही.

पोलीस म्हणाले, ''ताई, आम्ही सुबोधला घेऊन जात आहोत.'' क्षणभर आईचे हृदय कळवळले. 'पण भावनेपेक्षा कर्तव्य कठोर.' असा विचार करून मी म्हटलं ''त्याने काय केलं?'' मुलांनी माझे नाव न सांगता सुबोधचे नाव पोलिसांना सांगितले होते. मला अटक झाली तर सर्व कामच थांबेल हा सूज्ञ विचार त्यांनी केला.

सुबोध व ही मुले जवळजवळ आठ दिवस पोलीस कस्टडीत होती. आम्हाला त्यांना भेटता येत नव्हते. सुबोध झोपत नसे; कारण झोपेतून पोलीस उठवत व त्याला विचारीत, झेरॉक्स मशीन कुठे आहे. आपल्याकडून ते सांगितलं जाईल म्हणून तो झोपत नसे. त्याचे खाणेही कमी झाले होते. त्यांच्या प्रकृतीची काळजी वाटत होती. इतर कैदीही त्या मुलांबरोबर होते. तोही मानसिक त्रास होता.

शेवटी श्री. वागळे म्हणाले, आपण सुबोधसाठी जामीन मागू या. पण आता मला एकट्या सुबोधसाठी असे करता येणार नव्हते. मला सगळ्या मुलांचा विचार करायला हवा होता. सुबोधला किंवा त्या मुलांना त्या परिस्थितीत जामीन राहायला कुणी तयार नव्हते. आपली म्हणणारी, जवळची, लांबची सगळ्यांनी हात वर केले. मग आम्ही एकमेकांच्या मुलांना जामीन राहिलो व त्यांना सोडवले. हेच जर त्यांना सत्याग्रहींप्रमाणे जेलमध्ये पाठवले असते तर काही हरकत नव्हती. पण पोलिसांना त्यांच्याकडून माझी माहिती काढायची होती. त्यामुळे मला माझे तत्त्व बाजूला ठेवावे लागले. 'काही झाले तरी मागे पहायचे नाही.' असे म्हटले असते तर पुढील कामाचा विचका झाला असता. त्यासाठीही मी इतरांकडून बोलून घेतले. सत्याग्रहींच्या घरच्यांचा गैरसमज होता की मीच मुलांना सत्याग्रह करायला पाठवले.

अशा रीतीने मी एकटीने या प्रसंगाला तोंड दिले. एक स्त्री म्हणून मी कुठे कमी पडले नाही. पण लोकांच्या मानसिकतेने मला दु:ख दिले. आपल्या वेळेला

कुणी उभे राहिले नाही. हा सल मात्र खूप दिवस माझ्या मनात राहिला हे सत्य आहे.

१९७४ चा रेल्वे संप माझ्या खूप स्मरणात राहिला आहे. श्री. वागळे रेल्वे कर्मचारी होते. पहिल्यापासून सामाजिक कार्यात रस असल्यामुळे ते मध्य रेल्वे कर्मचारी संघाचे युनियनचे कार्यकर्ते होते. त्या संपाच्या वेळी ते कार्यवाह होते.

रेल्वे कर्मचाऱ्यांच्या काही मागण्या होत्या. रेल्वेचा पगार कमी होता. रेल्वे प्रशासन दाद देत नव्हते. मग सगळ्या युनियन्सनी एकत्रितपणे संपाचा निर्णय घेतला. ह्या हत्याराचा काही उपयोग होईल असे वाटले होते. पण हा संप दीड वर्षे चालला.

रेल्वे कर्मचाऱ्यांचे हाल होऊ लागले. महिन्याचा पगार नाही, हातात जास्त पैसे नाहीत. श्री. वागळे युनियनच्या कामासाठी महाराष्ट्रभर फिरायचे. त्यामुळे आर्थिक चणचण होतीच.

युनियनच्या वरिष्ठांकडून आदेश आला. 'वहिनी, रेल्वे कॉलनीतील मंडळींना मदत करा.' बापरे, म्हणजे रेल्वे कर्मचाऱ्यांच्या मागण्या काय व मदत करायची म्हणजे काय? या दोन्ही गोष्टीत मी अनभिज्ञ होते. विचारणार तरी कुणाला? वागळे भूमिगत झाले होते. पण मागे राह्यचे नाही, हे तत्त्व! त्यामुळे काम सुरू केले.

प्रथम मी रेल्वे कर्मचाऱ्यांना सुरक्षित जागी जाऊन राहण्याचा सल्ला दिला. नंतर त्यांच्या घरातील महिलांशी चर्चा केली. विश्वास संपादन केला. लक्षात आले की, या मंडळींना रोजच्या खर्चासाठी थोडे पैसे व धान्य याची गरज आहे. मग इतर लोकांकडून धान्य, पैसे गोळा करायला सुरुवात केली. प्रथम विचित्र वाटायचे. पण मी हे माझ्यासाठी मागत नव्हते. तर या गरजू मंडळीसाठी मागत होते. लोक देत होते व मी ते पोचवीत होते. समाधान वाटायचे. एकदा मी ईश्वराला विचारले, "माझ्या संकटाच्यावेळी तू कुठे असतोस?" तो म्हणाला, "त्यावेळी मी तुझ्या खांद्यावर असतो. तुझ्याबरोबर!" खरंच होतं ते. मला नेहमीच ऊर्जा मिळत गेली. संकोच, भीती वाटेनाशी झाली. म्हणूनच आज मूळचाच हुशार असलेला माझा सुबोध पुण्यात एक विचारवंत म्हणून लोकाना परिचित आहे, याचा मला अभिमान वाटतो. त्यावेळी मी माझी तत्त्वे त्यावेळपुरती बाजूला ठेवली म्हणून आज त्याचे भवितव्य उज्ज्वल झाले आहे. एक स्त्री म्हणून, एक आई म्हणून मला जरा जडच जात होते. खूप त्रास झाला होता. आज मला समाधान वाटतंय की, त्यावेळचा निर्णय योग्यच ठरला. अशा अनेक प्रसंगात माझी मन:स्थिती द्विधा होत असे.

❖❖

विभाग -२

जगण्याशी लढण्याचे असते अतूट नाते

जगण्याशी लढण्याचे असते अतूट नाते

एखाद्याचे आयुष्यच इतके खाचखळग्यांनी भरलेले असते की ही वाट संपून कधी साधा सरळ रस्ता लागेल ही आशाच मावळून जाते. आशा-निराशेचा छाया-प्रकाशाचा खेळ एखाद्याच्या आयुष्याचाच सोबती बनून जातो. अशा वेळी मोडून पडणे, नशिबाला दोष देणे, जगावर राग राग करणे, आसपासच्या सुखी माणसांचा द्वेष करणे आणि वाट्याला आले तसे आयुष्य जगत राहणे ही झाली सर्वसाधारण माणसांची धोपट वाट. पण काही सामान्य माणसेसुद्धा लढण्याचे बळ मिळवतात आणि हातात सबलपणाची कोणतीही शस्त्रे नसताना सतत झुंज देत राहातात.

होय, छाया पवार नावाच्या झाशीच्या राणीची ओळख या विभागात झाल्यावर या बाईच्या अंगी मातीचेसुद्धा सोने करण्याची किमया आहे असेच कुणालाही वाटेल. ती म्हणते तशी ती स्वत:साठी लढतेच, पण इतरांसाठीही सतत लढत असते. त्यातूनच तिने जीवनाचे एक तत्त्वज्ञान इतक्या साध्या शब्दांत मांडले आहे की, 'संकटे आपले काम करत असतात, मी माझे काम करत असते.' संकटांना न जुमानण्याची ही वृत्तीच तिला जगण्यातला आनंद देत असावी. भूक, दारिद्र्य, अज्ञान, आजार, व्यसने, छळ, मारहाण, निरक्षरता ही तर पाचवीलाच पुजलेली. संकटे तिला कधीच सोडून गेली नाहीत. या बाईने आयुष्यातला अक्षरश: एकही दिवस सुखाचा पाहिला नाही. पण जमेल ते कोणतेही काम करायचे बाकी ठेवले नाही. शेती केली, भाजी विकली, धुणे- भांडी, केर-फरशांची कामे केली, फॉल पिको केले, गोधड्या शिवल्या, हातगाडी चालवली, एवढेच काय रिक्षा आणि चारचाकीही चालवली. आपला संसार उघड्यावर आला असता, अर्धपोटी राहाताना तिने आपल्यापेक्षा

ज्यांची परिस्थिती वाईट आहे, त्यांना अक्षरश: चतकोर भाकरी वाटून जगायला आधार दिला, आपल्याबरोबर स्वत:च्या पायावर उभे केले. 'ही माझी, ही परकी' असा भेदसुद्धा जिच्या मनात कधी आला नाही, ती ही बाई जीवनाचे तत्त्वज्ञान कोणत्या शाळेत शिकली? 'दुरितांचे तिमिर जावो' हे प्रत्यक्ष जगणारी ही बाई खरेच एखाद्या अद्‌भुत कथेची नायिका आहे.

हिचीच बहीण शोभावी अशी दुसरी चांदबिबी पारूबाई. धुणे-भांड्याची कामे करणाऱ्या या निरक्षर बाईच्या नशिबी दारूड्या नवऱ्याची मारहाण, शिवीगाळ याशिवाय दुसरे कोणतेही संसारसुख आले नाही, पण ज्या जिद्दीने पारूबाईने मुलाला शिकवून मोठे केले त्याला तोड नाही. या बायका कष्टाला मागे पुढे पाहात नाहीत, प्रतिष्ठेच्या झुली अंगावर मिरवत नाहीत, स्वत: पोटभर जेवत नाहीत, पण पोटच्या गोळ्यांचे आयुष्य आपल्यासारखे फाटके असू नये म्हणून जिवाचे रान करतात. यांच्यासारख्या झुंजी खरेच पांढरपेशा, सुशिक्षित स्त्रियांनाही झेपणार नाहीत. दु:खाने त्यांच्या डोळ्यात पाणी येत नाही. पाणीदारपणे चमकणारे त्यांच्या सावळ्या चेहऱ्यावरचे डोळे, त्यांचा ताठ, न वाकणारा कणा आणि त्यांची 'सगळे शेवटी चांगलेच होईल' ही श्रद्धा- हीच त्यांच्या लढ्याची खरी आयुधे आहेत.

लहानपणी धुण्याभांड्याची कामे करणारी, फीच्या मोबदल्यात शाळेत राबणारी, एक वेळ उपाशी राहणारी एक अरुणा नावाची गरीब घरातली मुलगी पुणे विद्यापीठाशी संलग्न असलेल्या दौंड महाविद्यालयात इतिहास विभाग प्रमुख होते, पीएच.डी. मिळवते ही साधीसुधी सरळ कथा नाही. 'का वेदनेतून जन्म होतो साधनेचा?' हे अगदी खरे आहे, गरिबीमुळे होणारे अपमान, अवहेलना, उपहास या शत्रूंना ही झुंजार बाई स्वाभिमान, अस्मिता आणि धैर्याने सामोरी गेली, म्हणूनच आपले स्वप्नवत् वाटणारे करिअरचे शिखर ती गाठू शकली.

व्यसनी पतीमुळे संसारातल्या सुखाची अक्षरश: धूळधाण होणे ही गोष्ट फक्त झोपडपट्टीत अडाणी माणसांमध्येच घडू शकते असे नाही. सुशिक्षित, मध्यमवर्गीय- पांढरपेशा समाजात तर या गोष्टीचे दुहेरी भय असते. एक तर व्यसनाधीन पतीमुळे ढासळणाऱ्या संसाराला थोपवून धरणे आणि दुसरी म्हणजे याचा बोभाटा होऊ न देता आपली पत

सांभाळणे. त्यामुळे मध्यमवर्गीयांचा लढा नेहमीच जास्त अवघड असतो. साध्यासुध्या शिक्षकी पेशाच्या वडिलांच्या संस्कारात वाढलेल्या संध्या सातारकरने प्रेमविवाह केला- थोड्या वरच्या स्तरातील राजेशशी. तो बापावेगळा म्हणून आईच्या अती लाडाने बिघडलेला. घरात नेहमीच चमचमीत जेवणं, पार्ट्या, ड्रिंक्स, पाहता पाहता हा तरुण व्यसनाच्या एवढ्या आहारी गेला की त्याचे कमावणे बंद झाले. दिवसरात्र त्यातच बुडालेला. मुलाच्या गणवेशासाठी, फीसाठीसुद्धा घरात पैसा नाही इतकी गळ्याशी परिस्थिती आली, तेव्हा घरातल्या धुण्या-भांड्याच्या बाईपेक्षा आपली अवस्था वाईट आहे याचा साक्षात्कार संध्याला झाला. तिने सर्व प्रतिष्ठा गुंडाळून हातात पोळपाट लाटणे धरले, बुद्धिमान आणि प्रयत्नवादी स्त्री दुसऱ्यासाठी चार पोळ्या लाटण्याच्या कामातून केवढा मोठा केटरिंगचा व्यवसाय उभी करते आणि १०० स्त्रियांची पोशिंदी होते याचे संध्या म्हणजे मूर्तिमंत उदाहरण आहे. ‘आता त्याचा मला राग येत नाही, दारू पिण्याचा त्याचा आजार मी समजून घेतला आहे’ हे तिचे उद्‌गार परिस्थितीच्या विषाला अमृत बनवणाऱ्या एका किमयागार सबल स्त्रीचे आहेत.

ऐन तरुणपणात संसार सुरळीत चालू असताना अचानक अपघाताने वा आजाराने पतीचे निधन होणे यामुळे तरुण स्त्रीची कंबरच खचते. आयुष्यावरचा विश्वास तर उडू लागतोच, पण पुढे काय? आर्थिक परिस्थिती सावरणे आणि दुःख बाजूला सारून स्वतःच्या पायावर उभे राहणे, मुलांवर आई-वडील दोघांची छाया एकटीने धरणे आणि त्यांचे शिक्षण करणे; नोकरी-व्यवसायाच्या वाटेपर्यंत त्यांना हात धरून नेणे- एकट्या स्त्रीला नवऱ्याच्या आधाराविना ही गोष्ट नक्कीच सोपी नाही, पण हे आव्हान जिवाचे रान करून पैलणाऱ्या काही समर्थ स्त्रिया आहेत.

सुखदा साने हिंदी विषयाच्या एम.ए. पण आज कोणत्याही प्रकारची दुचाकी दुरुस्त करणाऱ्या एक यशस्वी ‘गॅरेजवाल्या बाई’ आहेत. अंगावर कोसळलेल्या परिस्थितीने त्यांनी फक्त पतीचा व्यवसाय पुढे चालवला नाही, तर त्यातील सर्व कौशल्ये शिकून घेऊन त्या यशस्वी व्यावसायिक बनल्या. पुरुषांचा म्हणून समजला गेलेला व्यवसाय त्यांनी पुरुषांइतक्याच समर्थपणे सांभाळला.

संकटे एखाद्याच्या आयुष्यावर सतत मारा करत राहतात. पुण्याच्या

जैन समाजात उत्तम नाव कमावलेल्या श्रीमती सुजाता शहा, फलटणकर या मात्र अशा माऱ्याने नामोहरम झाल्या नाहीत. श्रीमंती, गरिबी अशी वरवरची पुटे संकटे केव्हाच खरवडून काढतात. सुजाता सासर-माहेर दोन्हीकडून गडगंज संपत्तीच्या मालक, पण म्हणून त्यांच्यावरच्या एकेक संकटांची मालिका अधिक जबाबदारीची झाली. या लढाईला त्या एकदम सामोऱ्या जाऊ शकल्या नाहीत. लहान वय, मानसिक कोंडमारा, अनेक वर्षांच्या प्रतीक्षेनंतर दिवस राहिल्यावर अचानक झालेला कर्तृत्ववान पतीचा मृत्यू, आपली म्हणून समजलेली माणसे अशा वेळी परक्यासारखी वागू लागणे, प्रचंड एकाकीपण, माहेरचा आधार तुटलेला, व्यवसायावर आलेली गदा, सतत येणारे धमकीचे फोन अशा सततच्या संकटांच्या हल्ल्याने त्यांना डिप्रेशन आले, त्यांनी स्वत:ला संपवण्याचा प्रयत्न केला. पण त्यांनी स्वत:ला सावरले. वृद्धाश्रम, अंधशाळा, अनाथाश्रम यांच्यात वेळ काढू लागल्या आणि त्यामुळे दु:ख किती भयानक आणि करुण असू शकते हे जवळून पाहताना स्वत:च्या सुखाची जाणीव झाली. व्यावसायिक उत्कर्ष आणि त्यात भरपूर कमाई याचबरोबर समाजाचे ऋण लक्षात ठेवून एका हाताने मिळवताना दुसऱ्या हाताने त्या देत राहिल्या. महावीरांच्या शिकवणुकीवर गाढा विश्वास आणि त्याला सकारात्मकतेची जोड यांच्या जोरावर बुडणारी नाव त्यांनी फक्त वाचवली नाही, मोठ्या दिमाखाने त्याच्यावरचा विजयध्वज फडकत ठेवला.

ज्यांना 'सेल्फ मेड' व्यक्ती म्हणता येईल अशी निशी. साहित्यिक आणि वैचारिक संस्कृती जपणारे विश्रांती नावाचे वार्षिक गेली २९ वर्षे निशी काढते आहे. अनेक पुरस्कार तिला मिळाले आहेत. कोणतीही साहित्यिक परंपरा मागे नाही, कोणाचे पाठबळ नाही, आर्थिक मदत नाही, मानसिक आधार नाही, अशा नाही नाहीचे रूपांतर तिने आहे-आहे मध्ये केले. ती म्हणते की 'आयुष्याचा प्रवासच इतका खडतर आहे की क्षुल्लक स्वप्ने पाहण्याचीही इथे परवानगी नाही.' अशा सगळ्या नकारघंटा पचवत निशीने स्वत:चे आयुष्य स्वत: उभे केले. कोणतेही कष्ट करण्याची तयारी, धडक मारण्यातले धाडस, मानसिक खंबीरपणा, स्त्री आहोत म्हणून कुठे कमी नाही हा विश्वास– याच्याच जोरावर निशी आज विश्वकोश मंडळाच्या सहसंपादक पदापर्यंत पोचली आहे.

आयुष्याच्या फरपटीवर विजय मिळविणाऱ्या वसुधा परांजपे यांची विजयगाथा जुन्या जमान्यातली असली तरी त्यातील जिद्द आणि लढण्याचे स्पिरीट आजच्या तरुणांनाही स्फूर्ती देणारे आहे.

रोलर कोस्टरसारख्या आयुष्याशी हसत खेळत सामना करत, उलट त्याच्यातूनच जीवनसूत्रे घडवणाऱ्या रविबाला काकतकर यांच्या आयुष्याची कथा काल्पनिक कांदबरीपेक्षाही अधिक अनन्यसाधारण आहे. 'संघर्षाला आव्हान म्हटले की ते हाताळण्याची मानसिकता बदलते. कोणतीही समस्या आपल्या क्षमतांपेक्षा मोठी नसते' अशी एकाहून एक सुंदर, अनुभवातून निर्माण झालेली विधाने त्या नुसत्या करत नाहीत, त्याच्यातून त्यांच्यातली उत्तम व्यावसायिक ट्रेनर बोलत असते. अल्लड वयापासून आयुष्याने ऐन आनंदाच्या क्षणी त्यांची परीक्षा घेतली, आयुष्यात स्थिरस्थावर होताना घेतली, पुन्हा पुन्हा घेतली, पण त्यातून उलट त्यांची स्थिर मानसिकता घडत गेली. कुठलाही आनंद वा दु:ख आतपर्यंत पोचू न देण्याचे बुद्धाचे तंत्र त्या शिकल्या. आपल्या उत्तम व्यक्तित्वाच्या आणि सौंदर्याच्या बळावर 'मिसेस पुणे'चा चमचमता मुकुट शिरावर वागवणाऱ्या या सबला स्त्रीचे अंतर्मनसुद्धा कठीण समस्यांशी सामना करताना सुंदर बनले आहे याचा प्रत्यय त्यांचा लेख वाचून येईल.

१.
संकटाने घेरले चौबाजूने

छाया पवार
शब्दांकन - अनघा ठोंबरे

माझे संपूर्ण जीवन एक रणांगण आहे. अनेक आघाड्यांवर झुंज देणं हेच आयुष्य आहे, संघर्षाविना आयुष्यातला एक दिवसही गेला नसेल, संकटांची परंपरा निरंतर आहे. माझ्या स्वत:च्या लढाया तर मी लढतेच आहे पण इतरांसाठीही लढते आहे. खचून जाण्यासारखे, आत्महत्या करण्यासारखे प्रसंग अनेकदा आले, पण तो माझा स्वभावच नाही. संकटे आपले काम करत असतात, मी माझे काम करत असते, प्रत्येक संकट जीवघेणे, काळजाला घरे पाडणारे होते; पण मी त्यांचा सामना केला.

संकट-संघर्षाचा आरंभ बालपणीच झाला. त्यावेळेला 'भूक' हे मोठे संकट, सतत लागणाऱ्या भुकेचा प्रश्न कसा सोडवायचा. सातव्या वर्षी मी चांगली 'मोठी घोडी' झाले. आता मी स्वत: काही मिळवायला हवे होते. आईवडील शेतमजूर. आईला पंधरा मुलं झाली, ती गर्भारपण, बाळंतपणातच असायची. आम्ही दहाजण जगलो. आठ बहिणी आणि दोन भाऊ. आई भाकऱ्या करायची, सगळे भक्ष्यावर कावळे टपून बसतात तसे बसायचो. कुणाला भाकरी मिळायची, कुणाला नाही, पीठ संपायचे, आई उठून जायची. कधी पीठ असायचे, आईला कामाला जायचे असायचे, भाकरी कुठे करता येत होती? पिठाचे मोठे गोळे करून चुलीवर भाजायचे आणि गिळायचे. तेल नाही, मीठ नाही. मग घरोघरी कामं शोधायची, केर टाकायचा, मुलाची शी टाकून यायची. अंगण झाडायचे, गवत खुरपायचे. पाच दहा पैसे मिळायचे. पण आनंद व्हायचा तो शिळी पोळी, भात मिळाला की. कधी झाडावरच्या चिंचा, कच्चे पेरू, चिंचेचा पाला, फुलं काहीही पोटात ढकलायचे. आईबरोबर शेतात कामाला जायचे. भावंडांना कडेवर घेऊन हिंडायचे. चिंध्या झालेला कळकट फ्रॉक, केसांना तेल नाही, पोटातली भूक चेहऱ्यावर अवतरायची. कपड्यांचा, अंगाचा साबण नाही.

लोकांनी गाळून टाकून दिलेली चहाची पत्ती उकळून बिनदूधसाखरेचा चहा प्यायचा, कधी गाडीजवळ उभं राहून द्राक्षं, चिकू, काकडी, टोमॅटो पळवायचे. त्यासाठी मार खायचा. कार्यालयाबाहेर उभं राहायचं. शाळा, शिक्षण हे शब्दच नव्हते, भूक हा एकच शब्द शब्दकोशात. खेळायला वेगवेगळ्या आकाराचे दगड. पायात चप्पल शक्यच नाही. एकदा काय वाटले कोण जाणे, पाच, दहा पैशांची इस्टेट साठवून ठेवली, पैसे कुठे मोजता येत होते? शिक्षणाचा गंध नाही ते सगळे देऊन एका पेरूवाल्याकडून पेरू घेतले. ते विकायला टोपलीपण नव्हती, घरातल्या दुरडीतच ठेवले, विकायला बसले, लोक विचारायचे, केवढ्याला, तोंडाला येईल ते सांगत होते. सगळे पेरू खपले. पैसे मोजताच येत नव्हते. ते गोळा करून पुन्हा त्याचे पेरू आणून विकले. आता चांगली श्रीमंत होत चालले. ती माझ्या व्यवसायाची सुरुवात. मग पेरू, बोरं, चिंचा विकायला लागले. पैशातून बनपाव, बटर, कधी वडापावही परवडायला लागला. कधी चणे, कुरमुरे, कधी 'च्या बिस्कीट'. हा आपला पोटाचा धंदा, पुन्हा घरोघरच्या कामाचा साइडबिझनेस होताच. एकटी नव्हते खात, सगळी भावंडं, वस्तीतल्या माझ्यासारख्या मुली, सगळ्या भुकेशी सामना करणाऱ्याही असायच्या. बालपण असेच दारिद्र्याशी लढत संपले. फार लवकर संपले. निसर्गाकडे कुठे गरीब-श्रीमंत भेद असतो, बाराव्या वर्षीच वयात आले आणि आईवडिलांनी लग्न लावून दिले. फ्रॉकमधेच होते. आईवडिलांना खायचे एक तोंड कमी करायचे होते.

'शाणी' झालेली मुलगी म्हणजे जीवाला घोर. वस्ती अशी बकाल, सुरक्षितता नाही. आठ मुली. पूर्वजन्मीचं पाप! लग्न वस्तीतलाच एक मुलगा कसला माणूस, माझ्यापेक्षा कितीतरी मोठा. नोकरी नाही. उद्योग नाही पण व्यसनात पूर्ण बुडालेला, लग्न लावल्यावर आईवडिलांनी हात झटकले. सासूसासऱ्यांनी घराबाहेर काढले. एका खोपटात संसार सुरू, एक सतरंजी नाही की चार भांडी नाहीत.

निसर्गाने दुसरेही पुढचे काम तत्परतेनं केलं, लगेच दिवस राहिले, पोटाला खाणार काय? आता तर मी लग्न झालेली बाई, धुणंभांड्याना सुरुवात केली, केरफरशी करायची. इकडे भाजी विकायला लागले. चार जुड्या आणायच्या विकायच्या. एकेक रुपया जीवापाड जपायचा. नवरा हिसकावून न्यायचा. घरातले पीठ, मीठ, तेल सगळं विकायचा. हौसेनं एकेक भांडं घेतलं. चमच्यापासून सगळं. सगळा मांडलेला मांड नवरा विकून टाकायचा. असा तीनदा संसार मांडला, तीनदा विकून टाकला. कधी बांगडी नाही, साडी नाही, प्रेमाचा शब्द

नाही. तयार जेवण गटारात फेकून द्यायचा, भुकेली मुलं पाहात राहायची. ती जीवघेणी, हरलेली लढाई रोज लढायची. छळ, मारहाण, कधी ढकलून द्यायचा. टाके पडायचे. एकदा फ्रॅक्चर झाले. मुलांना बेदम चोपायचा. धाकट्या मुलीचे पाय धरून गरगर फिरवून भिंतीवर आपटायचा, देवकीची मुले मारणाऱ्या कंसाची आठवण यायची. थोडे थोडे पैसे जमवून घरोघरी फळे, भाज्या विकायला लागले, त्यात बरा पैसा मिळायचा पण कष्ट अपार. डोक्यावर सत्तर किलोची पाटी घेऊन रोज दहा बारा किलोमीटर जायचे. चार-पाच मजले कितीदा चढायचे, उतरायचे. माझ्या मनाला स्वार्थी विचार कधीच शिवला नाही. माझ्या सात बहिणी, वस्तीतल्या सगळ्या गरीब बायकांना गोळा करून आम्ही सकाळी भाजी, फळे विकू लागलो. जोडीला धुण्याभांड्याची कामं. सहा मुलं झाली. दोन देवाघरी गेली. माझं बोलणं गोड. मंगला सामंतबाईंनी एका मुलाला आणि एका मुलीला ठेवून घेतलं. एक मुलगी भावाकडे कराटे शिकायला जाऊ लागली. राज्यस्तरावर प्रावीण्य मिळवले, मुलांना शालेय शिक्षण देणं मात्र अशक्यच होतं, मुली धुणीभांडी करू लागल्या. मी पोळ्या स्वयंपाकाची काम करायला लागले, एका डॉक्टरीण बाईंकडे काम मिळाले. औषधं फुकट मिळू लागली. नवऱ्याचं दारू पिणं होतंच, जोडीला संशय होता. मोडक्यातोडक्या झोपडीतलं जिणं, तो सतत संशय घ्यायचा, मारायचा, एकदा तर मोठ्याने हसले म्हणून त्याने मला मरेस्तवर मारले. रोजचा दिवस वेगळा, रस्त्याच्या कडेला भाजी, फळे विकू लागले. एका दूरच्या वस्तीत धंदा चांगला चालला, पण तिथे वस्ती वाढली, मनपाचे लोक सगळं उचलून नेऊ लागले. उद्या काय खायचे हा प्रश्न रोजचा. कधी भाजी खपणार नाही- मग वस्तीत फुकट वाटायची. एका बहिणीची अत्यंत गरिबी, एकीला नवऱ्यानं टाकून दिलं, पदरात तीन मुलं. तिलाही माझ्याबरोबर विक्रीला घेतलं, घरी जाणंच नको असं वाटायचं. सुखवस्तू स्त्रियांनी मला साड्या, बांगड्या दिल्या. भांडी, डबे दिले. कधी डाळ, तांदूळ दिले. मी सतत उद्योगाच्या शोधात. मग फॉल पिको करायला लागले. अतिशय भरभर नाजूक टाके घालायची. भाजी विकता विकता गोधड्या शिवायची, त्याच्यावर वेगवेगळी डिझाइन्स करायची, त्याच्यावर पानाफुलांचं भरतकामही करायची. नवरा, दारू, छळ, शिव्यागाळ यांच्याशी लढा चालूच होता.

नवीन शिकायची खूप आवड. मग वस्तीतल्या रिक्षावाल्याकडून रिक्षा चालवायला शिकले. सासूबाईंच्या नावावर हातगाडी विकत घेऊन लायसन्सही काढले. इतकंच नाही तर चारचाकी गाडीही शिकले, हे जमलं नाही तर ते

करायचं. शेवटी व्हायचं होतं ते झालं. लिव्हर बिघडून नवरा गेला, साठवलेली पैन पै त्याच्या आजारपणात खर्च झाली. आयुष्यभर मला निखाऱ्यावर ठेवले. दुःख, वेदना, कर्जाशिवाय काहीच दिले नाही. पण मी शेवटी खूप सेवा केली. शेवटचे दिवस त्याला खूप पश्चात्ताप झाला; पण मृत्यूने आपले काम केले होते. दुखण्यासाठी नातलगांकडून, कामावरून कर्ज काढले, माझ्याकडे पाहून सगळ्यांनी मदत केली. एक यातनांचे पर्व कायमचे संपले. नवरा गेला तेव्हा मुलं अगदी लहान होती. माझ्या नवऱ्याला खूप मुलं हवी होती. त्यात त्याला पुरुषार्थ वाटायचा. सहाव्या मुलानंतर मी चोरून जाऊन ऑपरेशन करून घेतले. स्वत: अंगठा उठवून दवाखान्यात एकटी, चहा नाही-पाणी नाही. आधीची बाळंतपणे तर घरातच झाली. तिसऱ्या दिवशी कामाला लागायची. ऑपरेशनचे नवऱ्याला कळल्यावर त्याने बेदम मारले.

नवरा गेला तेव्हा मला फक्त वैधव्य, दुःखाशी नाही लढावे लागले. पदरातली चार मुले आणि स्वत:च्या पोटाशीही. मी रडत बसलेली, मुलं चिकटून बसलेली. दीर भांडत आला. नवऱ्याच्या आजारपणातले पैसे मागू लागला. दिवसाचे लाडू, मटणाचे जेवण कधी देणार म्हणून भांडू लागला. आमच्या जगातला मृत्यूही खूप वेगळा असतो. भाजी खरेदी करणाऱ्या, काम देणाऱ्या मालकिणींना घरकामाला बाई हवी असायची, वस्तीतल्या गरीब, गरजू, अर्धपोटी बायकांना मी माझ्या ओळखीनं कामं देऊ लागले. अगदी निरपेक्ष वृत्तीने, आजही रोज सकाळी पाच दहा बायका काम मागायला येतात, मी आणि अनघा ठोंबरेताई सर्वांना कामे मिळवून देतो. धुणीभांडी, केरफरशी, वरकाम, स्वयंपाक, वृद्धसेवा, बालसेवा, रुग्णसेवा कितीतरी कामे! मुलींवर विक्री सोपवून शेतमजुरीचे कामही मी करू लागले. पेरणी, लावणी, खुरपणी, झाडणी— खूप कष्ट करायचे. मला संसाराची हौस. भांडीकुंडी, मिक्सर, टी. व्ही. सर्व जुनं विकत घेतलं. आजपर्यंत चारपाचशे स्त्रियांना कामं मिळवून दिली आहेत. निरपेक्षपणे एकही दिवस-क्षण- काय विसाव्याचा नाही. सासूने खूप छळलं. पण मी मनावर घेतलं नाही. नवऱ्यानंतरही तिची सेवा केली. शेवटी तिनं माझ्या मांडीवर प्राण सोडले. एका नणंदेच्या नवऱ्याला पी. एम. टी. ने उडवले. त्या नणंदेला लकवा झाला. तीही गेली, तिच्या दोन्हीही मुलांना लहानाचे मोठे केले. एका बहिणीची तीन मुलं माझ्याचकडे. अशा कितीतरी मुलांची आई झाले. दोन अनाथ मुलींना सांभाळून त्यांची लग्ने लावून दिली. आमच्या गावाकडचे लोक कधी शिकायला, उपचारांसाठी येतात, माझ्या घरचे दार सदैव उघडे असते.

वृद्धांची सेवा करायला मला खूप आवडते. ठोंबरेताई आणि मी जुने कपडे गोळा करतो. झोपडपट्टीत तर वाटतोच पण दूरवरच्या खेड्यापाड्यात पाठवतो. तिथली गरीबी, तिची कल्पना करणेही कठीण, लोक ते कपडे घालून आनंदाने नाचतात, गावात थंडी फार असते. आम्ही स्वेटर देतो, चपला देतो, साबण देतो, औषध देतो, धान्यही देतो.

आमच्या लढाया चालू आहेत. एकदा मोठा मुलगा खूप आजारी पडला. डॉक्टरांनीच आशा सोडली, पण तो वाचला, मी हजार साड्या फॉल पिको करून जमवलेले वीस हजार रुपये एका दिवसात गेले, बिल थोडे जास्त होते. पण डॉक्टरांनी माफ केले. एकदा धाकटा मुलगा तापला. हातात घेऊन दवाखान्यात गेले, तपासायची फी दीडशे रुपये होती ती दिली, औषधे सातशे रुपयांची. ती घ्यायला कुठे पैसे होते? मला रडू कोसळले, डॉक्टरांना सर्व समजले. त्यांनी तपासणी फी परत दिली. औषधंही स्वखर्चाने आणून दिली. खरंच देव माणूस, मीही त्यांना वर्षभर भाज्या, फळे घरी पोचवली. एक पैसाही घेतला नाही. मुलांची दुखणी सतत चालूच, मोठ्या मुलीला ब्रेन ट्यूमर झाला. सीटी स्कॅन, तपासण्याच परवडणे अशक्य. भयंकर डोकं दुखायचं. डिस्परीनची गोळीच परवडत होती. तिच्या गोळ्या खूप महाग. चाळीस रुपयांना एक. माशासारखी रात्रभर तडफडायची. पैसा कुठून आणणार? सगळ्या लढायांमध्ये या लढाया फार अवघड होत्या. विचार करायला वेळच नाही. रडायलाही वेळ नाही. माझ्या मुलांना शाळेचं शिक्षण मी नाही देऊ शकले पण कष्टाचे संस्कार केले, मोठा गॅरेजमध्ये मेकॅनिकचं काम करू लागला. मोठ्या मुलीने मेंदी, अनेक प्रकारच्या रांगोळ्यांच्या ऑर्डर्स घ्यायला सुरुवात केली. ब्यूटीपार्लर चालू केले. ती कविताही करे. धाकट्या मुलीनं वडापावची गाडी सुरू केली. एक टेबल टाकून मिसळ पाव, सर्व प्रकारची भजी, ब्रेड पकोडा, वडा पाव दोघी मिळून करू लागलो. ते सर्व बेकायदा होतं. मनपाने अनेक वेळा माल जप्त केला. आमचे पदार्थ सगळ्यांना खूप आवडायचे. चहाही असायचा. मनपाच्या धाडी पडत राहिल्या. तसेच काही वर्ष निभावले. पुढे परवडेना, तो दरवाजा बंद झाला. माझ्या बहिणी भाज्या, फळे विकू लागल्या. त्यांच्याशी कॉंपिटिशन नको. माझं त्यांच्यावर खूप प्रेम. मग घरीच डबे तयार करून पोचवू लागले. काही लोक घरी जेवायला येऊ लागले. सध्या तोच व्यवसाय आहे, धाकटा मुलगा इलेक्ट्रिशियन आहे.

या सर्व लढायांपेक्षा मोठी लढाई लढावी लागतीय आज माझ्या शरीराशी. माझ्या आजारांशी, विकारांशी, मधुमेह, उच्च रक्तदाब, ॲसिडिटी यांनी शरीर

पोखरले आहे. चकरा येतात, वेदना असतात, ताप येतो. चिकुनगुनियाने ॲडमिट होते. डासांमुळे आणि कुत्रे चावण्यामुळे उपचार घ्यावेच लागतात. जेवढ्यास तेवढी विश्रांती घेऊन कामाला लागते, बसवत नाही, शरीराला कष्टांचे वळण आहे. मधून शेतीची कामे करते. सीझनला आंबे विकते. रोज शे-दीडशे पोळ्या लाटते. त्यात एक भयानक संकट आले. रस्ता ओलांडताना वाहनाने धडक मारली. तीन दिवस बेशुद्ध होते. एका पायाचा चुरा झाला. रॉड घालावा लागला. सर्व दात पडले. रस्त्यावरचा डांबराचा खडा छातीत घुसला. तो काढता येणेही कठीण. तो वेदना देतोच आहे. गर्भाशयाचे ऑपरेशन करून काढून टाकावे लागले. गरीबांना निदान आजार नसावे व इथे तेही आहेत. अपमान, उपेक्षा, निराशा यांच्याशी लढाई आहे. अपघाताने चेहऱ्याला दीडशे टाके पडले आहेत, प्लॅस्टिक सर्जरी करावी लागली आहे. अपघाताचे संकट- तेही आलेच.

वडिलांनी कधी प्रेम दिले नाही तरी माझा जीव त्यांच्यासाठी तुटतो. त्यांना कपडे, खाण्यापिण्याचे पदार्थ, अंथरूण, पांघरूण पुरवत असते. एकदा नवऱ्याने रात्री घराबाहेर काढले. मला आणि चार मुलांना. मी जवळच असलेल्या माहेरी गेले. जाणार कुठे? मला पाहून वडील ओरडले - 'फार तर तू ये, तुझ्या या कारट्यांना अनाथाश्रमात पाठव.' मला रडू कोसळले. 'मी असताना माझी मुलं अनाथ कशी?' तशीच परत फिरले. तेव्हापासून माहेर संपले. वडिलांशी भाषण नाही, पण त्यांच्यावर प्रेम करते. येताजाता बघत असते, दुखलंखुपलं तर भावजयांकरवी मदत करते. ही माझी एकटीची लढाई. ना सासर ना माहेर. हो, पण माझ्याबरोबर आहेत माझी मुलं, माझी गिऱ्हाईके, मालकीण असलेल्या स्त्रिया. आईचीही सेवा केली.

प्रत्येक गोष्ट अवघड, मनस्तापाचे एक पर्व. पाचसहा वर्षे असेच चालले. मोठ्या मुलाचे लग्न केले, गोरी, सुंदर, नात्यातली सून, लग्नानंतर सतत बाहेर जाऊ लागली. कुणाबरोबर तरी लफडे, त्यात दिवस गेले. आम्हाला वाटले आमचेच बाळ. शेवटी त्याचा हात धरून पळून गेली. आमचा मुलगा पुरुष नाही सांगून गेली. दुसरी गावाकडची गरीब मुलगी आणली. माझ्या गरीब, अशिक्षित, कामगार मुलाला शोभेशी. तिचे लग्नापूर्वीच प्रकरण होते. तीही कायमची गायब झाली. मी घातलेले दागिने, भारी साड्यांसकट. आता तिसरी मात्र चांगली आहे, मी लवकरच आजी होणार आहे. झुंज तरी किती ठिकाणी, कुणाकुणाशी द्यायची? स्वत:ची समजूत कुठवर, कशी काढायची?

आज मी चार अनाथ मुलांना सांभाळते आहे. माझी झोपडी उन्हाळ्यात

तापते, पावसात गळते, थंडीत बर्फाळ होते. किल्लारी भूकंपाच्या वेळी तिची एक भिंत पडली. आम्ही मरता मरता वाचलो. आम्ही सर्वांनी मिळून भिंत बांधून काढली. दारिद्र्याचे सर्व दशावतार सहन करूनही पिवळे रेशनकार्ड नाही, साधे आहे तेही विकत घेतले आहे. कागदपत्रंच नाहीत, काय करणार? मागासवर्गीय असून जातीचा दाखला नाही. अडाणी माणसांना कोण विचारतो? खूप प्रयत्न करून नाहीच मिळाले. कागदपत्रांचा अभाव असल्याने वीज कनेक्शनही स्वत:चे नाही. जन्ममृत्यूचे दाखले नाहीत. जन्म तर सगळे घरातच, ससूनला जाऊन ते आणावे लागले. एका वकील मालकिणीने मोफत सल्ला, मदत देऊन बहिणीला पोटगी मिळवून द्यायचा प्रयत्न केला. तो पठ्ठ्या तुरुंगात गेला पण पोटगी दिली नाही. माझे अनेक प्रयत्न असे निष्फळच झाले. दगडांशी टक्कर द्यावी लागली.

दोन तीन महिन्यांपूर्वी माझ्या चहाच्या टपरीवर एक मुलगा आला काम मागायला, त्याच्या डोक्यावर एकही केस नाही. अंगावर मळाची पुटं चढलेली. बंबभर पाण्याने अंघोळ घातली. तो बारा वर्षांचा मुलगा चड्डीत शी, शू करायचा. मीच ते सगळं साफ करायची. अजूनही करते, त्याला शिकायला शाळेत घातले पण मन न लागल्याने शाळा त्यानं सोडून दिली. त्याचा बाप दारूड्या आहे, आई जळून मेली, त्याला कोण सांभाळणार? मीच त्याची आई झाले. हे पाचवे मूल. त्यानंतर एक दिवस त्याची बहीण रडत आली. तिचा फ्रॉक रक्ताने भरला होता. 'माझ्या बाबांनी मला दूर नेले. काहीतरी केले रडत सांगत' होती. आमच्या सर्व लक्षात आले. संताप आला. रडूही कोसळले. मी, माझ्या मुलांनी तिला रिक्षात घातलं. पोलीस स्टेशनवर नेलं. बलात्काराची केस नोंदवायला गेलो. दोन पोलीस स्टेशनवर तक्रार नोंदवायलाच तयार नाहीत, फक्त त्या बापाला बोलावून, दोन फटके मारून सोडून दिलं. शेवटी स्थानिक पुढाऱ्याकडे गेलो. त्याने वस्तीतल्या बायकांना गोळा करून मोर्चा काढायला सांगितला. तो घेऊन मीरा बोरवणकर यांचेकडे गेलो. ती मुलगी आमच्या कुणाचीच कुणीच लागत नव्हती. कायदा समजत नाही, आम्ही निरक्षर. पोलिसांनी शेवटी ती केस घेतली. ती मुलगी, तिचा भाऊ दोघांना ससूनमध्ये अ‍ॅडमिट केले. दोघांवरही त्या नीच बापाने अनेकदा अत्याचार केल्याचे समजले, आठ दिवस पोलीस पहाऱ्यात मी आणि दोन मुले ससूनमध्ये, माझी मुलं डबा आणून द्यायची. मुलांना भूल देऊन तपासणी केली, बापाला गजाआड केले. आज ती दोन्ही मुले माझ्याकडेच आहेत. पोलीस त्यांना रिमांड होममध्ये ठेवायला निघाले होते पण त्यांची मन:स्थिती ठीक नव्हती. मुलीला मी शाळेत घातले. माझ्या मुली तिचा अभ्यास

घेतात. या दोन लेकरांबरोबरच आणखी एक एडस्ने नवरा गेलेली एक बाई आणि तिच्या दोन मुलांना सांभाळते आहे. त्यांच्यासाठी कपडे मागून आणते. त्यातल्या एकाचे धर्मार्थ दवाखान्यात ऑपरेशन केले. ती बाई मतिमंद आहे. मुलं मात्र चांगली आहेत. त्या चार मुलांना मी आईवडिलांची आठवणही होऊ देत नाही. एकदा गावाला गेले होते. स्टेशनवर एक बाळ कुशीत घेतलेली बाई सासरच्या जाचाला कंटाळून आत्महत्या करायला आली होती. तिला घरी घेऊन आले. आठ दिवस ठेवून मग समजूत घालून पाठवणी केली. कुणी आजारी, कुणी बाळंतीण, कुणाला अपघात, कुणावर अन्याय- मी धावत जाते. त्यांचे संकट आपले मानते. त्यांच्यासाठी निकराची झुंज देते. इकडे माझ्या स्वत:च्या रोजच्या लढाया चालूच आहेत. हे सगळं निरपेक्ष आहे. ही माणुसकी आहे. मला फक्त आशीर्वाद हवे आहेत.

आमच्या गरीब वस्तीत पोरकेपणा खूप आहे. एडस्ने आईबाप गमावलेली मुलं आहेत. टाकून दिलेल्या बायका आहेत. अनेकांचे नवरे व्यसनी, आजारी, अपंग, संशयी, निष्क्रिय, बेकार, गुन्हेगार, मनोरुग्ण, परागंदा आहेत. आयांची लढाई चालू आहे. मुलाबापापासून भय आहे. नवरे, बायकांना वाईट मार्गाने पैसे मिळवायला सांगतात. आमच्या लढाया चालूच राहाणार.

२.

चांदबिबी

पारूबाई

शब्दांकन - संजीवनी बोकील

माझ्या ओळखीच्या अनेक बायका मला चांदबिबी म्हणतात. रातोरात खिंडार बुजवून खिंडारासमोर पहारा देणारी - चांदबिबी.

परिस्थितीने माझ्या आयुष्याला वेळोवेळी दुर्दैवाची खिंडारं पाडली; पण प्रत्येक वेळी कठोर जिगीषेची चिलखते घालून मी हिंमतीनं उभी राहिले. परिश्रम आणि धैर्याच्या दगड-चुन्यानं नित्य नवी खिंडारं बुजवत राहिले. असामान्य चिकाटी, जिद्द यांच्या सैन्याच्या जोरावर लढत राहिले आणि म्हणून आज आपल्या किल्ल्यात अभिमानानं हिंडताना माझ्या सगळ्या जखमा बुजून गेल्या आहेत.

मी कामवाली पारूबाई. धुणंभांड्याची कामं करणारी. मनाचा प्रामाणिकपणा दाखवणारा स्वच्छ हसतमुख चेहरा. बऱ्यापैकी उंची, नीटनेटकं नऊवारी लुगडं, कपाळावर ठसठशीत कुंकू आणि हातात कायम खळखळणाऱ्या काचेच्या बांगड्या. माझं माहेर मावळ तालुक्यातलं मळवंडी. भातशेतीचा उद्योग. लग्न होऊन मी मुळशी तालुक्यातल्या काशिक गावात आले. तीन वर्षं तिथं काढली. तिथंही भातशेतीचा पिढीजात उद्योग; पण नवऱ्यानं पुण्याची वाट धरली नि तो सिलेंडरच्या दुकानात कामाला लागला. तशी त्याच्या पाठोपाठ शहरात मीही एका रिफाडाच्या, वर चटई टाकलेल्या अशा घरात आले. पौड रस्त्यावरच्या केळेवाडीत माझा संसार वाढू लागला. नवऱ्याने ते काम सोडून हातगाडी ओढायला सुरुवात केली नि मी जवळच्या उच्चभ्रू लोकांच्या घरांमधून धुण्याभांड्याची कामं करायला सुरुवात केली. त्या वेळी घरटी फक्त दहा-पंधरा रुपये मिळायचे. दहा-पंधरा कामे मी उरकू लागले. दीडशे-दोनशे रुपयांची भर नवऱ्याच्या मिळकतीत पडू लागली. नवनाथ-चित्रा-कविता नि कालिदास असा प्रपंच विस्तारला. त्याला पुरं पडण्यासाठी ढोरमेहनत करू लागले. मात्र अशातच नवऱ्याचा दारूचा नाद वाढत गेला. कविताच्या जन्मानंतर त्यानं बैलगाडी घेतली होती. एका कडाप्पा

बनवणाऱ्या कारखान्यात तो कामाला लागला. रोजगार आणि शिवाय बक्षिसी मिळून शंभरएक रुपये मिळत; पण दिवस मावळला नि खिसा भरला की मग मोर्चा वळे तो दारूच्या गुत्त्याकडे. पार बेहोश झाला की, लोक त्याला उचलून गाडीत टाकीत, कित्येकदा बैल न सांगता घरापर्यंत घेऊन येई. कधीकधी तो रिकामी गाडीसुद्धा ओढीत आणी. खिशात पैसे होते किती नि आहेत किती? याचं भान कुठे राहाणार? मग स्वारी दिवेलागणीला धुंद होऊन घरी पोहोचायची.

सकाळपासून काबाडकष्ट करून मी घरी आलेली असायची. चुलीवर काहीबाही रटरटत असायचं. मुलं कोपऱ्यात आपला अभ्यास करत बसलेली असायची आणि मग अनेक कमनशिबी घरात घडणारं नाटक, इथेही सुरू व्हायचं. शिवीगाळ, आरडाओरडा, मारहाण! हे सारं कसंतरी मी सहन करायची. पण जेव्हा नवरा मुलांच्या हातातली वह्या-पुस्तकं ओढून फेकू लागायचा, तेव्हा माझी तडफड अनावर व्हायची; कारण पोरांनी खूप शिकावं एवढाच ध्यास माझ्या जिवानं घेतला होता. ही परिस्थिती बदलायची असेल तर पोरांना आपल्याच्यानं होईल तेवढं शिकवायला पाहिजे, ही खूणगाठ मी पदराला घट्ट मारून ठेवली.

थोरल्या नवनाथाला लवकरच जेवायला घालून मी त्याला मोरे विद्यालयात पाठवू लागले. तिथे बाहेरच्या बाजूला जिथे-जिथे ट्यूबलाइट लावलेल्या असायच्या, त्या उजेडात बसून नवनाथ एक-दीड वाजेपर्यंत अभ्यास करू लागला. त्याची धाकटी बहीण चित्रा मात्र रात्री-बेरात्री अशी बाहेर कशी जाणार? बिचारी रडायची; पण त्या त्रासातच अभ्यास करायची. तरी एकदाही नापास कधी झाली नाही. तिच्या शाळेची सुट्टी झाली की, मी तिला शिवणाच्या क्लासमध्ये गुंतवायची, जेणेकरून तिनं वेड्यावाकड्या संगतीला लागू नये.

मी काम करायची त्या गोरे काकूंकडे नवनाथला शिकवणी लावली. त्यालासुद्धा जराही रिकामा सोडत नसे; कारण आजूबाजूच्या वातावरणात त्याला बिघडायला वेळ लागला नसता. मी डोळ्यात तेल घालून लक्ष ठेवलं. मी कामं करायची त्या-त्या ठिकाणी आपल्या वागण्या-बोलण्यानं स्वत:बद्दल एक चांगलं मत तयार केलं होतं. त्या सर्वांनी माझा मुलांच्या शिक्षणाचा ध्यास लक्षात घेतला आणि सहकार्याचे हात पुढे केले. गोरे काकूंनी नवनाथाकडे जास्त लक्ष देऊन शिकवलं. शोभाताईंनी त्याच्याकडून दहावीच्या प्रश्नपत्रिका सोडवून घेतल्या, तपासून दिल्या. नवनाथाचे दहावीचे मार्कसुद्धा ७०० पैकी ५०५ इतके चांगले होते. त्याच्या भवितव्याविषयीचा ध्यास मला पुन्हा एकदा कळून आला.

नवनाथला कॉलेजात घातलं. जोशीकाकांनी त्याला अभ्यासासाठी त्यांच्या एका खोलीत येऊन बसायला सांगितलं. तिथं हा अशा वेळी जायचा की जेव्हा लाईट लावायला लागायचा नाही. कितीही गरम होत असलं तरी त्यानं कधी पंख्याच्या बटणाला हात लावला नाही.

आता मी वाघासारखी कामाला लागले. सकाळी सातला घराबाहेर पडे. ती चौदा घरची कामं करून संध्याकाळी पाच-साडेपाचला घरी जाई. अशातच दोन दिरांना पाच वर्ष सांभाळलं. चित्राला हाताशी घेऊन महिना हजार-बाराशे मिळू लागले. नवनाथ दहावी पास झाल्याबरोबर वंदनाताई भट यांनी त्याला पौड फाट्यावरच्या धांडे लॅबमध्ये कामाला लावलं. बाटल्या धुणं, रिपोर्ट पोहोचवणं, अशी कामं करीत नवनाथ बारावी झाला. तेव्हा त्या लॅबमध्ये क्रिश्ना नावाचा तंत्रज्ञ होता. नवनाथाला त्यानं जवळून पाहिल्यामुळे त्याच्या मनात नवनाथाविषयी आपुलकी निर्माण झाली होती. नवनाथला तो म्हणाला, "हे काम किती दिवस करणार? तू पण माझ्यासारखा डिप्लोमा कर. हुशार आहेस, कष्टाळू आहेस." पण नुसत्या कष्टाने काय होणार? पैशाची व्यवस्था? "ते मी बघते" मी म्हटलं. जोशी, फडके, गोरे अशा कामांवरून पैसे कर्जाऊ घेतले. नवनाथच्या पगाराला हातही न लावता ५,००० रु. जमवले.

क्रिश्ना आणि नवनाथ दोघांनाही एकदम रजा मिळणार नाही, असं वाटल्यामुळे दोघांनीही डॉ. धांडे यांना परगावी जातो, असं सांगितलं. कुठे जातो हे सांगितलंच नव्हतं. मुलांनी काहीतरी थाप मारली हे मला कळलं. मी लॅबमध्ये गेले. मी सरांना सर्व काही खरंखरं सांगितलं. इतकी वर्षे डॉ. धांडे यांनी नवनाथला दिलेली मायेची साथ मी विसरले नव्हते.

क्रिश्ना नवनाथाबरोबर स्वत: गेला. त्याची सगळी व्यवस्था लावून परत आला. तामिळनाडूतल्या तिरुपुत्तुर या शहरात एक वर्ष राहून नवनाथने 'डिप्लोमा इन मेडिकल लॅबोरेटरी टेक्नॉलॉजी' हा कोर्स वसतिगृहामध्ये राहून केला आणि द्वितीय श्रेणीत तो उत्तीर्णही झाला. ३०० रुपये पगारावर काम करणारा नवनाथ नावाचा पोऱ्या आता तंत्रज्ञ म्हणून ४,००० रुपये पगार मिळवू लागला. मोठ्या हुद्द्याच्या जागेवर नोकरी करू लागला.

शिकण्यासाठी नवनाथ परगावी असतानाच आमच्या राहत्या जागेत कटकटी निर्माण होऊ लागल्या. भांडणं-शिव्यागाळी यात काबाडकष्ट करून थकलेल्या माझं रक्त आटू लागलं. नवरा रागावून आकुर्डीला वॉचमन म्हणून राहायला गेला होता. स्वत:च्या हिमतीवर मग घराला गिऱ्हाईक बघितलं. १०,०००

रुपये विसार दिला. जुनं घर विकल्यावर अन् पूर्ण पैसे दिल्यावरच मी नव्या घरात राहायला गेले. या घरासाठी धांडे सरांनीसुद्धा ५,००० रुपये पटकन काढून दिले. मी आता हक्काच्या पक्क्या घरात राहते. चित्रालाही नववीपर्यंत शिकवलं. नवऱ्याचा पाठिंबा असता तर अजूनही शिकवलं असतं, पण या शिक्षणाबरोबर एक महत्त्वाचं काम केलं, ते म्हणजे चित्राला शिवणकामाचं शिक्षण दिलं. चित्राचं चांगला निर्व्यसनी मुलगा बघून थाटामाटात लग्न लावून दिलं. जावई कर्तबगार आहे. चित्रा स्वत: शिवणकाम करून संसाराला हातभार लावते. लग्नाच्या आधी एकदा चित्राला केळेवाडीतल्या काही गुंडांनी त्रास द्यायला सुरुवात केली होती. तेव्हा मी स्वत: पोलीसचौकीत जाऊन तक्रार नोंदवली होती. सुशिक्षित स्त्रीजवळ नसलेली वाघनखं मी जगताना अनेकदा खंबीरपणे वापरली.

माझी कथा इथवरच थांबत नाही. नवऱ्याची थोडीही मदत नसताना मी झगडून सासरच्या शेतीतला आपला वाटा मिळवला. मुळशी तालुक्यातल्या काशिक गावी आपला संसार, कामं सांभाळून मी येऊन-जाऊन शेती करू लागले. दीर-जावेने मला पळवून लावण्याचे खूप प्रयत्न केले. पण मी बधले नाही. आतेबहिणीचे बैल-औत घेऊन आपल्या वाट्याची शेती कसली. पहिल्या वर्षी सोळा पोती भात, दोन पोती गहू, चाळीस पोती बटाटा काढला. एवढ्यावरच मी थांबले नाही. कविताच्या नावावर थोडे थोडे पैसे टाकून आठ हजार रुपये जमवले होते. ते पैसे कर्जाऊ देऊन त्यातून एक शेत गहाण ठेवून घेतलं आणि स्वत: सगळे व्यवहार केले; आठ हजार रुपये लावून तीस हजार रुपये कमवून दाखवले.

हळूहळू गावातले लोक माझे कष्ट नावाजू लागले. तसे नवऱ्याचेही डोळे उघडले. त्याला गावी नेलं. त्याला आता शेतीची गोडी लागली आहे. मग हळूहळू पिणंही कमी होत आलं. तरी एखादं पोतं चूपचाप विकतो आणि जरा डांगडिंग करतो. पण तेवढं चालणारच. पैशाचे व्यवहार मी स्वत: बघते. गावी जाताना नवऱ्याच्या विडीकाडीपासून सगळं इथून घेऊन जाते. त्याच्या हातात मात्र पेसे देत नाही.

कालिदासाला भावानं रिक्षा घेऊन दिली आहे. धाकटी कविता रिकामी राहू नये म्हणून एका दिवसभराच्या कामावर तिला अडकवून टाकलं आहे. नवनाथचं आणि कविताचं दोघांचही शुभमंगल आता एकदमच होईल. चित्रा आपल्या संसारात सुखी आहे. मी आता कामं सोडली आहेत. अंगणात समाधानानं खुर्चीत बसते.

❖❖

३.

संघर्षातून साकारले जीवन - मोलकरीण ते प्राध्यापिका

- प्रा. अरुणा मोरे

अंतोनिओ ग्रामची ह्या इटालियन इतिहासकाराने आमच्या इतिहासात एक नवी संकल्पना आणली. पूर्वी शूर, पराक्रमी वीर, राजे-राजवाडे यांच्या कथा यांचाच इतिहास असे. परंतु वंचितांचा इतिहास ही नवी संज्ञा त्याने मांडली. हा दृष्टिकोन समोर ठेवून आयुष्याच्या पन्नास वर्षाचे सिंहावलकोन केले असता गतकाळापासून प्राध्यापकी पेशात येईपर्यंतचा स्व-जीवनाचा इतिहास पाहिला असता दुर्लक्षित, उपेक्षित, गरिबीने सोसाव्या लागणाऱ्या अपमान व अवहेलनेची माझी कथा म्हणजे संघर्षातून साकारलेल्या, मोलकरणीपासून प्राध्यापिकेपर्यंतच्या जीवनाची वाटचाल आहे. या वाटेत अनेक खाचखळगे लागले. रक्तबंबाळ होइपर्यंतच्या ठेचा लागल्यात, पण उठून, सारे बळ पंखात एकवटून उडण्याचे मात्र थांबवले नाही. काही वेळा पंख छाटण्याचाही प्रयत्न झाला. पण स्वप्न! प्राध्यापक होण्याचे स्वप्न पाहणे कधी थांबवले नाही. उलट करता ते साकारण्यासाठीच प्रयत्न केले.

माणसाला जे हवं असतं ते आयतं मिळालं तर त्याची किंमत नसते. परंतु संघर्ष-परिश्रम करून कष्टाने ते मिळवले तर त्याचे मोल अनमोल असते. शिक्षक किंवा प्राध्यापक होण्याची माझी आंतरिक उर्मी होती. त्यासाठी जीवनात अत्यंत कष्टमय, खडतर परिस्थितीला तोंड द्यावं लागले. खरंतर आजही माझ्या अवतीभवतीच्या समाजात माझ्यापेक्षाही खडतर जीवन जगत वाटचाल करणारी असंख्य माणसे आहेत याची मला कल्पना आहे. पण आज छोट्या छोट्या गोष्टींवरून पटकन निराश होणाऱ्या, शिक्षण क्षेत्रात करियर करू इच्छिणाऱ्या तरुण पिढीसाठी प्रेरणा ठरावी म्हणून हा लेखन प्रपंच. मी काही मोठी विचारवंत, साहित्यिक नाही. एक सामान्य कुटुंबातली सामान्य स्त्री आहे. परंतु सामान्यातील एका जिद्दीची ही कथा आहे.

मी माहेरची अरूणा घारे. माहेर पुण्यातले- सदाशिव पेठेतील देशपांडे वाड्यातले. माझ्या लहानपणी माझ्या कुटुंबात तीन भाऊ, दोन बहिणी, आई-वडील व मी अशी एकूण आठ माणसे होतो. घरी अठरा विश्वं दारिद्र्य! सणासुदीलासुद्धा कधी नवा कपडा मिळायचा नाही. कायम जुन्या बाजारातून आणलेले कपडेच वापरावे लागत. प्रत्येकाला नवीन कपडे घेण्याइतकी आई-वडिलांची परिस्थिती नव्हतीच. वडील प्रेसमध्ये कामाला. १९६० साली अवघा ६० रु. पगार होता. ओव्हरटाईम केला तर २० ते ३० रु. वाढत असत. वडिलांच्या जिवावर खाणारी तोंडे जास्त व कमाई कमी. त्यामुळे कायमच आर्थिक अडचण असायची. तशातच मी पाचवी, सहावीत असतानाच माझ्या दोन्ही बहिणींची लग्ने झाली. वडिलांनी प्रेसमधून कर्ज काढून लग्ने केली. घरच्या बिकट, आर्थिक परिस्थितीमुळे माझी आई मुक्ताबाई जवळपासच्या अनेक बंगल्यात जाऊन धुण्याभांड्याची कामे करी. ती म्हणे 'आम्ही शिकलेले नसल्याने हे काम करतो. पण तुम्ही तरी शिका, मोठे व्हा.' असा सतत आई उपदेश करायची. आईबरोबर मी, माझा धाकटा भाऊ व मधला भाऊही आईच्या धुण्याभांड्याच्या कामात मदत करीत असायचो. बंगल्यातले जिने झाडणे, झाडांना पाणी घालणे, आईला भांडी विसळू लागणे, कपडे पिळणे, ही कामे आईबरोबर आम्ही भावंडे करीत असू.

मी मुलगी असल्याने मला स्वतंत्र कामे आईने लावून दिली होती. चौथीत असतानाच सकाळी ८ वाजता असेल तर चहा पिऊन, नाहीतर तसेच एस. पी. कॉलेजजवळील पटवर्धन, खजिना विहिरीजवळील भाटवडेकर यांची भांडी घासून सकाळी ९ ते १० पर्यंत भिकारदास मारुती जवळील मेहेंदळे यांचे घरकाम करून तेथून भरभर चालत किंवा काही वेळा पळतच १०.३० पर्यंत घरी यायचे. कामावरून आई आली असली तर तिने आणलेले कामवाल्यांनी दिलेले खायचे किंवा रात्रीचे शिळेपाके खाऊन, कधी नुसतीच आमटी पिऊन, तर एक एक वेळेला उपाशीही मी शाळेत जात असे. उपाशी राहायची वेळ आली तर अलकाताई किंवा नवी पेठेत राहणारी मोठी अक्का - मावशी (ताराबाई ढमाले) हे माझं व आम्हा भावंडाचे एकच आश्रयस्थान असे. पण रोज रोज मात्र मावशीकडे जायला नको वाटे. कारण तिलाही काकांचा धाक होताच. काका म्हणायचे फाटलेल्या आभाळाला कितीही शिवलं आणि गरीबाला कितीही दिलं तरी कमीच असतं. तरीही मावशी चोरून मदत करायची. संक्रात व नागपंचमीला मला नवीन स्कर्ट, ब्लाऊजचे, फ्रॉकचे कापड आणायला ती अजिबात विसरायची

नाही. माझ्या लग्न झालेल्या बहिणींचे माहेरपणही ती करीत असे.

पहिली ते सातवी नारायण पेठेतील अनाथ हिंदू महिलाश्रम शाळेत मी जात होते. आमच्या देशपांडे वाड्यातील बरीच मुले तिथे जायची. आमच्यासारख्या गरीबांना परवडणारी अशी एवढी एकच खाजगी शाळा त्या काळात होती. तिथे नाममात्र फी होती. पण ती द्यायलाही आईवडिलांना जमत नसे. त्यामुळे फीच्या मोबदल्यात मधल्या सुट्टीत बाईंच्या चहाच्या कपबश्या, चहाची भांडी मी विसळून ठेवीत असे. माझ्याबरोबरींच्या मुली खेळत असताना आपण मात्र काम करायचे याचे मनातून फार वाईट वाटून मी कष्टी व उदास होत असे. अशावेळी आईचे शब्द आठवायचे - 'तुझ्या बहिणी शिकल्या नाहीत म्हणून आम्ही त्यांची लग्ने करून दिली. तू खूप शीक. मोठी हो. मास्तरीण बन.' ह्या शब्दांनी पुन्हा मनाला उभारी यायची.

शाळेत जाताना अंगावर धुणी-भांडी करून ओला झालेला फ्रॉक अथवा स्कर्टब्लाऊज असायचा. गणवेश नसल्याने मुख्याध्यापिका ओरडायच्या, पण त्या परिस्थिती जाणून होत्या व माझा शाळेत सतत पहिला नंबर असल्याने व शिक्षणाची माझी तळमळ पाहून त्या शांत व्हायच्या. याच शाळेतील शिंगणापूरकर, देशपांडे व दाते ह्या तीन शिक्षकांना माझे खूप कौतुक असे. विशेषत: शिंगणापूरकर या बाईंना माझ्याविषयी खूप प्रेम होते. माझ्या कष्ट करून शाळेत येण्याबद्दल त्या नेहमी वर्गासमोर कौतुकाने बोलत. एकदा शाळेतल्या वर्गामधील एका मुलीचा फाऊंटन पेन हरविला. आम्ही दोघी शेजारी बसत असल्याने व मी गरीब असल्याने मीच तो घेतला असावा असा तिने माझ्यावर आरोप ठेवला. आईने शाळेत येऊन माझी मुलगी असं करणार नाही याची ग्वाही दिली. पण त्या मुलीच्या पालकांचे समाधान होईना, शेवटी कामावरून पैसे आणून तो मी भरून दिला व नंतर दोन-तीन दिवसांनी तो पेन तिच्याच दप्तरात सापडला. पण घटनेचे वळ मात्र कायमचे माझ्या मनावर उमटले. गरीबी ही सर्वांची मेव्हणी असते हेच हा प्रसंग सांगून गेला.

आठवीनंतर मंडईतील आदर्श विद्यालयात मी शिक्षण घेतले. आठवी ते अकरावी ह्या काळातही १२ वाजता शाळेत जाण्यापूर्वी तीन घरची धुणी, भांडी करून जावे लागे. डबा तर कधीच नसायचाच. मधल्या सुट्टीत मुली डबा खायला लागल्या की मी घरचा अभ्यास पूर्ण करीत बसत असे. पोटात प्रचंड भूक असे. पण परिस्थितीने रोज डबा नेणं शक्य नसे. डबा कधी नेलाच तर शिळी चपाती व तेल कालवून मसाला किंवा नुसती साखर कधीतरी मिळायची.

त्या डब्याची मैत्रिणींमध्ये वाटावाटी करायलाही लाज वाटे. त्यापेक्षा डबा न नेलेला बरे असे वाटायचे. संध्याकाळी ६ वाजता घरी आल्यावर प्रचंड भूक लागलेली असायची, पण कधी कधी दुपारचे काहीही शिल्लक नसे. अशावेळी डोळ्यातून घळघळ अश्रू वाहत. नको ती गरिबी असे वाटायचे. देवाने आपल्याला श्रीमंत घरात जन्माला का घातले नाही? असाही विचार यायचा. अकरावीला फर्स्टक्लास मिळाला तर पेढे घ्यायलाही पैसे नव्हते. पुढे कॉलेजला जावे असे मनातून वाटायला लागले. पण वडील म्हणाले, "पुरे आता शिक्षण. कॉलेजला-बिलेजला काही जायचं नाही. कॉलेजला गेल्यावर पोरी बिघडतात." आपले शिक्षिकेचे स्वप्न अपुरेच राहणार असं वाटायला लागलं. दोन दिवस नीट जेवले नाही. रडून रडून डोळे लाल झालेले. आईने मग वडिलांची कशीबशी समजूत घातली. कॉलेजला मी फक्त अभ्यासच करीन, चांगली वागेन, कॉलेजचा खर्च शिकवण्या घेऊन पूर्ण करीन असं सगळं सांगितल्यावर वडील कसेबसे कॉलेजला पाठवायला तयार झाले. लहानपणी पटवर्धनांची भांडी घासायला जाताना रोज एस. पी. कॉलेजवरून जावे लागायचे. त्यावेळी असं वाटायचं, मोठेपणी आपल्याला ह्या कॉलेजात जायला मिळेल का? आणि एस. पी. कॉलेजला ॲडमिशन घेतल्यावर ही इच्छा पूर्ण झाली. कॉलेजहून ११वाजता आल्यावर नव्या पेठेतील बंगल्यातील दोन कामे करावी लागत. कॉलेजच्या मुली बघतील, आपल्याला हसतील, आपली चेष्टा करतील याची भीती वाटायची. त्यामुळे कुणाला काहीही मी सांगत नसे. कॉलेजमध्ये गेल्यावरही आई जुनी पातळे कामावरून आणत असे. त्यांच्यावर काळा किंवा पांढरा ब्लाऊज घालून किंवा जमलेच तर ब्लाऊज मी शिवून घेई व कॉलेजला जाई. वडिलांना सलवार कुर्ता आवडत नसे. त्यामुळे साडीच नेसावी लागे. इतिहास स्पेशल हा विषय घेऊन मी एस. पी. महाविद्यालयातून १९७९ ला बी. ए. झाले. कॉलेजातील माझ्या इतिहासाच्या प्राध्यापिका कविता नरवणे यांना माझ्या घरची सर्व परिस्थिती माहीत होती. त्यांनी मला नेहमी चांगला अभ्यास करण्यास योग्य ते प्रोत्साहन दिले. याच कॉलेजमध्ये नीलिमा कुलकर्णी, संजीवनी देशपांडे व वसुधा घारे यांच्यासारख्या जिवाला जीव देणाऱ्या जिवाभावाच्या मैत्रिणी मला भेटल्या. नीलिमा व संजू तर अनेकदा आर्थिक मदतही करीत. कॉलेजच्या काळात एस. वाय. ला असताना मी १९७८ ला राज्य सरकारी कर्मचाऱ्यांच्या संपात बदली कर्मचारी म्हणून एक महिनाभर काम केले व प्रथमच ६०० रु. एवढी भरघोस रक्कम माझ्या हातात आली. त्या कमाईचा मला केवढा आनंद झाला म्हणून सांगू? खूप दिवसांची घड्याळ

घेण्याची इच्छा मी त्यामुळे पूर्ण करू शकले. भीतभीतच २०० रु.चे घड्याळ घेऊन उरलेले पैसे मी घरात देऊन टाकले.

बी. ए. झाल्यावर पुन्हा घरात वडिलांनी लग्नाच्या गोष्टी सुरू केल्या. मी म्हटले, लग्न ठरेपर्यंत शिकते. यावेळी मोठा भाऊ रमेश व मैत्रिणी संजीवनी व वसुधा यांच्यामुळेच मी पुणे विद्यापीठात इतिहास विभागात ॲडमिशन घेतली. इथेच माझ्या जीवनास खरी दिशा मिळाली व त्याचे श्रेय माझे मार्गदर्शक इतिहास विभागातील प्रपाठक कै. डॉ. अ. म. देशपांडे यांनाच द्यायला पाहिजे. सरांचे लेक्चर म्हणजे खऱ्या अर्थाने जीवन शिक्षण मंदिराचे शिक्षण होते. सरांमुळेच जयकर लायब्ररीत 'कमवा- शिका' योजनेत मी काम करू लागले. घरी आल्यावर ट्यूशन, फॉर्मच्या घड्या घालणे, गठ्ठे बांधणे, ते डोक्यावरून प्रेसला पोचविणे ही कामेही करावी लागत. शिकायचं असेल तर हे करावेच लागेल, आपल्या खाण्यापुरते तरी कमवा असा सतत आईचा सल्ला असे. वडील तर नापास झाले की शिकायचे नाही हे ब्रीदवाक्य सतत ठसवीत. त्यामुळे शिक्षिका व्हायचं असेल तर नापास होऊन चालणार नाही. पडेल ते कष्ट व कोणत्याही परिस्थितीत उपाशीपोटी का होईना, पण उच्च शिक्षण घ्यायचे ही मनीषा मी बाळगून होते.

एम. ए. करीत असताना कधी कधी बसच्या पासालाही पैसे नसायचे कारण या वेळेपर्यंत मोठा भाऊ लग्न करून स्वतंत्र राहू लागला होता. तो आमची जबाबदारी स्वीकारत नव्हता. मधल्या भावाचेही लग्न झालेले. मधल्या भावाची नोकरी फिरतीची व तुटपुंज्या पगाराची. त्यातच वडील सेवानिवृत्त झाले. निवृत्तीनंतर त्यांना अर्धांगवायूचा झटका आला. त्यांना मिळालेला पैसा त्यांच्या दुखण्यावर (औषधोपचारावर) खर्च झाला होता. आईच्या हातात काहीच शिल्लक नव्हते. आर्थिक चणचण तर वयाच्या २४ व्या वर्षापर्यंत पाचवीलाच पुजलेली होती. मधल्या भावाच्या पगारावर त्याची बायको, आई-वडील, मी आणि धाकटा भाऊ, कसेबसे भागवत होतो. धाकट्याचेही शिक्षण चालू होते. मधल्या भावावर आपले ओझे पडू नये म्हणून मी व आई जास्तीत जास्त काम करीत होतो. त्याच्या कष्टाळू पत्नीचीही त्याला साथ होती.

याचवेळी एम. ए. ला असताना वडिलांनी नको म्हटले तरी लग्न ठरवले. पण पुढे नीट चौकशी केल्यावर मुलगा कमी शिकलेला व नोकरीला नसल्याचे कळल्याने हे लग्न मोडले. परंतु ठरलेले लग्न मोडले म्हटल्यावर नातेवाईक व आजूबाजूचे लोक चर्चा करू लागले. काहीही दोष नसताना लोकांची ही टीका-

टिप्पणीची मानसिकता पाहून खूप निराशा यायला लागली. जीव द्यावासा वाटायचा. पण आत्महत्या हा भेकडपणाचा मार्ग आहे. जीवनाशी संघर्ष केलाच पाहिजे, हेही दिवस जातील अशी माझी समजूत माझी एस. पी. कॉलेजपासून बरोबर असलेली मैत्रीण नीलिमा कुलकर्णी काढायची. ह्या काळात देशपांडेसर व नीलिमाने खूप मोठा मानसिक आधार दिला.

एम. ए. झाल्यावर सरांनी मला लेक्चररशिपसाठी प्रयत्न करण्यास सांगितले. तू वर्गात सहज शिकवू शकशील, असा आत्मविश्वास सरांनीच निर्माण केला आणि मग सुरुवात झाली, नोकरीसाठी वणवण भटकण्याची. यापूर्वीही टायपिस्ट क्लार्कच्या नोकरीसाठी मी शेकडो अर्ज केलेले होते पण वशिला नसल्याने आणि मलाही अशा कारकुनाच्या नोकरीत फारसा रस नसल्याने; तसेच शिक्षक व प्राध्यापक व्हायचे या आकांक्षेने भरल्याने मला कधीही पूर्ण वेळ नोकरी मिळाली नाही. शिक्षण हे माझे पहिले उद्दिष्ट होते, ते करून मला नोकरी हवी होती व तशी मला कधीच मिळाली नाही.

लेक्चररशिपसाठी प्रथम नाशिक, मग जळगाव, नंतर बारामती ह्या तीन शहरात मी नामंकित संस्थांच्या कॉलेजमध्ये मुलाखती दिल्या, पण केवळ गुणवत्ता असून चालत नाही. संस्थेला आर्थिक मदत, वशिला ह्याही गोष्टी नोकरीत महत्त्वाच्या असतात हे हळूहळू लक्षात यायला लागले. कधी कधी रंग-रूप नसल्यानेही इंटरव्ह्यू चांगला होऊनही इतरांचेच सिलेक्शन व्हायचे. हे सर्व पाहून आपण धुणी-भांडी करत इथंवर आलो. पण आपल्याला लेक्चररशिप कधीच मिळणार नाही का? आपण एवढे शिक्षण तरी का घेतले? त्याचा उपयोग काय? ह्या विचारांनी मन अस्वस्थ व बेचैन व्हायचे. तर इकडे नातेवाईक - "पोरीचं वय वाढतं चाललंय, आपल्या मराठा समाजात एवढी मोठी मुलगी बिनलग्नाची ठेवतात का? आई-वडिलांना झोपा तरी कशा लागतात? तीन मुलं असून आता मुलीच्या कमाईवर खाणार का?" वगैरे टोचून बोलत असत आणि तो शुभदिन उजाडला. Walk in Interview या नावाची नायगाव एज्युकेशन सोसायटीची १९८२ ला 'सकाळ'मध्ये जाहिरात आली होती. दौंडला नव्यानेच स्थापन होणाऱ्या कॉलेजसाठी प्राचार्य, तासिका तत्त्वावर, पार्टटाइम, फुलटाइम असे प्राध्यापक नेमायचे होते. इतिहासाची जागा तासिका तत्त्वावर होती. तिसऱ्यांदा माझा इंटरव्ह्यू घेणाऱ्या डॉ. के. एम. चिटणीसांनी यापूर्वी माझे गुणवत्तेवर दोनदा सिलेक्शन केले होते. आताही मला इंटरव्ह्यूला पाहून त्यांना आश्चर्य वाटले. इथे मात्र सरांच्या सिलेक्शनला संस्थेनेही शिक्कामोर्तब केले व लेक्चररशिपची

नोकरी मला मिळाली. माझ्या आयुष्यातील हा अत्यंत महत्त्वाचा क्षण होता. महिन्याला पगार होता अवघा १४० रुपये. त्यातले ३६ रुपये रेल्वेच्या पासलाच जात. आठवड्यातून चार दिवस दौंडला शिकवायला जावे लागे. ह्या काळात मी एम. फिल्. पूर्ण केले. दरम्यान घरच्या परिस्थितीने भावांवर व आईवर (दौंडला नोकरी लागल्यावर वडिलांच्या मृत्यूचेही दु:ख पचवावे लागले) आर्थिक बोजा पडू नये म्हणून हुंडा न घेणाऱ्या मुलाशीच मी लग्न केले. संस्थाध्यक्ष माधवराव पवार यांना मी आतापर्यंत केलेला संघर्ष माहीत झाला. कोणताही वशिला नसताना, पैसे न भरता नोकरी मिळाली व प्राध्यापिका शिक्षक होण्याचे माझे स्वप्न साकार झाले.

लग्न झाल्यावर मी पतीला घेऊन दौंडलाच स्थायिक झाले. त्यांना खाजगी नोकरी सोडायला लावून त्यांच्या आवडीच्या पत्रकारितेच्या क्षेत्रात त्यांनी करियर करावे म्हणून त्यांना आर्थिक व मानसिक पाठबळ दिले. आज दौंडमध्ये गेली सोळा वर्षे एक प्रथितयश संपादक म्हणून 'साप्ताहिक दौंड तालुका बातमीदार' हे साप्ताहिक ते चालवीत आहेत.

आज कर्तृत्वाच्या, प्रामाणिकपणाच्या, धडाडीने काम करण्याच्या वृत्तीने पुक्टो संघटना कार्यकारिणी सदस्य, दौंड शिक्षक-सेवक पतसंस्थेचे दहा वर्षे अध्यक्षपद, पुणे विद्यापीठाच्या इतिहास अभ्यास मंडळावर दोनदा निवडून गेले. अभ्यासूवृत्तीमुळे प्रथमवर्ग कला ते तृतीय वर्ग कला वर्गासाठी नवीन अभ्यास क्रमानुसार सहा क्रमिक पुस्तकांचे सहलेखकांबरोबर मी लेखन केले आहे. अखिल महाराष्ट्र इतिहास परिषदेच्या कार्यकारी मंडळावर दोनदा निवड झाली.

हा 'अंह' किंवा 'स्व'चा गौरव नाही.

तर प्राध्यापक-शिक्षक होण्याच्या जिद्दीने, प्रतिकूल परिस्थितीशी सामना करीत, पतीची प्रेरणा, आईवडिलांचा आशीर्वाद, प्राचार्य तु. ह. दाते यांचे प्रोत्साहन, माझ्या कॉलेजचे सहकारी प्राचार्य ढेकणे, प्रा. शरद पवार, प्रा. एस. के. पोळ, प्रा. संजय व सुषमा इंगळे ह्या सर्वांच्या सहकार्यामुळे आज मी इथवर पोचले. मणिभाई देसाई सामाजिक शैक्षणिक पुरस्कार, प्रियदर्शनी इंदिरा पुरस्कार, लायन्स क्लबचा आदर्श शिक्षक पुरस्कार, सावित्रीबाई फुले पुरस्कार व रोटरी क्लब इंटरनॅशनलचा उत्कृष्ट सेवा पुरस्कार अशा सर्व पुरस्कारांनी सन्मानित होऊनही सामाजिक बांधिलकीचा भाग म्हणून रोटरी क्लब, अस्मिता मंच ह्या संघटनाच्या प्रत्येक सामाजिक कार्यात मी सहभागी होते.

विद्या बाळ आणि गीताली मुकुंद यांच्यामुळे मी 'मिळून साऱ्याजणींची'

दौंड तालुक्याची प्रतिनिधी म्हणून काम करत आहे. त्यांच्या प्रेरणेनेच विद्यार्थिनींसाठी, दौंडमधील महिलांसाठी नवविचार तसेच स्त्रीवादाची जाणीव निर्माण करण्यासाठी महिलांचे आत्मभान जागृतीचे कार्य मी करीत आहे.

मोलकरीण ते प्राध्यापिका- या संघर्षमय जीवनाला कष्टाची जोड आहे. कॉलेजच्या जीवनापर्यंत अनवाणी पायाने केलेल्या प्रवासाची साथ आहे. गरिबीमुळे केल्या जाणाऱ्या अपमान, अवहेलना, उपहासाची झालर आहे. पण स्वाभिमान, अस्मिता, संकटाला धैर्याने सामोरे जाणे या बळावरच आणि गुरूमाई व मुक्तानंद बाबांच्या आशीर्वादाने व कृपेनेच मोलकरीणीची प्राध्यापिका झाली हे निश्चितच!

का वेदनेतून जन्म होतो साधनेचा? या मंगेश पाडगावकरांच्या कवितेतील प्रश्नांचे उत्तरच जणू मला या प्रवासाने मिळाले.

४.

याला जीवन ऐसे नाव

- संध्या सातारकर

त्यावेळी वसंतदादा पाटील महाराष्ट्राचे मुख्यमंत्री होते. त्यांच्या वाढदिवसानिमित्त मी वर्षा बंगल्यावरच्या मेजवानीला हजर होते. माझे बाबा स्वातंत्र्यसैनिक होते. ब्रिटिशांच्या काळात अनेकवेळा बाबांनी वसंतदादांबरोबर स्वातंत्र्यासाठी तुरुंगवास स्वीकारला होता. त्यामुळे दादांच्या प्रत्येक वाढदिवसाच्या आनंदात आम्ही कुटुंबीय सहभागी होत असू. आता बाबांचे निधन झाले आहे.

माझे माहेर अगदी साधे. बहीण विवाहित शिक्षिका, भाऊ नोकरीत दुबईला वास्तव्याला. मी आणि आई-अगदी चार चौघांसारखे सामान्य आयुष्य जगणारे मुंबईकर होतो. मला शिक्षणात म्हणावी अशी रुची नव्हती. आपण काहीतरी लहानमोठा व्यवसाय करावा असं वाटत असे. त्या वर्षी दादांच्या सल्ल्याने, मदतीने मी ट्रान्सपोर्टचा व्यवसाय सुरू करण्याचे योजले होते. त्या संदर्भात दादांनी माझी उषाताई प्रियंवदा यांच्याशी ओळख करून दिली. उषाताईंचा मुलगाही हाच व्यवसाय करतो असंही मला सांगितलं. आजच्या मेजवानीप्रसंगी उषाताई आल्या होत्या. उषाताई सातारकर फारच रूपवान. महाराष्ट्राच्या लावण्यलतिका म्हणून नाट्यसृष्टीत प्रसिद्ध होत्या. अत्यंत गोरा सतेज वर्ण, लांबसडक केस, मोहक हास्य, सौंदर्याची सारी लक्षणे असणारी ही रूपगर्विता स्त्री मला फारच आवडत असे. त्यांच्याबरोबरचा तो तरुण. त्यांच्यासारखाच देखणा, सहा फूट उंच, काळेभोर डोळे, कपाळावरची उडणारी झुलपे, उच्च दर्जाचे कपडे घालून मोठ्या ऐटीत तो त्यांच्याशेजारी उभा होता. अगदी हिंदी सिनेमातला हीरोच. उषाताईंजवळ गेले. त्यांनी माझी त्या तरुणाशी ओळख करून दिली. त्याचे नाव राजेश. उंची अत्तराचा दरवळ त्याच्याभोवती होता. सगळीकडे अतिशय सुगंधी वातावरण होते. माझ्या मनात, असंख्य नाजूक घंटांचा नाद अचानक सुरू झाला. कुठल्यातरी जादूने मी भारली गेले अन् मी आणि राजेश एकाचवेळी

एकमेकांच्या प्रेमात पडलो. बघता बघता आमची मैत्री वाढत गेली अन् आम्ही विवाहबद्ध झालो.

आम्ही दोघं अतिशय वेगळ्या वातावरणात वाढलेले. राजेश आईचा फार फार लाडका. लाडाने अगदी बिघडवलेला. प्रेमात असताना मी त्याचं शिक्षण, कामाची आवड, मित्र परिवार काहीच पाहिलं नव्हतं. त्याच्या अतिशय देखण्या व्यक्तिमत्त्वात मी आकंठ बुडाले होते. उषाताई तर एक उच्चवर्गीय महिला. त्यांची आवडनिवड, दिनक्रम या सगळ्याचा मला खूप नव्याने परिचय झाला. मी फार साध्या घरातून आले होते. नाही म्हणायला पुण्यात राहणाऱ्या राजेशच्या बहिणीशी-दीदीशी-माझी जरा जवळीक जमली होती.

लवकरच मी साऱ्या भ्रमातून बाहेर आले. अत्यंत देखणा राजेश अत्यंत आळशी, बेजबाबदार असल्याची हळूहळू माझी खात्री पटली. त्याच वेळी आमचं पहिलं अपत्य 'आदित्य' याचा जन्म झाला. राजेशची सर्वात वाईट गोष्ट म्हणजे राजेशला जडलेलं दारूचं व्यसन.

आई आणि मुलगा दोघांचीही समाईक आवड, वरचेवर घरात मेजवान्या, पार्ट्या असत. थाटामाटाने चमचमीत खाद्यपदार्थ बनवले जात. मी लग्नाअगोदर फार क्वचित स्वयंपाकघरात डोकावत असे. पण आता इतर कशातच माझं मन रमत नसल्याने मी गृहकृत्याला अगदी वाहून घेतले. येणारे सर्वजण माझ्या स्वयंपाकाची फारच वाखाणणी करत. मला वाटे की, राजेशला तऱ्हा तऱ्हा करून घालाव्यात, पण प्यायल्यानंतर एखादा घास खाण्याचीसुद्धा त्याला शुद्ध नसे. साध्या साध्या गोष्टींसाठी मला सासूबाईंची परवानगी घ्यावी लागे, माझ्याजवळ पैसे नव्हते, उत्पन्नाचं मला साधन नव्हतं. पदरात लहान मूल होतं आणि माझ्या या अतिशय दयनीय परिस्थितीचं माझ्या नवऱ्याला बिलकूल सोयरसुतक नव्हतं. तो स्वतःच्या चैनीत, व्यसनात दिवस-रात्र बुडालेला असे. उद्याची सकाळ तरी चांगली असेल असं रोज रात्री मी स्वतःला समजावत असे. रडत रडत, दिवस ढकलत होते. मला माहेरी परत जायचं नव्हतं. माझ्या आईचं पण वय झालेलं होतं. तिलाही आपल्या मुलीची फसवणूक झाली असं वाटत असे. खरंतर उषाताई, राजेश स्वभावानं दोघंही प्रेमळ, जाणूनबुजून कुणाचंही नुकसान न करणारे. पण परिस्थितीचं भान नसणारे मात्र निश्चित होते. बघता बघता पंधरा वर्षं लोटली. वृद्धत्वाने उषाताईंचं निधन झालं. आता घराची सर्व जबाबदारी राजेशवर होती. जी कधी त्याने स्वीकारलीच नाही, पार पाडणे तर सोडूनच द्यायला पाहिजे. सर्व पैसे संपले. माझ्या मुलाच्या, आदित्यच्या, गणवेशाच्या खरेदीसाठी

पेसे आणू कुठून असा मला प्रश्न पडला.

त्याचवेळी एका मैत्रिणीच्या नवऱ्याने मला विचारले. आमच्या ऑफीससाठी चपात्या बनवून देशील का? ऑफीस कँटीनमध्ये फारच वाईट जेवण मिळतं. मी हे आव्हान स्वीकारले, नुसत्या चपात्याच नव्हे तर डबे बनवण्याचं कंत्राट स्वीकारलं. राजेशची अर्थातच् कोणतीही मदत नव्हती. एखादेवेळी तो माझ्याबरोबर सगळीकडे येतही असे पण जबाबदारीने काही कामे पूर्ण करणे त्याला कधी शक्यच झाले नाही.

हळूहळू माझं बस्तान बसू लागलं. मुलगा आदित्यने आता महाविद्यालयात प्रवेश घेतला होता. आदित्य हे माझ्या जीवन जगण्याचं एकमेव कारण होतं व आहे. जोडीदाराची कोणतीही साथ नव्हती. वैवाहिक जीवनाचा कडेलोट झालाच होता. इतर कोणाचीही सोबत नव्हती. घरकाम करणाऱ्या शांताबाईची आणि माझी परिस्थिती जवळजवळ एकच. बेजबाबदार नवऱ्याला पोसायचं आणि कष्ट करत, मुलाला मोठं करायचं.

एकदा शांताबाई पैशाच्या फारच अडचणीत आली. तेव्हा मी तिला मदत केली अन तिला बचतगट तयार करण्यात साहाय्य केले. शांताबाईच्या शेजारणी, झोपडपट्टीतल्या इतर बायकांनाही त्यात सहभागी करून घेतले. यातून 'समता' बचत गटाचा आरंभ झाला.

आता माझ्या रोजच्या स्वयंपाकाच्या कामाबरोबर बचतगटाची छोटी छोटी कामेही मी स्वीकारू लागले. त्यातूनच मुंबई महानगर पालिकेचा पौष्टिक आहार (खिचडी) बनविण्याचे काम मला मिळाले. शासनाचा शालेय लहान मुलांकरता हा अतिशय चांगला उपक्रम होता. सुरुवातीलाच एकदम दोन हजार मुलांना आहार देण्याची जबाबदारी आली. 'समता' बचत गटाच्या बायकांकडे जागा नव्हती, पाणी नव्हतं, खिचडी बनवण्याची माहिती नव्हती, स्वच्छतेचा तर पूर्ण अभाव होता. मी माझ्या घरातच 'खिचडी' बनवण्याचा प्रयोग सुरू केला. सकाळी ९ वाजता मुलांच्या शाळेच्या सुट्टीत डबे पोचवावे लागत. इतक्या सकाळी लवकर खिचडी देण्याकरता स्वयंपाकाला सुरुवात पहाटे ४ वाजताच करावी लागे. बायका इतक्या लवकर येत नसत. मी तर जबाबदारी स्वीकारून बसले होते. इतक्या मुलांचा पौष्टिक आहार मी स्वतः बनवू लागले. खिचडी ढवळताना कोपरापर्यंत हातावर वाफा येत. हात भाजून निघे. मोठाले फोड येत. खिचडीत भाज्या घालताना, चिरताना अनेकदा हात कापत असे. कापडाच्या चिंधीने रक्ताची धार थांबवून, काम करतच राहावे लागे. काही वेळा डबे

पोचवणारी मुलेच यायला उशीर करत, बुट्टी मारत तेव्हा रिक्षात मोठ्ठाले डबे भरून, शाळाशाळातून धावपळ करून मला डबे पोचवावे लागत.

साऱ्या धावपळीने मी अगदी थकून जात असे. अंथरुणावर पडते कधी? डोळे मिटते कधी? असं मला होत असे. घरी आल्यावर राजेशचा अवतार मला अगदी बघवत नसे. साऱ्या घरभर पसारा, खरकटं पसरलेलं, बाटल्या पडलेल्या. माझ्या वाढत्या वयाच्या मुलापुढे हा आदर्श मला अगदी अगदी नको होता पण काय करावं हेच सुचेना. मी अगदी डिप्रेशन मध्ये जायची वेळ आली.

राजेशच्या बहिणीने, दीदीने मला 'मुक्तांगण' व्यसनमुक्ती केंद्राचा मार्ग दाखवला. थोडीशी सुटका झाल्यासारखे वाटले. धीर करून राजेशला तिथे दाखल केले.

अती अपेयपानाने राजेशला पॅनक्रियाजचे दुखणे जडले होते. वेदना शमविण्यासाठी दारू आणि दारूमुळे वेदना असं दुष्टचक्र थांबतच नव्हतं. दुखण्यानं राजेशची प्रकृती पार बिघडली. आजारी असताना व्यसनमुक्ती केंद्रात ठेवूनही घेईनात. शेवटी त्याला मुंबईला लीलावतीमध्ये दाखल केलं. उपचार चालू केले. बरंच मोठं ऑपरेशन होतं. पैशाची व्यवस्था करणे आवश्यक होते. ५ लाख उभे करायचे होते. या साऱ्यात खिचडीचे कामही वाढले होते. मी एक मात्र धोरण नक्की पाळलं होतं. स्वच्छता, रुचकरपणा, पौष्टिक पदार्थ यात मी कोणतीही तडजोड करत नसे. माझ्या डब्यातली खिचडी मुलांबरोबर शिक्षकही आवडीने मागून घेत.

मनपाच्या धोरणाप्रमाणे पहिली ते सातवीपर्यंत खिचडी देणे बंधनकारक होते. पण शाळा आठवीपर्यंत असे आणि ती मुलेही भुकेल्यापोटी आमच्या डब्यांभोवती गोळा होत. मी ठरवलं, माझा फायदा कमी झाला तरी चालेल पण या मुलांना नाही म्हणायचं नाही. मला ते शक्यच झालं नाही. मी साऱ्यांना प्रेमाने डबे करत असे. मार्गदर्शक तत्त्वानुसार बदलून बदलून पदार्थ करत असे. कधी शिरा, कधी इडली, शिऱ्यात बेदाणे घालायला, वेलची घालायला मी कधी विसरले नाही. मला त्या भुकेल्या मुलांच्या चेहेऱ्यावरचा आनंद पाहायला खूप आवडायचं. आजही आवडतं. त्यातून माझ्या मनाला एक आगळं समाधान मिळत असे.

राजेशच्या जीवनक्रमात अजूनही काही फरक पडलेला नाही. पण आता आदित्य माझ्या हाताशी आला आहे. पदवीनंतर त्याने चित्रपट निर्मितीचे विशेष शिक्षण घेतले आहे. नुकतेच त्याच्या एका लघुपटाला पोलंड सरकारचे बक्षीस

मिळाले. माझे बचत गटाचे कामही जोरात चालू आहे. पण आता मला रिक्षाने धावपळ करायला लागत नाही, माझ्याकडे डबे पोचवणाऱ्या व्हॅन आहेत. कधी मी माझ्या मोटारीतून त्या व्हॅनच्या मागे जाते. माझ्या बालमित्रांना खाऊ आवडतो ना ते विचारायला जाते. त्यांचे आनंदाने उजळलेले चेहरे पाहून मलाही खूप खूप आनंद होतो. बळेबळे स्वयंपाकाकडे मी वळले पण या द्रौपदीच्या थाळीने माझे जीवन बदलून टाकले. मला स्थैर्य दिले. आज पुण्यात एक, मुंबईत एक अशी माझी दोन आरामशीर घरे आहेत. आदित्य व्यवसायात स्थिरावतो आहे आणि हो, आता मला राजेशचाही पहिल्यासारखा राग येत नाही. दारू पिण्याचा त्याचा आजार मी समजून घेतला आहे.

समता बचत गटाच्या जवळजवळ शंभर बायकांनाही मी त्यांच्या पायावर उभं केलं आहे. त्यांची मोडलेली घरे जोडताना मला माझे दुःखाचे दिवस आठवतात. शेवटी दुःख आणि सुख व्यक्तीच्या प्रवृत्तीवरच अवलंबून असते, नाही का?

५.

गॅरेजवाली बाई

सुखदा साने

शब्दांकन - माधवी गोखले

आज माझं अमृता ॲटो गॅरेज अगदी छान चालू आहे. महिला, पुरुष त्यांच्या टू व्हिलर्स दुरुस्तीसाठी माझ्याकडे अगदी विश्वासाने टाकतात. या क्षेत्रात मी तर खूपच अडाणी. टू व्हीलर्सच्या वेगवेगळ्या पार्टस्‌ची नावेसुद्धा मला माहीत नव्हती. पण अचानक उद्‌भवलेल्या माझ्या बिकट परिस्थितीला सामोरे जाणे भाग होते. माझ्या संसारासाठी आर्थिक जबाबदारी संभाळण्यासाठी मला माझ्या पायावर उभे राहणे गरजेचे होते आणि म्हणूनच आजपर्यंत स्त्रियांनी कधीच केला नाही असा व्यवसाय म्हणजे टू व्हीलरच्या दुरुस्तीसाठी गॅरेज चालवण्याचा ठाम निर्णय मला घ्यावाच लागला, त्याशिवाय माझ्याकडे दुसरा पर्यायच नव्हता.

गेली अठरा-एकोणीस वर्षे मी गॅरेज चालवतेय. खरं तर या वाटेकडे आपली दुचाकी दुरुस्तीला टाकण्यापुरत्याच महिला येथे फिरकत असत. पण मी मात्र दिवसभर या पत्र्याच्या शेडमध्ये काम करत असे. मलाही वाट सोडून चालण्यासारखे नव्हते कारण असे काही विचित्र प्रसंग माझ्यावर गुदरले. त्याचं काय झालं -

मी मूळची कर्नाटकची, माझं माहेरचं नाव कल्पना आडकर. पदवीपर्यंतचे शिक्षण गुजराथीमध्ये झाले. त्यानंतरचे हिंदीमध्ये. १९८३ साली धनंजय साने यांच्याशी माझा विवाह झाला आणि मी पुण्यात आले तेव्हा आम्ही भांडारकर रोडवर राहत होतो. तेव्हा मी हिंदी विषय घेऊन एम. ए. पूर्ण करीत होते. एक मुलगी होती. ती तीन वर्षाची असताना एम. ए. पूर्ण केलं. माझे पती अत्यंत कष्टाळू, मनमिळाऊ होते. दुधाच्या व्यवसायापासून वाहन दुरुस्तीपर्यंत सर्व कामात रस घेणारे - हिमालय कार रॅलीत बक्षीस पटकावणारे - हरहुन्नरी असं त्यांचं व्यक्तिमत्त्व. आम्ही दोघं आणि मुलगी असा चारचौघींसारखा संसार

सुखाने चालू होता. त्यामुळे मी पुणे विद्यापीठामध्ये पीएच. डी. साठी नाव नोंदणीही केली. अभ्यास चालू झाला. पण नियतीची चक्रे कशी फिरली कोण जाणे? आमचे राहते घर, तेजीत असलेला दुधाचा व्यवसाय सोडून १९८७ साली आम्हाला निराधार होऊन घराबाहेर पडावं लागलं. आमचीच प्रॉपर्टी पण आम्हीच घराबाहेर अशी स्थिती झाली. हातात काहीच पैसा नाही. मग कर्ज काढून डहाणूकर कॉलनीत जागा घेतली. धनंजय साने यांना व्यवसायाचीच आवड, म्हणून पुन्हा एखादा व्यवसायच करायचा असा पक्का निर्णय केला आणि विचार करून स्वत:च्या जागेबरोबरच टू व्हीलरच्या दुरुस्तीसाठी लागणारी सगळी मशिनरी विकत घेतली, गॅरेज चालू केले, गॅरेजला मोठ्या मुलीचे ''अमृता ॲटो गॅरेज' असे नाव दिले. त्यानंतर १९८९ साली मला दुसरी मुलगी झाली. आम्ही दोघं आणि आमच्या दोन मुली असे अगदी आनंदात इथे राहात होतो. गॅरेजही चांगले चालू झाले आणि पुन्हा एकदा दुर्दैव आड आले. माझ्या पतीचे एका टू व्हीलरच्या अपघातात १९९१साली अचानक निधन झाले आणि आमच्या तिघींवर डोंगरच कोसळला. करणार काय? माझे पतीच घरात सगळं काही करत होते. मला नोकरीही नव्हती. माझ्या नावावर बँकेत खातंही नव्हतं. पदरात दोन मुली. काय करावं काहीच कळत नव्हतं. समोर अनेक प्रश्न उभे होते. माझ्या सासरच्या साने मंडळींनी कोणतीच मदत केली नाही. उलट आमच्याकडे पाठच फिरवली आणि सख्खेच परके झाले याचा अनुभव मला त्या चार-पाच दिवसातच आला. त्यातलेच काहीजण उगीचच तोंडदेखलेपणे नको ते सल्ले देऊ लागले, गॅरेज आम्ही चालवतो, तुला दरमहा ठराविक रक्कम देतो; पण आता संसाराची आर्थिक जबाबदारी पूर्णपणे माझ्यावर होती त्यामुळे मला खंबीरपणे उभं राहणं भाग होतं. आपल्या मनगटावरच आपली रोजीरोटी कमवायची असं पक्क ठरवलं आणि माझे पती धनंजय साने गेल्याच्या चौदाव्या दिवशीच मी गॅरेजचा ताबा घेतला आणि तेच चालवण्याचा पक्का निर्धार केला.

या क्षेत्रातलं मला काहीही ज्ञान नव्हतं, माझ्या मेव्हण्यांनी मला यातलं चार महिन्यांचं प्रशिक्षण दिलं. तरीही पहिले सहा महिने मला खूप जड गेलं कारण टू व्हीलर रिपेअरिंग सेंटर एका बाईनं चालवणं ही काही सोपी गोष्ट नव्हती, एक स्त्री या गॅरेजमध्ये काम करते म्हणून मला अनेकांचे टोमणे सहन करावे लागले. सासरच्यांनी तर नाकंच मुरडली. 'गॅरेजमधलं वातावरण, गाड्या दुरुस्तीसाठी आणणारे अनेक प्रकारची लोक, तिथले मॅकेनिक- अशा ठिकाणी बाईनं काम करणं चांगलं आहे का?' अशा अनेक प्रतिक्रिया माझ्या कानावर येत

होत्या. काहींनी तर ''हा धंदा सोडून द्या' म्हणून ठणकावून सांगितलं. एवढंच नाही तर माझे गॅरेज बंद पडावे म्हणून अनेक मार्गांनी प्रयत्नही केले. 'त्यात घरात दोन मुली, कामाला पुरुष माणसं, बघा बरं,' अशीही भीती घातली. ह्या सगळ्या गोष्टींचा मला त्रास होत होता पण त्याकडे दुर्लक्ष करण्याशिवाय गत्यंतरच नव्हते. अर्थार्जनाचा दुसरा पर्यायही नव्हता. त्यामुळे या निर्णयावर मी पक्की राहिले.

सुरुवातीला गॅरेजमधली मुलं मला फसवतही असत, रिपेअरिंगचे पार्टस् असले तरी मिळत नाहीत म्हणून सांगत, पगारवाढ मागत, मध्येच दांड्याही मारत. एक दोन सोडूनही गेले. या सगळ्या गोष्टींमुळे मी थोडी हवालदिल होत होते. पण मग मात्र ठरवलं की, टू व्हीलर दुरुस्ती, तिचे सर्व पार्टस् यांची पूर्ण माहिती करून घ्यायची आणि त्या अभ्यासास लागले. त्यात एक प्लस पॉईंट होता तो म्हणजे माझे आईवडील घरात असल्यामुळे मुलींची काळजी अशी नव्हती. मेव्हण्यांचा मला पाठिंबा होता. माझ्या वडिलांनी मला दोन चाकी वाहनाच्या यंत्रांची चांगली माहिती करून दिली होती. तसंच थिअरीबरोबर प्रत्यक्ष कामही करायला शिकवलं होतं. त्यामुळे मीही मग गॅरेजमध्ये कामगारांबरोबर काम करून अनुभव घेऊ लागले.

सुरुवातीला बाई गॅरेज चालवते, दुचाकीची दुरुस्ती कितपत होईल याबाबत अनेक जण साशंक होते, पण गॅरेजमधल्या मुलांच्या मदतीमुळे माझा आत्मविश्वास वाढला. लोकांचाही माझ्या कामावर विश्वास बसला आणि मग मात्र माझ्याकडे टू व्हीलर दुरुस्तीची कामे मोठ्या संख्येने येऊ लागली, डहाणूकर कॉलनी, महात्मा, सहजानंद सोसायटीतील लोकांनी मला खूप आधार दिला. त्यांच्या विश्वासाला मी कधीही तडा जाऊ दिला नाही. तिथल्या लोकांसाठी मी सुखदावहिनीच झाले आणि माझं गॅरेज 'सुखदा वहिनींचे गॅरेज' असे म्हटले जाऊ लागले. माझ्या या गॅरेजमध्ये आता आठजण आहेत व मी त्या कामगारांवर सुपरव्हीजन करते, वेळ पडली तर प्रत्यक्ष कामातही मदत करते.

आज हे गॅरेज अगदी चांगले चालू आहे, मला सांगायलाही आनंद वाटतो ते म्हणजे गाडीतल्या एका पार्टचं नावही माहीत नसलेली मी आज गाडीच्या फायरिंगवरून वाहनाची अवस्था ओळखू शकते. डॉक्टर जसे लक्षणांवरून रुग्णाचा रोग ओळखतात तसं. गाडीची दशा पाहताच गाडीतला दोष मी ओळखते आणि माझे हे या व्यवसायातले कौशल्य पाहून मला काही पुरस्कारही मिळालेत; तेही गर्वाने नाही पण अभिमानाने नक्कीच सांगेन.

कायनेटीक होंडातर्फे 'बेस्ट मॅनेजमेंट अॅवार्ड' मिळाले, जयंतराव पाटील यांच्या हस्ते 'उद्योगश्री' पुरस्कार मिळाला आहे. बन्सीलाल ट्रस्टकडून आदिशक्ती पुरस्कारही मला प्राप्त झाला आहे. 'अमृता अॅटो गॅरेज' हे एका महिलेने चालवलेले एकमेव गॅरेज आहे म्हणून बजाजची डीलरशिपही गॅरेजला मिळाली आहे.

आज मी खऱ्या अर्थाने पूर्ण स्वावलंबी आहे. माझी धाकटी मुलगी कॉलेजमध्ये जाते. तर मोठीचं पहिलं बाळंतपण नुकतंच मी पार पाडलं आणि बाळ-बाळंतिणीला तिच्या घरी अगदी सुखरूप पोहोचवले. मी पूर्णपणे समाधानी आहे. माझ्या आई-वडील आणि मेव्हण्यांचं फार मोठं सहकार्य लाभलं हे विसरून चालणार नाही.

आज माझा हा व्यवसाय अत्यंत नेकीने, भरभराटीत चालू आहे याचं आणखी एक गमक म्हणजे आपल्या ग्राहकांची आपुलकीने विचारपूस करणं, तक्रारींची जातीनं दखल घेणे आणि तत्परतेने शंभर टक्के प्रामाणिकपणे सेवा देणं हेच आहे.

❖❖

६.

भरारी फिनिक्स पक्षाची

सुजाता शहा, फलटणकर

श्रीमान सेठ विजयकुमार फुलचंद शहा, लातूर यांची मी कन्या सुजाता. मी, सहा बहिणी व भाऊ. वडिलांचे किराणा दुकान.

बालपणी मी जास्त वेळ दुकानातच असायची. बिझनेसचे आकर्षण तेव्हापासूनचे. घरकामात कधी लक्ष नसायचेच. अभ्यासाची मात्र खूप आवड. जन्मजात बुद्धीचे वरदान लाभलेले.

वकील व्हायचे स्वप्न मी पाहात होते. शिक्षण चाललेले. त्यावेळी माझ्या बहिणीने परजातीत विवाह केला. तीस वर्षापूर्वीचा तो काळ. लातूरमधले आमचे घर ढवळून निघाले. कॉलेज, क्लास, मैत्रिणी; इतकेच काय, माझे बाहेर येणेजाणे सुद्धा बंद झाले.

योगायोगाने तेव्हा माझ्यासाठी एक स्थळ आले. लोक आमच्या नात्यातले आणि माहितीतले. नाही म्हणण्यासारखे काहीच नव्हते.

माझे वय सतरा वर्षे. वकील व्हायची दुर्दम्य इच्छा. तरीही मी एक स्त्री म्हणून विचार केला की, ''लहान बहिणी अजून लग्नाच्या आहेत. आई-वडील चिंतेत आहेत. अशावेळी चालून आलेले चांगले स्थळ नाकारणे योग्य नाही.'' मी विवाहाला होकार दिला.

पुण्यातील श्रीमान सेठ हिराचंद माणिकचंद शहा, फलटणकर यांची सर्वात लहान सून म्हणून मी उंबरठा ओलांडून आले. ''सौ. सुजाता निरंजन शहा'' या नावाने सासरी आनंदात रमून गेले.

मला तीन मोठे दीर, नणंदबाई, आजेसासूबाई-सासरे इ. धार्मिक वातावरण. मोठे आडत दुकान.

गोल डायल फिरवून नंबर लावायचा पूर्वीचा काळा फोन दुकानात होता. मला खेडूताला त्याचे काय अप्रूप! तो फोन आपल्याला करता आला पाहिजे,

असे वाटायचे. पण दुकानात जाण्यास मनाई. रात्री नवरा निरंजनकडे हट्ट करून फोन करायला शिकले एकदाची.

घरातल्या बऱ्याच गोष्टीत आपण दुर्लक्षित का? असा प्रश्न नेहमीचा. "स्वत:च्या मेहनतीचे काहीतरी हवेच"– माझे मन स्वत्वाची जाणीव करून द्यायचे. निरंजनलाही ते पटले आणि आम्ही दुकान सुरू केले. माझा दुकानाचा अनुभव आणि बिझनेसची आवड इथे उपयोगी पडली. चेक लिहिणे, बँकेचे व्यवहार पाहाणे इ. अनेक कामे मी सांभाळू लागले. "मी स्त्री असले तरी- मला सगळे यायलाच पाहिजे" असे मला वाटायचे.

लहान वय, मोकळा स्वभाव, शिकण्याची धडपड, कष्टाची तयारी आणि बुद्धिमत्ता– यामुळे ओळखी वाढत गेल्या.

येथपर्यंत सगळे ठीक चालू होते. बारा वर्षांची आमची बाळाची प्रतीक्षा फळाला आली होती. तिसरा महिना चालू होता. आणि अचानक एक दिवस निरंजनना ॲडमिट करावे लागले. आजार वेगाने वाढत गेला. खूप प्रयत्न केले पण साथीदाराने साथ तेथेच सोडली.

मी एक स्त्री म्हणून सहन केलेले हे पहिले वहिले असह्य दु:ख. आता खरे जगणे सुरू झाले. एक स्त्री म्हणून जगणे! जवळ बऱ्यापैकी रक्कम होती आणि प्रॉपर्टीही होती. ती निरंजनच्या नावे होती. त्याची कागदपत्रं आपल्याकडे नाहीत हे त्यावेळी समजले. आपण ज्यांना खूप आपले समजत असतो तेही इतके परक्यासारखे वागू शकतात हे तेव्हा लक्षात आले. माझ्या सरळ मनाला हे कटूसत्य पचवणे जड गेले. मात्र त्या क्षणी ठरवले की "आपण बदलले पाहिजे." मी एक स्त्री म्हणून घेतलेला हा पहिला कठोर निर्णय होता.

मी गर्भवती. बऱ्याच प्रॉपर्टीची मालकीण. आई-वडिलांना या दोन्हींची काळजी. याउलट सासऱ्यांनाही नेमकी हीच काळजी. सासर-माहेरच्यांमध्ये माझा मानसिक कोंडमारा होत होता. मला समजून घेणारे कोणीच नव्हते. मी अगदी एकाकी होते. प्रचंड डिप्रेशन आले आणि मी स्वत:ला संपवायचा प्रयत्न केला.

एक स्त्री म्हणून असाहाय्य बनलेली मी! केले ते चूक की बरोबर सांगू शकत नाही. सुजाता कोणाचे ऐकत नाही, मूर्ख आहे, हट्टी आहे, हिच्या भानगडीत पडायला नको--- असे ताशेरे ओढत का होईना पण आता सगळे चुपचाप झाले.

एक स्त्री म्हणून मी मात्र मजबूत बनले, खंबीर बनले.

प्रॉपर्टीला नाव लावायची वेळ आली. कायद्याचे ज्ञान घ्यायची संधी

मिळाली, ''सुजाताबाई पुढे चला''- माझ्यातल्या सुप्त वकिलाने मनाला बजावले.

अमरचंद गांधी नावाचा देवमाणूस तेव्हा भेटला. निरंजनने एक जागा त्यांना विकली होती. त्या जागेचे पैसेही आले होते. निरंजन हॉस्पिटलमध्ये असताना त्यांच्या फेऱ्या होऊ लागल्या. त्यांना भीती वाटत होती. मी त्यांना शब्द दिला, ''माझ्यावर विश्वास ठेवा. तुमचे पैसे मी बुडवणार नाही'' त्या सद्गृहस्थाने परत पैशाबद्दल एक शब्दही काढला नाही. उलट निरंजन गेल्यानंतर त्यांनीच मला धीर दिला. मला मुलगी मानून खूप मदत केली.

याच दरम्यात रात्री-अपरात्री मला निनावी फोन येत असत. असल्या भ्याडांना घाबरणारी मी नव्हते. ''हिंमत असेल तर समोर येऊन बोला'' असे मी ठणकावून सांगायची. ''मेरी झांसी नही दूँगी'' च्या क्षत्रिय वंशातली होते ना मी! असा त्रास देणारे आपल्या समाजातलेच आहेत हे कळले, तेव्हा मन फार उदास झाले.

आता खरेदीखत करायचे. सासर-माहेरचे सगळे कोठाडिया वकिलांकडे जमलेले. प्रत्येकजण आपली बाजू पटवून देत होता, जणू स्पर्धा सुरू होती. तेवढ्यात एक पत्र वकिलांनी वाचून माझ्या हातात दिले. ''कोणाही एकाची बाजू घेतली तर दुसऱ्यावर कसा अन्याय होईल.'' अशा आशयाचे ते पत्र होते. वकिलांनी निर्णय माझ्यावर सोपवला. यावेळी सासू सासऱ्यांनी कसलाही दबाव आणला नाही किंवा आग्रह केला नाही. तेही बिचारे मौन झाले होते.

आता आईवडिलांची बाजू घेतली तर सासू-सासऱ्यांवर अविश्वास दाखवल्यासारखे होणार. मी विचार केला; ''एकदा माहेरचा उंबरठा ओलांडला की सून म्हणूनच स्त्रीचे खरे कर्तव्य सुरू होते.'' बस्स. त्याक्षणी वडिलांचे न ऐकता मी सासू-सासऱ्यांची बाजू घेतली. सर्वांसमोर झालेल्या या अपमानाने वडील इतके दुखावले गेले की, पुढे तीन वर्षे ते माझ्याकडे फिरकले नाहीत.

मी एक स्त्री म्हणून असे धर्मसंकट माझ्यावर आले ना? संकटे एकटी येत नसतात हे मी अनुभवत होते. भारती सहकारी बँकवाल्यांनी लॉकरसाठी त्रास द्यायला सुरुवात केली. यावेळी रवीदादा मदतीला धावून आले.

ओळखींचा उपयोग करण्याचे ठरवले. लाचार होऊन मी कधीच कोणाकडे पदर पसरला नाही. तरीही, माझ्यावर विश्वास ठेवून अनेकांनी मला मदत केली ती एक जिद्दी, मेहनती, सच्ची सुजाता म्हणून. या गोष्टी तिखट-मीठ लावून वडिलांच्या कानावर जाऊ लागल्या. दुरावा वाढत गेला. हे कामसुद्धा धर्मबांधवांचेच. सहन तरी किती करावे? छोटासा जीव गर्भात वाढत होता. मातृत्वाला साद

घालत होता. मी डॉ. फडणीसांकडे गेले होते. त्यांचे रोखठोक, व्यवहारी शब्द आजही आठवतात. "शहा म्हणून राहायचे असेल तरच हा गर्भ ठेव." मी ठाम होते. खूप प्रतीक्षेनंतर मिळालेली निरंजनची ती निशाणी होती. मला ते बाळ हवेच होते.

सुनिषाचा जन्म झाला. तिला खेळवताना, वाढवताना खूप पोकळी जाणवायची. मी दु:खी व्हायची. माझ्यापेक्षा माझ्या लेकीसाठी वाईट वाटायचे. पण दु:खाला कवटाळून बसणारी मी नव्हते. यावरही मात करण्याचे ठरवले.

१७ डिसेंबर- निरंजनची पुण्यतिथी. त्या दिवशी मी घरात थांबायचीच नाही. वृद्धाश्रम, अंधशाळा, अनाथाश्रमात छोट्या सुनिषासह जायची. त्यांना हवी ती मदत करायची. त्यांच्यात वेळ घालवायची. पुढे पुढे तर एकटे वाटू लागले किंवा मन उदास झाले की तेथे जाण्याची सवयच लागली. सातत्याने जाणं येणं वाढतं ठेवलं. दु:ख किती भयानक आणि करुण असू शकते हे जवळून पाहाताना स्वत:च्या सुखाची जाणीव वाढत गेली.

एकदा स्तवनिधीच्या गुरुकुलातील मुलांना वाटण्यासाठी दरवर्षीप्रमाणे युनिफॉर्मस् आणि स्वेटर्सचा ढीग आला होता. रजनीभूननी ते पाहिले आणि मला लायन्स क्लबची मेंबर करून घेतले. त्यावर्षी त्या प्रेसिडेंट होत्या. आपली म्हणून पुढे येण्यासाठी रजनीभूननी खूप प्रोत्साहन दिले. रक्तदान कमिटीचे काम माझ्याकडे सोपवले. तीन वर्षात पाच हजार बाटल्या रक्त जमा केले. सातशे पन्नास क्लबमधून आम्हाला पहिले बक्षीस मिळाले. माझे खूप कौतुक झाले. यासाठी ससूनच्या रमेश शेळणे याने खूप मदत केली.

असे करता करता मी समाजकार्यात ओढली गेले. आवड होती, पैसा होता, कल्पनाशक्ती होती. मी पुढे पुढे जात राहिले.

स्वत:ला रमवताना, हे सारं करताना माझं काही चुकलं असेलही. पण तेव्हा आपली म्हणून हक्काने कोणीच चूक काय हे सांगितले नाही. नावं ठेवत सगळे अलिप्त झाले.

अशातच सुनिषाला जोरदार कावीळ झाली. चार महिन्यांची सुनिषा पाच दिवस कोमात होती. पंडित डॉक्टरांनी सांगितले की "फक्त हिचे हृदयाचे ठोके चालू आहेत म्हणून ही जिवंत आहे. मनाची तयारी ठेव." बापरे! पुन्हा परीक्षा!

यावेळी मात्र एक स्त्री म्हणून मी कोसळले. निश्चयाने आई म्हणून पुन्हा उभी राहिले.

"आपल्याला सहजपणे काहीही मिळत नाही. मिळवण्यासाठी झगडावेच

लागते'' ही खूणगाठ स्वत:च्या मनाशी पक्की केली.

निरंजन असतानाच बंगल्याची पायाभरणी झाली होती. लोकसत्तामध्ये एक चित्र आले होते. त्यावरून आम्ही स्वत: बंगल्याचे डिझाईन तयार केले होते. ते आमचे दोघांचे स्वप्नं होते. सीरिअस असताना निरंजनने लिहून दिले होते... बंगल्याचे स्वप्नं पूर्ण.... (पुढची अक्षरे ते लिहू शकले नाहीत.)

थोडी स्थिरावल्यावर या स्वप्नाकडे वळले. यासाठी नव्याने झगडणे सुरू झाले. आर्किटेक्ट आणि डिझायनर यांच्यासारखे सुशिक्षित लोकसुद्धा आपापसात भांडतात आणि नुकसान मात्र आपले होते हे लक्षात आले. त्यांना काढून टाकले. स्वत: सरसावले.

''बंगला असा बनवायचा की येणाजाणाऱ्याने थबकले पाहिजे आणि आतून बंगला पाहाण्याचा मोह झाला पाहिजे.'' वेगळं काही करून दाखवण्याची हौस दांडगी. पत्नीने पतीचे स्वप्न पूर्ण केले तो आनंद अवर्णनीय. बंगल्याला नाव दिले -'स्मृतिगंध'.

वास्तुशांती अशी दणदणीत केली जणू छोटा लग्नसोहळाच. यावेळी पहिल्यांदा खरी सुजाता सगळ्यांना कळली. हिच्यात काही वेगळेपण नक्कीच आहे हे कळले. तिचे अस्तित्व जाणवले पहिल्यांदाच.

खरंच, फक्त नवऱ्याच्या पैशाने स्त्रीला किंमत नसते. मी कोणाला मदत केली किंवा दान दिले तरी माझ्याकडे संशयाने पाहिले जायचे. ''पैसेवाल्या नवऱ्याची बायको'' हाच माझ्याकडे पाहाण्याचा दृष्टिकोन होता. हा शिक्का खऱ्या अर्थाने पुसला गेला.

बंगल्यात अवंतिका मालिकेचे शूटींग झाले. ऐश्वर्या नारकरला तर शूटिंगसाठी हीच जागा आवडते. असेच अजून कितीतरी.

मी एक स्त्री म्हणून कुठेही मागे राहावं लागत नाही हा आत्मविश्वास आला. घौडदौड पुढे चालू राहिली.

यावेळी माझ्या वकिलांचे सल्ले मला खूप उपयोगी ठरले.

बंगल्यात नुसतेच राहायचे? तो माझा स्वभाव नाही. समोरचा प्लॉट मोकळा होता. तेथे पॉलीहाऊस बनवले. लाल पिवळ्या मिरच्यांचे पीक काढले. फारसा फायदा झाला नाही पण प्लॉट मात्र शेती केल्याने वाचला. फुलांची नर्सरी सुरू केली. दोन हजार रुपयात घेतलेल्या मातीच्या गाडीचे दहा हजार रुपये मिळू लागले. कमळांचे टब तर इतके लोकप्रिय झाले की ते खरेदी करण्यासाठी अक्षरश: नंबर लागू लागले. कोणतेही काम कल्पकतेने आणि जीव ओतून

करण्याच्या सवयीने खूप काही कमावले.

आता पेट्रोल पंपाचे काम हाती घेतले. त्यासाठी माहिती घेणे, माणसे मिळवणे, लढणे-झगडणे, जिद्द, साथ आणि शेवटी स्वप्नपूर्ती. "३५ सर्व्हीस स्टेशन" साक्षात सुरू झाले. पहिल्याच वर्षी इंडियन ऑइलच्या चारशे एकोणतीस पेट्रोल पंपांमधून पेट्रोलच्या 'हायर सेल' चे पहिले बक्षीस मिळाले. नव्वद हजार लिटर सेल झाला होता. दुसऱ्याच वर्षी त्याच्या दुप्पट सेल झाला. एक लाख ऐंशी हजार लिटर. लागोपाठ दुसऱ्या वर्षीचेही बक्षीस आम्हालाच. इंडियन ऑइलच्या ऑफिसमधील कॉन्फरन्स हॉलमध्ये आमच्या पंपाच्या फोटोंना मान मिळाला आहे; तर "३५ सर्व्हीस स्टेशनवर" डॉक्युमेंटरी फिल्मही बनवली गेली आहे. आठव्या वर्षापर्यंत बक्षीस टिकवले आहे.

पहिल्या टँकरबरोबर जाऊन लोणी टर्मिनलमधून स्वत: पेट्रोल भरून आणणारी पहिली महिला- 'सुजाता शहा'

जातीने लक्ष, नियमितपणा, कठोर प्रामाणिकपणा, कामगारांचा आपलेपणा, सकाळची प्रार्थना, सगळे सण पंपावर सर्वांनी मिळून साजरे करणं, गुणींचं योग्य कौतुक इत्यादी नियमांमुळेच हे शक्य झाले. यात माझे एकटीचे काहीच नाही.

कधी कधी मला वाटायचे 'पैसा नसता तर मी जास्त सुखी झाले असते का?' लग्न करण्याचीही मध्यंतरी इच्छा झाली होती. मी एक संस्कारित स्त्री असल्याने ती इच्छा व्यक्त करणे जमले नाही. गृहिणी, पत्नी, माता, मुलगी, सून, आत्या, मामी, काकी, मावशी, भावजय, नणंद, जाऊ, मैत्रीण, शेजारी, समाज, धर्म, गरीब- गरजू- सारी नाती सांभाळत मी माझी आवड जोपासली.

एक स्त्री म्हणून कुठल्याही कर्तव्यात कसूर केली नाही. सव्वा लाख एकावन्न हजार णमोकार मंत्र लिहून काढले. आणि पाच, दहा, सोळा उपवास केले, देवांवर अतोनात श्रद्धा बसली. माझ्यात अंतर्बाह्य खूप बदल झाल्याचे जाणवले. आता महावीर मंदिराची जबाबदारी स्वीकारली आहे. ते काम पूर्णत्वाप्रत पोहोचतेय. माझ्या सासऱ्यांना दिलेला शब्द मी पूर्ण करतेय. त्यांच्या डोळ्यादेखत मंदिराची पंचकल्याणिक प्रतिष्ठा संपन्न व्हावी हीच इच्छा. खूप धडपड केली. काम पूर्ण झाले. प्रतिष्ठा महोत्सवाची तारीख ठरली. सुंदर मंदिर उभे राहिले. भगवान महावीरांची एक्केचाळीस इंचाची पंचधातूची मूर्ती तयार होऊन आली. कामाला वेग आला; परंतु—

परत एकदा नशिबाने घाव घातला? आता मात्र मी घाबरले नाही. एक स्त्री असले तरी डगमगले नाही.

माझ्या सासऱ्यांचे निधन झाले, दोन महिन्यावरती प्रतिष्ठा आणि हा आघात झाला. निरंजनच्या माघारी माझ्या डोक्यावर छत्र देणारे हात मला सोडून गेले. मला, माझ्या मुलीला त्यांचा खूप आधार होता. पण एकच समाधान होते- मी त्यांना दिलेला शब्द पाळला होता. पूर्ण झालेले मंदिर, भव्य मूर्ती पाहून आता जीवनातील सर्व काही पूर्ण झाले या समाधानाने त्यांनी इहलोकीचा प्रवास संपवला. जीवनचक्र मात्र कुणासाठी थांबत नाही. प्रत्येक दु:खातून फिनिक्स पक्षाप्रमाणे कायम भरारी मारावी लागली. सासरे गेल्यामुळे फार मोठी जबाबदारी पडली. पूजेचा कार्यक्रम सात दिवस झाला. पन्नास हजार लोक या कार्यक्रमासाठी उपस्थित होते. पुण्यात दिगंबर जैन मंदिर व प्रतिष्ठापना महोत्सव दीडशे वर्षांनी प्रथम झाला होता.

एक स्त्री असल्यामुळे नियोजन-आयोजन यात कुठेही कमतरता राहिली नाही. शेवटच्या दिवशीचा तो क्षण तर मी आयुष्यात कधीच विसरू शकत नाही. सभामंडप खचाखच भरलेला होता. या कार्यक्रमात ज्या लोकांचे सहकार्य लाभले होते त्यांचा सत्कार केला जात होता. सरते शेवटी एका महिलेने माझ्या हातून अचानक माईक घेतला आणि सांगितले, ''आता ज्यांचा आपण सत्कार करणार आहोत त्यासाठी सर्वांनी उभे राहून त्यांचा सन्मान करायचा आहे.'' त्याठिकाणी दोन वर्षाच्या मुलापासून ऐंशी वर्षापर्यंतचे वृद्ध होते. ती सन्मान होणारी व्यक्ती होते मी. तो क्षण आजवरचा झालेला त्रास, दु:ख या सर्वांवर मात करून खूप काही देऊन गेला.

मंदिराची ख्याती खूप दूरवर पोहोचली, सुंदर मंदिर, भव्य मूर्ती असणारे माणिक बागेतील मंदिर. पुण्यात आल्यानंतर एकदा तरी दर्शन घडावे ही प्रत्येकाची इच्छा. यामुळेच मी खूप दूरपर्यंत गेले. कुठेही मी गेले तरी माझ्या कीर्तीने मी त्याठिकाणी अगोदरच पोहोचलेली असते.

जीवनाचे सार्थक झाल्यासारखे वाटते. आज माझ्याकडे यश, सन्मान, प्रतिष्ठा, प्रसिद्धी, संपत्ती– सारी भौतिक सुखे मुबलक आहेत. भरभरून आशीर्वाद देणारी, माझ्यावर विश्वास ठेवणारी, शब्द झेलणारी, हाकेला धावून येणारी माणसं सोबतीला आहेत. माझ्या लेकीच्या पुनर्जीवनाचा अमोल ठेवा माझ्याकडे आहे. तिला आजारातून बरी करणे, तिचा छानसा संसार उभा करून देणे ही माझी अंतिम परीक्षा. स्वप्नं मात्र संपलेली नाहीत. माणसाची स्वप्नं कधीच संपत नसतात. बरोबर आहे, पण हे स्वप्न मला स्वत:साठी नको आहे. आज आपण बरेच वेळा पेपर मध्ये वाचेता 'स्लो लर्नर' मुले म्हणजे काय– तर जी मतिमंद

नसून गतिमंद आहेत. ज्यांची गती कुठल्यातरी आजारामुळे थांबली आहे. माझी मुलगी गतिमंद आहे. तिला वाढवताना अनेक अडचणींना तोंड द्यावे लागले. माझ्यासारखे असंख्य पालक आहेत ज्यांना अशा मुलांची चिंता सतावत असते. महाराष्ट्रामध्ये अशा मुलांसाठी एकही निवासी शाळा नाही. ज्या आहेत त्या असंख्य अडचणीमुळे उभारी घेऊ शकत नाहीत. तेव्हा या मुलांसाठी एक अत्याधुनिक सुंदर असा कॅम्पस बनवायचा आहे. जिथे ही मुलं स्वीमिंग, हॉर्स राइडिंग, योगा व इतरही बरंच काही शिकू शकतील. त्यांना खेळायला ग्राऊंड असेल, खेळणारे सोबती असतील. लोकांनी आर्वजून पाहाण्यास यावं असा तो कॅम्पस असेल. जी शाळा माझ्या माघारी माझी मुलगी सांभाळेल. ती ना नफा ना तोटा या तत्वावर चालवायची आहे. आजपर्यंत जी स्वप्न पाहिली ती पूर्ण झाली. हे देखील पूर्ण व्हावे हीच ईश्वराकडे मागणी.

आज पतीच्या आणि सासऱ्यांच्या स्वप्नपूर्तीचे समाधान आहे. माझी ध्येयं स्वकर्तृत्वावर मिळवण्याचा आनंद आहे. फलटणकरांची सून म्हणून जेवढा अभिमान आहे, तेवढीच स्वत:ची वेगळी प्रतिमा निर्माण करण्याची शान आहे.

महावीर मंदिराची निर्मिती आणि मूर्तीची प्राणप्रतिष्ठा मनुष्यभावाचे सार्थक करण्याचे महत्‌भाग्य मिळाले आहे.

णमोकार मंत्राचे सम्यक श्रद्धास्थान आहे.

मुनिजनांच्या सेवेचे भाव आहेत.

सर्वांबद्दल समता आहे. प्रेम आहे

स्वचे चिंतन आहे.

म्हणूनच मी तृप्त आहे. मी एक स्त्री म्हणूनच नाही, तर एक व्यक्ती म्हणूनही आज परिपूर्ण आहे.

❖❖

७.

कधी हरले, कधी जिंकले

– निशि

खरं तर ही वेळ नाही, की जरा थांबून मी माझ्याच जीवनप्रवासाकडे मागे वळून पाहावे. कारण अजून खूप चालायचे आहे, पुढच्या मुक्कामी पोहोचायचे आहे. पण असंही वाटतंय, पुढच्या प्रवासाला एक नवं बळ मिळावं म्हणून गत आयुष्यात परत एकदा डोकवावं. मी कोणत्या रस्त्यांनी, कोणत्या योग्य-अयोग्य वळणांनी, कोणकोणत्या चौकातून भटकले, कधी हरवले, कधी हरले, कधी विसावले, कधी सुखावले, कशी धास्तावले, कशी लढले आणि या साऱ्या धडपडीतून, अनुभवातून खूप काही शिकले. माणूसपण जपणाऱ्या कळपाबरोबर प्रेम-स्नेह-मैत्र-ममता-आदर या साऱ्यातून माणूस म्हणून जगले आणि आत्मीयतेच्या बळावर आज इथवर पोहोचले.

फार काही मोठं काम केलं नाही; पण तरी सांगण्यासारखं आणि मिरवण्यासारखं बरंच काही आहे. स्वतःच्या मालकीच्या एका दिवाळी अंकाचं संपादकपद माझ्याकडे आहे. 'विश्रांती' साहित्यिक आणि वैचारिक संस्कृती जपणारे वार्षिक. आज २८ वर्षे झाली. दिवाळी अंकांच्या गोतावळ्यात त्याला मोलाचे स्थान आहे. आज तो अंक बाजारात येण्याची वाट पाहिली जाते. महाराष्ट्र साहित्य परिषदेच्यावतीने सन्मानित झालेला, महाराष्ट्रातील अनेक सन्मानांचा मानकरी ठरलेला अंक मी कसा घडवला? कोणत्या मागच्या पिढीचा साहित्य परंपरेचा वारसा मी चालवते आहे का? कोणत्या वयात मी हे स्वप्न जपले मनात? घरात, अंगणात, शाळेत, विद्यालयात-कोणत्या पर्यावरणात हे जोपासले गेले? कोणी केली मला या प्रवासाची सोबत?

कोणत्याच प्रश्नाचे उत्तर सहज देता येण्यातले नाही, कारण माझा जीवनप्रवासच इतका खडतर आहे, की कोणतेच, अगदी क्षुल्लक, स्वप्न घेऊन जगण्याची आम्हाला, म्हणजे माझ्या कुटुंबीयांना परवानगीच नव्हती.

जहागीरदार घराणे. शिकारखाने. तंजावरचे बहुतेक. शिवशाहीपासून शिकारीचा कारखाना (विभाग) सांभाळणारे म्हणून शिकारखाने. मोरगाव सुपं गावची जहागिरी आम्हाला. शनिवारवाड्यासारखी बांधणी असणारा आमचा वाडा. आजही काही अवशेष मिळतात पाहायला, असं वैभव, पण वडिलांना काही उपभोगायला मिळालं नाही, कारण बालपणी त्यांच्या वडिलांचा मृत्यू झाल्याने सारे कोर्टाच्या ताब्यात. वयात आल्यावर ते सारे मिळवण्यासाठी कोर्टकचेऱ्या, जोडीला भाऊबंदकी आणि नव्याने आलेले सरकारी नियम, यामुळे हाती काहीच लागले नाही. पण पोटापाण्यासाठी, बायको मुलांसाठी वडिलांना एस. एस. सी., एस. टी. सी. च्या शिक्षणावर दौंड गावी शिक्षकाची नोकरी लागली. मोठा भाऊ हुशार; त्याला इंजिनिअर करण्याचे दीदीसकट आई-बापूंचे स्वप्न. त्यापुढे माझ्यासारख्या 'ढ' मुलीच्या शिक्षणाची कदाचित आई- वडिलांना गरजच वाटली नसावी. एक वर्षाचे काही कोर्सेस असे शिक्षण देण्याचे मानस वडिलांनी बोलून दाखवले आणि मी जी. सी. डी. साठी पुण्यात आले. दादा आणि मी खोली घेऊन राहू लागलो. शिकवण्या करत वडिलांवरचा भार कमी करत होते. दीदीसाठी आलेल्या स्थळांचे पत्ते शोधण्याची धडपड करत होते, कारण वडिलांचा त्रास जरा कमी व्हावा. गोऱ्या आणि इंजिनिअर जावयाच्या शोधात, हुंड्याच्या बाजारात, लग्नाचं वय उलटलेली दीदी; अजून किती दिवस आपल्यासाठी वडिलांनी जोडे झिजवायचे या काळजीने खंगत होती. एका छताखाली मीठ भाकरी देण्याची जिथे मारामार, तिथे दोन घरं- एक दौंडला व एक पुण्याला- कसं भागणार होतं?

या साऱ्या पार्श्वभूमीवर मी एकच विचार केला, की आपल्या पायावर आपण लवकर उभं राहायचं; वाट्टेल ते कष्ट करायचे आणि पैसे कमवायचे. दीदीच्या लग्नासाठी वडिलांना मदत करायची. अकाली प्रौढत्व जगण्याची सवय तेव्हाचीच लागलेली. पुण्यासारख्या शहरात तेव्हा माझ्यासारखी 'ढ' मुलगी सायकल मात्र न घाबरता चालवायची. पुण्याचे गल्ली बोळ ओळखायला लागले, धाडस होते, पण ते कुठे, कसे वापरायचे याची अक्कल नव्हती. घराला गरिबीतून बाहेर काढण्याशिवाय जगण्याचा दुसरा अर्थ माहीत नव्हता. वाचनाचे वेड होते; पण काय आणि कसे वाचायचे ते मार्गदर्शन नव्हते. पुस्तकं कशी घडतात याचे ज्ञान नव्हते, पण भावनांना भावणारे लिखाण, विचार करायला लावणारे लिखाण, खूपशा माहितीचा खजिना एकाच पुस्तकात साठवणारे लिखाण, आपल्या घरापुरत्या जगण्याशिवाय इतरांच्या जगण्याची ओळख देणारे लिखाण, एवढाच माझा साहित्याशी असणारा परिचय आणि तोसुद्धा खूपच वरवरचा.

आपणसुद्धा काहीतरी लिहावे- खूप छान, खूप वेगळं; ते वेगळं म्हणजे घरच्यांना माहीत नसेल असे; एवढाच त्या वेगळ्याचा अर्थ. एवढीच माझी अक्कल.

आज विचार करताना वाटतं, आपले वडील खूप विद्वान, ज्यांनी अख्खी 'तुकाराम गाथा' हिंदीत अनुवादित केली- गेयता आणि भावार्थाला धरून 'अभंग सागर' म्हणून त्या ग्रंथाचे खूप कौतुकही झाले. मोठा भाऊ मोठा झाला— 'लेसर कटिंग मशिन' बनवून. एवढा हुशार शास्त्रज्ञ. पण मग त्या माझ्या घडण्याचा वयात साधं वाचन आणि त्याचे जग, त्याचे जीवन घडण्याशी असणारे नाते मला का कळले नाही? त्याचे कारण एकच असावे, जगण्यासाठीची, दोन वेळची भ्रांत भागवण्याच्या जीवघेण्या धडपडीत साहित्यिक चर्चा वगैरे म्हणतात ना, ती कधी आमच्यात होतच नव्हती किंवा होत असली तरी माझ्या बुद्धीला ती तेव्हा झेपणारी नसावी; किंवा मी एक मुलगी, त्यात अभ्यासात 'ढ' म्हणून– त्या चर्चेत मला गृहीतच धरले नसावे. अर्थात घरच्यांचा दोष नाही- मी होतेच 'ढ'. कारण मला आठवतंय, इयत्ता दुसरी-तिसरीत असेन. लांबी-रुंदीतला फरक काय असतो हे पटवून देण्यासाठी माझ्या वडिलांची दमछाक झालेली मला चांगली आठवतेय. त्यासाठी खाल्लेला मार आणि बोलणीही आठवतात.

अशा परिस्थितीत दीदी डोळ्यासमोरचा आदर्श होती. तिचे सुंदरपण सर्वार्थानेच आणि उंची मनात भरायची. तिचे कविता करणे, नाटकात काम करणे, तिचे शिकवणे (ती माझी ७ वीची वर्ग शिक्षिका) तिचे भरतकाम, रांगोळी काढणे, घरकाम करणे आणि तिने मायेने जवळ घेणे, माझी वेणी घालणे हे सारंच माझ्यासाठी जगायला शिकवणारे होते. नोकरी करता करता तिचे शिकणे, मला 'ढ' असूनही डबल ग्रॅज्युएट करण्यास कारणीभूत ठरले अणि शिक्षणाचे महत्त्व समजले.

मी मॅट्रिक झाले आणि पुढल्या वर्षी तिचे लग्न झाले. वडील निवृत्त, धाकटा भाऊही मॅट्रिक झाला आणि पुढच्या शिक्षणाचे ठिकाण पुणे, म्हणून आमचे बिऱ्हाड पुणे शहरी आले, पण कैक वर्षे ते विंचवाच्या पाठीवरचे बिऱ्हाड होते. ४० वर्षांपूर्वी जंगल आणि शेती असलेले धायरी वडगाव, कॅनॉलचे वडगाव, आनंदनगर, विठ्ठलवाडी, असे सिंहगड रस्त्याने ते प्रवास करत होते. दीदीची आर्थिक कमाई थांबली. वडिलांची नोकरी संपली. तीन तरुण मुलं खाणारी, शिक्षण नसलेली; आणि उतारवयाकडे झुकलेले आई-बापू. त्यात लग्नाचे कर्ज डोक्यावर. जमेची पुंजी शून्य. धायरी ते शनिवार बसभाडे त्यात १५ पैसे, पण त्याचीही वानवा. सायकलमध्ये हवा भरण्याचे ५ पैसेही खिशात

नसत. मग आपली आपणच हवा भरावी. दिवसभर गावात येऊन टायपिंगची कामे करावीत, सॉस, लिक्विड सोप घरोघरी विकावा, शिकवण्या कराव्यात- चार पैसे मिळाले, की काही धान्य दळून घ्यावे, डाळ-तांदूळ घ्यावे आणि सायकलवर वाहून घरी न्यावे- मग आई चार घास शिजवणार आणि आम्ही सारे जेवणार— असा काहीसा दिनक्रम. त्यातून वेळ काढून शिकण्याचे स्वप्न उराशी बाळगणे आणि त्यासाठी धडपडणे हे आम्हा तिघा भावंडांचे तेव्हाचे ध्येय, तर मुलांचे हाल होतात म्हणून आई-बापूंचे अपराधीपणाच्या ओझ्याखाली दिवस ढकलणे आणि बापूंची त्याही वयात चार पैसे कमवण्यासाठीची सायकलवरची पायपीट आजही आठवली, की काळीज तुटते.

शिक्षण नाही, नोकरीचं वय नाही म्हणून तेव्हाच्या फिलिप्ससारखा चांगल्या कंपनीनेही मला मुलाखतीतून परत पाठवले. अशी जगण्यासाठीची धडपड करता करता समृद्ध जगणे म्हणजे साहित्य, कला, संगीत, सामाजिक भान, सहजसुंदर मैत्रीचं विश्व; एवढंच काय, चांगले शिक्षण– या साऱ्याची खऱ्या अर्थाने साधी तोंडओळखही झाली नाही. साराच अंधार होता आणि दिशाहीन वय वाढत होतं. त्यात भर आर्थिक विवंचना आणि वयात आलेल्या मुलीच्या लग्नाच्या ओझ्याखाली दडपलेल्या असमर्थ आई-बापूंची तगमग यांची. कोणत्याही आईवडिलांना ग्रासणारी ही जीवघेणी चिंता माझ्या आई-बापूंना वाटत होती. मोठा मुलगा अजून कमवत नव्हता. त्यामुळे आधारहीन झालेली त्यांची जगण्याची धडपड आणि मनात जपलेला जहागीरदारपणा, वाढतं वय यामुळे स्वभावाचा काहीतरी लोचा झाला. पैसे आले, की माणूस बदलतो म्हणे. अगदी बाप-लेकाचं नातंही संपतं. आमच्याकडे पैसा नसल्यामुळे असे काही बदल झाले, की नात्यात दरीच पडायला लागली. कष्टासाठी बाहेर वणवण करणारी मी बापूंच्या मनातल्या अनेक शंका-कुशंकाची बळी ठरत गेले. खेडेगावातून आलेली मी, शहरातील मोकळेपणा घेऊन जगू पाहात होते आणि परिस्थितीवर मात करण्यासाठी त्यांच्या हिशोबातले साळसूद जीवन जगत नव्हते. फक्त घरात बसून राहणे माझ्या स्वभावात नव्हते आणि परिस्थितीमुळे त्यांना परवडणारे नव्हते. म्हणतात ना, बाप भीक मागू देईना, आई.... आई कधीच ठाम भूमिका घेऊन पाठीशी उभी राहिली नाही. संसारात स्त्रीला हवे हवे वाटणारे कधी तिला मनसोक्त उपभोगता आले नाही, त्याची चीड सतत मनात खदखदत असावी. सगळ्या नात्यात आपला संसार गरिबीचा, कष्टाचा, काटकसरीचा असला तरी मी तो कसा यशस्वी केला हे सिद्ध करण्यासाठीचा सततचा आटापिटा. यामुळेही असेल

कदाचित तिचे तसे वागणे; पण वडिलांचा संसार सावरण्यासाठी मी व माझी धडपड एकटी पडत गेली, हे मात्र खरे. प्रत्येक वडिलांचा स्वभाव मुलांच्या काळजीपोटी असतोच संशयी, पण त्याला जर विश्वासाचे कवच नसेल तर परस्परातील संवादाला विपरीत वळण लागते. त्यात ते अतिरेकी स्वाभिमानी, ज्याचे चटके लहानपणापासून सोसत होतो; पण हे सारे पुढील वयात आपले जीवन बदलून टाकेल, अस्थिर करेल, आपल्याला पोरके करण्यास कारणीभूत ठरेल हे काय माहीत?

घडले कसे, काय, कधीपासून- ती सुरुवात याचं गणित कधीच मांडता आलं नाही. 'ढ' तर होतेच पण घरापासून असे तुटले जाते कोणी या वळणाची पण ओळख नव्हती. पण माझ्याबाबत घडले तसे; न केलेल्या अपराधाची शिक्षा भोगण्यापेक्षा अपराध करून ती भोगावी असला काही चुकीचा विचार डोक्यात येऊ लागला. आयुष्याला एक वेगळंच अनोळखी वळण लागेल या भीतीने मन बंड करून उठलं. मी घराबाहेर पडले. करणार काय, माहीत नव्हते; पण काही करून दाखवायचे आणि मगच घरी यायचे.

एकाच शहरात आम्ही राहात होतो. एकाच रस्त्याच्या दोन किनाऱ्यांवरून आम्ही एकमेकांना ओळख न देता जात होतो. आईवडील असून मी पोरकी होते. त्याकाळी महारोग्यांचे दु:ख हे सगळ्यात विद्रूप आणि असह्य दु:ख मी समजत होते. पण आईवडील असतानाही हे असे पोरके होणे हे मला मोठे विद्रूप दु:ख आहे असे जाणवू लागले. होस्टेलवरच्या जगण्यातली एक मैत्रीण- आई लहानपणी गेली म्हणून खूप दु:खी व्हायची आणि स्वत:ला कमनशिबी समजायची. मी तिला म्हणे, ''अगं, तू आई नाही म्हणून रडू तरी शकतेस, मी तर तेही करू शकत नाही.''

सायकल दुरुस्ती, गॅरेजवर काम, कधी भोसरीच्या कंपनीत तीन रुपये रोजावर काम, तर कधी साडी दुकानात सेल्सगर्ल, कधी 'बिजली' दुकानात जमा-खर्च लिहिण्याचे काम, कोणा दवाखान्यात नंबर देण्याचे काम, कोणाच्या लहान मुलाला सांभाळण्याचे काम-अशी धडपड करत शिक्षणाचे स्वप्न पूर्ण करण्यासाठी झगडत होते. तेव्हा सवय लागली कविता करण्याची. सुरेश भटांच्या गझलांची गोडी वाटू लागली. थोडंफार मला तसं काव्य जमलंही पुढे- म्हणून तर, मी टाकलेल्या प्रिंटिंग प्रेसमध्ये कागदाच्या गठ्ठ्यावर बसून सुरेश भटांनी मला माझ्या नुकत्याच सुरू केलेल्या 'विश्रांती' मासिकासाठी गझल लिहून दिली.

हेल्मेटमधल्या, विविध क्षेत्रात शिकणाऱ्या शिकवणाऱ्या आणि नोकरी

करणाऱ्या मैत्रिणी भेटल्या आणि जीवनातल्या वेगवेगळ्या क्षेत्रांची, शिखरांची, तेथपर्यंत पोहोचणाऱ्या वाटा, त्यांची वळणे मला समजू लागली. कंपनीत कष्ट करणाऱ्या मुली भेटल्या. त्यांचे गरीबीशी असलेले नाते मला माझे वाटू लागले. माझे दु:ख मला फिके वाटू लागले आणि जगण्यातला कडवटपणा कमी झाला. भेटलेले काही मित्र, मैत्रिणी आणि एक सख्खी मैत्रिण यामुळे जगण्यात आनंद असतो आणि तो इतरांना वाटण्यासाठी असतो याची जाण आली. या प्रगल्भतेला स्वामी विवेकानंदांच्या विचाराने, साहित्याने खतपाणीही घातले.

मिळालेल्या संधीचा फायदा घेत मी बी. कॉम. पूर्ण केले, अर्थात बाहेरूनच. शेवटचे वर्ष मॉडर्न कॉलेजमध्ये घालवले, पण ते फक्त नाव लागण्यापुरतेच होते. मात्र तेथे केलेले 'मॉम' भित्तिपत्राचे संपादन मला साहित्यात लुडबूड करायला लावणारे ठरले. कॉलेजच्या मासिकात छापून आलेल्या कवितेमुळे पुंडेसरांनी बोलावून केलेले कौतुक आणि कलाशाखेत प्रवेश घेण्यासाठी दिलेला सल्ला मला माझा साहित्य जगण्याचा पैस देऊन गेला. मी तर चक्क मग एक कादंबरीच लिहून टाकली. 'निहार' दिवाळी अंकासाठी. ती प्रसिद्धही झाली. मी साहित्यिक झाले.

भावाच्या लग्नानिमित्ताने मला घरात स्थान मिळाले, पण नंतर लक्षात आले, की ते सण साजरा करणे होते. स्वत:शी प्रामाणिक असणे आणि त्यासाठी तसे वर्तन असणे याचे महत्त्व तोवर कळले होते. त्या घरासाठी आपली काही जबाबदारी आहे याची जाणीव प्रत्येक क्षणी मनात होती आणि म्हणूनच जमेल तशी, जमेल त्या मार्गाने मी ती पार पाडत होते. भले माझे या घरातले स्थान परत नाकारले गेले तरी. सरकारच्या रोजगार नोंदणी कार्यालयातून बोलावणे येऊन मला एका छोट्या दैनिकात 'हिशेब तपासनीस' म्हणून दीडशे रुपये पगाराची नोकरी मिळाली. खरंच सांगते, दैनिक कशाशी खातात हे माहीत नव्हते आणि त्याच दैनिकात लिहूही लागले.

आपण 'ढ' आहोत ही भावना संपलेली नव्हती. त्यात पोरकी- तीही 'चोरटी पोरकी'- हा मनातला सल संपत नव्हता. त्यामुळे समोर येणारा प्रत्येक जण हा महानच आहे, आपण कमी लायकीच्या आहोत हा विचार पिच्छा सोडायचा नाही; पण त्यामुळे एक झालं, मी खूप धाडस करण्यास शिकले. प्रत्येक गोष्ट शिकून घेण्याकडे माझा कल वाढला. कारण आपण एकटे आहोत, आपल्या अडचणी आपल्यालाच सोडवायच्या आहेत. मग गाडी पंक्चर झाली तरी ते आपल्यालाच काढायचं. अहो, रात्र कितीही झाली तरी आपल्याला

एकटेच घरी जायचे आहे. तसं धाडसाशी लहानपणाचीच माझी मैत्री होती. क्रिकेट, सूरपारंब्या, गोट्या, विटीदांडू असे खेळ मी काचाकवड्या, सागरगोटे, लंगडीबरोबर खेळले. विजेची कामे, घर रंगवणे, अंगण सारवणे अशी कामे करण्यात माझा हात कोणी धरत नसे. पण एक होतं; मला बालपणात माझ्या वयाच्या मैत्रिणी नव्हत्या व आजही नाहीतच. लहान मुलांच्यात रमणे आणि वयाने मोठ्या मैत्रिणींच्यात ऊठ-बस असे. एका चित्रपटाची कथा मी मोजून तीन तास सांगू शके. असो, बालपणात फार रेंगाळून चालणार नाही- तर सांगत होते, की मी खूप धाडसी होते. आणि वर्तमानपत्राची नोकरी घटनांच्या सत्यतेत शिरायला शिकवून गेली. पुणे दै. प्रभात व दै. केसरीमधल्या नोकऱ्या. खरं तर त्या जाहिरात विभागातील होत्या. त्या मला व्यावसायिक ओळखीत नेणाऱ्या होत्या. जोडीला पुंडेसरांच्या प्रेरणेने एस. एन. डी. टी विद्यापीठामधून एम. ए. सुरू केले होतेच. पुणे विद्यापीठातून बी. कॉम. केले. पण एम. ए करता न आल्याने मी विद्यापीठ बदलले. १९७५ ते १९८५ अशी दहा वर्षे मी परिस्थितीशी झगडत १९८६ साली एम. ए झाले.

नोकरीत रमणारी माझी मनोधारणा नसावी किंवा एकटेपणाची एवढी सवय लागली असावी, की रोज रोज तीच तीच माणसे, तेच तेच काम, तेच हसणे-बोलणे मला मानवणारे नसावे म्हणूनही असेल; किंवा अधिक काही चांगले, चांगल्या सहवासाचे आणि आव्हानाचे मिळवण्यासाठी असेल, मी वर्षभरापेक्षा जास्त काळ एका जागी नोकरी केली नाही.

दिवाळी अंकात कादंबरी छापली गेल्यापासून दिवाळी अंकाचे आकर्षण होतेच. अर्थात ही दिवाळी अंकाची ओळख एका मित्रामुळेच झाली. त्यानेच माझ्या कादंबरीचे कच्चे लेखन ठाकून-ठोकून योग्य आकारात बसवले. त्याचे ते ठाकणे– ठोकणे नकळतच माझ्यात संपादकीय बीज मात्र पेरून गेले. दैनिकातली कामे जवळून पाहून शब्दांचे सोने करणे म्हणजे काय तेही कळले. (आणि वाटोळे करणे कसे-हेही कळले.) विचार करता मला नेहमी जाणवले, की खूप गोष्टी तुम्ही न ठरवता जेव्हा तुमच्या आयुष्यात घडतात, तेव्हा त्या तशा घडणे ही तुमच्या पुढील आयुष्याच्या वाटेवरच्या घटनांची नांदी किंवा झलक असावी. नाहीतर शिक्षकाची सर्वसामान्य मुलगी मास्तरीण व्हायची वा कारकून; किंवा जगण्याच्या धडपडीत माझ्या वाट्याला आलेले कर्मचारी जीवन हेच पर्याय होते, पण मी अपघातानेच दैनिकाच्या दुनियेत आले. साहित्य कशाशी खातात हे माहीत नसताना दिवाळी अंकाची लेखिका व पुढे संपादक झाले. एका 'ढ'

मुलीला पुंडेसरांनी प्रेरणा देणे, मी साहित्यात लुडबूड करणे या गोष्टी जाता जाता घडाव्या तशा घडल्या आणि मी एक दिवाळी अंक एका मित्राच्या व त्याच्या बायकोच्या मदतीने सुरू केला. संपादनाबरोबरच त्यासाठी लागणारे तंत्र शिकून घेतले. त्या अंकाच्या खर्चाचा हिशेब मांडून स्वत:चा प्रेस काढणे शहाणपणाचे वाटून मी त्या माझ्या मित्राला घेऊन 'विश्रांती प्रिंटर्स ॲण्ड पब्लिशर्स' ही संस्था सुरू केली. तो खिळ्यांचा टाइप, ते टाइपांचे रॅक्स, शाईचे डबे, ब्लॉकचे ठोकळे, १८-२३ चे ट्रेडिंग मशीन, कागदाचे रीम आणि या साऱ्याबरोबर तो शाईचा, ऑईलचा वास आणि काळेपण, त्याचबरोबर व्यवसायातले सारे बारकावे शिकत, कागदाच्या आकाराचे गणित मांडत-व्यवसाय वाढवणे; लग्नपत्रिका निमंत्रणाचे रंग आकर्षक अक्षर वळणांतून छापून आपलाच एक वेगळा ठसा उमटवताना, बालांच्या साहित्याला आकर्षक पुस्तकातून प्रकाशित करून बाजारात आणणे– असा आगळाच प्रवास मी करत होते. 'लूना'वरून २०-२५ किलो वजनाच्या टाइप- खिळ्यांच्या पानांची खोकी, कागदाच्या रिमांवर रिमा वाहून नेताना, स्वत:ची साडी सावरताना, दमछाक होताना, मशीनवर स्वत: छपाईला उभे राहताना मला साहित्यात रमणाऱ्या मित्र मैत्रिणींच्या सोबतीने 'सख्ख्या' मैत्रिणीच्या सहवासात जगणाऱ्या नीलिमापेक्षा एक वेगळीच काबाडकष्ट करणारी 'नीलिमा' भेटली. काबाडकष्टाची सवय होतीच पूर्वीची. हातात, कमरेवर पाण्याच्या घागरी वाहून नेणे, सायकलला घागरी अडकवून पाणी वाहून नेणे, ७०-७० किलो रेशन पुण्यातून धायरीला सुनसान सिंहगड रस्त्याने नेणे- हे कष्ट घरासाठी केले होतेच. मात्र हे कष्ट स्वत:ला सिद्ध करण्यासाठीचे होते. त्यातही आनंद होता. त्यात भर होती 'मिळून साऱ्याजणी' बरोबर काम करणाऱ्या समाधानाची. 'मिसा' च्या सुरुवातीच्या काळात तीन वर्षे निर्मिती व्यवस्था माझ्याकडे होती. हे मैत्र मला माझे सामाजिक भान प्रगल्भ करण्यास खूप उपयोगी पडले. काय, कसं जगणं असतं, सहन करणं असतं, झगडणं असतं, एकीचं बळ कसं असतं, कसं असावं, आपलं सामाजिक भान या साऱ्याची खरी ओळख मला झाली. समृद्ध जगण्याचा आणखी एक मार्ग मला गवसला. त्याच सुमारास एक नवं वळण, एक नवा पदर माझ्या जगण्यास लाभला. तो पदर होता भरजरी नक्षीचा, जडही होता आणि तो सांभाळावाही लागणार होता. खरं तर, ते वळण मला गरजेचे वाटत नव्हते, पण ती घरच्यांची प्रतिष्ठा होती. कारण मुलीचे कन्यादान करणे हे आईवडिलांसाठी पुण्य कमावण्याबरोबरच प्रतिष्ठा देणारे असते; आणि माझ्यासारखी घर सोडून राहिलेली मुलगी व्यभिचारी नाही हे सिद्ध करण्याचा

त्यांच्यासाठी तो सोहळा असतो. अर्ध्या तासात मला घरातून बाहेर काढणारे माझे आईवडील आणि धाकटे बंधू यांना कदाचित माझे लग्न लावून देणे म्हणजे आपल्या दुष्कृत्यातून मुक्त होण्याचा प्रतिष्ठित मार्ग वाटला असावा.

आपल्या समाजात कुटुंबाची ठेवण अशी काही आहे, की त्यातल्या प्रत्येक व्यक्तीची यशस्विता तो केवळ आर्थिकदृष्ट्या संपन्न, सद्वर्तनी आणि चार सज्जन व्यक्तींच्या कळपातला माणूस म्हणून जगून चालत नाही, तर त्याचे लग्न झाले पाहिजे, त्यातून येणारे गोतावळे यालाही त्याने जपले पाहिजे, तरच तो यशस्वी जगला. मग 'शिकारखाने' आडनाव लावणारी मी त्यांच्या कुटुंबातील व्यक्ती लग्नाशिवाय कशी प्रतिष्ठित ठरणार?

असो. त्यांच्या त्या सुप्त इच्छांना मी मान्यता दिली. चूक केले, की बरोबर केले माहीत नाही; पण आपल्या घरी नसल्याने त्यांनाही खूप सोसावे लागले असणारच... तर आता थोडे त्यांच्या मनाप्रमाणे होऊ दे, त्यांचा आनंद त्यात आहे तर तो त्यांना मिळू दे– हाच विचार फक्त मनात होता. मात्र मी एक अट घातली होती. ''मुलगा तुम्ही ठरवा पण त्याला हे नक्की सांगा, की आमच्या मुलीला आम्ही घराबाहेर काढले होते आणि त्यामागचे कारणही सांगा. ते त्याने स्वीकारले तरच मी लग्न करेन, तेही बिनहुंड्याचे व नोंदणीपद्धतीने.'' देव त्यांना पावला. तसा मुलगा त्यांना भेटला. पत्रिका घर पाहून लग्न झाले.

आता माझा वेगळाच लढा सुरू झाला. त्यांना मी म्हणजे त्यांची गरिबी दूर करणारी जादूची कांडी वाटली होते. दैनिकाची पत्रकार म्हणजे मी काहीही करू शकते अशी त्यांची समजूत होती. माझा दिवाळी अंक आहे म्हणजे मी पैसेवाली आहे, असे समजून त्यांनी खूप मोठ्या पैशांची अपेक्षा माझ्याकडून ठेवली, अपेक्षा पूर्ण होईनात म्हणून धमक्या सुरू झाल्या. त्यात एक अशी– आम्हाला २०-२५ हजार रुपये हुंडा देऊन अजूनही मुली सांगून येतात... वगैरे वगैरे. मी हर प्रकारे समजावून देऊनही त्यांना त्यांची गरिबी दूर करण्याचा मार्ग हुंड्याशिवाय दुसरा असू शकतो हे कळेना. माझे सौजन्य, माघार या साऱ्याचे लचके तोडले जाऊ लागले आणि माझ्या संयमाचा बांध फुटला. मी या बंधनातूनच मुक्त होण्याचा निर्णय घेतला. परत तीच माघार. जी लग्न करताना मी घेतली ती. मी घटस्फोट दिल्याने त्याला हुंडा मिळणार असेल तर मिळो आणि त्याची गरिबी दूर होवो. मात्र ही त्याला सवय लागू नये म्हणून मी आजही त्याचेकडून अगदी किरकोळ किमतीची पोटगी वसूल करते. कारण दरमहा पैसे देण्याचा छोटासा चिमटा त्याला त्याच्या गैरवर्तनाची आठवण देईल एवढंच. मात्र हा

लढा मला एकटीलाच द्यावा लागला. लग्न लावून देणारी मंडळी...

आता घरचे, दारचे माझ्या शुद्धतेबद्दल बोलत नव्हते. प्रतिष्ठेचा मुद्दा निकालात निघाला होता. मी जाणीवपूर्वक स्वतंत्र घर केले होते. माझं काम, माझा प्रेस, विश्रांती दिवाळी अंकाचे प्रकाशन, साहित्यात लुडबूड करण्याची धडपड, एका शाळेच्या उभारणीचे परिश्रम, पत्रकारिता, थोडी सामाजिक जबाबदारी उचलण्यासाठीची धडपड असे जीवनगाणे सुरू होते. साथीला 'सख्खी' मैत्रीण होतीच. आणखी एक 'साहित्यिक विचार' ही सुद्धा स्वभावाची एक विशिष्ठ ठेवण असते. ती ओळखायची, अभ्यासायची, जोपासायची, वृद्धिंगत करायची आणि मांडायची हा प्रवास खूप मजेशीर असतो. तो आपल्याला आतून घडवत असतो, समृद्ध करत असतो. मी तशीच घडत गेले, समृद्ध होत गेले. या प्रवासात माझ्याबरोबर होती 'सख्ख्या' मैत्रिणीची माया आणि जीवन जगण्याचे तिने देऊ केलेले गाणे. त्याचबरोबर दहा बारा ज्येष्ठ मित्र-मैत्रिणींचा उसळता उत्साह- या साऱ्या धाग्यांतून माणूस आणि माणूसपण यांचा गोफ मी विणत आहे. जिथे, जेवढे म्हणून शक्य आहे तेथे देत आहे आणि मिळवत आहे जगण्याचे बळ.

प्रसंगी रस्त्यावर उतरले. कारण नाहक होणारा अन्याय, जबरदस्ती, स्त्री असण्याचा गैरफायदा घेणाऱ्यांना त्यांच्यातल्या माणूसपणाची जाण देण्यासाठी. याच ताकदीवर पुढे मी 'साप्ताहिक कात्रजच्या बोगद्यातून' याची सुरुवात केली. सिंहगड रोड, धनकवडी, कात्रज या ग्रामपंचायत भागातील प्रश्नांना वाचा फोडणारे मुखपत्र अशी त्याची ओळख होती. त्या साप्ताहिकाने धनकवडी येथील पाण्याचा प्रश्न, धायरी ग्रामपंचायतमधील दादागिरीचा प्रकार इत्यादी अनेक घटनांच्या 'स्टारप्रश्ना' साठी ते गाजले. एव्हाना विश्रांती दिवाळी अंक चांगलाच आकाराला आला होता. स्वत:च्या खांद्यावरून अंकांच गठ्ठे विक्रीसाठी दुकानात पोहोचवणे आणि लेखकांना संपादक म्हणून भेटणे यामधली सगळी कामे गेली अठ्ठावीस वर्षे मी एकहाती करत आहे. आज असंख्य बक्षिसे घेताना हे ओझ्याचे खांदे छाती पुढे काढण्यास, मान ताठ करण्यास सहज साथ देतात.

वार्षिक, साप्ताहिक याच्याबरोबर आणखी एक धाडस करून पाहिले. 'दैनिक लोकमान्य सांजवार्ता' याची निर्मिती. सुरुवातीची ५-६ वर्षे मी त्याची संपादक, कार्यकारी संपादक या पदांसह सर्व व्यवस्थापनही पाहिले.

मात्र तरल साहित्यात, वाङ्मयाच्या सात्त्विक गहिरेपणात, सामाजिक भान जपणाऱ्या कळपात हाती जे लागत होते ते बातमीदारीच्या व्यापारी दुनियेत

गवसेना. म्हणून असेल कदाचित, अपघाताने दैनिकाच्या दुनियेत आलेली मी दैनिकातील वेगवेगळी पदे सांभाळून सहजपणे त्यातून मुक्तही झाले आणि पुस्तक निर्मिती, संपादन, लेखन करत- मराठी विश्वकोश मंडळाच्या उपक्रमातही सध्या सहसंपादक म्हणून जबाबदारी सांभाळत आहे. तसेच 'साप्ताहिक विवेकच्या' 'महाराष्ट्राचे शिल्पकार चरित्रकोश' या प्रकल्पातील 'समाजकारण कोश' खंडाची सहसंपादक म्हणून काम पाहाते आहे.

दौंड हे तालुक्याचे ठिकाण, पण खेडेगाव. आज विचार करता मला तेव्हा ते अरसिक गाव वाटायचे. शाळा-घर याशिवाय वेगळे तेथे काही घडलेच नाही. मात्र आम्ही राहात असलेल्या चाळीने जे काही माझ्यावर संस्कार केले ते घरातल्या संस्काराइतकेच तोलामोलाचे होते. त्याच्याच जोरावर आणि आजपर्यंत एक एक करत, जपत आणि जोपासत आणलेला मैत्रभाव मला इथपर्यंत घेऊन आला. एक सांगू, जेवढ्या आठवणी जुन्या-तेवढ्या वयाबरोबर त्या नव्या होत जातात. साऱ्या कटू प्रसंगांचे सुद्धा नवे प्रेरणादायी अर्थ सापडतात आणि म्हणूनच विश्वासाने सांगू शकते– परमेश्वरदयेच्या अथांग सागरातून, माणूसपणाच्या बोटीतून असा साहित्य प्रवास करते आहे तो तुम्हा साऱ्यांचे मैत्र सोबत आहे म्हणूनच.

❖❖

८.

आयुष्याची फरफट

– वसुधा परांजपे (पारखी)

आत्ताच्या आणि पन्नास-पंचावन्न वर्षाच्या पूर्वीच्या काळात सर्वच बाबतीत जमीन अस्मानाचा फरक पडला आहे. मी मराठी सातवी पास झाले. पुढे एक वर्षाचा इंग्रजी शाळेत स्पेशल क्लास केला आणि इंग्लिश चौथीत गेले. पण नंतर इच्छा असून शिक्षणाची सोय झाली नसल्याने गावाला आईवडिलांकडे गेले. नंतर जिथे मी राहात होते त्या लोकांना घरात माणसाची गरज होती म्हणून मला बोलावून घेतले. आता आठवीचे वर्ग निघाले होते. अभ्यासक्रम स्पेशल करायचा होता म्हणून मी त्या लोकांना विचारलं, मी बाहेरून आठवीला बसू का? त्यांच्या परवानगीने आठवी पदरात पडली. मार्क चांगले मिळाले. मी राहात होते त्या नातेवाईकांची तालुक्याच्या ठिकाणी बदली झाली. मी त्यांच्या बरोबर त्या गावी गेले. पण त्या आधी शिक्षिकेच्या जागेसाठी माझा इंटरव्ह्यू झाला होता. चार महिन्यांनी नोकरीचा कॉल आला. हे नातेवाईक मला एकटीला कुठे ठेवायला तयार नव्हते. त्यांच्यावर जबाबदारी होती आणि मुलींना सौदर्य हा शाप असतो. राहात्या जागेपासून नोकरीचं गाव आठ एक मैलावर होतं. मग रोज सकाळी सव्वाआठची एस. टी. पकडून संध्याकाळी मिळेल त्या गाडीने घरी यायचं.

कधी अडचण आली तर महिना पाच रुपये भाड्याने खोली घेऊन ठेवली होती. पगार होता सत्तर रुपये आणि बसचे रोजचे एक रुपया दोन आणे तिकीट होते. मग तिथे गेल्यावर शिकवण्या घ्यायची. घरमालकांची मेहेरबानी असावी म्हणून त्यांच्या नातींना फुकट शिकवायची. शिक्षणाचे वेड मात्र स्वस्थ बसू देई ना. मग प्रथम बाहेरून हिंदीच्या चार परीक्षा देऊन प्रवीण झाले. महिना आठ आणे देऊन इतर विषयांचा लायब्ररीतून पुस्तके आणून अभ्यास केला. आणि हिंदी विषय घेऊन एस. एस. सी. केलं. त्यावेळी इतिहास संशोधक

श्री. आवळसकर यांनी मला इतिहास विषयात मार्गदर्शन केलं. हा आवर्जून मी उल्लेख करीत आहे. माझ्या बरोबर सातवीला शिकविणारे गुरुजी, तालुका मास्तर, माझी मैत्रीण असे चार पाच जण बाहेरून परीक्षेला बसलो होतो. पण मी एकटीच पास झाले. बाकीच्यांनी हिंदीत मार खाल्ला. मी हिंदीची प्रवीण असल्याने माझं हिंदी उत्तम होतं. पुढे माझी बदली आम्ही राहात असलेल्या गावीच झाली, सकाळची शाळा असल्याने मी माझे इतर छंद, म्हणजे गायन, नृत्य, नाटक, वगैरे जोपासायला सुरुवात केली. नृत्याच्या मुलींना मी प्लेबॅक द्यायची आणि गावात दहा मेळे होते, त्यात आमचा पहिला नंबर होता. कुठे काही कार्यक्रम असला तर तिथे माझी वर्णी लागायची. ह्याच काळात मला पंडीत जवाहरलाल नेहरू, मोरारजीभाई देसाई, अर्थमंत्री सी. डी. देशमुख वगैरेच्या पुढे, स्वागत पद्य व राष्ट्रगीत म्हणण्याचा चान्स मिळाला. हेही नसे थोडके. कारण त्या गावात तेव्हा कसले क्लास वगैरे नव्हते. पुढे ह्याच गावात असताना माझं लग्न झालं आणि आम्ही बिऱ्हाड केलं, हे फॉरेस्ट ऑफीसमध्ये होते. त्यांना पगार १२० रु. होता आणि मला ७५ रु. होता. लग्न झाल्यावर मी ११ ते ५॥ ची शाळा मागून घेतली. घरी आल्यावर घरखर्च चालायचा पण काहीवेळा घरी दहा माणसं असल्याने मोठा भाऊ म्हणून पैसे पाठवायला लागायचे. सात-आठ सावत्र भावंडं शिकत होती. मला लग्नाला वर्ष होतंय तो मुलगा झाला. मुलगा वर्षाचा होतोय, तो मला ट्रेनिंगसाठी कॉल आला. एस. एस. सी झालेल्यांचा तो दोन वर्षाचा हायर डिप्लोमा होता, मला पुन्हा दिवस असल्याने शिक्षण शक्य वाटत नव्हतं. ह्यांनी पण पुण्याला बदली करून घेतली, जागेचा प्रश्न असला तरी जागा मिळत होत्या. पण जास्त लांब नको होती. जाताना ह्या गावाहून एक मुलगी नेली होती. गावात असलेल्या ह्यांच्या बहिणीने मेहेरबानी म्हणून वाड्याच्या मागच्या भागात एका जुन्या खोलीची डागडुजी करून दिली. मध्ये अगदी अशीच मातीने आणि जुन्या अडगळीने भरलेली खोली ओलांडली, कि वर दुसऱ्या मजल्यावर झोपायपुरती एक खोली मिळाली. तिच्या खिडक्यांना खिळखिळे झालेले दोन तीन लाकडाचे गज होते. जिन्याला कठडा नव्हता. तिथे ट्रंका गाद्या ठेवल्या.

घरात पहाटे चारला नळ यायचा. त्याच्या खालीच एक पिंप लावून ठेवला, बाकी पाणी पुढील दाराहून ठराविक वेळात आणायचं. मला मात्र सातवा महिना चालू होता. मी त्या मुलीच्या हवाली मुलाला करून ट्रेनिंगला चालत जात येत होते. फक्त लेक्चर ऐकून येत होते. पुस्तकं वगैरे काही घेतली

नव्हती. पहाटेपासून उठून मी तुरुतुरू धावत असायची. आता आठवण झाल्यावर माझीच मला कीव येते. मात्र इकडे आल्यावर माझा गुटगुटीत असलेला मुलगा सारखा आजारी पडू लागला. त्याला धड चालता येईना. मांड्यांना सुरकुत्या पडल्या. त्यांनाही डिसेंट्री झाली. सगळं सांभाळत मी डुल्यामारुतीशी डॉ. देशपांडे आणि प्रसिद्ध आवाबेन ह्यांच्याकडे जाऊन औषध आणायची, हे वर झोपूनच होते. सकाळी उठून मी पुढील दारी नळावर जाऊन बेडपॅन साफ करायची. पावसापाण्याचे दिवस, पण माझी बारीक दिसत असेन तरी तब्येत चांगली होती. अशातच एकदा घरी आल्यावर शेजारच्या बाईने सांगितलं की, 'अहो, ही मुलगी आपण दूध पिते आणि त्याला पाणी पाजते. कारण त्यांनी माझ्या सांगण्यावरून लक्ष ठेवलं होतं. त्यांच्या खोलीतून नुसता पडदा वर केला की मधल्या पडक्या खोलीत येता येत होतं. त्यांच म्हणणं ऐकताच मला वाटलं जशी धरणी माझ्या पायाखालून जमीन सरकते आहे आणि माझ्या सोन्यासारख्या मुलासाठी नोकरीवर लाथ मारायचा मी निश्चय केला, दुसऱ्याच दिवशी राजीनामा दिला. पण पुढे त्यांचा दोन तीन महिने स्टायपेंड येत होता. दुसऱ्याच दिवशी त्या मुलीचीही रवानगी केली, नंतर महिन्यातच दोघांच्या तब्येती सुधारल्या, ह्यांचं अर्धवट राहिलेलं शिक्षण पूर्ण व्हावं म्हणून मी कोकणात मुलाला घेऊन बाळंतपणासाठी गेले. नववा महिना चालू असल्याने डॉक्टर नको म्हणत होते, तरी नशिबावर हवाला ठेऊन गेले. आई एकटीच होती. वडील नुकतेच गेले होते. तिथे ऐसपैस जागा, चांगली हवा, पाणी मुबलक; घरचा तांदूळ, भाजीपाला आणि धारोष्ण दूध यामुळे मुलाची तब्येत छान झाली. ते खेडं असल्याने त्यावेळी तिथे डॉक्टर-नर्स कोणी नव्हतं. मी गेल्यावर मला नऊ महिने नऊ दिवसांनी मुलगी झाली. सुईण मी सांगेन त्याप्रमाणे सर्व करीत होती. नंतर तीन महिन्यातच मुलगी घेऊन पुण्याला आले. ह्यांची परीक्षा होऊन त्यांना फर्स्टक्लास मिळाला होता आणि नव्या नोकरीसाठी जळगावला एकदम ऑफीसर म्हणून पोस्टींग झाल होतं. राहायला अगदी नवीनच जागा मिळाली. त्या पडक्या वाड्यातून सुटल्यामुळे खूप आनंद झाला.

मुलं मोठी होत होती. मला पूर्वानुभव असल्याने लगेचच तिथल्या शाळेत माझी निवड झाली. माझ्याच शाळेत मुलं असल्याने मुलांना फी माफ झाली. मी सकाळी शाळेत गेल्यावर चपराशी येऊन केरकचरा, दळण, भाजी आणणे, मुलांना शाळेत नेणे-आणणे वगैरे कामं करायचा. त्यावेळी तशी पद्धतच होती. ह्यांना फिरती असल्याने ऑफीसची जीप होती. मी सकाळी घरचं

करून पावणेसातला शाळेत जायची, ती पावणेअकराला परत यायची. आल्यावर जेवून हस्तकलेच्या क्लासला जायची. त्यामुळे खूप गोष्टी शिकता आल्या, मुलांना शाळेतून आल्यावर रोज नवीन डिश असायची. संध्याकाळच्या जेवणाचं जास्त बंड नसायचं, भाजी भाकरी किंवा पापड-खिचडी-चटणी असायची. मुलांचा मग अभ्यास घ्यायचं काम असायचं. इतर वेळी मैत्रिणी, जोडलेली नाती जपावी लगायची. सगळ्या बायका-मुली मिळून आम्ही हरतालिका, मंगळागौर, नागपंचमी, गौर-गणपतीत जाग्रण करायचो, भुलाबाईचं जाग्रण जोरात व्हायचं. दिवाळीनंतर मेहरूणच्या बागेत आवळी भोजन करायचो, भिशी होतीच. कधी भरीत-भाकरीची पार्टी, हुर्डापार्टी व्हायची. सगळ्यात मला खानदेशची माणसं फार आवडतात. श्रीमंतीची मिजास नाही की, शिक्षणाचा तोरा नाही, अगदी साधी माणसं. कुठेही मिसळून जातात. सर्व कामाला पुढे. दुसऱ्याचं ते आपलं मानून करतात. आता जळगावला चांगल बस्तान बसलं होतं. पण कसचं काय म्हणतात ना? विनाश काले विपरीत बुद्धी. ह्यांच्या गुजराथी मित्रांच्या पुढाकाराने सफाळ्याला काही धंदा करायचं ठरलं. भांडवल त्यांचं आणि बाकी सर्व बघणारे हे; तेव्हा चांगली नोकरी सोडून, तात्पुरती नोकरी पाहून आमचं विंचवाचं बिऱ्हाड मुंबईत दाखल झालं. इथेही फिरती होती. फिरतीवर गेले असता तिकडेच अपधात होऊन खेळ खलास झाला. आम्ही अगदी हवालदील झालो. सारख्या नोकऱ्या बदलल्याने फंड-पेन्शन काहीच नव्हतं. पण त्या कंपनीने दिलेल्या अतिअल्प पैशात प्रथम भाड्याच्या दोन खोल्या घेतल्या. आणि एका कोळीयाने सारखी हिंमत धरून उभी राहिले. कंपनीत नोकरी केली (पॅकरची). पण तीन-तीन महिने ब्रेक मिळायचा. शाळेत त्यावेळी दीडशे रुपये पगार मिळायचा. कोणाचा पाठिंबा नसलेली बाई, लोकांच्या वाईट नजरांनी जीव मेटाकुटीला यायचा. तेव्हा सुजाणांच्या विचाराने माझ्यासारख्या समदुःखीशी विवाह करून त्यांचा डळमळलेला डोलारा सांभाळला. इकडे एका निराधार बाईला मुलांचं करायला ठेवली. धाकटा माझ्या जवळ असायचा. मी मुंबईतून दोन वेळा आठवड्यातून येऊन मुलांना हवं नको बघायची. संध्याकाळी येऊन दुसऱ्या दिवशी पहाटे निघायची. कारण त्या मुलांची पण शाळा होती.

तारेवरची कसरतच होती म्हणा ना! मुलगा, मुलगी सोळा वर्षानंतर कॉलेजला जाऊन छोटी-मोठी नोकरी करत होती. पुढे त्यांना चांगले जॉब मिळाले. धाकटा तर मेरीटमध्ये येऊन त्याला नोकरी मिळाली. एक गोष्ट, मुलं अगदी चांगली निघाली आणि देवाने माझी तब्येत चांगली ठेवली. आता या

वयात गुडघेदुखी आणि इतर दुखणी पाहून पाठीमागे वळून पाहिल्यावर वाटतं, आपल्याला एवढं कसं झेपलं? मुलं माझी खूपच काळजी घेतात. आणि माझे जावईसुद्धा अगदी मुलाप्रमाणे माझं करतात. मी अजूनही एकटी राहाते. मुलं रोज येऊन हवं-नको पाहातात. मनात आल्यावर त्यांच्याकडे राहायला जाते. एकटी असल्याने आपले छंद जोपासायला मिळतात.

९.

माझे जीवन, माझी आव्हाने !

– रविबाला काकतकर

संघर्षाला 'आव्हान' म्हटलं की ते हाताळण्याची मानसिकता बदलते! कोणतीही समस्या आपल्या क्षमतांपेक्षा मोठी नसते. आयुष्यातला सर्वात वाईट दिवस आयुष्यातला सर्वात चांगला दिवस असतो. कारण तो काहीतरी 'धडा' देऊन गेलेला असतो. टीका ही टीका नसते, ती केवळ आपल्यावरची प्रतिक्रिया असते!

गेल्या १०-१२ वर्षांपासून अहोरात्र मी देत असलेल्या प्रशिक्षणाद्वारे, ही जीवनसूत्रे मी शिकवत आहे. प्रत्येक वेळी मी शिकवले की त्यातला एक पैलू मी नव्याने शिकत जाते. या सर्व स्वमदत, स्वविकासात्मक प्रशिक्षणांचे विद्यार्थी किंवा लाभार्थी कोण आहेत? पुण्याच्या मुक्तांगण या व्यसनमुक्ती केंद्रातले निवासी, 'चाणक्य मंडळ' या श्री. अविनाश धर्माधिकारी संचालित स्पर्धा परीक्षा आणि फाऊंडेशन कोर्सचे विद्यार्थी, महिला पोलिस अधिकारी, 'मिटकॉनतर्फे' निवडक उद्योजकांसाठीच्या कोर्सचे विद्यार्थी, बचतगटातल्या महिला, कॉर्पोरेट कंपन्यांचे अधिकारी, 'यशदा' तर्फेच्या कोर्समधले सेल्सटॅक्स व पॉवर सेक्टरमधले अधिकारी इ. अनेक. जिथे जिथे मला एक व्यावसायिक ट्रेनर वा समुपदेशक म्हणून आमंत्रित केले जाते तिथे तिथे ही आत्मनिर्भरतेची, स्वमदतीची, स्वत:ला 'आतून' घडविण्याची तंत्रे मी प्रसारित करण्याचे महत्त्वाचे योगदान करत आहे. या कामातून अनेकदा माझी 'दातृत्वाची' मानसिकता जोपासावी लागते. अनेकदा समोरच्याला मी अधिक आत्मविश्वासी बनवू शकले याचा आनंद माझ्या जीवनाला एक नवा अर्थ आणि नवा आयाम देतो.

परंतु हे सर्व मी कसं मिळवलं? आयुष्यात अनेक गोष्टी आणि व्यक्ती गमावल्यामुळे मिळालेला प्रचंड अनुभव कामी आला. दु:खाच्या विद्यापीठाची डबल ग्रॅज्युएशनची पदवी, अनंत अडचणींचे डोंगर पार केल्यामुळे मिळाले, हे नि:संशय!

१९ व्या वर्षी लग्न झाल्यानंतर तर हे ज्ञान नव्हतेच. केवळ इंटरपर्यंत जेमतेम शिकता शिकता केवळ एक सुगृहिणी होण्याचेच मनात स्वप्न होते. पुण्याच्या मॉडर्न हायस्कूल मधून १५ व्या वर्षी मॅट्रिक झाले. आई मीनाक्षी गोळे अतिशय महत्त्वाकांक्षी-जिद्दीची होती. तिने स्वत: घर आणि मुलं सांभाळून संस्कृतमधून एम. ए. केले होते. मीच मोठी मुलगी असल्यामुळे एक वर्ष मला लौकर शाळेत घातलंन. पण वयानुसार मला अभ्यास कधीच झेपला नाही. त्यामुळे शाळेत कायम बेताच्या, कमी हुशार मुलींमध्ये माझी गणना होती. त्यामुळे कायम एक न्यूनगंड मी मनाशी बाळगला. त्यापोटी असेल, पण स्वत:बद्दल कधीच जिद्द नव्हती, सजगता नव्हती त्यामुळे लठ्ठपणा वाढत गेला. लहानपणापासूनचे शाळेतले दिवस आठवावेसेही वाटत नाहीत. स्वत:मधल्या 'मी'ला कधी ओळखले किंवा जागृत केले नाही. लठ्ठपणामुळे आई वडिलांकडून संबोधल्या जाणाऱ्या 'बब्बड' किंवा 'बुद्दु' या विशेषणांमुळे आत्मसन्मानही कधी नव्हता. मला वाटतं, स्वत:शीच नकळतपणे केलेला हा पहिला लढा होता. याची परिणती फर्ग्युसनच्या आर्टसच्या पहिल्याच वर्षी नापास होण्यात झाली! आयुष्यातला हा पहिला मोठा धक्का होता. १९६५ ते ७१ या काळात भारतात युद्धामुळे शाळा-कॉलेजामधून एन. सी. सी. मधून पुढे येण्यासाठी खूप चुरस होती. देशभक्तीच्या जागृतीमुळे अनेकांना एन.सी.सी तली निवड खूप महत्त्वाची वाटे. मला २ वर्षे सतत एन.सी.सी. प्रवेश मिळाला नाही. कारण मी अजिबातच स्मार्ट नव्हते. शाळेत फक्त १ वर्षे संधी मिळाली. फर्ग्युसनमध्ये २ वर्षे घालवली ती दोन्ही वर्षे एन. सी. सीत होते. या काळात पुण्याच्या ग्लायडिंग सेंटरमध्ये शिकण्यासाठी माझी निवड झाली हा एक सुखद धक्का होता. आता वडिलांनी गोव्यात चौगुले कंपनीत नोकरी घेतली आणि आम्ही सर्वजण गोव्याला शिफ्ट झालो. वॉस्कोमध्ये कॉलेज नसल्यामुळे मला मडगावला हॉस्टेलमध्ये राहावे लागले. एकापरीने हे माझ्या व्यक्तिमत्त्ववाढीसाठी चांगलेच फायद्याचे ठरले. स्वतंत्रपणे जीवन जगणे, टक्केटोणपे खाणे, स्वत:च मार्ग काढणे यातून खूप शिकत गेले. एन. सी. सी मुळे अनेक नव्या संधी मिळायला लागल्या.

१९६९ ला दिल्लीच्या प्रजासत्ताकदिनासाठी निवड झाली. शिवाय संपूर्ण महाराष्ट्र, गोवा, दीव व दमणमधून आलेल्या मुलींमधून मी 'बेस्ट कॅडेट' म्हणून निवडली गेले. या चारही राज्यांचं प्रतिनिधित्व करण्याची मोठीच संधी मिळाली. दिवस बदलत होते! नव्या संधी चालून येत होत्या! त्यावेळी गोवा नुकताच स्वतंत्र झाला होता. हिंदू मुली, पुण्या-मुंबईसारख्या धीटपणानी कॉलेजच्या

खेळ, स्पर्धांमध्ये भाग घ्यायच्या नाहीत. त्यामुळे मी पुण्याहून गेलेली 'वासरात लंगडी गाय शहाणी' होते! कॉलेजच्या जवळ जवळ एकूण एक कार्यक्रमामध्ये भाग घेत होते. आणि अनेक पदके मिळवत होते. एन. सी. सी. तर्फे दार्जिलिंगचा माऊंटेनियरिंगचा कोर्स ए ग्रेड सह केला. हिमालयात भरपूर भटकंती करण्याची संधी मिळाली. शिवाय एव्हरेस्ट वीर तेनसिंग नोर्गे यांचे मार्गदर्शन लाभले. १९६९-७० चे वर्ष माझ्यासाठी सर्वात देदीप्यमान ठरले.

याच वर्षी आईवडिलांनी लौकर लग्न झालेलं बरं या विचाराने मुलं पाहायला सुरुवात केली. एक चांगली गृहिणी होण्याची संधी मिळणार होती. शिवाय अभ्यासातूनही सुटका होणार होती. त्यामुळे मी आनंदाने तयार झाले. ४-५ स्थळं बघितली. सर्वांकडून होकार आले. पण मला आतून हो म्हणावे वाटत नव्हते. अखेर नागपूरचे आनंद खरे यांचं स्थळ आलं. आनंद आर्मीत मेजर होते. उंचेपुरे, खूप रुबाबदार होते. त्यांच्या परिचयाचे कर्नल धारजकर पतिपत्नींनी माझे पुरंदर गडावरचे, भव्य सोहळ्यातले, ८० फूट कड्यावरून दोरांच्या साहाय्याने खाली येण्याचे, 'स्टमक रॅलिंग' चे प्रात्याक्षिक पाहिलेले होते. त्यामुळे त्यांनी आनंदाला आग्रहाने माझे नाव सुचविले. आम्ही दोघांनी होकार दिला. १९७० मध्ये लग्नावेळी आनंदचे पोस्टींग सीमेवरच होते. त्यामुळे केवळ १५ दिवस सुट्टी एकत्र घालवून ते परत गेले. मी आईकडे व दिरांकडे भोपाळला थोडे दिवस राहिले. आमचे लग्न झाल्यानंतरचा काळ एकूण दीड वर्षांचा होता. १९७१ पर्यंत आनंद एकूण ३ वेळा मिळून फक्त ४॥ महिने आले व तेवढाच काळ आम्ही एकत्र घालवू शकलो. आम्हाला घर कधी करताच आले नाही. पण मूल लौकर होऊ द्या, या माझ्या आईच्या सूचनेवर वेगळा काही विचार करावा अशी 'अक्कल' मला नव्हती! लगेच दिवस राहिले. आनंद बॉर्डरवर असतानाच मी गोव्यात प्रसूत झाले. अतिशय सुंदर, नाजूक अशी गोड मुलगी जन्माला आली. आनंद जवळ नसल्यामुळे त्याला बॉर्डरवर तारेने कळवलं. त्याचा ठावठिकाणा कधीच माहिती नव्हता. त्यामुळे ९९ किंवा ५६ याच पत्त्यावर आमचा संपर्क चालू असे. त्यावेळी पोस्टसेवा ही ऑक्सिजनलाईन होती! रोज पत्रे टाकणे वा पत्र येणे यावर मनाची प्रसन्नता किंवा खिन्नता अवलंबून असे! १९ व्या दिवशी बाळाचं बारसं करायचं ठरवलं. आनंदच्या एका पत्रात त्याची निवड त्यानी कळवली होती. त्यानुसार 'मोहिनी' हे नाव ठेवलं. थोडे फार जवळचे नातेवाईक पुणे, मुंबई, नागपूरहून आले. त्याच दिवशी सकाळी तारवाला आला! २३ ऑक्टोबर १९७१ चा दिवस होता.

ऑक्टोबर महिन्यात दोन्ही सेनांची बॉर्डरजवळ जुळवाजुळव चालू होती. युद्धापूर्वीच्या हालचाली जोरदार चालू असल्यामुळे रात्र रात्र अधिकारी खडा पहारा करत होते. अशाच त्या २३ ऑक्टोबरच्या अमावस्येच्या रात्री घोड्यावरून दुर्गम प्रदेशात ड्युटीवर गेलेले असताना, अंधारात घोडा ठेचकाळून पडला. आनंद घोड्यावरून पडून त्यांच्या डोक्याला जबर दुखापत झाली. आसाममध्ये जोरहाटला आर्मी / एअर फोर्सच्या हॉस्पिटलमध्ये त्यांना हलवलं गेलं - परंतु मेंदूत रक्तस्राव झाल्यामुळे त्यांचं निधन झालं!

गोव्याला घरी तारवाला ही तार घेऊन आला. तेव्हा घरात बारश्यानंतरही जमलेली पाहुणे मंडळी होतीच! जेव्हा एखादी व्यक्ती आजारी असते त्यातून ती वाचत नाही, कधी अपघातात निधन होते. या सर्व वेळी डोळ्यासमोर त्या व्यक्तीचे 'जाणे' व नंतरचे सोपस्कार होतात. या गोष्टीमुळे त्या व्यक्तीचं आपल्यात आता या क्षणापासूनचं 'नसणं' हे मनावर ठसतं. पण इथं तर फक्त तारेने आलेला संदेश आणि नंतर दिवसाआड येणारी पत्रं बंद होणं घडलं होतं. त्यामुळे पलिकडची व्यक्ती आता 'नाही' हे मेंदूवर ठसायला अनेक दिवस लागले! त्या दिवशी वैधव्य म्हणजे काय, ते पचनी पडायला वेळच लागला. तो शोक आणि त्याचं गांभीर्य हे केवळ इतरांच्या प्रतिक्रियांमुळे पोहोचत होतं. सर्वच सुन्न करणारं होतं. वॉस्को गाव छोटं होतं. त्यामुळे पोस्टात आलेली ही बातमी आमच्याकडून कळण्याआधीच इतरांना समजली! बरेच परिचित येऊन भेटायला लागले. पहिल्या दिवशी तर सर्ववेळ मी बसूनच होते. शॉकने माझं दूध आटलं. मोहिनी केवळ १९ दिवसांची होती. जेमतेम महिनाभर अंगावर देऊ शकले. आर्मीकडून वडिलांशी व नागपूरला दिरांशी संपर्क साधला गेला. मी 'ओली बाळंतीण.' अंत्यसंस्काराला जाऊ शकले नाही. कस्तुरबा गांधी ट्रस्टच्या गांधीवादी विचारवंत श्रीमती शोभना रानडे पती पत्नी तेव्हा आसाममध्ये वास्तव्याला होते. ते आमचे नातेवाईक असल्यामुळे वडील त्यांच्याकडे गेले. आनंदची शेवटची भेट बाबांनी घेतली. आनंदच्या रेजिमेंटच्या सैनिकांचं मनोधैर्य राखण्यासाठी अंत्यसंस्कार तिथे होणं गरजेचं आहे, असे तिथल्या अधिकाऱ्यांनी सांगितल्यामुळे त्यांना गोव्याला आणलं गेलं नाही. त्यांचे अंत्यदर्शन मी घेऊ न शकल्यामुळे अनेक वर्ष पुढे 'आनंद परत येतील' असेच मला वाटे. वडिलांना मी विचारे की, ते खरंच गेले का? एखाद्या व्यक्तीचे अंत्यदर्शन घेणे हे आपल्या मानसिकतेच्या दृष्टीने आपल्या मनाचे 'closure' असते, हे मला खूप प्रकर्षांनी जाणवले. आयुष्यातला एक अध्याय सुरू होण्याआधीच संपला असं वाटलं! आनंदला मी

पुरं ओळखलंही नव्हतं. तेवढ्यात एक जीव माझ्या पदरात टाकून तो गेला. कधीही परत न येण्यासाठी. तेव्हा मी फक्त २१ वर्षांची होते. तरी अनेकदा वाटे, युद्धात बेपत्ता झालेल्या सैनिकांच्या पत्नींपेक्षा माझी स्थिती खूपच चांगली होती! आयुष्य पुन्हा सुरू करणे आवश्यक होते.

आता आयुष्याचा लढा खऱ्या अर्थाने चालू झाला. आईवडिलांचे छत्र डोक्यावर होते, हा भाग माझ्या दृष्टीने फार अनमोल होता. तरी त्यांच्यावर आपला भार पडू नाही ही अक्कल तत्काळ आली. म्हणूनच कितीही आवडलं नाही तरी पुन्हा शिक्षण पूर्ण करणे आलेच! एका वर्षाला दोन वर्षांचा अभ्यास करून, छोट्या मोहिनीला आईकडे ठेवून मी पुन्हा कॉलेज जाईन केले. हॉस्टेलला राहण्याशिवाय पर्याय नव्हता. बी. ए. पूर्ण करून नोकरी घ्यावी असा विचार केला. सुदैवाने आर्मीकडून पेन्शन चालू झाले होते. त्यामुळे आर्थिक भार माझा मी उचलू शकत होते.

याच काळात कॉलेजमध्ये इतर ॲक्टिव्हीटीजमध्ये भाग घ्यावा वाटे. पण 'विधवा' स्त्रीनं कसं वागावं याचे संकेत त्याकाळी काय होते हे नीटसं माहीत नव्हतं. सुदैवाने माझे आई-वडील तसे पुरोगामी विचारांचे होते, त्यामुळे मोकळेपणाने पुन्हा कॉलेजमधून शिक्षणाच्या मागे लागले. याचवेळी कॉलेजच्या नोटीस बोर्डवर एक नोटीस वाचली. 'कॉलेजमध्ये ट्रेकिंग क्लब सुरू झाला आहे व ट्रेकिंगची ॲक्टिव्हिटी सुरू करण्यात येत आहे.' पहिलाच ट्रेक गोव्याचा प्रसिद्ध धबधबा दूधसागर येथे जाणार होता. खाली सही होती- लेक्चरर विश्वास काकतकर. नावनोंदणीसाठी भूगोल डिपार्टमेंट. मी सरांना भेटायला गेले. उंचेपुरे, उमदे आणि हसऱ्या चेहऱ्याच्या बिंधास्त लेक्चरर काकतकरांना भेटले. त्यांनी उत्तरकाशीतून माऊंटेनियरिंगचे कोर्सेस पूर्ण केले होते. कॉलेजच्या विद्यार्थ्यांसाठी ही एक नवी संधी त्यांनी सुरू केली होती. मी देखील हिमालयात ट्रेकिंग केलेले व दार्जिलिंगच्या इन्स्टिट्यूटचा कोर्स पूर्ण केल्याचे ऐकून त्यांना आनंद झाला. मी अखेर त्यांच्या ग्रुपबरोबर जाण्याचा निर्णय घेतला. विद्यार्थ्यांमधली त्यांची लोकप्रियता आणि शास्त्रशुद्धप्रकारे ट्रेकिंगबाबत मुलांना माहिती देणे हे मलाही खूप आवडले. मलाही मी कोणी वेगळी आहे हे त्यांनी यत्किंचितही जाणवू दिले नाही. एकेरी नावाने हाक मारून इतरांप्रमाणे ट्रेकिंगच्या वेळी सर्वांवर पाणी उडवणे इत्यादीमुळे आपण एक विधवा आहोत याचे ओझे मी काही काळ तरी बाजूला ठेवू शकले होते. मला विश्वास काकतकरांबद्दल आदर निश्चित वाटला. परंतु त्यापुढे जाऊन काही मनात आले नाही. एकतर माझे शिक्षण पूर्ण करणे आणि मोहिनीची

जबाबदारी. या सर्वांमुळे पुन्हा आयुष्यात स्थिरस्थावर व्हावे हा विचारही मनात आला नाही. परंतु विश्वासच्या मनात बहुधा वेगळे विचार असावेत. ३-४ महिन्यांनी त्यांनी त्यांच्या दुसऱ्या सहाध्यायी लेक्चररला बरोबर घेऊन माझी भेट घेतली व स्वत:चा मानस बोलून दाखवला. त्यांनी माझ्याशी विवाह करण्याची इच्छा दर्शवली. मी अजून त्यावर विचार केला नव्हता. मधल्या काळात, पुण्याला असताना ७-८ कोकणस्थ ब्राह्मण कुटुंबातली मुले, काहीजण आधी ओळखणारी, काही नात्यातली, यांनी मोहिनीसकट माझ्याशी लग्नाला तयारी दर्शवली. मला खरंच दैवाची खूप गंमत वाटली. 'पहिल्या लग्नासाठीच मला दैवाने साथ का दिली नाही?'... पण आयुष्यात अनेक प्रश्न अनुत्तरित असतात.

अखेर माझ्या बी. ए. च्या निकालानंतर बाबांनी पुन्हा पुण्याला येण्याचा निर्णय घेतला. तेव्हा मीही विश्वासला लग्नाला होकार दिला. १९७५ साली माझे दुसरे लग्न झाले. विश्वास हा काकतकरांच्या घरातला सर्वात मोठा मुलगा होता. त्याच्याखाली ४ भाऊ आणि एक बहीण. विश्वासच्या आई-वडिलांकडून आमच्या विवाहाला खूपच विरोध झाला. समाजाला पुर्नविवाहाची संकल्पना अजून कळली नव्हती हेच खरे. त्यातही दुसऱ्याचे अपत्य आपले मानणे हेही त्यांना खूप जड जाणे स्वाभाविक होते. पण त्यानंतर मात्र एकदा त्यांनी ठरविल्यानंतर मी सुदैवी होते की, आजतागायत त्या सर्वांनी मोहिनीला आपले मानले. मलाही पुण्याच्या किर्लोस्कर कमिन्स कंपनीमध्ये नोकरी मिळाली. संध्याकाळच्या वेळात मी कंपनीतून निघाल्यानंतर ६ ते ८ या वेळात एस. एन. डी. टी. येथे एम. एच्या क्लासला नाव घातले. विश्वासनीही गोव्याची लेक्चररची नोकरी सोडून पुण्याला एखाद्या खाजगी कंपनीत नोकरी घेण्याचा निर्णय घेतला. त्याला जे. जी. ग्लास या कंपनीत पर्सोनेल डिपार्टमेंटमध्ये नोकरी मिळाली. १९७५ नंतर आमचा संसार प्रथम तुटपुंज्या पगारात, वडारवाडीतल्या एका दीडखणाच्या, भाड्याच्या घरात सुरू झाला. विश्वासनीही त्याचे शिक्षण वाढविण्यासाठी संध्याकाळी कोर्सेस सुरू केले. यथावकाश आम्ही स्वतंत्र फ्लॅट घेतला. मला दुसरी कन्या झाली मंजिरी. दोन्ही मुलींच्या वेळी मला एकतरी मुलगा हवा होता ही खंत वाटली, हे प्रामाणिकपणे कबूल करते. परंतु नंतर सर्वच विसरले व आमच्या दोघांच्या नोकऱ्या आणि दोन्ही मुलींची शिक्षणे यात २० वर्षे कशी गेली ते कळलेच नाही. याच काळात, विश्वासलाही डोंगरावरच्या भटकंतीची खूप आवड असल्यामुळे आम्ही अनेकदा मुलींना घेऊन, तर कधी मागे ठेवून, महाराष्ट्र व हिमालयात खूप ट्रेकिंग केले. याच काळात मी आग्रा इथल्या 'इंडियन स्कायडायव्हिंग

फेडरेशन' मधून स्कायडायव्हींग करण्याचा निर्णय घेतला. मुलांची जबाबदारी विश्वासनी घेतल्यामुळे हा चित्तथरारक अनुभव घेण्यासाठी मी दोन वेळा आग्रा येथे १-१ महिना जाऊन राहिले. अखेर १२ ऑक्टोबर १९८३ मध्ये, मी माझी पहिली स्कायडायव्हींगची जंप मारली, तो क्षण असाच अतिशय अविस्मरणीय ठरला! ४ हजार फूटांवरून दिसणारे जग बघण्याचा अनुभव ५ वेळा घेतला. तिसऱ्या जंपच्यावेळी मी जाम आपटले आणि खूपच मुका मार लागला. पण जिद्दीने पुन्हा उठून हा जीवघेणा अनुभव पुन्हा घ्यायला सज्ज झाले. हा दिवस, स्वत:ला आतून 'घडविण्यासाठी' अतिशय उपयुक्त ठरला. पराभूत होऊन परतण्याऐवजी स्वत:च्याच क्षमता, शारीरिक स्तरावर आजमावणं हे माझ्या दृष्टीने मलाच एक जीवनाचे मोठे सूत्र समजावणारे ठरले. शरीर आणि मनाचे अद्वैत असते. भरपूर ट्रेकिंग करत असताना खूप दमायला व्हायचे. पण न हरता, वरच्या शिखरापर्यंत पोहोचण्याचे ध्येय पूर्ण करताना प्रचंड आनंद होतो. आत्मविश्वास अनेकपटींनी वाढतो. हा अनुभव अनेकदा घेतला. आम्ही दोघांनी केलेली कैलासमानसरोवर यात्रा ही देखील अशीच अविस्मरणीय ठरली. अमरनाथ यात्रेच्या कठीण भागांवर मात करताना मी अनेकदा आतून घडले. आज हे शिखर, तर उद्या त्याहीपेक्षा उंच शिखर चढण्याचे आव्हान स्वीकारणे ही बाब मला पुढे लागू पडेल असे स्वप्नातही वाटले नव्हते! याच काळात मी जीवनात अतिशय उपयोगी अशी विपश्यना शिकले. १० दिवस सतत मौन पाळणे, दिवसात एकूण १०॥ तास एवढा काळ एका जागी बसून ध्यान करणे ही कठीण तपश्चर्येची केवळ झलक होती. परंतु विपश्यनेने मला एक मानसिक अधिष्ठान दिले. माझा 'आतला' प्रवास सुरू झाला होता हे निश्चित! आनंदच्या निधनानंतर माझं या भौतिक जगाचं आकर्षण संपलच होतं. विपश्यनेनंतर तर आनंद आणि दु:ख आत पोहोचूच न देण्याच्या एका तंत्राचा परिचय झाला. बुद्धांनी मानवजातीला दिलेलं हे एक मोठं वरदान आहे हे निश्चित! ही सर्व तंत्रे आत्मसात करत असताना दैव बहुधा म्हणत असावं, 'आगे आगे देखो, होता है क्या!'

१९९२ साली मोहिनीचे लग्न ठरले. आमच्याच शेजारच्या सोसायटीतल्या चांगल्या गुजराथी कुटुंबातील विहंग पंड्या, हा आमचा जावई झाला. विश्वासनी पूर्ण पुढाकार घेऊन लग्न खूपच छान लावले. मोहिनी लग्नानंतर विहंगबरोबर अमेरिकेत स्थायिक झाली. १९९३ मध्ये, मोहिनीच्या लग्नानंतर मी नोकरी सोडली. आणि पत्रकारितेच्या कोर्सला प्रवेश घेतला. त्या परीक्षेत मी पुणे केंद्रात

प्रथम आले. हा क्षण माझ्या आयुष्यातला खूप महत्त्वाचा क्षण होता. १९९५ पर्यंतच्या काळात विश्वासला कंपनीतर्फे खूप बढत्या मिळून तो एल्प्रोच्या चिंचवडच्या कंपनीत आता व्हाईस प्रेसिडेंट झाला होता. बऱ्याच वेळा परदेशवाऱ्या, तिथले कोर्सेस या सर्वांमुळे आमच्या कुटुंबाला एकूणच स्थैर्य आले होते. परंतु १९९६ मध्ये कंपनीत काही बेकायदेशीर निर्णय घेण्याचे दबाव आल्यामुळे विश्वासनी नोकरी सोडली. पुढच्या दीडच वर्षात, नोकरी सोडल्यानंतर विश्वासची तब्बेत अचानक बिघडली. एकदा नाही तर ५ वेळा त्याला आय. सी. यू. त ठेवावे लागले. प्रथम कावीळ झाली आणि नंतर ती पुन्हा उलटली. पोटात अचानक रक्तस्राव झाला. आणि बघता बघता हा माझा तगडा, सुंदर प्रकृती असलेला नवरा ९ नोव्हेंबर १९९८ च्या पहाटे अचानक आमच्यातून निघून गेला! माझ्या दु:खाला तर अंत राहिला नाही! दुसऱ्यांदा वैधव्यानंतर मी पूर्ण खचून गेले. पुन्हा अशा दु:खाला सामोरे जावे लागेल असे अजिबात वाटले नव्हते! माझ्या व्यक्तिमत्त्वाच्या अक्षरश: ठिकऱ्या झाल्या. जणू त्या जगभर पसरल्या! ज्या पहाटे विश्वासचे निधन झाले त्याच सकाळी मंजिरीची फायनल परीक्षा होती. अत्यंत केविलवाण्या चेहऱ्यानी मंजिरी माझ्याजवळ आली आणि म्हणाली, "ममा, आज माझी परीक्षा आहे, मी काय करू? जाऊ की नको?" त्याक्षणी मला जाणवलं की मी केवळ दु:खात बुडालेली पत्नी नाहीय! मला भानावर येणं आवश्यक आहे, मला एका जबाबदार आईची भूमिका केवळ त्याच्या निधनानंतर दोनच तासात आता बजावायला लागणार आहे! विपश्यनेमुळे असेल पण तत्क्षणी ह्या प्रसंगाकडे, बुद्धांनी शिकविल्याप्रमाणे त्रयस्थाच्या भूमिकेतून साक्षीभावाने बघणं आवश्यक आहे याची जाणीव झाली. मी तिला लगेच सांगितले, "मंजिरी, पपा परत येणार नाहीयेत. पण तुझी परीक्षा महत्त्वाची आहे. तेव्हा तू नक्कीच जा आणि चांगल्या प्रकारे पेपर लिही." त्यादिवशी माझी बहीण, तिच्याबरोबर पेपर संपेपर्यंत सर्व वेळ थांबली आणि मला सांगायला अभिमान वाटतो की मंजिरी त्या परीक्षेत पहिली आली! तिचं कॉलेजचं अजून एक वर्ष बाकी होतं. मला नोकरी नव्हती. विश्वासच्या आजारपणात जवळजवळ सर्व पैसे संपले होते! आता खरा जीवनसंघर्ष नव्याने सुरू झाला होता. काही पैसे गुंतलेले, काही जमिनीत घातलेले. पण हातात कॅश नव्हती. कोणाकडे मागणार तर नव्हतेच नव्हते. मेडिकल इन्शुरन्सचे हप्ते विश्वासनी पूर्णपणे भरलेले नव्हते. त्यामुळे तेही पैसे मिळाले नाहीत. एल. आय. सी. च्या जीवनविम्याचे थोडे पैसे मिळाले. खरोखर, रात्र रात्र मला झोप यायची नाही. शिवाय जगण्याची

ऊर्मीच गेली होती. आयुष्यातला फोलपणा, दु:खाची परिसीमा, यामुळे रोज मला जीवन संपावे अशी तीव्र इच्छा होत होती. ती खरं सांगायचं तर आजही आहे. हा पराभव नाही, पलायनवादही नाही. पण जितके दिवस जास्त जगू तितके दु:खांना अधिक सामोरे जावे लागेल, हा विचार सतत मनात येतो. शिवाय आयुष्यात अनेक उत्तम अनुभव घेतलेले, तितकेच जीवघेणे अनुभवही वाट्याला आले. त्याचमुळे अतिशय समाधानी वा पूर्णत्वाच्या भावनेतून या जगाचा निरोप घ्यावा असे वाटते. पण इथून 'जाणे' आपल्या हातात नाही. म्हणून मग या जगात राहून 'विदूषकगिरीच' फक्त करायची तर ती मोठ्या कौशल्याने करायची, या भावनेतून सतत हसतमुखाने जगण्याचा निर्णय मी अखेर घेतला! म्हणणं सोपं असतं, पण ते पाळणं खूप कठीण जातं. आनंदला विसरण्याचं दिव्य केलं, आता विश्वासला विसरण्याचं प्रचंड आव्हान होतं. माझ्या व्यक्तिमत्त्वाचा जवळजवळ पूर्ण भाग, हा मुलं, नवरा यांनी व्यापलेला होता. ती पोकळी मी स्वत:च भरून काढणं आवश्यक होतं!

मंजिरीचं डिग्रीपर्यंतचं शिक्षण करणं आणि तिला एकूणच आधार देणं यासाठी मला उभारी धरणं भाग होतं. नव्हे, एका दृष्टीने मंजिरी होती म्हणूनच मी पुन्हा उभी राहू शकले. न पेक्षा 'There was nothing I could look forward to.' अशातच मंजिरीच्या ग्रॅज्युएशननंतर एक वर्षासाठी यूथ एक्सचेंज प्रोग्रॅमतर्फे तिने आईसलँड या देशात जाण्याची इच्छा व्यक्त केली. मी इथून-तिथून पैसे जमा करून तिला तिकडे जाण्याची व्यवस्था केली. कारण मंजिरीचं घडणं आवश्यक होतं. एवढ्यात मोहिनीचं पहिलं बाळंतपण आलं. तिला मदत व्हावी म्हणून मी अमेरिकेला तिच्याकडे गेले, या सर्व जबाबदाऱ्या पार पाडताना मला जाणवत होणे की, मुलांनाही आता दुसरे कोणी नव्हते आणि मीच एकटी आधार होते. त्यामुळे मी पुन्हा नव्या धीराने उभी राहिले.

एकीकडे गेली १८ वर्षे मी व्यक्तिमत्त्वविकासाचे अनेक कोर्सेस करत होते. त्यातला न्यूरो लिंगविस्टीक प्रोग्रॅमिंग हा कोर्सही केला होता. आत्तापर्यंत शिकलेल्या ज्ञानाचा आता उपयोग करण्याचा सर्वात महत्त्वाचा काळ आला होता! ताणाचं व्यवस्थापन, आत्मसन्मान कसा वाढवावा, आत्मविश्वासी बनण्यासाठी काय करावे? मला खूपच गंमत वाटत होती. नुसते बोलण्याचे शब्द आणि आता प्रत्यक्षात आयुष्यात ते आचरण करण्याची ही संधी जणू मला दैव देत होतं! त्यातले किती विचार फोल, आणि किती उपाय नक्की लागू पडतील याचा हा कसच होता. ते विचार माझ्या मुशीतून निघू लागले, तेव्हा मला त्याचा खरा

खरा उपयोग व्हायला लागला.

आता पोटापाण्यासाठी काही तरी हालचाल करणं आवश्यक होतं. मधल्या काळात अनेक मासिके, वृत्तपत्रे यातून लिखाण केलेलं होतं. परंतु त्यापोटी मिळणाऱ्या अत्यल्प मानधनावर घर चालणार नव्हतं. भाषांतरे करणे, निवेदने करणे, ॲक्युप्रेशरचे क्लासेस घेणे, अशा अनेक गोष्टी मी करत होते. त्यात करिअर करण्याची संधी होती. पण हे सर्व मी नोकरी सोडल्यानंतरचे छंद म्हणून किंवा सर्जनशीलतेने आयुष्य जगण्याचे मार्ग म्हणून केले. पण आता आयुष्यासाठी नेमकी दिशा निवडण्याचं मोठं आव्हान समोर होतं. हळूहळू व्यक्तिमत्त्व विकासाचे क्लासेस घ्यावेत, या पर्यायापर्यंत मी येऊन पोहोचले. जी तंत्रं मला स्वत:ला पुन्हा मानाने जगण्यासाठी किंवा माझी बाऊन्स बॅक कॅपेसिटी वाढविण्यासाठी उपयोगी पडली तीच तंत्रे लेक्चर्सच्या रूपाने मी इतरांना शिकवावीत असा माझा विचार पक्का झाला. मग त्यासाठी इंग्रजीतून लिहिलेली, पाश्चात्त्यांनी संशोधन केलेली अनेक पुस्तके मी मुळापासून वाचायला सुरुवात केली. मोहिनी अमेरिकेत होती. तिच्याकडे तीन-चारदा जाण्याचे प्रसंग झाले. ४ ते ६ महिन्यांच्या सलग वास्तव्यात, तिथली वाचनालये किती संपन्न आहेत, याचा अनुभव आला. तिथली पुस्तके व कॅसेटस् हा माझा मोठाच आधार बनला. प्रत्येक भेटीत मी येताना अनेक नोटस, त्याच्या प्रती, कॅसेटस् टेप करून आणायच्या आणि यातून मग हळूहळू १०-१२ विषयांचे भरपूर साहित्य माझ्याकडे जमा झाले. मोहिनी- विहंगचीही यासाठी खूपच मदत झाली. मोहिनीची अमेरिकेतली डबल पदवी, तिची दोन बाळंतपणे, यावेळी कराव्या लागणाऱ्या सर्व कामांमधूनही रात्री उशिरापर्यंत जागून, मी हे सर्व काम करत असे. विश्वास गेल्यानंतर मी सर्वप्रथम काय केले होते तर कॉम्प्युटरचा ३ महिन्यांचा एक कोर्स केला. मोहिनीला ई-मेल लिहिणे आणि माझ्या विषयांसाठी इंग्रजीतून पॉवर पॉईंट प्रेझेंटेशन तयार करणे जमावे यासाठी मी खरंच जंगजंग पछाडले! आता प्रेझेंटेशन झाले, पण हे सर्व ज्ञान कुठे वापरून बघायचे?

मधल्या काळात मी 'स्त्री' मासिकात एक वर्षभर कॉलम लिहिले. प्रसिद्ध कवयित्री हेमा लेले, त्यावेळी संपादिका होत्या. माझे १-२ लेख बघून त्यांनी मला दर महिन्याला सदर लिहिण्याची विनंती केली. तेच स्वमदत व्यक्तिमत्त्व विकासात्मक लेखांचे सदर मी वर्षभर 'मेनका' मासिकात लिहिले होते. हे लेख वाचून, पुण्याच्या मुक्तांगण व्यसनमुक्ती केंद्राच्या समुपदेशिका म्हणून काम करणाऱ्या अरुणा देशपांडे मला भेटायला आल्या. मुक्तांगणच्या पेशंटस्‌साठी

तुम्ही भाषणं द्यायला येणार का म्हणून त्यांनी मला विचारले. मी विचार केला, माझे ट्रेनिंगचे साहित्य तयार आहे. लेक्चर दिल्याने त्यांनाही मदत होणार आहे आणि मलाही माझ्या ज्ञानाचा कितपत उपयोग होईल हे अजमावता येईल. सर्वप्रथम सभाधीटपणा हे कौशल्य विकसित होणे महत्त्वाचे होते. माझ्या स्कायडायव्हिंगनंतर जेव्हा स्त्री मासिकात माझा लेख प्रसिद्ध झाला, तेव्हा मला अनेक ठिकाणी तो अनुभव सांगण्यासाठी आमंत्रणे येऊ लागली; तेव्हा सर्वात प्रथम माझ्या मनात विचार येई 'मी अजून एकदा विमानातून उडी मारते पण मला सर्वांसमोर उभे राहून बोलायला सांगू नका!' या माझ्या कमकुवतपणावरही मला मात करण्याची संधी ही ट्रेनिंगची आमंत्रणे देऊ लागली! खरंच, प्रत्येक समस्येला संधी मानले की 'आतून घडण्याची' नवीन प्रक्रिया सुरू होते!

अनेक सामाजिक संस्था अशा असतात, त्या मानधन देऊ शकत नाहीत. परंतु त्यांना तुम्ही मदत केलीत तर ते त्याचे स्वागत करतात. मग वंचित विकास, काही महिला गट, मुक्तांगणच्या व्यसनाधीनांच्या पत्नीसाठीचा 'सहचरी गट' इ. ठिकाणांहून मला भाषण करण्याची बोलावणी येऊ लागली. परत परत बोलावले की भाषण आवडले असावे असे वाटले. मग अधिक चांगल्या संस्थांमध्ये शिकवावे असे वाटू लागले. पण शिरकाव कसा करणार?

मग यासाठी मी पुढील मार्गाचा उपयोग केला.

"If you throw a strong intent in the universe, the universe conspires to fulfill it !!"

"एखादी इच्छा अत्यंत प्रबळपणे तुम्ही ह्या अवकाशात व्यक्त केलीत, तर ही संपूर्ण दैवीरचना तुमची इच्छा पूर्ण करण्यासाठी अनेक कटकारस्थाने देखील करते आणि तुमची इच्छा पूर्ण होते!!" जगप्रसिद्ध 'अल्केमिस्ट' या पुस्तकातले हे वाक्य मला दीपस्तंभासारखे ठरले! पुण्याच्या 'यशदा' संस्थेत अनेक वरिष्ठ सरकारी अधिकाऱ्यांसाठी UPSC/MPSC या स्पर्धा परीक्षांना बसणाऱ्या विद्यार्थ्यांची चांगली तयार करून घेतली जाते, तिथे आपण शिकवावे असे वाटे. तसेच 'मिटकॉन' या संस्थेशी निगडित व्हावे असे वाटे. यासाठी मी प्रकर्षाने माझी ही प्रबळ इच्छा या विश्वात सोडली आणि चक्क मला तेथून बोलावणी येऊ लागली! नव्हे, माझ्या प्रयत्नांना यश आले! 'चाणक्य मंडळ' या प्रावीण्य यशसंस्थेच्या बहुतेक कोर्सेससाठी मी नियमितपणे ट्रेनर म्हणून जोडली गेली आहे याचा मला अभिमान वाटतो. ट्रेनर म्हणून काम करताना, समुपदेशकाची भूमिका अनेकदा करावी लागते. त्यासाठी दीड वर्षापर्यंत मी ट्रॅन्सॅक्शनल ॲनालिसिसचा

कोर्स केला. माझी व्यावसायिकता वाढविण्यासाठी मी सतत शिकत राहिले. त्यामुळे जगाच्या दृष्टीने काही वेगळे देऊ शकत आहे.

एकीकडे करियर चांगलं चालू झालं होतं. मंजिरीच्या पदवी परीक्षेनंतर ती आईसलंडला एक वर्ष राहून आली. छोटी मोठी कामं घेऊ लागली. तेव्हा मनात आलं, आता हिच्या लग्नाचे बघायला हवे. लग्नासाठी मोठी रक्कम आवश्यक होती. जमिनीमध्ये पैसे गुंतवले होते. पण त्या विकणे, त्यासाठीचे अत्यंत गुंतागुंतीचे व्यवहार यासाठीचे बरीचं आव्हाने समोर होती. या गोष्टी कधीच केल्या नव्हत्या. माझा धाकटा दीर विकास काकतकर याच्याकडे मदत मागितली. ती मागण्यासाठी खूपच संकोच वाटत होता. तो आधीच कामामध्ये खूप व्यग्र असे, त्यात आपल्या कामांसाठी त्याच्याकडे जाणे खूप वेळा जिवावर येई. पण कोणाची तरी मदत घ्यायचीच तर त्याची का नको? या विचाराने त्याच्याकडे जात राहिले आणि खूपच खुल्या दिलाने त्याने मदत केली. एका जागेसाठी तर कोर्टाच्या पिंजऱ्यात उलट तपासणीला तोंड द्यावे लागले. खूप मनस्ताप. संघर्ष संपतच नव्हता. अखेर या जमिनीचे पैसे मिळाले आणि मोहिनीसारखंच खूप छानपणे मंजिरीचे लग्न करू शकले याचं समाधान मिळालं.

लग्नानंतर मंजिरीच्या जाण्यामुळे आलेल्या एकटेपणाला तोंड देणं ही माझ्या आयुष्यातली सर्वात मोठी कसोटी होती. बाहेरची बरीच कामे केली तरी 'घरी आल्यावर कोणीच नाही!' एकेकाळी आमच्या कुत्र्यासकट पूर्ण भरलेलं हे घर. अचानक एकेक करून सर्वजण घर सोडून गेली, ते दुःख पेलणं खूप जड जात होतं. बघता बघता विश्वासला जाऊन ७-८ वर्षांचा काळ लोटला होता. आता एन.एल.पीच्या तंत्रानुसार एक दृश्य म्हणजे 'डोळ्यांसमोर प्रतिमा' आणण्याचे तंत्र मीच विकसित केले, त्याचा मला खूप उपयोग झाला. आपला मेंदूही खूप कल्पक असतो! परंतु त्यासाठी आहे त्या शोचनीय, दुःखद स्थितीतच पडून राहायचे नाही, यातून बाहेर यायचे आहे, त्यासाठी काहीतरी शोधायला हवे, ही मानसिकता हवी. नाहीतर सतत दुःखात राहून, मी दुःखी आहे ही तक्रार करत राहिली जाते. हे रडणे मात्र मी पूर्ण नाकारले, म्हणूनच मेंदूने साथ दिली असावी. विश्वासने आणि माझ्या मुलींनी माझ्या आयुष्याची फूटपट्टी नऊ दशांश इतकी व्यापली होती. आता ही पोकळी मला माझ्या व्यक्तिमत्त्वाचा विकास करून भरून काढायची होती. म्हणून आता केवळ एक दशांश, दोन दशांश एवढीच जागा मी त्यांच्यासाठी आणि त्यांच्या स्मृतीसाठी ठेवायचे ठरवले आणि उरलेल्या सर्व जागेवर आता मी माझ्या ॲक्टिव्हिटीज आणि माझे व्यक्तिमत्त्व ही जागा

व्यापतील असे मी डोळे बंद करून डोळ्यांसमोर आणले. हे तंत्र मला खूपच उपयुक्त ठरले!

मंजिरीच्या लग्नानंतर आयुष्यात कोणाची तरी साथ हवी असे वाटू लागले. पण दोनदा लग्न केल्यानंतर तिसऱ्यांदा लग्न केलेल्या, म्हणजे माझ्या मनात निर्लज्ज, अशा बायका मी पाहिल्या नव्हत्या! त्यामुळे मनाचा धीरच होत नव्हता. माझे वय ५४ वर्षांचे होते. अजून किती वर्ष काढायची आहेत असे विचार मनात येई. सर्वात कशाची जास्त गरज वाटत होती तर स्पर्शाची. यात लैंगिक गरजेचा भाग खूप कमी होता. एक भावनिक, मानसिक आश्वासकता, कोणाशी तरी जिवाभावाचं बोलावं असं वाटे. समाजात एकटीने कोणत्याही समारंभांना जाण्याची इच्छाच होत नसे. कोणत्याही पुरुषाशी बोलायला लागल्यानंतर नकळत तत्परतेने त्याची बायको संभाषणात सामील व्हायला सरसावे, त्याची कारणेही कळत होती. जवळची अनेक कुटुंबे खूप छान मैत्रीची होती. पण अशा एकाकी काळात त्यातल्या किमान पाच पुरुषांनी थोडे कौटुंबिक मैत्रीपलिकडे जाण्याचे संकेत दिले! मी खरंच थक्क झाले. त्यामुळे सर्वच जग असुरक्षित वाटू लागले! कोणाशी बोलणार? कोणाची मदत घेणार? मन खूप सैरभैर झाले होते. आता पुन्हा माझ्या एखाद्या प्रबळ इच्छेला विश्वात सोडण्याची वेळ आली होती! पण त्यासाठी काय मागावे हे नेमक्या शब्दात शब्दबद्ध करणे आवश्यक होते! आपल्याला काय हवे आहे हे माहीत करून घेणे सर्वात महत्त्वाचे असते! मग अखेर मागणी नीटपणाने मांडली! ''जर मी उर्वरित आयुष्य नीटपणे घालवायचे असेल आणि हे परमेश्वरा, या जगात ज्या कारणासाठी तू मला पाठविलेस ते काम माझ्या हातून उत्तम प्रकारे व्हावे असे वाटत असेल तर १) एक तर मला असे क्षेत्र दे, ज्यामध्ये मी पूर्णत: झोकून देऊन काम करेन २) किंवा माझी एवढी उत्तम आध्यात्मिक प्रगती कर की मला या नश्वर जगातल्या सुखदु:खाच्याही पलिकडे जाऊन आयुष्य जगता येईल. त्यासाठी कोणी गुरू वा मार्ग दाखव आणि यापैकी काहीच नसेल आणि मी पुन्हा संसार करावा वाटत असेल तर एखादा चांगला Companion वा जीवनसाथी दे!'' ही प्रार्थना मी अनेकवेळा केली, पण काहीच घडत नव्हते. मग अचानक एक दिवस माझ्या पूर्वीच्या ऑफिसमधले माझे बॉस, श्री. विलास राजवाडे यांचा मला फोन आला. ते आमच्या कंपनीनंतर विश्वासच्या कंपनीतही त्याचे सहकारी होते. त्यामुळे ते आम्हा दोघांनाही ओळखत होते. विश्वासच्या निधनानंतरच्या काही वर्षांनी त्यांनी त्यांच्या नात्यातले, हिमांशु भट- नवांगुळ यांचे नाव सुचविले. 'ते अनेक वर्ष

अमेरिकेत राहिले आहेत. त्यांची पत्नी नुकतीच निवर्तली आहे, ते उच्चशिक्षित व अमेरिकन नागरिकही आहेत व ते पुण्याला आले आहेत. त्यांना तू एकदा भेटावं असं मला वाटतं.' असं त्यांनी सुचविलं. माझे वडील आणि भाऊ धनंजय यांनाही आता मी एकटी राहू नये असे वाटत होते. मला घरचा तेवढा आधार पुरेसा होता. मी लग्नाचा विचार केला तर जग काय म्हणेल? ही भीती त्यांच्यामुळे गेली. शिवाय मोहिनीची पहिली प्रतिक्रिया होती की, "ममा, तुझ्या आयुष्यात कोणी पुरुष येऊ नाही असं अजिबात नाहीये, आम्ही पण समजू शकतो!" माझ्या दोन्ही मुली खूपच समंजस होत्या. मी आणि हिमांशु भेटलो. आम्हाला जाणवलं की आमच्या गरजा आणि आयुष्याकडूनच्या अपेक्षा बऱ्याचशा जुळत आहेत. शिवाय हिमांशुच्या एका वाक्यांनी, ते परिपक्व असल्याचे मला जाणवले. "मी स्वत: एकदा या दु:खद प्रसंगातून गेलो आहे. तुम्ही दोनदा या संकटाला कशा सामोऱ्या गेल्यात? मला तुमचं खूप कौतुक वाटतं आहे!" हिमांशुना मी जास्त ओळखत नव्हते. ते नवखेच होते. तेव्हा लग्नाचा विचार एकदम करण्यापेक्षा ते वॉशिंग्टनला जिथे राहतात तिथे जाऊन त्यांचं विश्व पाहावं असा मी विचार केला. मग मी चक्क सहा महिने तिकडे जाऊन राहिले आणि २००५ मध्ये आम्ही अमेरिकेतच विवाह नोंदणी केली. परंतु मोठ्या वयात केलेल्या लग्नांमध्ये अनेक स्तरांवर किंबहुना जास्तच तडजोडी कराव्या लागतात हे आम्हाला हळू हळू जाणवू लागले! लग्नानंतर पुण्याला स्थायिक व्हायचे ही माझी अटच होती. त्याप्रमाणे आम्ही पुण्याला परतलो. त्यानंतरची जवळजवळ पाच वर्षे अनेकदा या लग्नातून दूर व्हावे, एकत्र राहूच नये, काही दिवस वेगळेच राहून बघावे असे सर्व पर्याय निवडून झाले. अजूनही जीवनसंघर्ष संपत नव्हता! या गोष्टीचा पुन्हा एकदा अत्यंत त्रास झाला. रात्र रात्र अतीव दु:खाने मी व्याकूळ होत असे! आणि मग मला एक सुपरडूपर टूल मिळाले. ते म्हणजे E.F.T. - Emotional Freedom Technique! वाचकांनी जरूर याबाबतची अधिक माहिती नेटवर पाहावी. कोल्हापूरच्या डॉ. प्रदीप पवारांच्या कोर्समधून मी हे तंत्र शिकले. आणि १५ दिवसात मला त्याचा प्रचंड उपयोग झाला. आत्यंतिक व्याकूळतेतून माझी पूर्ण सुटका झाली. मात्र आतून खूप आत्मनिर्भर वाटू लागले. ज्योतिष, अंगठ्या, नावाच्या स्पेलिंग मधला बदल करणे हे सर्व करून झाले. प्रत्येकाचा मर्यादित उपयोग होत होता. अखेर आम्ही दोघांनी निर्णय घेतला. लग्नात राहायचे. पण एका घरात राहायचे नाही. आता गेली ३ वर्षे ही व्यवस्था चालू आहे. आणि आयुष्य बरंच सुखावह झाले आहे!

परंतु मधल्या काळात मलाच एक उत्तम तंत्र सुचले आणि ते लागू पडले आहे ते म्हणजे 'आसपासच्या घटनांवर आपले यत्किंचतही नियंत्रण नसते. आपण त्यावर काय प्रतिक्रिया देतो, परिस्थिती कशी हाताळतो आणि काय प्रतिसाद देतो, त्यावरच आपले सुखदुःख अवलंबून असते!' हे ते सूत्र.

त्यामुळे माझे भविष्य बहुधा मीच खरे करेन अशी चिन्हे दिसत आहेत. म्हणजे आता 'इतरांनी मला त्रास दिला' असा स्वसंवाद नसतो तर 'मी त्रास करून घेतला.'

विभाग -३

छोटा लढा मोठा धडा

छोटा लढा मोठा धडा

माझ्या एका मैत्रिणीला एक सवय आहे. रस्त्यात कोणी पान, तंबाखू खाऊन थुंकला की ती त्या माणसाला लगेच टोकते. रस्त्यात थुंकू नका म्हणून सुनावते. रिक्षावाले तर अनेकदा रिक्षा चालवता चालवता इतकी जोराची पिंक टाकतात की त्यातले चार शिंतोडे मागे बसलेल्या गिऱ्हाईकाच्या अंगावरही उडतात. पण तरी आपली काही रिक्षावाल्याला सांगायची हिंमत होत नाही. महाविद्यालयात सकाळच्या वेळी पी.टी.साठी पांढरी साडी नेसून मी सायकल चालवत जात होते, मागून सायकलवरून आलेल्या एका माणसाने माझ्या साडीवर अगदी जाणून बुजून जोरदार पिंक टाकली आणि तो सुसाट निघून गेला. मला माझीच इतकी किळस आली आणि हतबलता वाटली की आपण काहीच करू शकलो नाही. हा पंचेचाळीस वर्षांपूर्वीचा प्रसंग, पण आजही मनावर त्याची घाण ताजी आहे.

सार्वजनिक जीवनात अशा लहान-मोठ्या कितीतरी गोष्टी घडत असतात. आपल्यासमोर लाल दिवा लागलेला असताना काही वाहनचालक बेधडक गाडी चालवतात. वन वे वर गाडी चालवताना अचानक एखादे वाहन बिनधास्तपणे समोरून येते. या लोकांना चार शब्द सुनवायचे मनात असूनही आपण गप्प बसतो. मनात भीती असते आणि कशाला उगाच नसत्या फंदात पडा- ही भावना. केळी खाऊन रस्त्यात साले टाकणारे, हातातला भेळ- चुरमुऱ्याचा कागद चालता चालता टाकून देणारे, बसमधून उतरल्यावर तिथेच रस्त्यात तिकीट टाकून देणारे, पेयांच्या बाटल्या, खोकी रस्त्यातच फेकून देणारे, कचरा कुंडीपर्यंत जायचे कष्ट न घेता लांबूनच कचरा बाहेर फेकणारे- असले किरकोळ गुन्हे करणारे महाभाग

आपण रोजच पाहात असतो, पण त्यांना चार शब्द सुनावण्याचे धारिष्ट्य आपण करत नाही. साधे बसमध्ये बायकांच्या राखीव जागेवर बसलेल्या एका माणसाला मी उठायला सांगितले तर तो उठला तर नाहीच पण त्याने इतकी बडबड केली की मी गप्प उभी राहिले. गणपतीच्या दिवसात मांडवात कोणीही नसताना ढणाणा गाणी कर्कश्श आवाजात चालू होती. ज्यांच्या घरातून हे कनेक्शन घेतले होते, त्यांना मी मुलीची एम्.ए.ची परीक्षा चालू आहे. आवाज थोडा हळू करता का, अशी विनंती केली तर त्यांनी मला चक्क जातीवरून शिव्या घालत हाकलून लावले. विठ्ठल मंदिराच्या कळसावर चारी बाजूंनी स्पीकर लावून कार्तिक महिनाभर पहाटे पाचपासून अभंग लावून ठेवायचे. मी पोलिसात जाऊन तक्रार केली तर धार्मिक बाबतीत आम्ही हस्तक्षेप करत नाही असे ते म्हणाले, पण पुढे आवाजाची तीव्रता कमी झाली. प्रत्येक वेळी आवाज उठवण्याचा उपयोग होत नाही असे नाही. 'ठोठवा म्हणजे दार उघडेल' हे खरे असले तरी आपण ठोठवायला कमी पडतो. ठोठावण्याची आपल्याला भीती वाटते.

बायका जात्याच भित्र्या असतात असे म्हटले जाते, पण लहानसहान गोष्टीत कित्येकदा बायका असामान्य धैर्य दाखवतात. अन्यायाविरुद्ध आपला छोटा का होईना पण आवाज उठवण्याचं बळ त्यांच्या अंगात संचारतं. काही वेळेला भांडाभांडीला तोंड द्यावे लागते, काही वेळा धमकावले जाते, अंगावर हातसुद्धा उगारला जातो, पण हे सर्व धोके गृहीत धरून बाणेदारपणे विरोध करण्यात आपली कसोटी लागते. वाईट गोष्ट थोपवल्यामुळे कोणी काही लगेच बक्षीस देणार नसते. पण आपण आपल्या मनाशी प्रामाणिक राहून केलेली छोटीशी लढाई आनंद देणारी असते. अन्याय निमूटपणे सहन करणारे अनेक असतात, त्याविरोधात झगडणारे फार थोडे, म्हणून त्यांचे महत्त्व जास्त. अशी काही माणसे समाजात असतात, म्हणून सामाजिक नीतिमत्ता नावाची चीज टिकून असते. भ्रष्टाचार, खोटेपणा, दांभिकपणा, स्वार्थीपणा यांनी बुजबुजलेल्या आजच्या दलदलीत काही लव्हाळी चिवटपणे मुळे रोवून उभी राहातात, अशा काही मनस्वी स्त्रियांच्या या छोट्या लढाया या विभागात आहेत.

लढाई छोटीशी म्हणून तिची किंमत कमी होत नाही, उलट त्यामुळे तुमची सजगता अधोरेखित होते आणि मागच्याला ठेच लागली तर पुढचा

शहाणा होण्याची शक्यताही निर्माण होते. 'माझा स्पष्टवक्तेपणा' या अनुभवकथनात परीक्षा हॉलमधील कॉपी प्रकरण आणि वाहतूक कोंडी या दोन नेहमीच्या कसोटीच्या क्षणांमध्ये मोहना पळसुले यांनी दाखवलेले धैर्य कौतुक करण्यासारखे आहे. एका छोट्या अन्यायाची हकीगत थेट उद्योगपती टाटा यांच्यापर्यंत पोचवून दाद मिळवणाऱ्या अंजली देशपांडे यांनी एका मोठ्या उद्योग व्यवसायातला अन्यायाचा काटा हळुवार काढला आहे. उच्चभ्रू समाजातील माणुसकी हरवलेल्या एका कुटुंबाला चांगला धडा शिकवण्याचे अवघड काम गीतांजली जोशी यांनी केले आहे. शाळेच्या छोट्या जगात एका मागासवर्गीय मुलावर झालेल्या अन्यायाची प्रतिक्रिया उत्स्फूर्तपणे बजावणारा आपल्या शालेय जीवनातील स्वानुभव स्नेहलता आचवल यांनी लिहला आहे. या प्रतिक्रियेने काय साधले यापेक्षा आपल्या बरोबरीच्या विद्यार्थ्यांसाठी काहीतरी करावेसे वाटणे हे देखील या वयात महत्त्वाचे आहे. लग्नातील एका कुप्रथेला विरोध करण्याचे धारिष्ट्य तेलगू शिंपी समाजातील एका तेरा वर्षीय नवरीने पन्नास वर्षापूर्वी दाखवावे हीसुद्धा साधीसुधी गोष्ट नाही. आपल्याला जे पटत नाही त्याला समाजाच्या दबावाखाली बळी न पडता, त्यातून स्वत:ची सोडवणूक करून घेणे ही धाडसाचीच गोष्ट आहे. नवऱ्याच्या आजारपणात गंडेदोरे करणाऱ्या आणि भविष्य सांगणाऱ्या कुडमुड्यांपासून चार हात दूर राहून जुन्या काळात स्वत:चे निर्णय स्वत: घेणाऱ्या एका खंबीर वृद्धेचीही कथा या विभागात आहे. गावाबाहेर एकटीने बंगल्यात राहाण्याच्या परीक्षेला तोंड देणारे अनुभवही सुरेखा प्रधान यांनी लिहिले आहेत. एक अगदी आगळा वेगळा अनुभव विमल कुलकर्णी यांनी सांगितला आहे. संकटाच्या वेळी योग्य निर्णय घेता येणे ही स्त्रीची परीक्षाच असते, पण अशावेळी पैसा का माणुसकी या पेचात अडकलेली एक सामान्य स्त्री कोणत्या मार्गाने जाते हे पाहाण्यासारखे आहे. छोट्या छोट्या गोष्टीत आपण सजग राहिलो तर कितीतरी अन्याय दूर करता येतात हे ज्योती जोगळेकर यांनी दाखवले आहे.

या विभागातील हे सर्वच अनुभव, परिणामी त्या त्या व्यक्तींना आनंद देणारे आहेत. पण त्यासाठी त्यांनी मोजलेली किंमतही तितकीच जबर आहे.

❖❖

१.

माझा स्पष्टवक्तेपणा

मोहना पळसुले

साधारणपणे सोळा-सतरा वर्षापूर्वीची गोष्ट. मी मास्टर्स डिग्री-इन-मॅनेजमेंट सायन्स (एम. एम. एस.) (फायनान्स) च्या अंतिम परीक्षेला बसले होते. पुण्यातील प्रख्यात महाविद्यालय माझे परीक्षेचे केंद्र होते. ठरलेल्या वेळेनुसार परीक्षा केंद्रावर पोहोचले व माझा क्रमांक असलेल्या वर्गात बसले. पेपर सुरू झाला. प्रश्नपत्रिका व उत्तर पत्रिका मिळाल्या.

पेपर सुरू होऊन जेमतेम अर्धा-पाऊण तासच झाला असेल, तर काही मुलांची चुळबूळ सुरू झाली. प्रथम मी फारसे लक्ष दिले नाही. पण जरा गडबड वाटली म्हणून उत्सुकतेने बघितले तर, स्वत: सुपरवायझरच एका मुलाची उत्तरपत्रिका दुसऱ्या मुलाला कॉपी करण्यासाठी देत होता. हे विद्यार्थी बहुधा सुपरवायझरच्या ओळखीचे असावेत असे वाटले. सुरुवातीला मी जरा दुर्लक्ष केलं. पण नंतर मात्र माझ्याच्याने राहावले नाही. कारण मला मी वर्षभर मनापासून केलेली मेहनत आठवली. आदल्या रात्री जागून केलेला अभ्यास आठवला आणि मग मात्र मी वर्गात उभं राहून चाललेल्या गोष्टीबद्दल स्पष्ट शब्दात नाराजी व्यक्त केली.

याचा परिणाम उलटच झाला. सुपरवायझरने माझीच कडक शब्दात कानउघडणी केली. मला वर्गातून बाहेर काढीन व माझ्याच उत्तरपत्रिकेवर 'कॉपी' करत असल्याचा शेरा देईन अशी धमकी दिली. पण त्याच्या धमकीला मी अजिबात घाबरले नाही. काय होईल ते होईल असाच माझा पवित्रा ठेवला. पण त्यानंतर माझ्या बोलण्याचा एक मात्र फायदा असा झाला की, नंतर वर्गात कोणीही कॉपी केली नाही, अगदी त्या सुपरवायझरनीसुद्धा...

पेपर संपल्यावर माझ्या मित्र-मैत्रिणींनी माझ्या स्पष्टवक्तेपणावर जोरदार आक्षेप घेतला. "अगं, पण तुला काय करायचंय?", "तू कशाला नसत्या फंदात पडलीस.", "आपण आपला पेपर लिहायचा" अशा शब्दात त्यांनी माझ्यावर

टीका टिप्पणी केली. अर्थातच ही सगळी टीका माझ्यावरील प्रेमाखातर होती. माझे वर्ष वाया जाऊ नये या हेतूने होती यात शंकाच नाही. पण तरीही मला हा माझ्यावर होणारा एक प्रकारचा अन्याय वाटला. खरंतर या घटनेची मी प्राचार्यांकडे तक्रार करू शकले असते. प्रकरण वाढवू शकले असते. पण मला कोणाचे वैयक्तिक नुकसान करायचे नव्हते. तर सुपरवायझरसारख्या लोकांनी तरी अशा गोष्टींना प्रोत्साहन देऊ नये असं मला मनापासून वाटत होतं. अर्थातच यातून मी एक चांगला धडा शिकले. आपण एकटे ही 'सिस्टीम' बदलू शकणार नाही हे जितकं खरं आहे तितकंच 'मी या सिस्टीमचा एक भाग नक्कीच होणार नाही' याची मनाशी पक्की खूणगाठ बांधली आणि त्याचप्रमाणे पुढील आयुष्यात वागत राहिले. माझ्या सुदैवाने म्हणा किंवा त्या सुपरवायझरला मनोमनी माझे म्हणणे पटल्याने असेल, पण सुपरवायझरने माझ्या पेपरवर कोणताही शेरा न मारल्यामुळे मी डिस्टिंक्शनने एम. एम. एस. उत्तीर्ण झाले आणि माझ्या कष्टाचे सार्थक झाले.

कधी कधी आपण लोक अवतीभोवती चाललेल्या गोष्टीकडे कानाडोळा करतो किंवा जाऊ दे ना, आपल्याला काय करायचंय असा दृष्टिकोन ठेवतो. पण एखाद्या वेळेला आपली सहनशीलता संपते आणि आपण उसळून उठतो. अशावेळेला आपल्या बोलण्याचा चांगला उपयोगसुद्धा होतो. तसंच माझं एकदा झालं होतं. शिवजयंती म्हटलं की, महाराजांचा पुतळा आला, लाऊडस्पीकर आले, नाही का? माझ्या घराजवळ सदाशिव पेठेत शिवजयंतीचा उत्सव चालू होता. मंडळाचे कार्यकर्ते सर्व जामानिम्यासह आपापल्या दुचाकी पार्क करून चौकात बसले होते. संध्याकाळची वेळ होती. हळूहळू रस्ता माणसे, फेरीवाले, वाहनांनी फुलू लागला. वाहतुकीची कोंडी झाली. चालणाऱ्यांना चालता येईना की, वाहनचालकांना पुढे जाता येईना. लाऊडस्पीकरवर मोठमोठ्यांदा स्तुतीपर गीतांचा आवाज, वाहनांचे हॉर्न, हमरीतुमरीचे आवाज असा सगळा देखावा होता. कार्यकर्ते शांतपणे गंमत बघत उभे होते. परत एकदा माझी सहनशक्ती संपली. मी न राहून कार्यकर्त्यांना उद्देशून सद्य:स्थितीबद्दल शिवाजी महाराज वरून बघत असतील आणि नाराज झाले असतील असे खडसावले. कार्यकर्त्यांनी वाहतुकीचा तिढा सोडवायला असमर्थता दर्शविली. नंतर त्यांनाच काय वाटले कोणास ठाऊक, सगळे पटापट उठले. त्यांनी वाहतुकीची सूत्रं हातात घेतली. पंधरा मिनिटात रस्ता मोकळा झाला, वाहतूक सुरळीत झाली. तेव्हा मात्र मी कार्यकर्त्यांना धन्यवादाचे स्मितहास्य देऊन घरी परतले हे सांगायला नकोच.

❖❖

२.

पोएटिक जस्टिस

- अंजली देशपांडे

साधारण सतरा, अठरा वर्षांपूर्वीची मुंबईतली गोष्ट आहे. माझी मोठी मुलगी बी. ई. कॉम्प्युटर (फर्स्ट क्लास) झालेली होती व एका कंपनीत कार्यरत होती. आणखी चांगल्या नोकरीच्या शोधात आम्ही होतोच. अशा वेळी टी. सी. एस. (टाटा कन्सल्टन्सी सर्व्हिसेस)ची जाहिरात पाहण्यात आली. तिचा इंटरव्ह्यू झाला व ऑफर लेटरही आले. त्यात कामाचे स्वरूप, पगार, बाँड वगैरे सेवाशर्ती या साऱ्याची माहिती होती. तळाशी बारीक टाईपमध्ये एक लेखी परीक्षा क्लिअर करावी लागेल असे लिहिले होते. त्यात असेही म्हटले होते की, परीक्षेला येताना आधीच्या नोकरीचा राजीनामा दिल्याचे व त्यांनी रिलीव्ह केले असल्याचे पत्र घेऊनच यावे. म्हणून तिला वाटले की, ही टेस्ट म्हणजे केवळ एक उपचार, फॉरमॅलिटी आहे. तिने त्यांना रिलीव्हिंग लेटर दाखवले. नोकरी सोडल्याचे सांगितले.

आश्चर्य म्हणजे केवळ काही मार्कांनी ती टेस्टमध्ये पास झाली नाही असे कळविण्यात आले. दिलेली ऑफर मागे घेतली. टी. सी. एस.च्या दृष्टीने प्रश्न संपला पण आमच्यापुढे प्रश्नांची मालिका उभी राहिली. टेस्टवर जर निवड अवलंबून होती तर त्यापूर्वी तिला हातातली नोकरी सोडायला का सांगितले? ही शुद्ध फसवणूक नव्हे का? तरुण मुलांवर या गोष्टींचे आर्थिक व मानसिक परिणाम होणार नाहीत का? याची दाद कशी आणि कुठे मागायची? या विचारात असताना एका ज्येष्ठ लेखिका मैत्रिणीने सुचवले की तू थेट श्री. रतन टाटा यांनाच एक पर्सनल पत्र लिही. आपली कैफियत मांड. अशी चमत्कारिक आणि अन्यायकारक अट घातली गेली हे त्यांना समजले पाहिजे. कंपनीतला 'दिव्याखाली अंधार' दिसला पाहिजे.

मी एक साधे इनलँड पत्र टाटांच्या वैयक्तिक नावे पाठवले. त्यात सर्व

हकीकत सांगून म्हटले की, माझ्या मुलीचे मार्कस् कमी, टी. सी. एस.च्या लायक नसतील तर त्याबद्दल माझे काही म्हणणे नाही, परंतु तिला अगोदरच जॉब सोडायला का लावला आधीचा? तुम्ही नोकरी देणार की नाही हे नक्की नसताना असे करणे म्हणजे like putting the cart before the horse असे झाले. सगळा क्रम चुकलेला आहे. असे करणे कुठल्याच बिझनेस एथिक्सला धरून नाही, वगैरे.

या पत्राने काम केले. साधारण महिन्याभरात चक्रे फिरली व तिला पुन्हा बोलावणे आले. तुमच्या टेस्टचा फेरविचार केला जाईल असेही त्या पत्रात होते. अशा रीतीने आम्ही लढाई जिंकली पण दरम्यानच्या काळात तिला एका चांगल्या कंपनीत उत्तम नोकरी मिळाली होती. पुढे लग्नानंतर अमेरिकेत जाऊन या मुलीने आपल्या संधीचे, शिक्षणाचे चीज केले ही गौरवाची बाब आहे.

गोष्ट इथे संपलेली नाही. ज्या वरिष्ठ अधिकाऱ्याचे पत्र आले होते त्यांना मी उत्तर पाठवले. लिहिले की, 'आता माझ्या मुलीला तुमच्या नोकरीची गरज नाही परंतु पुढे एवढे करा ही अन्यायकारक बाब तुमच्या ऑफर लेटरमधून लगेच काढून टाका. अन्य मुलामुलींचे नुकसान होऊ देऊ नका. तुम्ही जॉब देणार की नाही हे निश्चित नसताना त्यांनी पहिली नोकरी का सोडायची?' नंतर आमच्या तक्रारीची दखल घेतल्याबद्दल कृतज्ञताही व्यक्त केली.

मग काही दिवसात याच टी. सी. एस. ने माझ्याच धाकट्या इंजिनियर मुलीला पहिल्या फटक्यात नोकरी दिली, दोनदा अमेरिकेला पाठवले. तिच्या कागदपत्रात कुठेही आधीची नोकरी सोडण्याची अट नव्हती, ती पण एका ठिकाणी काम करत होती. याला मी 'पोएटिक जस्टिस', काव्यात्म न्याय म्हणेन. मी जिंकलेल्या लढाई इतकाच महत्वाचा. टी. सी. एस. ने त्यांची कार्यपद्धती सुधारली. कदाचित म्हणूनच ही कंपनी सॉफ्टवेअर क्षेत्रात नावाजलेली समजली जाते.

❖❖

३.
एक छोटीशी लढाई

- गीतांजली जोशी

१९९० सालची गोष्ट. माझे पती अविनाश तेव्हा ग्रुप कॅप्टनच्या हुद्द्यावर दिल्लीतल्या भारतीय वायुसेनेच्या पश्चिमी एअर कमांडच्या ऑफिसात कार्यरत होते. धौलाकुआ जवळच्या सुब्रोतो पार्क ह्या वायुसेनेच्या वसाहतीतल्या एका टुमदार बंगल्यात आम्ही राहात होतो. आम्ही दोघे, आमच्या तीन मुली आणि आमची कुत्री-मांजरे! आयुष्य निवांत, सुखासीन चालू होते. मी दिल्ली प्रेसमध्ये नोकरी करत होते. मुलींचे शिक्षण निर्वेध चालू होते. लढाई आणि ह्या शांत आयुष्यात? शक्यच नाही, असे वाटावे असे सर्व काही...

अशात एका कोर्ससाठी अविनाशना महू (मध्य प्रदेश) इथे एक वर्षासाठी जावे लागले. थोरली मुलगी हॉटेल मॅनेजमेंट करत होती. मधली बारावी व धाकटी दहावीत. म्हणून आम्ही दिल्लीलाच राहायचे ठरवले. आमच्या वसाहतीतच माझ्या घरापासून साताठ घरे दूर एक कुटुंब राहात होते. नवरा स्क्वॉड्रन लीडर, बायको देखणी, स्मार्ट, लग्नाआधी एअर होस्टेस होती म्हणे. घरात दोन गोड मुले, नवऱ्याचे म्हातारे आई वडील आणि घरकामाला ठेवलेली, घरातच राहणारी दहा अकरा वर्षांची एक मुलगी. किती छान होते सगळे दुरून बघताना. कुटुंब सारस्वत, पै आडनाव. मंगलोर हे त्यांचं मूळ गाव. नवरा वायुसेनेच्या लीगल शाखेत होता. त्यांच्या घरावरून येता जाताना कधी कधी दहा वर्षांची त्यांची मोलकरीण मोडक्या तोडक्या मराठीत मला नमस्ते करायची. आम्ही महाराष्ट्रीयन असल्याचं तिला माहीत होतं. तिचं नाव सुवर्णा होतं. एकदा रात्री ११ वाजता सुवर्णानं दारावरची बेल वाजवली. मी दार उघडल्यावर प्यायला पाणी मागितलं. रात्रीची जेवण झाली की तिला गॅरेजमध्ये झोपायला पाठवून पै कुटुंबीय घराची दारे बंद करीत असत. तिला बेल वाजवायची परवानगी नव्हती. खूप तहान लागली होती म्हणून ती माझ्या घरी आली होती. मी तिला पाण्याची बाटली

दिली आणि म्हटलं, ''संध्याकाळीच बाटली भरून नेत जा. अशी अपरात्री एकटी बाहेर पडू नको.'' ती हो म्हणून परत गेली परंतु माझं मन जरा अस्वस्थ झालं.

ह्या गोष्टीला महिनाभरच झाला असेल. एकदा ऑफिसातून परतले तर माझी मोलकरीण माझी वाटच बघत होती. ''ममी, सुवर्णा रोते रोते मेरे घर आयी है। उन लोगोने उसे बहुत मारा है। तेज बुखार है, मै क्या करू?'' मी धावतच घरामागच्या सर्व्हंट क्वार्टरमध्ये गेले. माझा स्वत:च्या डोळ्यांवर विश्वास बसेना. सुवर्णाचे तोंड, डोळे सुजलेले होते, अंगावर माराच्या काळ्या निळ्या खुणा. तिनं मला मिठी मारली आणि म्हटलं, ''मुझे बचाओ. मुझे घर जाना है।'' क्षणभर मला काही सुचेना. अविनाशही घरात नाहीत. मग मी आमचे परिचित एअर मार्शल प्रतापराव वायुसेनेच्या मुख्यालयात मोठ्या पदावर होते, त्यांना फोन केला. त्यांनी सर्व ऐकल्यावर मला एकच प्रश्न विचारला, वायुसेनेकडून चौकशी झाली तर तू साक्ष देशील का? मी होकार दिला. एअर मार्शल राव म्हणाले, ''तू घाबरू नको. आम्ही तुझ्या पाठीशी आहोत. तू तिला वायुसेनेच्या दवाखान्यात जाऊन तिची तपासणी करून घे. तोवर मी वरिष्ठ अधिकाऱ्यांना रिपोर्ट करतो.'' मी सुवर्णाला दवाखान्यात नेले. तिच्या दोन बरगड्या मोडल्या होत्या. पाठीवर, चेहऱ्यावर माराच्या खुणा होत्या. भिंतीवर डोके आपटल्याने रक्त आले होते, अंगात ताप होता. तिचे औषधपाणी करून तिला घरी आणले. जेवल्यानंतर माझ्या मुलींच्या बरोबर ती झोपली. त्यानंतर मी अविनाशला फोन केला. ते मला आधीच 'झाशीची राणी' म्हणून चिडवतात. पण त्यांनीही मला पूर्ण पाठिंबा दिला. ''आपल्यालाही मुली आहेत, तशी तीही कुणाची लेक आहे. मी देखील दिल्लीच्या अधिकाऱ्यांशी बोलतो. तू घाबरू नको.'' असं म्हणाले.

दुसऱ्या दिवशी पश्चिमी एअर कमांडचे सिनिअर ऑफिसर ॲडमिनिस्ट्रेशन एअर मार्शल कुलकर्णी ह्यांचा मला फोन आला. त्यांनाही मी सर्व हकीगत सांगितली. सुवर्णाला माझ्याकडे येऊन पूर्ण एक दिवस लोटला होता तरीही पै कुटुंबीयांना तिची पर्वा नव्हती. माझी साक्ष घ्यायला एअर फोर्स अधिकारी माझ्या घरी आले. त्यांनी माझी व सुवर्णाची साक्ष नोंदवली व मेडिकल रिपोर्टची कॉपीही घेतली. आता अधिकृत चौकशी सुरू झाली होती. त्या संध्याकाळी स्क्वॉड्रन लीडर पै मला भेटायला आले. त्यांना पाहून सुवर्णा घाबरून आत पळाली. मी त्यांना भेटल्यावर ते म्हणाले, ''माझी अल्पवयीन मोलकरीण तुम्ही किडनॅप केली आहे. मी तुमच्याविरुद्ध एफआयआर करणार आहे.'' मी म्हटलं, ''जरूर करा. मीदेखील प्रेसमध्ये काम करते. तुम्ही सुवर्णाला दिलेल्या वर्तणुकीबद्दल मी

सगळ्या वर्तमानपत्रात लिहिणार आहे.'' मला शिव्याशाप देत ते निघून गेले. ''तुम्हाला तरुण मुली आहेत आणि तुम्ही एकट्या आहात हे विसरू नका.'' असं जाताजाता म्हणाले. मी मुलींना सांभाळून राहायला सांगितलं. सुवर्णाला नारी निकेतनमध्ये पाठवायचा बेत एअर फोर्सचे अधिकारी करत होते. नारी निकेतनमधल्या काही भयानक गोष्टी मी ऐकल्या होत्या. मी एअरमार्शल रावना विनंती केली की सुवर्णाला सुरक्षितपणे मंगलोरला तिच्या आई वडिलांकडे पोचवायची व्यवस्था होईपर्यंत सुवर्णाला माझ्याकडेच राहू दे. सुवर्णा माझ्या घरी आनंदात राहिली. नूडल्स, पिझ्झा खाऊ लागली. टी. व्ही. पाहू लागली. कधी कधी ती मला गतकाळाच्या कथा सांगे. गरिबाघरची कोवळी मुलगी. दोन वेळा खायला मिळेल, चांगले आयुष्य लाभेल ह्या इच्छेने आई वडिलांनी पैंच्याबरोबर पाठवली. परंतु वस्तुस्थिती वेगळीच निघाली. दिवसभर राबायचे, शिळेपाके खाऊन अर्धपोटी झोपायचे. काही चुकले की मार. असे तिचे आयुष्य बनले. परप्रांतात हिंदी-इंग्लिश-मराठीदेखील न येणारी दहा वर्षांची सुवर्णा गुलामासारखं जगू लागली. एकदा तर सौ. पैंनी तिचं डोकं टबच्या पाण्यात ती गुदमरेपर्यंत बुडवलं होतं. ''कुणाला सांगशील तर जिवे मारीन'' अशी धमकी दिली होती. दुरून सुसंस्कृत दिसणारे हे लोक आतून हिंस्त्र श्वापदेच होते.

सुवर्णा माझ्याकडे दोन महिने राहिली. एअर फोर्सने तिला बरोबर पोलीस देऊन आईवडिलांकडे सुरक्षित पोचवले. जाताना सुवर्णा आम्हाला मिठी मारून रडली. पैंच्या दुर्वर्तनाची त्यांना काय शिक्षा मिळाली मला माहीत नाही. परंतु सुवर्णाच्या आई वडिलांनी पत्र लिहून माझे आभार मानले. ह्या घटनेला वीस वर्षे होऊन गेली. माझ्या मुलींप्रमाणे सुवर्णाही आता स्वत:च्या संसारात रमली असेल. हा लढा मी लढू शकले कारण एअर मार्शल प्रताप राव आणि सुमन राव माझ्या पाठीशी उभे राहिले, अविनाशने मला बळ दिले आणि ही लढाई मी जिंकले!

❖❖

४.
शाळा बंद

- स्नेहलता आचवल

१९६४ मधील 'जनता विद्यालय' श्रीरामपूर (सध्या कचोळे हायस्कूल) येथील घटना.

मी मॅट्रिकच्या वर्गात होते. आमच्या वर्गातील रूपवते नावाच्या विद्यार्थ्याला हेडमास्तरांनी शाळा सुटल्यावर बोलावून फी बाकी (फक्त ७ रु.) बद्दल बरेच सुनावले. वारंवार घरच्या गरिबीची कल्पना त्याने सरांना दिली. अखेरीस मला माझा शाळेचा दाखला देऊन टाका 'मला शिकायचे नाही' असे त्याने सांगितले. हेडमास्तरांनी कोणताच विचार न करता पालकांच्या स्वाक्षरीच्या जागी त्याचीच सही घेतली व दाखला दिला.

निराश झालेल्या स्थितीत तो घरी आला. सर्व घटना (त्याचे व सरांचे वादविवाद कागदावर उतरविले.) खिशात तो दाखला आणि कागद ठेऊन पुढे काय? या विचारात तो रेल्वे रूळाकडेने फिरत होता. अशात मनमाडकडून येणाऱ्या रेल्वेखाली, मनाच्या निराशेत त्याने स्वतःला झोकून दिले.

दुसऱ्या दिवशी सगळीकडे ह्या बातमीचा गवगवा झाला. हेडमास्तर कोठे गेले हे आम्हा विद्यार्थ्यांना कळले नाही. ११ वाजता शाळेच्या वेळात आम्ही विद्यार्थ्यांनी बाजूच्या ग्राऊंडवर एक सभा घेतली. सर्वांना काय झाले हे सविस्तर सांगण्यात आले. विद्यार्थ्यांनी हेडमास्तरांविरूद्ध एक निवेदन शिक्षकांना दिले.

आम्ही ५वी व ६वी च्या विद्यार्थ्यांना शाळेबाहेर ओळीत बसविले. बाकी आम्ही सर्व विद्यार्थ्यांनी इतर शाळांमध्ये ही बातमी सांगण्याचा आणि एक दिवस शाळा बंद करावयाचा निर्णय घेतला.

गावात फिरून तेथील शिक्षकांना सत्य परिस्थिती सांगून शाळा बंद करण्यास भाग पाडले. पुढे शाळेतील विद्यार्थी शाळा बंद पाडण्यास येत आहेत हे कळताच पुढील शाळेचे वर्ग आपोआप बंद होत होते.

मी ब्राह्मण, पण दुसऱ्या मागासवर्गीय विद्यार्थ्यांसाठी स्वत: पुढाकार घेऊन विद्यार्थिनींचे नेतृत्व केल्याने सर्वांना फार विशेष वाटले. नंतर त्या शिक्षकांनी चूक लेखी कबूल केली, संस्थेने त्यांना बडतर्फ केले, ह्या पुढील गोष्टी.

आम्ही मात्र हुशार पण निगर्वी, गरीबीत आनंद मानणाऱ्या वर्गबंधूस कायम मुकलो. पण मी केलेल्या कृत्याचा मला कधीही पश्चात्ताप होत नाही. कारण तो होता एक अन्यायाविरुद्ध दिलेला छोटासा लढा.

५.

मी जिंकली लढाई

– सुमन कोलगंटीवार

तसे माझे संपूर्ण जीवन संघर्षमय आहे. १९६२ साली वयाच्या तेराव्या वर्षी माझा बालविवाह झाला. मी तोंडात सोन्याचा चमचा घेऊन जन्माला आले. बालपण अत्यंत सुखसोयी आणि लाडात गेले. पण त्या काळी १३ वर्ष म्हणजे फार मोठे वय वाटायचे, त्यात आमचा तेलगू शिंपी समाज. दिवसभर शिवणकाम करून, संध्याकाळी नशा करून मासमटण खाणारी पुरुष मंडळी. माझ्याकरिता माझ्या संग्रामसैनिक आजोबांनी सामुदायिक लग्नाचा घाट घातला. पाच लग्ने जमविली आणि मला योग्य वाटणारा नवरा मुलगा शोधून, पुढे शिकून मोठा होऊन नातीला सुखी करील ह्या आशेवर लग्न करून दिले. परंतु झाले उलटे.

असो. मी माझ्या जीवनातील वयाच्या १३ व्या वर्षी एका समाजातील कुप्रथेला फाटा देताना मला जो संघर्ष करावा लागला व त्यातून पुढच्या पिढीची सुटका झाली ह्याबद्दल सांगणार आहे.

आमच्या समाजाचे अय्येवार हे गुरू होते. लग्न झाले की, यज्ञ करून ते गुरुमंत्र देत, त्याला कानात मंत्र सांगत असल्यामुळे 'कान फुंकणे' हाच शब्द वापरायचे आणि तो कार्यक्रम फक्त महिलांसाठीच असायचा. गुरू तो मंत्र विवाहित स्त्रियांकडून पाठ करवून घेत व बोलायला लावीत. एकदा चुकला तर तांब्याच्या तारांनी दंडावर भाजत असत. मी लहान असताना माझ्या काकूला चटके देताना पाहिलेले होते. त्यामुळे हा कार्यक्रम माझ्याबरोबर होऊ द्यायचा नाही म्हणून मी आधीच ठरविले होते. जेव्हा माझ्यावर तो प्रसंग आला तेव्हा मी विरोध केला. 'मी सातवी वर्ग पास होते तेव्हा मला खूप गुरू मिळाले. मला गुरुमंत्रांची गरज नाही, म्हणून सर्व मंडळी कार्यक्रमाला जमल्यावर मी जेवण सोडले व ढोलीत (धान्य भरायच्या) जाऊन लपून बसले. सर्वांनी विनंती केली, शिव्या दिल्या. माझे खाणेपिणे बंद केले, तरी मी दाद दिली नाही. शेवटी

सासर-माहेरचे सर्व लोक हरले आणि यज्ञ जागेवर विझून गेला. आलेले पाहुणे परत गेले तेव्हा मी बाहेर आले. नंतरही मला खूप मारक बोलणी खावी लागली. परंतु 'अशी कुप्रथा स्त्रियांकरिताच का?' म्हणून हट्ट करून नंतरही तो कार्यक्रम होऊ दिला नाही. आता तर मी महिलामंडळाद्वारे कितीतरी गोष्टी केल्या. पण तो संघर्ष जिंकला म्हणून मला बळ मिळाले. वैचारिक शक्ती मिळाली. आणि लग्न झाल्यानंतर शिकून, आज मी सामाजिक कार्यात अग्रेसर आहे. नुकतेच मला 'सोशल इफेक्ट' सोशल अचिव्हर अॅवार्ड मिळाले असून 'वुमन इफेक्ट' अॅवार्ड करिता दिल्लीवरून नॉमिनेशन झाले आहे.

❖❖

६.
गावाबाहेर एकटी

– सौ. सुरेखा प्रधान

१९९९ हे वर्ष आम्हाला कठीण जाणार हे कोणी भविष्यवेत्त्यानं सांगण्याची गरज नव्हती. पण ते इतकं कठीण असेल असं मात्र मुळीच वाटलं नव्हतं. त्यावर्षी माझा मोठा मुलगा कौस्तुभ पुण्याला इंजिनिअरिंगच्या शेवटच्या वर्षाला होता. आणि धाकटा सौरभ १२ वी सायन्सला होता. अचानक एप्रिलला ह्यांची वीस वर्षांनी परत मुंबईला बदली झाली. आमच्या पुढे अनेक प्रश्न दत्त म्हणून उभे राहिले.

चार वर्षांपूर्वीच आम्ही नाशिकमध्ये आमची गावातली मध्यवर्ती जागा सोडून गावाबाहेर नऊ किलोमीटर अंतरावर बंगल्यात राहायला आलो होतो. आमची बंगल्यांची कॉलनी होती आणि त्यातले बरेच बंगले रिकामे होते. प्रत्येक बंगल्याला आवार, कुंपण असल्यामुळे साधं शेजारच्या घरात जायला बराच मोठा वळसा पडे. त्यामुळे ब्लॉक सिस्टीम मध्ये आपण जशी पटकन शेजारची बेल वाजवतो, तसा काही प्रकार नव्हता. कॉलनीपासून गेलेला एकुलता एक रस्ता अजून मातीचा होता. रस्त्याच्या दुतर्फा, दूरवर तुरळक वस्ती होती. ह्या रस्त्यावर दोन कि. मी. वर पहिलं किराणा दुकान होतं. ह्या रस्त्यावरचे दिवे बऱ्याच वेळा फोडलेले असत. त्यामुळे रात्री हे अंतर अंधारातच असायचं. कॉलनीच्या मागे पूर्ण माळरान होतं. रात्री चारी बाजूंनी अंधाराचा महापूर अंगावर येई. आवारातील नळ, पाईप चोरणे; गाडी उघडून त्यातले डेक पळवणे असे प्रकार तिथे वारंवार होत. आजूबाजूला दरोडे पडलेले पण पेपरात येई. एकदा सकाळी नऊ वाजता एका बिबट्यानं कॉलनीतून राजरोस फेरी मारली होती. अधून मधून जनावरं, विंचू निघत. मुंगसांचा कुटुंबकबिला तर रोज सकाळ-संध्याकाळ आमच्या बागेतून विहार करायला बाहेर पडे. देवळाली कॅम्पमध्ये सराव करणाऱ्यांच्या गोळ्या बंगल्याच्या आवारात सापडत; तर कधी दाराला

सुद्धा धडका देत. कॉलनीतले दिवे सुद्धा वारंवार जात, ते २-३ तासांनी परत येत. त्यामुळे हे वर्ष नाशिकला काढायचं की मुंबईला जायचं हा एक यक्षप्रश्नच होऊन बसला.

मुंबईला जाण्यातही काही कमी धोके नव्हते. एक तर आता सौरभला चांगल्या कॉलेजमध्ये ॲडमिशन कशी मिळणार? त्याच्या क्लासेसचे काय? ट्रेनच्या प्रवासाची त्याला अजिबातच सवय नव्हती. काय करावं, तेच कळत नव्हतं.

खूप खूप विचार करून मी नाशिकमध्येच राहाण्याचा धाडसी निर्णय घेतला. प्रथम हे तयार नव्हतेच. त्याचं मन वळवलं. एका महिन्यातच हे मुंबईला निघून गेले. त्या बरोबर ऑफीसने दिलेला ड्रायव्हर बंद झाला.

मी माझी कायनॅटिक सौरभला दिली आणि स्वत:ला पांगळं करून घेतलं. कारण आमच्या इथून गावात जाणारी बस सर्विस संपूर्ण बेभरंवश्याची होती. रिक्षा मिळवण्यासाठी प्रथम तीन कि. मी. चालावे लागे. आणि तिथून गावात जायला ४५ रु. पडायचे. सौरभ सकाळी सहा वाजता जाई तो संध्याकाळी सहा वाजता येई. इतका वेळ मी भुतासारखी एकटी, एवढ्या मोठ्या घरात असे. बंगल्यातल्या सहा दारांपैकी चार दारांना मी कुलपं ठोकली. तरी तळमजल्याच्या दोन दारांवर मला नजर ठेवायला लागणार होती. आम्ही दोघं खालच्या गेस्टरूममध्ये शिफ्ट झालो. आमच्यापुरतं घर छोटंसं करून टाकलं. जवळ पौरोहित्याचा क्लास चालू होणार होता, तो लावला. संस्कृत स्तोत्रे पाठ करण्यात वेळ बरा जाऊ लागला. गावातल्या जुन्या मैत्रिणी फोनपुरत्या उरल्या. नव्या मैत्रिणींकडून अध्यात्म्यावरची छान छान पुस्तकं वाचायला मिळाली.

रात्री जरा कुठे खुट्ट झालं की पूर्ण झोपेचं खोबरं ठरलेलं असे. पावसाळ्यात सौरभची कायनेटिक स्लिप झाली. त्याला छोटाचा ॲक्सिडेंट झाला. असे छोटे मोठे प्रसंग आले आणि गेले. त्यातून एकमेकांना सांभाळून घेत आम्ही ते पार केले. दिवस मुंगीच्या पावलांनी का होईना पुढे जात होते.

तो त्याच्या अभ्यासात बूडून जात होता, मी त्याच्या खाण्यापिण्याच्या वेळा संभाळत सौरभमय होऊन गेले. करता करता परीक्षा होऊन गेल्या आणि रिझल्टचा दिवस आला. माझं मन धकधक करत होतं; जणू मी घेतलेल्या निर्णयाचाच तो निकाल होता. सौरभ बोर्डात तेवीसावा आला होता. माझा ऊर आनंदाने भरून आला. तो घरी आल्यावर त्याची दृष्ट काढावी म्हणून त्याला हाक मारली तर त्याने त्याला मिळालेलं पदक माझ्या गळ्यात घातलं आणि

म्हणाला, 'आई, हे तुझं आहे'.

आयुष्यातले सगळे गौरव मिळाल्याचा आनंद मला त्या क्षणी झाला. एका आईला दुसरं काय हवं होतं? गळ्यात कॅमेरा घेऊन आमच्या घराचे फोटो काढत असलेल्या कौस्तुभने पटकन हा फोटो काढून तो क्षण चिरंजीव करून ठेवला.

७.

ती साडी चोळीची ओटी

- विमल कुलकर्णी

आयुष्यात वळणावळणावर थबकून मागे वळून पाहाणे आवश्यकच. मागचा काळही आपल्या बरोबरच असतो. आठवणीच्या रूपात. चालून आलेला मार्ग, संकटाशी दिलेली झुंज झुजतानाच आपले निकराचे बळ आणि संकटावर मिळवलेल्या विजयाचा आनंद. गाठायचा असलेला पल्ला किती राहिला हा हिशेब, न बोलता आपणच आपल्याशी ताळा करत असतो.

एखादी जिव्हारी लागलेली आठवण, आनंदाचा क्षण, आत्मपरीक्षणात स्वत:लाच स्वत:च्या जाणवलेल्या चुका अन् त्यांचा झालेला पश्चात्ताप आणि दिवसेंदिवस त्यामुळेच आपल्यात आलेली वैचारिक निकोप प्रगल्भता आणि समृद्धता. या साऱ्या खटाटोपात आपणच आपल्याशीच लढत असतो. प्रत्येकाचं आयुष्य नियतीच्या खेळानं निरनिराळं असतं, चरित्र निराळं, आत्मकथा निराळी असते.

गावात आमचा रोरींग बिझनेस. गडगंज शेतीवाडी अन् गर्भश्रीमंती असणाऱ्या कुटुंबाला कशाचीही वानवा नव्हती. पणऽऽऽ, नियतीचा नियमच असा असावा वाटते; अत्युच्च शिखरावर पोहोचल्यावर संकटाचा उतार तिथूनच सुरू व्हावा.

एका अशुभ दिवशी ते संकट दारात दत्त म्हणून उभे. सहचराला मॅसिव्ह हार्ट अटॅक, तिथूनच ही संकट मालिका सुरू झालीसे वाटते. ही एक सत्त्वपरीक्षाच. परमेश्वराचे आशीर्वाद किंवा माझी पूर्व पुण्याई म्हणून यातून माझे पती सुखरूप घरी परतले. वटसावित्रीची माझी श्रद्धा फलद्रूप झाली होती.

अर्थात काळजीची टांगती तलवार होतीच. जगणं धास्तीचं वाटत होतं. रोजचा घरचा सर्व कारभार, देणं-घेणं, शेतीभाती सर्व एकटी कशीबशी पाहायला लागले. चार मुली पाठोपाठच्या अन् पती. ओढग्रस्ती जबर सुरू होती. दिवसेंदिवस जास्त काळजी वाटत होती.

नवीन एका काळजीची भर म्हणजे, माझ्या पतीचा गमावलेला स्वत:च्या कर्तृत्वावरचा विश्वास. जेव्हा माणूस स्वत:चा आत्मविश्वास गमावतो तेव्हा प्रत्येकजणच, ज्योतिषी, भविष्य, गुरू (भोंदू) करण्याकडे लक्ष केंद्रित करतात. माझ्या पतीचेही तसेच झाले. अन् एक बाबा त्यांचे गुरू बनले. संसाराची नौका समुद्राच्या तुफानात सापडली, किनारा गाठण्याचे माझे प्रयत्न विफल म्हणा, थोडेसे सफल म्हणा, चालूच होते. मला स्वत:च्या- कर्तृत्वाचा विश्वास गमावून बसलेल्या सहचराला पुन्हा उभं करायचं होतं. लग्नात 'दु:खात सुखात एकमेकांची साथ देण्यासाठी पुरोहितांनी, 'नातिचरामी'ची शपथ दोघांकडूनही वदवली होती ना? सात जन्म याच पतीची साथसंगत लाभावी म्हणून मनोभावे वटसावित्री मीच पुजली ना? अर्ध्या वाटेवर हिंमत हरलेल्या माझ्या पतीची शक्ती हरवली होती. त्याचा हात धरून पुन्हा अजून कित्येक वळणं मला पार करायची होती.

एक दिवस असा येतो, सारा मोहराच बदलूनच जातो. तसंच घडलं. आमच्या २२ एकर बागायतीत ऊस तोडणी चालू होती. २० माणसं ऊस तोडणीस कारखान्याची होती. मी दोन माझ्या गड्यांसह देखरेखीला. अंदाजे दहा ते चौदा दिवस ऊस तोडणीस लागणार होते. तोडणीचा चौथा दिवस. साडेदहा-अकरा वाजताचा सुमार. तोडणीला आलेल्यांचा नायक, म्हातारा साठ-पासष्ट वर्षांचा आला अन् शेतातील फार्म हाऊसवरच्या माझ्या खोलीचं दार वाजलं. "मालकीण बाई! मी म्हादू. या ऊस तोडणीच्या टोळीचा नायक. आम्ही सरवे जणांनी ऊस तोडणं बंद केलंय, तुमच्या मळ्यातला." मी घामाघूम होऊन विचारलं, "का म्हादूदादा. असं करून कसं होईल? तोंडचा घास आहे यंदाचा ऊस." महादूनं उत्तर दिलं, त्यानं माझं शरीर कापायला लागलं. महादू म्हणाला "बाईसाहेब! फडात एक मोठ्ठा, जाडजूड अजगर पसरलाय. सरळ सरळ एका माणसाला गिळल एवढा दांडगा हाय. जनावराचं काय सांगावं?" मी आत येऊन दार घट्ट बंद केलं. धाय मोकलून ओरडून रडून घेतलं. भिंतीनं आधार दिला. भिंतीवर डोकं आपटून आकांत केला. पण उपाय नव्हता. आकाश फाटलं तिथं, कुठं ठिगळ लावू?

सारी तोडणीची माणसं दारात गोळा झाली. महादू दार जोरजोरात ठोठावत होता. सारी माणसं "मालकीण बाई, भाईर या" म्हणून ओरडा करत होती. मी जिवाचं काहीतरी करून घेईन, ही साऱ्यांना भीती वाटली असेल. मी दार उघडलं, अगदी शांत चित्तानं. बाहेर ही गर्दी तोडणीकरांची. महादू म्हणाला, "बाईसाहेब! आमची बी कच्चीबच्ची हायती. बायका बी जोडीनं राबत्यात.

जाणून बुजून सिंहाच्या जबड्यात मान दिल्यागत हुईल.''

''महादूदादा! हे आज आपल्याकडं झालंय तसं आणखी कुणाकडे झालं नाही का? आमचंच नशीब ओढवलंय का? दुसऱ्या कुणी काय उपाय केले?'' महादू म्हणाला, ''मालकीण बाई! सारा ऊस पेटवावा लागंल. मग जनावर जाईल निघून धगीनं. पर तेला तुमचं लई धारीष्ट लागंल. नुकसान होईल इतकं जतन केलेलं!''

मी मालकीण या नात्याने अर्धा तास विचारासाठी मागितला. विचार केला. 'मीच या तोडणी कामगारात असते तर? माझी कच्ची बच्ची, नवरा सगळ्या जणांवर ही गदा आली असती तर? आम्ही शहरी, शिकली सवरलेली, थोड्या थोडक्या संकटामुळे गर्भगळीत होतो. जगण्याची इच्छा, प्रेम, विश्वास, कुटुंबातील एकमेकांचा जिव्हाळा हे शब्द आमच्यात शब्दकोशात वापरण्यासाठी आहेत का? मला जसं माझं घर सावरायचंय तसा या लोकांना अधिकारच नाही का? आम्ही मालक म्हणून ही अरेरावी, हा जुलूम करतो का? नोकर-मालक, कूळ-जमीनदार, जहागीरदार ही बिरुदं आम्ही आजही मिरवतो का? या माणसाला माणूसपणापासून दूर नेणाऱ्या दुष्ट प्रथा-परंपरा आजही नष्ट झाल्या नाहीत का?

'चार वर्ण, चार आश्रम, श्रेष्ठ-कनिष्ठ, जाती-जमाती आजही एकमेकांवर मालकी गाजवू पाहत आहेत का? आज पैसा मिळवण्यासाठी एक शेतकरी कूळ, चार चार लग्न करून त्यांना होणारी मुलं, पैसा मिळवायला उपयोगी पडतील; हा हिशेब करतात अन् आम्ही त्यांच्या जीवावर जगणारे मालक आमचा मालकी हक्क बजावतो आहो.'

''महादूकाका! इकडे या सारे अन् देवाचं नाव घेऊन ऊस पेटवून द्या.'' मला साऱ्यांनी साष्टांग दंडवत घातला अन् उस पेटवून दिला सारा. आसपासचे गावकरी झुंडीने बघायला आले. जळणारा ऊस, फट् फट्, फाड, फाड, दिवाळीचे फटाके, चंद्रज्योती, प्रकाश झाडांची झुंबरं आकाशात उडत होती. जणू होळीच्या, शिमग्याच्या महिन्यातच माझ्या दारी दिवाळी साजरी होत होती. तोडणी कामगारही ढसढसा रडत होते. मी तटस्थ, निश्चल उभी देखरेख करत होते. अन् अभिमानाने विचार करत होते. ''हे परमेश्वरा, तू माझी सदसद्विवेकबुद्धी जागृत ठेवलीस. तुला शतशः प्रणाम. 'देवा! मला सत्य अन् मानवतावादी निर्णय घेण्याची बुद्धी दिलीस, हा तुझा प्रसादच.''

माझं ढासळत चाललेलं घर, पती, मुली सांभाळताना माझ्या हातून केवढी निर्घृण हत्या होणार होती. माझ्या घरासाठी कित्येक घरांचा पायाच मी

काढत होते. त्या पापापासून मला नियतीनंच वाचवलं.

पंधरा वीस दिवसांनी महादू फार्म हाऊसवर आला अन् दंडवत घालून म्हणाला, ''मालकीणबाई! तुम्ही देवाच्या रूपात भेटलावं अमास्नी. कारखान्यात जळलेला ऊस घातला. लई न्हाई नुकसान झालं तुमचं. टनाला संबर दोनशे भाव कमी आला. तुमच्यावाणी मालक आजपतोर कुठं भी घावला न्हाई. समद्यास्नी वाचविलंत. आणखी कुनी असतं तर म्हनलं असतं, ''साप काय एका जागती बसतो काय? आम्ही तुमास्नी भरपूर पगार देतो, केलीच पाहिजे तोडणी'' - 'बाईसाहेब समद्यांचा जीव वाचविलात म्हून या बापाची लेकीला साडीचोळीची वटी आनलीया. घ्या पदरात ही ओटी माहेराची.''

मी पदर पसरून साडी चोळी ओटीत घेतली. माझ्या ओटीत जग जिंकल्याचं समाधान भरभरून दिसलं.

'रात्रंदिन आम्हा युद्धाचा प्रसंग' हे संतवचन म्हणजे संसारातील चढउताराची व्याख्याच होय.

अरे संसार, संसार

दोन जिवांचा इचार

देता दु:खाला होकार

अन् सुखाला नकार

बहिणाबाईंनी संसाराची दु:खं समोर जाऊन झेलली तशी प्रत्येक स्त्रीला कोणत्यातरी रूपात दु:ख-सुखाचा झगडा करावाच लागतो.

अशी झुंज माझी. आठवणीतल्या काचकमळेच्या माळेतील एक आठवणीतली आठवण. माझ्या आयुष्यातील हा प्रसंग जिव्हारी लागलेला पण जिंकल्याचा, यशस्वितेचा भरभरून आनंद देऊन गेला.

८.

अन्यायाविरुद्ध मी नेहमीच लढत राहिले

– ज्योती जोगळेकर

१) मी मराठी, इंग्रजी टायपिस्ट होते. एके दिवशी साहेबांनी मला घरी बोलाविले. सायंकाळी सातच्या पुढे. मी म्हटले, ''मी काही स्टेनो नव्हे. तुमच्या घरी टायपिंग मशीन्स नसणार. तेव्हा इथेच काम सांगा.'' तो दटूनच बसला. घरी याच. मी घरी गेले. तो 'पीत' बसला होता. माझ्याबरोबर जाताना पाच सहा नातेवाईकांना घेऊन गेले. 'काय काम आहे?' त्यांनी साहेबाला दमात घेऊन विचारले. त्याची उतरली. तो तत् पप् करू लागला. घरात आलोच आहोत तर मोडतोड करून जाऊ. दोघांनी आणलेल्या काठ्यांनी काचेच्या कपाटावर, आरशावर नेम धरला. मी मध्ये पडले... नको... साहेब परत मला घरी बोलाविणार नाहीत...,पण याचे नुकसान तर करायलाच हवे. माझे नातेवाईक जिद्दीलाच पेटले होते. म्हटले, उचला त्याला अन द्या बाहेर फेकून... जास्त मुका मार लागणार नाही हे मात्र बघा... साहेबाने पुढचा पंधरवडा कचेरीतही मला काम सांगायचे धाडस केले नाही...

२) साहेब तोच. मी बाळंतपणाच्या रजेवर होते. नंतरची बिनपगारी रजा. त्याचे निरोपावर निरोप. तुम्ही राजीनामा द्या. मी एक पत्र लिहिले. मला नोकरी करायचीय पण बाळाची चांगली सोय होईपर्यंत मी कामावर येऊ शकणार नाही. वाटल्यास हे पत्र हाच राजीनामा समजा... त्याचे माझा राजीनामा घेण्याचे धाडस होईना. मी नंतर दुसऱ्या बाळंतपणाची रजा, फायदा घेऊनच नोकरी सोडली.

३) एक खाजगी बँक. सेव्हिंग बँक + फिक्सड् डिपॉझिटची रक्कम त्यांनी अॅव्हेलेबल बॅलन्स म्हणून दाखविली (ते चूक आहे. तशी इतरत्र कुठेही पद्धत नाही.) मी त्या दोन्ही रकमांहून कमी रकमेचा चेक काढला... त्यांनी तो पास केला अन् मला ओव्हरड्राफ्टचे व्याज आकारले. मी त्यांना पत्र लिहिले. ते काही दाद देईनात. मग रिझर्व्ह बँकेला कळविले. मग मात्र त्यांचे धाबे दणाणले.

'तुम्ही आमच्या अमूल्य ग्राहक आहात म्हणून अ‍ॅज अे स्पेशल केस तुमचा ओव्हरड्राफ्ट रद्द करतोय. त्यावर आकारलेले व्याजही तुमच्या अकाऊंटमध्ये जमा करतोय' असे पत्र मला आले. त्यांनी योग्य ती कारवाई केलीही.

४) तीच बँक. तुमच्या खात्यात फक्त १०० रु. भरा. आम्ही तुम्हाला एक प्रवासी बॅग देऊ. एका मुलीचा फोन. मी १०० रु भरले अन बॅगेची मागणी केली. मला सांगण्यात आले ती लॉटरी स्कीम होती. सर्वांनाच काही आम्ही बॅगा देणार नव्हतो. म्हटले, हे आधी का नाही सांगितलेत? मी त्यांच्या सी. एम. डी. ला फोन लावला. मला फोन आला– आम्ही तुम्हाला ती लॉटरी स्कीम आहे हे न सांगणाऱ्या मुलीला मेमो दिलाय. मी म्हटले, त्याने मला काय फरक पडतो? परत सी. एम. डी. ला फोन लावला. सायंकाळी प्रवासी बॅग घेऊन माझ्याकडे माणूस हजर!

५) निवृत्त झाल्यावर मी काही पैसे भारतीय जीवन विमा निगम मध्ये गुंतवले. ते मला दरमहा व्याजापोटी काही रक्कम देणार होते. ४/५ वर्षांनी त्यांनी एक नोव्हेंबरला मी जीवित असल्याचा दाखला मागितला. मला 'ते' पत्र मिळालेले नव्हते. पण माझ्याकडून मी जीवित असल्याचा दाखला न दिल्याने त्यांनी माझे व्याज थांबविले. मी चेअरमनला पत्र लिहिले.... १) मी तुमची कर्मचारी नव्हे. २) तुम्ही मला देताय ते पेन्शन नव्हे. ते मी गुंतवलेल्या रकमेवरचे व्याज आहे. ३) माझ्या नॉमिनीने मी गेलेय म्हणून रकमेवर (मूळ मुद्दल) दावा केलेला नाही. ४) तुमच्या एजंटने हवे तर येऊन बघून जावे.. मी जिवंत आहे का गेलेय ते. ५) नोव्हेंबरला मी जीवित असल्याचा दाखला घेण्याची मूर्ख अन आचरट कल्पना कुणाच्या सुपीक डोक्यातून निघालीय? ते कळवावे. ६) आतापर्यंत तुम्ही असा दाखला का घेतला नाहीत? ७) पॉलिसीच्या अटी, शर्तींत तशी तरतुद आहे का?... माझे अडविलेले सर्व पैसे भारतीय जीवन विमा निगमने सव्याज परत केले हे सांगणे नकोच...

६) एक प्रवासी कंपनी. तिने परदेशी प्रवासाच्या वेळी विम्याचे पैसे घेतले पण विमा काढलाच नाही. आल्यावर मी सी. ई. ओ. ला फोन केला. 'मला पॉलिसी काही मिळालेली नाही. 'एक तर ती पॉलिसी दाखवा नाहीतर ते पैसे तरी परत करा.' त्यांनी पैसे परत केले.

७) अमरनाथ यात्रा. भांडूपची कंपनी. 'फुलासारखे नेऊ' हे त्यांचे वायदे. मला हेलिकॉप्टरने जायचे होते. प्रत्यक्षात घोड्याने गेले कारण त्यांनी हेलिकॉप्टरचे तिकीटच काढलेले नव्हते. आल्यावर 'ते' पैसे परत करायची खळखळ करू

लागले. मी राज्यपालांना पत्र लिहिले. त्यांनी त्यांच्या शेऱ्यानिशी ते पत्र मला, त्या कंपनीला अन भांडूप पोलीस ठाण्याला पाठविले. ते पत्र पाहाताच त्या कंपनीचा माणूस माझ्या घरी ७५०० रु घेऊन हजर झाला. मी ते पैसे ठेवून घेतले अन बोरिवली पोलीस ठाण्याला फोन लावला (१०३, १०९०- ज्येष्ठ नागरिक हेल्प लाईन) पोलीस आले. म्हटले, 'या चोराला चांगला चोप द्या. याला आधी ताब्यात घ्या.' बोरिवली पोलीस ठाण्यात त्या प्रवासी कंपनीचा भांडूप येथील मुख्य माणूस आला. त्याने आणखीन ७५०० रु. दिले... चोरांच्या हातची लंगोटी...!

८) माझ्या एका नातेवाईकाला मणियार नावाच्या नेत्रतज्ज्ञाने हार्ड लेन्स बसविले. पैसे घेतले सॉफ्ट लेन्सचे (मोतीबिंदू) सॉफ्ट लेन्स चांगले, किंमती असते. माझ्या जेव्हा हे लक्षात आले तेव्हा मी मणियारला पत्र पाठविले... निमूटपणे फरकाची रक्कम दे नाहीतर... त्याने ८००० रु चा चेक पाठवून दिला.

९) सोसायटीला आमच्याकडून जास्त रक्कम हवी होती. का? तर आम्ही ती देण्याच्या स्थितीत होतो म्हणून. सोसायटीने कोर्टात केस दाखल केली. तिचा कोर्टात पराभव (तो होणारच होता) झाला. आम्हाला खोटी, वाढीव, चुकीची रक्कम भरावी लागलीच नाही. आमच्यामुळे आणखी तीन सभासदांचाही फायदा झाला. पण ती षंढ माणसे आमची मजा बघत होती.

या लढाया मी जिंकले खरी, पण मला माझ्या पतीदेवाने अन देवाने खूपच मदत केली. अन्यायाविरुद्ध लढण्याचे सामर्थ्यही त्यांनीच दिले अन मी जिंकलेही त्यांच्यामुळेच. हे लिहिण्यामुळे महिलांना अन बंधूंनाही अन्यायाविरुद्ध लढण्याची ताकद यावी हाच हेतू. अन्याय करू नका अन तुमच्यावर झालेला अन्याय सहनही करू नका एवढेच मागणे नम्रपणे वाचकांशी मागते अन या लेखाला अर्धविराम देते...!

९.

जीवनातील लढाईचा अनुभव

- सुनीता आखवे

खरंच, प्रत्येकाचे आयुष्य म्हणजे एक कादंबरीच असते. एकासारखे अनुभव दुसऱ्याचे नसतात. माझा अनुभव वाचून आताची पिढी काय म्हणेल, 'ह्यांत काय मोठंस? हे तर हल्ली सर्वच जण करतात' पण मी जो अनुभव लिहीत आहे तो आहे पन्नास-साठ वर्षापूर्वीच्या काळातील. तेव्हा सुखवस्तू व वरच्या घराण्यातील स्त्रिया नोकरी करत नसत. केली तर ती फक्त शिक्षिकेची असे.

माझे आई वडील दोघेही मोठे वाडे, धान्यांचे कणगे भरलेले व भरपूर गाईगुरे असलेल्या घरात जन्मले. मी जन्माला येईपर्यंत हीच परिस्थिती होती. पण- हा पणच मोठा असतो, अचानक परिस्थिती पालटली. होत्याचे नव्हते झाले. कोणाच्या व्यसनामुळे न होता १९४८ च्या परिस्थितीमुळे हे घडले. घरदार, धंदा सर्व गेले. माझे वडीलच मोठे. काकांची तर शिक्षणंच होत होती, पण सर्वजण पांगले, आजोळी पण हीच परिस्थिती निर्माण झाली.

माझ्या वडिलांनी शिक्षण असून सुद्धा ह्या वातावरणापासून दूर जाऊन पुन्हा छोटा धंदा सुरू केला. पाच-सहा वर्षे बरी गेली. पुन्हा पण उभा राहिला. लोकांनी वडिलांच्या स्वभावाचा फायदा घेत उधारी बुडवली. घरात खाण्याची भ्रांत झाली. वडिलांनी नोकरी धरली पण ती एकदम मध्यप्रदेशात जंगलातील साईटवर. आम्ही चार भावंडे असल्याने आईने मात्र इथेच राहाणे पसंत केले.

मनमाडसारखे सामान्य शहर, पण दुकान होते. अर्थातच किराण्याचे. तेच मी व आईने चालू ठेवले. सुशिक्षित लोकांनी चाव चाव केली. काय, तर अकरा बारा वर्षांची मुलगी व ब्राह्मणाची बाई दुकानात बसणार. कारण नोकर नव्हतेच. नातेवाईकांनी पण कुळाला बट्टा लावला म्हणून हिणवले. पण माझ्या आईने व मी दाद दिली नाही. प्रसंगी २॥ किलो साखर, धान्य आणून विकले. वस्तू दुकानातून जाऊन स्वतःच आणल्या. उधारी वसुलीसाठी लोकांचे घरातून व

दुकानातून चकरा मारल्या. लोक एक रुपया सुद्धा देत गेले पण त्याची किंमत आम्हाला फार होती. बाजूला बुरुड, भिलारी वस्ती होती. त्यांनी आम्हाला खरंच त्रास दिला नाही. पण मनात मात्र भीती असे. पाणी, सार्वजनिक नळ-संडास बाहेर. त्यांनी आम्हाला न हिणवता आदरच दिला. काही सुशिक्षित बायकांनी पण रात्री दुकान बंद करीपर्यंत प्रथम सोबत केली. दुकानात बसल्यावर भावाला खेळण्यासाठी घरी नेण्यापर्यंत मदत केली.

ह्या दुकानामुळे आमची शिक्षणं झाली. नोकरी लागून लग्न झाले. दुकान चांगलं चालू लागले. मग वडील पण घरी आले. आता सर्व चांगले आहे. पण ते दिवस आठवले की मन भरून येते. वडिलांनी व आजोबांनी दुरूनच पाठिंबा दिला. ह्यात माझ्यापेक्षा घराबाहेर न पडलेल्या माझ्या आईचेच धैर्य जास्ती आहे. आता दोघे नाहीत, पण स्मृती मात्र आहेत.

दुसरा प्रसंग लक्षात येतो तो मी तीस-एकतीस वर्षांची असेन. तेव्हा माझे मिस्टर अचानक आजारी पडले. ब्लड प्रेशर खूपच वाढले. ॲटॅक आला पण कारण सापडत नव्हते. प्रत्येकाचे मत वेगळे. पदरात लहान मुली. काय करावे ते सुचत नव्हते.

आमच्या ओळखीच्या एक जण होत्या त्या नेहमी एका बाईकडे, जी तोडगे करत असे, तिच्याकडे जात असत. त्या मला सारख्या, तू तिकडे चल म्हणून सांगत. पण त्या बाईचे त्यांचे घरातील वागणे, पैशांचा हव्यास व इतर गोष्टी पाहून मला तरी तिकडे जावेसे वाटत नव्हते. त्यातच माझ्या आईचे बोलणे मला नेहमी आठवत होते. कारण ती तर ह्यापेक्षाही कठीण परिस्थितीमधून गेली होती. ती नेहमी म्हणे, "आपले आयुष्य (भविष्य) अशा कोणाही माणसांचे हाती देऊ नये. रडावेसे वाटले तर देवापुढे रडावे. त्यालाच गाऱ्हाणे घालावे. म्हणजे मनाला बळ मिळते. दिलासा मिळतो व निदान काही वेळा आपल्या मनात सकारात्मक भाव उत्पन्न होतात. आपण नेहमी कणखरपणे परिस्थितीशी सामना करावा" ते आठवून माझे मन शांत झाले, 'मी त्यांना स्पष्ट शब्दांत सांगितले. 'मला हे सर्व पसंत नाही मी येणार नाही.' त्यांनी माझ्या नवऱ्याला पण फितवण्याचा प्रयत्न केला. 'तुमची तिला काहीच काळजी नाही. तुम्हीच चला.' ह्यावरून आमचे भरपूर वादविवाद झाले. पण मी ठाम राहिले. ह्यांना गुण येत चालला व पुढे माझे म्हणणे पण पटले.

❖❖

विभाग -४

परंपरेच्या शृंखला तोडताना

परंपरेच्या शृंखला तोडताना

आपल्या रूढी, परंपरा, रीतिरिवाज, धार्मिक चालीरीती म्हणजे एक प्रकारे स्त्रीच्या पायातली बेडीच. ती पटत नसली तरी दागिना म्हणून मिरवायची. त्यांच्या विरुद्ध ब्र उच्चारण्याचीही सोय नाही. मग त्यांना ओलांडून पुढे जाणे, म्हणजे कधी कुटुंबाशी, समाजाशी तर कधी स्वत:शीच संघर्ष करणे; कारण त्यांचा संबंध पाप-पुण्याशी, देवाधर्माशी इतका अतूट जोडला आहे आणि त्यांची पाळेमुळे जनमानसात पिढ्यान्‌पिढ्या इतकी घट्ट रुजलेली आहेत की त्यांना मोडायचा विचारसुद्धा भय आणि धास्ती निर्माण करणारा आहे. त्यामुळे सर्वसाधारण सर्वच स्त्रिया मागील पिढीने घालून दिलले धडे डोळे मिटून वाचतात आणि न पटणाऱ्या अनेक गोष्टी चूपचाप करत पुढल्या पिढीपर्यंत सोपवून देतात.

आपला गेल्या दोनशे वर्षांचा इतिहास स्त्रियांच्या दबल्या हुंदक्यांचाच आहे. सतीप्रथा बाईला जिवंत जाळत होती- नवऱ्याच्या परलोकातील सुखासाठी. बालविवाह, मुलगी वयात येण्यापूर्वीच तिची गाठ एखाद्या जरठ पुरुषाशी घालून देत होता. इथेही पुरुषाला प्रौढ वयात कोवळ्या स्त्रीचा उपभोग घेण्याची सोय हेच प्रमुख कारण. विधवांचे केशवपन आणि सर्व उपभोगांचा त्याग करून, झंपर न घालता लाल अलवणात आयुष्य कंठणे का, तर तिला नवऱ्यामागे कशाचा मोह होऊ नये आणि तिचा मोह कोणाला होऊ नये म्हणून ती विद्रूप करायची, तरी अशा स्त्रियांचा अंधारात फायदा घेऊन त्यांना दिवस गेले की त्यांनी विहिरी जवळ करायच्या, मूल गर्भात पाडायचे, नाहीतर फुल्यांच्या आश्रमात जाऊन गुपचूप बाळंतीण होऊन मुलाचा त्याग करायचा. संबंध कुटुंब पद्धतीतच

सोवळे-ओवळे, व्रतवैकल्ये, उपासतापास, पूर्जा-अर्चा, कुळधर्म-कुळाचार, सणसमारंभ, चालीरीती यांचे एवढे प्रचंड अवडंबर की, बाईचा जन्म चुलीतल्या लाकडासारखा जळायचा. मांजरीच्या पिल्लासारखी वर्षावर्षाला वीतं होणं हेही बाईचेच भागधेय!

बायकांच्या या परिस्थितीत समाजसुधारकांच्या प्रयत्नाने कालांतराने थोडा थोडा फरक होत गेला. पण आजही शिकली सवरलेली स्त्री रूढींच्या काचातून सुटली नाही. कित्येक वेळा स्वत:ला सोडवू शकली नाही. कित्येक देवदेवतांची व्रते, उपासतापास, मोठमोठी समारंभपूर्वक उद्यापने, जेवणावळी, देणीघेणी यांचे स्तोम आज सुशिक्षित शहरी स्त्रियांमध्येही वाढले आहे. पाळीच्या काळात देवपूजा करावी की करू नये याचा धांडोळा एका सुप्रसिद्ध वृत्तपत्राने नुकताच घेतला असता, बहुसंख्य स्त्रियांनी पूजा करू नये असा कौल दिला आले. या मागील शास्त्रीय कारणांची जाणीव असणाऱ्या विज्ञान व वैद्यकीय शाखांमधील स्त्रियांनीही नकारार्थी कौल दिला आहे. कोल्हापूरच्या अंबाबाईच्या देवळातील गाभाऱ्यात जाण्यास स्त्रियांना मनाई असताना कोल्हापूरच्या नीता केळकर यांनी निर्भयपणे गाभाऱ्यात प्रवेश करून काही महिन्यांपूर्वी इतिहास घडवला. बायका पाळीच्या काळात त्यामुळे आता आतपर्यंत जातील असा त्यावर गहजबही झाला. अजूनही काही देवस्थानांमधून बायकांना आतपर्यंत प्रवेश नाही. 'बायकांना तरी काय करायचे आहे रूढी मोडून?' असा युक्तिवादही अनेकजण करतात. प्रश्न गाभाऱ्यापर्यंत जायचेच कशाला हा नसून, घटनेने बाईला दिलेल्या समानतेच्या तत्त्वाचा भंग करणारा आहे. स्त्री-पुरुष समान असतील तर बायकांनाही आतपर्यंत कोणत्याही काळात जाण्याचा हक्क आहे. कोल्हापूरातच देवीच्या प्रसादाचे बुंदीचे लाडू करण्याचे काम काही दिवसांपूर्वी बायकांकडून विटाळाच्या कारणास्तव काढून घेण्यात आले होते, यावर माध्यमांतूनही बरीच टीका झाल्याने बायकांना हे काम पुन्हा देण्यात आले. पाळीचा रक्तस्राव मलमूत्र विसर्जनाइतकाच नैसर्गिक असून स्त्रीला मिळालेल्या सर्जनशक्तीचे ते एक दृश्यरूप आहे व ते अंतिमत: समाजधारणेसाठीच आहे, असे विचारवंतांनी सांगूनही या रूढीच्या विळख्यातून बाहेर येण्यासाठी अजून काही काळ जावा लागेल असे दिसते. या विभागामध्ये श्रीमती नलिनी नानल यांनी फार वर्षांपूर्वीचा

असाच एक प्रसंग सांगितला आहे. पूजेच्या वेळी त्या पाळी असूनही खंबीर मनाने बसल्या आणि मनात भीती असूनही काही वाईट झाले नाही याचे वर्णन त्यांच्याच शब्दात वाचण्यासारखे आहे. अंधश्रद्धेची पुटे अशी स्वत:ची स्वत: खरवडून काढणे, म्हणजे स्वत:शीच लढाई करून स्वत:च्या दुर्बलतेवर विजय मिळवणे होय. रोजच्या जगण्यातल्या अशाच चकमकींना फार खंबीरपणे तोंड देण्याऱ्या अनुराधा पोतदारांचे अनुभव त्यांच्या स्वतंत्र विचार करण्याच्या वृत्तीचे द्योतक आहेत. अनुराधाताई आज हयात नाहीत. कॅन्सरशी त्यांनी दिलेला लढा दुसऱ्या एका विभागात त्यांच्या कन्येने लिहिला आहे. पण मृत्यूशी झगडण्याची बाणेदार वृत्ती अचानक उगवून येत नाही. त्यांच्या सबंध आयुष्यभर त्यांनी न पटणाऱ्या अनेक रूढी-चालीरीतींचा त्याग, विरोधाला न जुमानता, खंबीरपणे केला आहे.

मुंबईच्या शुभदा कुलकर्णी यांनीही रूढी-परंपराविरुद्धचा लढा डोळसपणे, सातत्याने स्वत:च्या आणि इतरांच्या बाबतीतही चालवला. घरात सासरे गेल्यावर कोणीच बाईने कुंकू लावायचे नाही हा दंडक, पण त्यांनी धीर करून व विरोध करून स्पष्टपणे सांगितले की 'मला ही पद्धत पसंत नाही, मी कुंकू लावणार.' "त्यावेळेपासून मनाशी निश्चय केला की आपण आपले स्वत्व जपण्याकरता अशा प्रथांना खतपाणी घालायचे नाही." एकदा हा निश्चय झाल्यावर त्यांना घरातल्या अनेक कुप्रथांना विरोध करण्याचे धैर्य आले. नवरा, सासू यांनी कसोशीने टक्कर दिली, पण या बाई सगळ्यांना पुरून उरल्या त्या केवळ स्वत:बद्दल असलेल्या आत्मविश्वासाच्या जोरावर. तुम्ही मुकाट्याने सहन करत गेलात, तर समोरचा तुम्हाला सतत नामोहरम करण्याची संधी घेतो, पण तुम्ही जर पहिल्यापासूनच नाराजी दाखवून आपले म्हणणे नेटाने लावून धरले तर विरोधाची धार सुद्धा बोथट होत जाते. शेवटी आपली बाजू प्रामाणिकपणाची असते आणि दुसऱ्यांची अंधपणे परंपरांचे पालन करणारांची. त्यामुळे प्रयत्नपूर्वक नेटाने हे लढे लढावे लागतात. शिवाय प्रामुख्याने हा लढा कुटुंबीयांशी, म्हणजेच आपल्याच माणसांशी असल्याने कौशल्याने लढावा लागतो. त्यात एक घाव दोन तुकडे करता येत नाहीत. कधी प्रेमाने, हळुवारपणे संवाद साधत; तर कधी वादविवादाने वा प्रत्यक्ष कृतीने हृदयांतर घडवून आणावे लागते.

घरादारावर आपली सत्ता गाजवणाऱ्या, वचक ठेवून दहशतीचे वातावरण निर्माण करणाऱ्या सासऱ्यांना प्रेमाने जिंकून घरादाराचा दबलेला आनंद मोकळा करणाऱ्या जयश्री थोबडे यांचे अस्सल अनुभव स्त्रीच्या चातुर्याचे निदर्शक आहेत. घरात लोकशाही असणे ही लहानांपासून मोठ्यांपर्यत प्रत्येकाचीच मानसिक गरज असते, पण घरातले कर्ते पुरुष अनेकदा सर्वांना आपल्या हिटलरशाहीखाली दाबून ठेवत असतात, त्याविरुद्ध आवाज उठवणाऱ्या बायका विरळाच, पण शेवटी यात बाईचाच श्वास जास्त घुसमटतो, त्यामुळे तिला आपल्या स्वतंत्र अस्तित्वासाठी आवाज उठवावाच लागतो. प्रसंगी घर सोडायची वेळ येते, पण मुकी बिचारी कुणीही हाका अशी मेंढरे बनून जगण्यापेक्षा स्वत:चे घर उन्हात बांधणे आपला स्वाभिमान जपणारे असते. अंजनी खेर या हुशार प्राध्यापिकेने दीर्घकाळ स्वकीयांशीच लढा देऊन आपले समर्थ व्यक्तित्व सिद्ध केले त्याची कथा लिहिली आहे. 'नाते सुधारत नसेल तर संपवावे' हा तिने तरुण मुलींना केलेला उपदेश अस्मितेच्या लढाईनेच शिकवलेला धडा आहे.

वरून सगळे काही छान छान असणे, एकत्र कुटुंब, सामाजिक प्रतिष्ठा, भरपूर पैसा, शेतीवाडी, खानदान, उत्तम सांपत्तिक स्थिती हे सगळे असलेल्या घरात नवीन सुनेला काही डाचते आहे, हे कोणाच्याही लक्षात येत नाही. अशा घरात राहाणाऱ्या सुनेने काही कुरबूर केली तर तिचे सुख दुखतेय अशीच तिची संभावना केली जाते. तोंड दाबून बुक्क्याचा मार सहन करणाऱ्या अशा एक स्त्रीने तीस-चाळीस वर्षांपूर्वी शिक्षण घेण्यासाठी असाच एक लढा दिला, त्याबद्दल लिहिणे, बोलणे हे सुद्धा अजून घराण्यासाठी अप्रतिष्ठेचे. तरीही आपले नाव न घालता अशा एका स्त्रीने आपणहून या संकल्पनेला प्रतिसाद देत आपल्याला मोकळे केले आहे, त्यासाठी धैर्य असणे हे आजही तितकेच मोलाचे आहे.

'बाईचा पायगुण' हाही स्त्रियांच्या बाबतीतील एक अपसमज. विशेषत: नववधू घरात आल्यावर काही चांगले झाले वा वाईट झाले तर एकदा वाईट पायगुणाची ठरलेली बाई आयुष्यभर मग कोणत्याही वाईट गोष्टींची धनी होते. ही अंधश्रद्धा पूर्णपणे अतार्किक. होणारी गोष्ट होते, त्यात अर्थाअर्थी जिचा काही संबंध नाही, अशा स्त्रीला वाईट पायाची, वाईट नजरेची ठरवणे म्हणजे विनाकारण एखाद्याला छळणे आणि आयुष्यातून

उठवणे होय. विद्या देसाई यांना असेच विनाकारण वाईट पायगुणाची ठरवले गेले. खूप धीराने आणि आपल्या अंगभूत चांगुलपणाने या बाईने पुढे सगळ्यांची मने जिंकली.

जुन्या काळापासून अशा खिंडी लढवणाऱ्या कित्येक अनामिका स्त्रिया आपल्याकडे होत्या. आयुष्यातल्या दुसऱ्यांना न दिसणाऱ्या छोट्या छोट्या बेड्या त्या निर्भयपणे तोडत गेल्या म्हणूनच आपण आज मोकळेपणाने पावले टाकू शकतो. पंधरा वर्षांपूर्वी माझ्या आईनेही अशीच एक छोटीशी खिंड लढवली होती. पुण्याच्या सदाशिव पेठेतल्या झाशीची राणी लक्ष्मीबाई मंडळात एका सांस्कृतिक कार्यक्रमाच्या निमित्ताने स्त्रियांनी आपल्या नवऱ्याचे नाव उखाण्यात घेण्याचा समारंभ रंगात आला होता. ओळीने नाव घेताना मधल्या विधवा स्त्रिया आपोआपच वगळल्या जात होत्या, पण माझ्या आईपर्यंत नंबर आला, तेव्हा ती उभी राहिली आणि म्हणाली, 'माझे पती हयात नाहीत, तरी मी नाव घेणार आहे, कारण ज्यांच्यावर आयुष्यभर प्रेम केले, ते जिवंत नसले, तरी त्यांचे नाव घेण्याचा मला अभिमानच वाटतो. नाव घेणे ही फक्त सौभाग्यवतींचीच मक्तेदारी का?' असे म्हणून तिने खूप सुंदर काव्यात्म नाव घेतले. हा अधिक्षेप होता, त्यातून सदाशिव पेठेतल्या सगळ्या उच्चभ्रू ब्राह्मण स्त्रिया. पण तिची धिटाई त्यांना भावली आणि टाळ्यांच्या गजरात सगळ्यांनी तिचे कौतुक केले.

धार्मिक विधीत आजही विधवा स्त्रीला स्थान नाही, सौभाग्यवतींना असते तेही हाताला हात लावण्यापुरते. सुशिक्षित विधवा स्त्रियाही मुलामुलींच्या लग्न कार्यात धार्मिक विधी स्वत: करण्याचा आग्रह धरत नाहीत, आपला तो अधिकार नाही आणि दुर्दैवाने काही वाईट घटना घडली तर त्याचे खापर आपल्या माथी येईल ही भीतीही असतेच. अंतिम संस्कारात तर स्त्रीला स्थान नसतेच. पण मुलगा मुलगी समान समजण्याच्या काळात हा हक्क मुलीला आहे का? त्या तो बजावतात का? त्याची मागणी करतात का? अजून तरी तसे करणे समाजमान्य नाही, पण ते धैर्य दाखवणाऱ्या काही स्त्रिया आता अपवादाने तरी दिसू लागल्या आहेत. सव्वाशे वर्षापूर्वी काळाच्या कितीतरी पुढे असलेल्या क्रान्तीज्योती सावित्रीबाई फुले यांनी महात्मा ज्योतीराव फुल्यांच्या अंत्ययात्रेत अग्रभागी, अग्नीचे गाडगे धरून जाण्याचे जे धारिष्ट्य दाखवले ते त्यांच्या क्रांतिकारक स्वभावाचेच प्रतीक

आहे. स्त्री म्हणून त्या कोणत्याही गोष्टीत मागे राहिल्या नाहीत. कोल्हापूरच्या राजाराम कॉलेजचे एक सुप्रसिद्ध प्राचार्य, संस्कृतचे गाढे अभ्यासक प्राध्यापक वसंत पाटील यांना मुलगा नव्हता, पण आपल्या तीनही कन्यांना त्यांनी उत्तम शिक्षण व संस्कार दिले. दोन तीन वर्षापूर्वी सरांच्या निधनानंतर मुलाची कुठलीही उणीव जाणवणार नाही, इतक्या सबलपणे मुलींनी त्यांचे सर्व अंत्यसंस्कार केले. त्यासाठी लागणारी मानसिक धिटाई व वैचारिक परिपक्वता त्या मुलींमध्ये आली होती.

पंधरा-वीस वर्षापूर्वी माझ्या वयोवृद्ध कमल नातू मावशींनी असेच एक धारिष्ट्याचे काम केले. अचानक, ध्यानीमनी नसताना प्रवासात एक धर्मसंकट त्यांच्यावर कोसळले. त्या आणि त्यांचे पती गौहत्तीला मुलाकडे राहून पुण्याला परत येताना अयोध्या पाहण्यासाठी त्यांचा दोन दिवसांचा तिथे मुक्काम होता. तिथे मुक्कामास पोचल्यावर अचानक श्री. नातू यांना हृदयविकाराच्या झटक्याने मृत्यू आला. मुलगा लांब, मुलगी मुंबईला, प्रवासात ही एकटी वयस्क बाई. पुढचे कसे काय निभावणार? पण ही बाई अजिबात डगमगली नाही. नातू तर अजिबात सश्रद्ध नव्हते. त्यांनी तिथे अंत्यसंस्काराबाबत चौकशी केली, तेव्हा शरयू नदीत प्रेते सोडून देण्याच्या तिथल्या प्रथेबद्दल त्यांना कळले आणि त्यांनी ताबडतोब निर्णय घेतला. मुलाला कळवून तो गौहत्तीजवळच्या आडगावातून पोचेपर्यंत दोन दिवस तरी गेले असते. त्यांनी तिथला नावाडी ठरवला. मध्य प्रवाहाशी आल्यावर त्या नावाड्याने सांगितल्याप्रमाणे पतीचे पार्थिव शरीर स्वत: गंगार्पण केले आणि दुसऱ्या दिवशी ठरलेल्या गाडीने एकट्या परत आल्या. हे सगळे वाचताना सोपे वाटेल, पण करायला सोपे नव्हते. परक्या गावात, प्रवासात असताना एकट्या बाईने झटपट हा निर्णय घेऊन अंमलात आणणे याला प्रचंड मानसिक ताकद हवी. हातपाय गाळून तिथे रडत बसल्या असत्या तर मुले पोहोचेपर्यंत त्यांचा आणि मुलांचा जीवही टांगणीला लागला असता. त्यापेक्षा त्यांनी तिथल्या तिथे घेतलेला निर्णय व्यवहार्य व त्यांच्या विवेकबुद्धीची कसोटी पाहणाराही होता.

❖ ❖

१.
एक पाऊल विचाराने

– नलिनी नानल

गणपतीचे दिवस होते. माझी मुलं आठ-दहा वर्षांची होती. माझ्या चुलत सासूबाईंकडे आमच्या नानलांचा गणपती होता. मुलं झाल्यापासून आम्ही महाराष्ट्रापासून दूर प्रांतात आणि दूर देशात (नायजेरियात) राहात होतो. मुलांना गणपती उत्सवाचं खूपच आकर्षण आणि आनंद वाटत होता. ती अगदी दिवस मोजत होती. आठ दिवस, चार दिवस, आता उद्याच- इतकी ती आनंदात होती. हेही इथे नव्हते. ते परदेशातच होते. मुलांची आमच्या नातेवाईकांशीही फारशी ओळख, सहवास नव्हता आणि अचानक माझी मासिक पाळी सुरू झाली. सकाळपासून मुलांचा आनंद द्विगुणित झाला होता. ती लवकर उठून मुकाट्याने आंघोळ वगैरे उरकून नवे कपडे घालून तयार झाली. माझी मासिक पाळी सुरू झाल्यामुळे मी निराश झाले. त्या दिवशी हरितालिका होती, शिवाय दुसऱ्या दिवशी 'गणपती'. सर्व सोवळ्यात. गुरुजी येऊन पूजा सांगणार. सर्व पवित्र- जरा सुद्धा ओवळं चालणार नाही. मी एकदम निराश झाले. मुलांना म्हटलं, तुम्ही एकटे जा. तर ती तयार होईनात. त्यांच्या आनंदात पण मला विरजण घालवेना आणि मी ठरवलं, मुलांना घेऊन जायचं. मी पण रूढी संस्कारात वाढलेली. पण आमच्या आईबाबांची कुठेही अंधश्रद्धा नव्हती. आमच्या आईने पन्नास वर्षांपूर्वी मला जेव्हा मासिक पाळी आली तेव्हा तेव्हांच्या रूढी प्रमाणे दूर बसवले नव्हते. फक्त देवाशी जायचं नाही एवढंच! फक्त एकत्र कुटुंबात राहणाऱ्या सुनांना मात्र तिने तीन दिवस दूर बसवले त्याचं कारण धार्मिक नसून, दहा माणसांच्या कुटुंबात दिवसरात्र कामे खूप असत व एखादी नसली तरी इतर दोघी-तिघी कामं निपटू शकतात. तिला तीन दिवस विश्रांती मिळावी म्हणून. कारण आई म्हणायची, 'बायकांना कुठची विश्रांती?' ह्या उद्देशानेच ती सुनांना दूर बसवायची. तिनेही अगदी तिच्या मरण दिवसापर्यंत भाजी चिरणे, ताक

करणे, तीन चार नातवडांना दूध पाजणे, पोळ्या करणे वगैरे बसूनची कामे; तसेच सर्वांचे कपडे घासून, साबण लावून भिजवणे वगैरे अनंत कामे ती वयाच्या पंचाहत्तर वर्षांपर्यंत, अगदी मरण दिवसांपर्यंत, ती करत होती. त्यामुळे बाईला विश्रांती ह्या तीनच दिवसात किंवा बाळंतपणात पूर्वी मिळत असे व म्हणूनच ती सुनांना तीन दिवस विश्रांतीसाठी बाजूला बसवत असे. थोडे विषयांतर झाले, पण त्या पठडीत मी तयार झाले म्हणून हा उल्लेख. तर मी ठरवले, स्वच्छ आंघोळ वगैरे करायची अन जायचे हरतालिकेच्या पूजेला. मी गेले. पूजेला बसले. कोणास काहीही सुगावा लागू दिला नाही. नेमकी माझ्या शेजारी बसणाऱ्या बाईच्या अंगात आले. ती म्हणाली, ''हातावर दूध घाल, तूप घाल'' माझ्या चुलत सासूबाई म्हणाल्या, 'नलिनी, घाल ग. देवी काय मागते ते दे!' क्षणभर मी घाबरले. वाटलं, ही बाई माझं बिंग तर नाही फोडणार? आणि मग किती गोंधळ होईल. मला सर्व रागे भरतील. पूजेत अपवित्रता आणली म्हणून अक्षम्य गुन्हा होईल माझा. मी मनोमन माझ्या आईचीच प्रार्थना केली. ''आई, ही मासिकपाळी म्हणजे स्त्रीत नैसर्गिकच असते ना? त्यासकटच स्त्रीचा स्वीकार व्हायला हवा ना? आई, तूच माझी लाज राख. तूच मला सांभाळ, बळ दे!'' आणि आश्चर्य म्हणजे त्या अंगात येणाऱ्या बाईला काहीही कळले नाही. मी तिची जी काही मागणी होती ती पुरी केली. आमची पूजा यथासांग पार पाडली. दुसऱ्या दिवशी गणपतीची पूजा, जेवणे समारंभात व्यवस्थित पार पडले. कोणालाही कसलाही संशय आला नाही. सर्व सोहळा आनंदात पार पडला. मुलं व मीही खूश झाले. नंतर काही महिन्यांनी मी आईला ही गोष्ट सांगितली. आई हसायलाच लागली व म्हणाली, 'बरोबर आहे तुझं, छान, धीट आहेस!' मीही दरवर्षी गणपतीला सासरी जातच राहिले व सर्वजण विसरून मला सामावून घेऊ लागले.

दुसरी गोष्ट म्हणजे अंधश्रद्धेबाबतची !

मी आधीच आमच्या आईबाबांचे संस्कार कसे होते हे सांगितले. त्यांचे तत्त्व म्हणजे अवडंबर माजवायचे नाही. मनाला पटेल तेच करावे. आपले मन शुद्ध, पवित्र पाहिजे. तर असेच शाळेत असतानाची गोष्ट आहे. मी तेव्हा नववी-दहावीत असेन. साधारण १९५३-५४ चा सुमार. नेहमीप्रमाणे आम्ही आमचा मोठा ग्रुप शाळेतून घरी येत होतो. वाटेत एक घर होतं. तिथे म्हणे साईबाबांचं पाऊल उमटलं होतं. सगळे लोक नुसते धावत होते दर्शनाकरता. माझ्या ग्रुपच्या मैत्रिणी देखील गेल्या बघायला. मी सांगत होते, असे कसे शक्य आहे?

कोणीतरी केमिकल वापरून तो पावलांचा ठसा उमटवला असेल. हे माझ्या भावांनीच मला सांगितले व मला ते पटले. सगळ्यांनी मला वेड्यात काढले, 'तू चल बघायला. तुझं चांगल होईल. नावं नको ठेवूस' अशी भीती घालत होत्या. माझं म्हणणं पक्कं होतं. मी बाहेर उभी राहिले. पण आत दर्शनाला गेले नाही. माझं म्हणणं आणखी दोन तीन जणींना पटलं व आम्ही पावलांचं दर्शन न घेताच परत आलो. घरी आल्यावर ही गोष्ट मी आईबाबांना सांगितली. त्यांना कौतुकच वाटलं. एवढ्या गर्दीत विरोधी मत देणं धाडसाचं होतं व त्याहूनही कृतीत आणणं हे आणखी धाडसाचं! तर असे हे दोन प्रसंग माझ्या आयुष्यात घडले. मी विचारांनीच पाऊल उचलले.

माझा चेटूक- भूतखेत- चमत्कार यावर अजिबात विश्वास नाही. तुमचा तुमच्यावर विश्वास पाहिजे. मन कमकुवत असता कामा नये, हेच मी माझ्या आयुष्यात शिकले.

२.

चकमकी रोजच्या जगण्यातल्या

- कै. अनुराधा पोतदार

माझ्या वयाच्या पस्तीशीपर्यंत मी व्रतवैकल्यात फार नाही, तरी थोडीफार अडकलेली होतेच. कदाचित नोकरीमुळे फार अडकणे शक्य नसल्यामुळेही कदाचित थोडीशी अडकली असावे. त्यानंतर मुले मोठी झाली. मुले यावर विश्वास ठेवायला तयार नव्हती. त्यांनी आडवेतिडवे प्रश्न विचारायला सुरुवात केली आणि मग मी सावध झाले. माझ्या लक्षात आलं की, श्रुतिस्मृति-शास्त्र पुराणोक्त म्हणून आपल्या हस्ते गुरुजी करतात त्यातील मर्म व त्यांनी पोथीवरून सांगितलेला अर्थ आपल्याला समजत नाही. आजपर्यंत आपण जाणून घ्यायचा प्रयत्न कधी केलाच नाही. मला माझ्या आजूबाजूच्या बाह्यरंगी बदललेल्या स्त्रियाही अंधश्रद्धेच्या मागे का याचे आश्चर्य वाटू लागले आणि लक्षात आले की यामागे स्त्रियांची मानसिकता असेल. स्त्रियांना वाद म्हणजे भांडण वाटते त्यामुळे आई किंवा सासूला दुखवायचे नाही. उगीच वाद कशाला म्हणून मनात नसतानाही हरतालका, वटपौर्णिमा वर्षानुवर्षे करीत राहिल्या; पुन्हा मी नोकरी करून घरच्या रीतीभारती सांभाळते हे चारचौघात मिरवायचे असते.

चिकित्सा न करता आपण ज्याच्यावर विश्वास ठेवतो ती अंधश्रद्धा होय. विज्ञान शिकूनही आपल्याला पडताळण्याची सवय नसते. प्रयोग करून निष्कर्ष काढायची इच्छा नसते. सुशिक्षित स्त्रियांमध्येही दैववाद रुजतो. कारण मन सतत दुबळे, संभ्रमित झालेले असते. या मनाला एखादे सांत्वन हवे असते. आगतिकतेला आधार हवा असतो.

मुळातही माझा स्वभाव इतर करतात म्हणून करण्याचा नव्हताच. मला आठवतंय, १९५२ साली मी बारा वर्षांची झाले आणि मासिकपाळी सुरू झाली. त्याकाळी मासिक पाळीच्या वेळी तीन दिवस बाजूला बसणे व ताट, वाटी, अंथरूण पांघरूण सगळे वेगळे असणे, कुणाला स्पर्श न करणे या गोष्टी मला

फारच खटकल्या. विरोध कसा करायचा हे कळत नव्हते. पण दुसऱ्या महिन्यापासून मी बाजूला बसणे सोडून दिले. तेव्हा हे नैसर्गिक चक्र आहे. यात स्वच्छता महत्त्वाची आहे हे माहीत नव्हते. आईला राग जरूर आला पण तिने चालवून घेतले.

१९६० साली आंतरजातीय विवाह केला. स्वतंत्र राहू लागल्यावर सोवळे-ओवळे, जातपात याला कधीच थारा दिला नाही. सासरशी संबंध कमी आल्याने रूढी-परंपरा, धार्मिक कृत्ये यापासून आपोआपच अलिप्त राहिले. मुळात गोडी नव्हतीच. हरतालिका, वट पौर्णिमा या व्रतांच्या भाकडकथा कधीच वाचाव्या वाटल्या नाहीत. मुली मोठ्या झाल्यावर त्यांना या व्रतात कधीच अडकवले नाही. एवढेच नव्हे, तर कोल्हापूरातल्या एका प्रसिद्ध मुला-मुलींच्या शाळेत हरतालिकेची पूजा सांगून ती करून घेतली जाते त्याचाही वर्तमानपत्रातून जाहीर निषेध केला.

काही वर्षांपूर्वी पावसासाठी राज्यपालांनी प्रार्थना करण्याचा फतवा काढला होता. या शासकीय भोंदूगिरीचा व भंपकगिरीचा शाळेत एक शिक्षिका या नात्याने मी विरोध केला व यामुळे अंधश्रद्धा कशी वाढते हे वर्गातून पटवून देण्याचा प्रयत्न केला.

माझे पती १९८५ साली हृदयरोगाने गंभीर आजारी होते पण त्यावेळीही मी कोणत्या देव-देवतांना नवस-सायास केले नाहीत. माझ्या विवाहाला चाळीस वर्षे झाली. पण इतक्या वर्षात आमच्याकडे कधीही सत्यनारायण झाला नाही. मार्गशीर्षातले गुरुवार, महालक्ष्मीची पूजा वगैरे मी कधीही करत नाही. मधूनमधून एखादे कार्ड येते ज्यावर लिहिलेले असते, 'अशी कार्डे दोन जणांना अमुक दिवसात टाका नाहीतर पतीवर संकट कोसळेल' अशा कार्डांना मी तत्काळ कचऱ्याची पेटी दाखविते. माझी मते मी परखडपणे, संधी मिळेल तिथे ठणकावत असताना अशा अंधश्रद्धेने बरबटलेली पत्रे मला का येतात कळत नाही. रस्त्यात, स्टँडवर यल्लामाचा भंडारा लावणाऱ्यांनी भंडारा पुढे केल्यावर मी कधीही कपाळ पुढे केलं नाही. अगदी त्यांनी सौभाग्यावर घाला घालणारे अपशब्द उच्चारले तरी. मुलाने आंतरजातीय मुलगी सून म्हणून उभी केली तरी विरोध केला नाही. मुलीने नोंदणी पद्धतीने लग्न करायचे ठरवल्यावर त्यालाही पाठिंबा दिला. या दोन्ही लग्नानंतर कोणतेही धार्मिक कृत्य केले नाही. कोणत्याही सणाला खास जावयासाठी काही केले नाही. जेव्हा करावे वाटले तेव्हा अधिकमासाची वाट पाहिली नाही.

ग्रहणामुळे हवा दूषित होते तेव्हा ठेवलेले अन्न खाऊ नये हे ठीक. पण

गरोदर स्त्रीने हालचालच करायची नाही हे पटले नाही. माझ्या गरोदरपणी मी हे सर्व टाळले. या सर्व गोष्टींमध्ये पतीचे सहकार्य चांगले मिळाले. पाचवी पुजणे, सुतक पाळणे, निरर्थक ओटी भरणे या गोष्टी कधीच ग्राह्य मानल्या नाहीत.

पदव्युत्तर अभ्यास करताना कबीर या संतकवीच्या काव्यावर मी डोळसपणे विचार केला व मी त्या विचारांनी प्रभावित झाले. १४ व्या शतकातल्या या अनपढ, फक्कड संतकवीने समाजातल्या अंधश्रद्धेवर आपल्या दोह्यातून चांगलेच कोरडे ओढले आहेत. विशेष म्हणजे हिंदू-मुस्लीम दोघांच्यातील कर्मकांडावर बोट ठेवले.

"पाहन पूजै हरि मिलै, तो मैं पूजूँ पहार
ता ते यह चाकी भली पीस खाय सँसार"

कबीरदासजी आपल्या या दोह्यात म्हणतात, दगडाची पूजा करून परमेश्वराची प्राप्ती होत असेल, तर मी पर्वताचीच पूजा करणे पसंत करेन, त्यापेक्षा ते दगडाचे जाते का नाही पूजत, ते निदान तुम्हाला दळण तरी दळून देते.

याचप्रमाणे ते मुस्लीमांना म्हणतात,
कांकर पाथर जोरि के, मस्जिद लई चुनाय
ता चढी मुल्ला बांग दे, बहरा हुआ खुदाय.

मशिदीवर चढून बांग द्यायची काय आवश्यकता? तुमचा अल्ला काय बहिरा आहे? हे विचार मी शिकवीत असलेल्या शाळेत वेळोवेळी विद्यार्थ्यांपर्यंत पोहोचवले.

मुलीने व जावयाने, तसेच मुलाने आपल्या मुलांचे कान टोचून त्यांच्यावर धर्माचा शिक्का उठवायचा नाही असे ठरवले त्यावेळीही मी साथ दिली. शाळेमध्ये मुलांच्या दाखल्यांवर 'मनुष्य-जात' व 'माणुसकी-धर्म' अशीच नोंद करायला लावली. माझे 'स्वानंद-सखी' नावाचे मंडळ आहे. तिथे व्रतवैकल्यावर चर्चा करून त्यातला फोलपणा दाखवून दिला. अशाच तऱ्हेची चर्चा कोल्हापूर आकाशवाणीवरही केली. डॉ. कोण्णूरांचे पुस्तक चर्चेला देऊन मंडळापुरते सर्वेक्षण केले. मी कोल्हापूरात राहूनही नवरात्र, शुक्रवार अशा कोणत्याच वारी महालक्ष्मीला जात नाही. संक्रातीला आदले दिवशी भोगीला संक्रात पुजून वाण देणे वा घरोघरी बाजरीची भाकरी देणे हे मी केव्हाच सोडून दिले आहे. घरच्या मोलकरणीला जेव्हा श्रावण शुक्रवार करत होते तेव्हा गरमागरम वाढत होते. संक्रांतीचे हळदीकुंकू व त्याला अनावश्यक छोटीशी भेट देणे बंद केले. मंडळात व घरी कोणत्याही कार्यक्रमाच्या वेळी हळद-कुंकू लावायचे नाही ठरवले. विधवांना

वेगळी वागणूक त्यामुळे मिळत नाही. फुले-गजरा मी आवर्जून सगळ्यांच्या बरोबर त्यांनाही देते.

श्राद्धासारखे विधी करून निष्क्रिय ब्राह्मणांची चर्पटपंजरी ऐकण्यापेक्षा मी एखाद्या समाजसेवी संस्थांना निधी देते. भविष्यावर कधीच विश्वास ठेवला नाही. त्यामुळे अंगात आल्यावर प्रश्न विचारणे, या मार्गाने संकटातून सुटका का होत नाही हे उलट कार्यक्रमातूनही समाजापर्यंत पोहोचवायचा प्रयत्न केला. वास्तूशास्त्राची नवी भंपकगिरी मला मान्य नाही. मला रवींद्रनाथ टागोरांचे हे विचार पटतात.

भल्या गृहस्था,
बंद कर तुझे हे भजन
जपनाम आणि मंत्रोच्चार,
.... तुझा 'देव' तिथे नाहीच मुळी
जिथे रणरणत्या उन्हात शेतकरी जमीन नांगरतोय तिथे आहे.

१९७५ सालानं माझ्याप्रमाणे अनेकींना स्त्रीमुक्ती चळवळीत आत्मभान आणलं. अर्थात त्यापूर्वी अस्वस्थता होतीच. त्यामुळे आपण काहीतरी करावं पण तेही घर, नोकरी सांभाळून हे निश्चित होतं. मग सुरुवात केली नोकरीच्या ठिकाणापासून. बायकांच्या स्टाफरूम मधल्या गप्पांचे विषय बदलण्याचा प्रयोग करायचे ठरवले. यासाठी साप्ताहिक ग्रुप तयार केला. सकाळ, लोकप्रभा हे साप्ताहिक वर्गणी काढून बाराजणीत घ्यायचे ठरवले. दोन दिवसांत ते वाचून परत करायचे असल्यानं ऑफ तासाला बडबड कमी होऊन वाचन सुरू झालं. एखाद्या लेखाचा विषय गप्पांत येऊ लागला. माझी बदली होईपर्यंत म्हणजे तीन वर्षे हा प्रयोग मी यशस्वी केला. नंतर मात्र साप्ताहिके विकत घेणे, ती फिरवणं, मागणं हा व्याप कुणी केला नाही.

इचलकरंजीला बदली झाली. तिथं आत्मभान आणण्यासाठी शाळेच्या कार्यक्रमात 'मुलगी झाली हो', 'स्त्री एके स्त्री' या प्रभावी पथनाट्याचे छोटे छोटे तुकडे सादर करण्याचा सपाटा लावला. शाळेच्या गॅदरिंगमध्ये सादर केल्या जाणाऱ्या चित्रपट गीतावरील नाच बंद केले. त्यांना त्यासाठी उत्तम पर्याय देता यावेत म्हणून छोट्या नाट्यछटा, नाटुकली, गाणी लिहिली. त्यांचा बालवयातला आनंद हिरावू नये, पण करमणुकीच्या नावाखाली त्यांच्या भावविश्वाशी वयाशी विसंगत चित्रपट नृत्यापासून लांब नेणे पचनी पडायला खूपच झगडावे लागले. प्रा. लीलाताई पाटील यांचे सृजन आनंद शिक्षण केंद्राचे सलग सात वर्षे विविध उपक्रम घेतले, तेही सुट्टीच्या दिवशी. अशा कार्यक्रमांना शाळेकडे कोणत्याही

निधीची तरतूद नसते. यासाठी मुलींना वाढदिवसाला गोळ्या, चॉकलेट न वाटता तेच पैसे साठवून असा कार्यक्रम घडवून सामूहिक वाढदिवस करण्याचा प्रयोग सुरू केला. कोल्हापूरहून प्रा. लीलाताई पाटील व त्यांचे सहकारी उपक्रमास येत. त्यांच्या चहा, जेवणाची व्यवस्था माझ्या सहकाऱ्यांच्यात वाटून घेऊन तेही पैसे वाचवले. शाळेच्या दाराशी आवळे, चिंचा, गोळ्या, बॉबी, पेरू, आईस्क्रीम असे अनेक पदार्थ विकणारे छोटे विक्रेते होते. याची उघड्यावरची विक्री माझ्या सहकाऱ्यांत कुणालाच खटकत नव्हती. आता ती विक्री बंद करण्याचा प्रयत्न करायचा ठरवले. यासाठी सुरतला आलेली प्लेगची साथ व तिथून स्थलांतर करून विद्यार्थिनींच्या घरी येणारे पाहुणे या पार्श्वभूमीचा उपयोग करता आला. मुलींची आरोग्य समिती तयार केली. उघड्यावरचे पदार्थ व त्यामुळे होणारी रोगराई, पैशाची उधळण याकडे लक्ष वेधून घेण्यासाठी घोषणा तयार केल्या. मुलींचे ग्रुप करून छोटी, मोठी सुट्टी व शाळा सुरू होण्यापूर्वी व सुटल्यावर उभे केले. विक्रेत्या महिला गरीब होत्या. त्यांच्या पोटावर पाय आल्यानं त्यांच्या शिव्या-शाप खावे लागले. मी त्यावेळी कोल्हापूर इचलकरंजी येऊन जाऊन नोकरी करत होते. शाळा सुटल्यावर एस. टी चे वेध असायचे; पण मी ही लढाई लहान मुलींच्या आरोग्यासाठी छेडली होती. यासाठी सहकारी घरी गेले तरी मुलींच्याबरोबर उभी राहायची. हाही प्रयोग माझ्या निवृत्तीनंतर विझला. पण एकटी दुकटी व्यक्ती ही असा प्रयोग करू शकते, आपल्या पायापुरती का होईना सामाजिक स्वास्थ्यात सुधारणा करू शकते हे सिद्ध झाले.

असेच प्रयोग मी घरात सुरू केले. घरात येणाऱ्या सवाष्ण बाईला जाताना कुंकू लावायची प्रथा मोडीत काढली. सुरुवातीला मी विसरले समजून नवरा खाणाखुणा करून कुंकू लावायला आठवण करायचा तर काही वेळा एखादी बाईचं 'कुंकू लावा' असं सांगायची. त्यावेळी मला माझी भूमिका स्पष्ट करायला लागायची. एकतर या कुंकवामुळे कपाळावरच्या मूळ टिकलीचे सौंदर्य बिघडते. सधवा-विधवा हा भेद आम्हीच घट्ट करतो. व्रत, वैकल्ये, अंधश्रद्धांना खतपाणी घालणाऱ्या प्रथा बंद केल्याच पण अशा प्रथा सार्वजनिक ठिकाणी होऊ नयेत यासाठी शाळेत, मंडळात प्रयत्न केले. सर्वांना सामावून घेणारा तिळगूळ समारंभ, चैत्रात वसंतोत्सव सुरू केला. कधी मंडळात चर्चा घडवून आणल्या तर कधी आकाशवाणीवर चर्चेचा कार्यक्रम केला. अगदी वाचकांच्या पत्रव्यवहारातून पत्रंही लिहिली.

महिला म्हणजे गॉसिप्स, बाष्कळ चर्चा या समजाला आमच्या परीने

पूर्णत: छेद द्यायचा प्रयत्न म्हणजे आमचे 'स्वानंद सखी'. महिलांची वाचायची आवड वाढावी व ती सकस समृद्ध व्हावी या हेतूने १९८३ साली हे मंडळ सुरू केले. आमच्या मंडळात मासिक बैठकीत साहित्य व सामाजिक प्रश्न यावर दोन तास चर्चा करतो. यासाठी प्रत्यक्ष लेखकाशी चर्चा, त्याचबरोबर पथनाट्य, कविता, पोस्टर तयार करणे, घोषणा तयार करणे अशी नानाविध माध्यमे यासाठी वापरतो. इथे नसतो चहा, ना साड्या-दागिन्यांवर गप्पा. आता महिलांना लेखनासाठी उद्युक्त करण्यासाठी 'महिलांनो लिहीत्या व्हा' हा प्रकल्प हाती घेतलाय. महिला लिहायला लागल्यात. सामाजिक प्रश्नाचं भान येऊन अशा प्रश्नांना सामोऱ्या जायला लागल्यात. अशा प्रश्नांची चर्चा ग्रुपमध्ये येऊन त्यावर उपाय शोधावेत म्हणून सुरू केलाय- 'स्वमदत आधार केंद्रांचा प्रयोग.' त्यातून कधी 'जोडीदार निवडताना' सारखे विवाह-पूर्व समुपदेशनाचे शिबिर, तर कधी अचानक १०-१२ वर्षांची मुले खोटे का बोलतात, चोरी का करतात यावर चर्चा, कधी 'कळी उमलताना' सारखे वयात येणाऱ्या मुलींशी संवाद साधण्याचे प्रयोग सुरू आहेत.

३.

प्रवाहाविरुद्ध पोहताना

– शुभदा कुलकर्णी

पन्नास वर्षापूर्वीचा काळ. नवीन लग्न झालेल्या मला सनातनी स्वभावाच्या सासरच्या रूढी, परंपरा, रीतीरिवाज सर्व काही खटकतच होते. मुंबईत जन्मलेली, तेथेच घडलेली व त्यातून नोकरी करत असणाऱ्या मला, जोडीदार मिळाला खानदेशाचा. मुंबईत ठाण्याला गैरसायीच्या ठिकाणीच छोट्या दोन खोल्यात बिऱ्हाड होतं. पण सासूबाई, दीर, येणारे-जाणारे, नणंद-नवंदाई (मेव्हणे) हे असायचेच. त्यांचे सोवळे-ओवळे, अंधश्रद्धा व कर्मठपणा ह्याचा मनाला फार त्रास व्हायचा. 'पारोश्याने स्वैंपाक केला तर नवऱ्याचे आयुष्य कमी होते.' ह्या सासूबाईंच्या वक्तव्यानी भीतीपोटी मी घाईघाईत सर्व उरकून कशीबशी साडेआठची गाडी पकडायची. नोकरीची तर गरज होतीच. पुरुषप्रधान संस्कृतीचा बडगा, त्यामुळे मला ह्यांचीही साथ नव्हती. मला ही तारेवरची कसरत महाग पडायची. मग सासूबाई असल्या तर कशीबशी आंघोळ उरकून स्वैपाक व त्या नसल्या की बिनधास्त पारोशाने स्वैपाक करायला सुरुवात केली. बरेच वेळा ह्याचा खूप मनस्ताप व्हायचा.

आईवडिलांचं एकच म्हणणं 'ज्या घरात जायचे त्या घराप्रमाणे व्हायचे' त्यातून सासूबाईंचे उपास तापास. कोणत्याही मधल्या वारी एकदाशण्या, ब्राह्मण-सवाष्ण व या सर्वांसाठी माझी ऑफीसला दांडी. ह्यामुळे मी वैतागूनच जायची. वरवर शांत राहिले तरी मनातून मात्र चिडायची.

आम्ही चौघी जावा, पण शिकलेली व नोकरी करणारी मी एकटीच. घरात रहाणाऱ्या त्या तिघी सासूबाईंचा शब्द झेलायच्या. पण मला तसे खोटे वागणे जमत नव्हते. माझ्या धाकट्या दिरांचे लग्न झाले व सातआठ महिन्यांनीच सासरे गेले. तेव्हा सर्व मंडळी भुसावळला मोठ्या भावजींकडे होती. आम्ही दोघे लगेचच तिकडे गेलो. तिथले वातावरण बघून मी थक्कच झाले. माझ्या दोघी

आतेसासवा, चुलत सासवा, नणंदा सर्व मंडळी जोरजोरात हेल काढून रडत होती. आम्ही गेल्यावर त्यांना चेवच चढला. कुणीही सांत्वनासाठी आले की परत जोरजोरात रडणे, केकाटणे सुरू. कुणी नसताना मात्र घरात पुरुषांचे पत्त्याचे डाव रंगायचे व बायकांच्या गप्पा रंगायच्या. दहा दिवस घरात सुतक म्हणून कोणत्याच बाईने कपाळाला कुंकू लावायचे नाही ही रूढी. सगळ्यांची कपाळं कोरी. बाजूच्याच गावात रहाणारी माझी आत्या सांत्वनाला आली. तिने सासूबाईंना माझ्या लग्नात ओझरतेच बघितले होते. त्यामुळे ती जरा गोंधळलीच. सगळ्याच कोऱ्या कपाळांनी मांड्यांना मांड्या लावून हेल काढायला लागल्यावर सांत्वनासाठी कोणासमोर बसावे हे तिला उमजेना. अखेर मीच जवळ जाऊन तिचा गोंधळ दूर केला. तेव्हा मात्र मला तिटकाराच वाटला त्यांच्या गावंढळपणाचा. मी मात्र माझं कुंकवाचं स्थान बदललं नाही. माझ्या विरुद्ध घरात खूप कुजबूज सुरू होती. मोठ्या दिरांनी व आतेसासूबाईंनी तर यावरून मला टोकलं. पण त्यावेळी मात्र धीर करून व सर्वांचा विरोध पत्करून मी स्पष्ट सांगितले. 'मला ही पद्धत पसंत नाही. मी कुंकू लावणार.' व त्यावेळेपासूनच मी मनाशी निश्चय केला- आपण आपलं स्वत्व जपण्याकरिता अशा प्रथांना खतपाणी घालायचे नाही. बदलायचे. मग घरात नवीन आलेल्या माझ्या धाकट्या जावेकडे सर्वांनी मोर्चा वळविला, हिचा पायगुणच वाईट. घरात आली आणि वर्षाच्या आत सासऱ्याला खाल्लं. ती गप्प बसून टिपं गाळत राहायची. ब्याऐंशी वर्षाचे अंथरुणाला खिळलेले सासरे. त्यातून त्यांनी सर्व संसारसुख उपभोगलेलं, लेकी-सुना-नातवंडं-जावई अशा भरल्या गोकुळात जगलेले. वयानुसार त्याना मरण येणारच होते. खरं तर सासूबाईही त्यांच्या दुखण्याला व चिडचिड्या स्वभावाला कंटाळलेल्या. पण ते गेल्यावर मात्र नव्या सुनेच्या पायगुणावर ठपका.

मला ह्या सर्व नाटकीपणाची चीड यायची. सारख्या रडत बसणाऱ्या माझ्या जावेलाही मी समजावीत होतेच पण एकदा शांतपणे सासूबाईंनाही समजावण्याचा प्रयत्न केला की, 'मामांजींना वयोमानानुसार मरण आले. अहो, त्यांच्या यातनातून त्यांची सुटका झाली. कुणीच अमर नाही या जगात. कशाला त्या बिचाऱ्या सुनंदाला दोष देता?' पण ह्यावर त्यांनी माझ्यावर 'उद्धटपणाचा' शिक्का मारला. माझ्या नोकरीचा व शिक्षणाचा उद्धार केला. मी गप्प बसले व ठरवले आपण ह्यांचा अशा स्वभावाला भीक घालायची नाही. आपल्याला पटेल ते करायचे.

मला दोघी मुलीच झाल्या. तिसरी संधी घेण्यास माझा ठाम नकार होता.

त्यावरूनही त्यांनी मला खूप छेडले. 'मुलगा नाही म्हणजे मोक्ष नाही, आमच्या खानदेशात मुलीला भाऊ नसला तर तिचं लग्न होणं जड जातं. अगं, दर पौर्णिमेला औंदुबराला एकशेआठ प्रदक्षिणा घातल्या तर मुलगा होतोच.' मला तर त्यावेळी हसूच आलं. खरं तर मुलगा न होण्यास थोडाफार पुरुषाचाही दोष असतो हे माझ्यासारख्या सुशिक्षित स्त्रीला माहीत होते. त्यावेळीही मी पटकन उत्तर दिले, 'माझ्या मुली मला लखलाभ. मला मोक्षही नको व मुलींसाठी खानेदशातले सासरही नको. इथे नोकरी-संसार-मुली सांभाळताना अमावस्या-पौर्णिमा कधी उगवते मला नाही कळत. आणि उंबराला कुठे प्रदक्षिणा घालत बसू?' ह्या अशा माणसात रहाणं मला जड जात होतं. पण मी संयमाने वागत होते. कोणत्याही कर्तव्याला मात्र चुकत नव्हते. शक्यतो गोडीने घेत होते.

अशातच माझे एक लांबचे दीर अपघातात गेले. लग्नाला तीन वर्षेही झाली नव्हती. माझ्या जावेचं- वीणाचं- वय फक्त चोवीस. तिच्यावरचा तो आघात कल्पनातीत होता. एरवी आमच्या आते-मामे-चुलत- सासवात कधी एकजूट नसायची. पण घरात सुनेबाबत असे काही विपरीत घडले की एकजूट करून त्या तिच्यावर हल्ला करायच्या. त्यावेळीही वीणाला त्यांनी खाऊ का गिळू केले होते. पांढऱ्या पायाची म्हणून तिला हिणवले जात होतेच वर तिच्या माहेरच्यांचाही उद्धार होत होता. तशी वीणा रूपागुणांनी छान होती. समंजसही होती. अकाली झालेल्या आघाताने तीही कोलमडली होतीच आणि त्यावर घरच्यांचे असे टोमणे खात तिला जीवन नकोसे झाले होते. दुसऱ्या दिवशी मी गेले तेव्हा दिरांना उचलण्या अगोदर सर्व सासवांनी मिळून तिचे 'सौभाग्यलेणं' अगदी विधीवत उतरवल्याचे मला समजले. मी हताश झाले. तीही मुंबईत राहणारी. बीए झालेली, पण अशा नको त्या परंपरा चालत असलेल्या घरात पडलेली. मला तिच्याकडे बघवत नव्हते. मी तिला जवळ घेतले. मनसोक्त रडू दिले व निघताना पाठीवर थोपवत म्हणाले, "मनाने खंबीर रहा. मी आहे तुझ्या पाठीशी."

आणि बोलल्याप्रमाणे सतत मी तिच्याबरोबर राहिले. दहा बारा दिवसांनी तिच्याकडे गेल्यावर तिच्या कपाळावर छोटुशी टिकली लावली. घरातली सर्वजण डोळे वटारून माझ्याकडे पाहात होती. मी त्यांना समजावलं, "अहो, तीट कुंकू हे मुलीला बालपणापासून लावले जाते. त्याचा व सौभाग्याचा काहीही संबंध नाही. लहानवयात दैवगतीने तिच्यावर हा प्रसंग कोसळलाय. त्यात तिचा काय दोष? मनुष्य जन्माला येतानाच बरोबर मोजून श्वास घेऊन येतो. ते संपले की

मृत्यूही त्याला अडवू शकत नाही. उगाच सारखा तिला दोष देऊन तिच्या दुःखात भर घालून जखमेवर मीठ चोळण्यात काय अर्थ आहे? अशा परिस्थितीत तिला धीर द्यायला हवा. मन मोठं करून तिला सावरायला हवं! तिचं उभं आयुष्य जायचंय. तिला तिच्या पायावर उभं राहायची ताकद मिळायला हवी,'' माझे त्यावेळचे तत्त्वज्ञान कुणालाच रुचले नाही. आमच्या घरी हे माझे कर्तृत्व, त्यांच्यादृष्टीने आगाऊपणा, कळल्यावर सर्वांनी माझ्यावर भरपूर तोंडसुख घेतले. ह्यांनी तर स्पष्टच सांगितले, 'त्यांच्या घरातल्या सुनेनं काय करायचं, कसं रहायचं ते ठरवायला ते सर्वजण समर्थ आहेत. तुला तिथे जाऊन शहाणपणा करण्याची गरज नाही.' मीही शांतपणे विचारले की, 'ती माझी कुणीच नाही? तीही एक स्त्री आहे. तिलाही भावना आहेत. मी काही तिला वाईट सल्ला देत नाहीये. तुमच्या एका आतेभावाने त्याची बायको गेल्यावर वर्षाच्या आत दुसरं लग्न केलं. तेव्हा तुम्ही सर्वांनी त्याला साथ दिलीत. त्याचं लहान मूल कोण सांभाळणार हा प्रश्न होता म्हणून तसं त्याला करावं लागलं, हे तुम्ही सर्वांना तोंड भरून सांगत होतात. अर्थात माझ्या मतेही त्याने योग्यच केले. पण मग स्त्रीच्याच बाबतीत असे का? ज्या भावना पुरुषाला असतात त्या बाईलाही असू नयेत? मीही एक समाजात वावरणारी स्त्री आहे. स्त्रीवरचा अन्याय मी नाही सहन करू शकणार. माझ्या पदरात दोन मुली आहेत, म्हणून मलाही ह्या घरात दुय्यमस्थान आहे हे मी जाणून आहे. पण यात तुमच्यासारख्या अशिक्षितांना समजावण्यात मला माझी शक्ती व बुद्धीही खर्च करण्याची आता इच्छा नाही. ह्या पुरुषप्रधान संस्कृतीत घरातल्या रूढी व नसत्या परंपरा पाळायच्या त्या फक्त बाईनेच, हा कोणता न्याय? आज आपल्या देशाच्या पंतप्रधानही एक स्त्रीच आहेत. स्त्रियांमधेही कर्तृत्व, बुद्धिमत्ता असतेच.'' माझं हे वागणं घरच्यांच्या दृष्टीने वावगं होतं. पण मी मनावर घेत नव्हते. कारण कोणतीही गोष्ट मी स्वार्थापोटी करीत नव्हते, तर कुणाच्यातरी भल्यासाठी करीत होते. वीणाला तर मी आधार देणारच होते. त्यांच्या मते नसत्या उठाठेवी!

दोन तीन महिन्यांनी मी चुलत सासूबाईंकडे जाऊन वीणाची भेट घेतली. मधून मधून तिच्या माहेरून मला खुशाली कळतच होती. एकदा तिच्या नवऱ्याच्या ऑफीसमध्ये जाऊन सर्व माहिती काढून आणली. तिला नवऱ्याच्या जागेवर अनुकंपा नोकरी मिळावी म्हणून माझे प्रयत्न चालूच होते. हे सर्व उद्योग मी माझ्या ऑफीस टाईममध्ये करीत होते. तिला त्याच्या ऑफीसमध्ये नेऊन सर्व कागद पत्रांची व सर्टिफिकेटची पूर्तता केली. तिच्या मनात आत्मविश्वास निर्माण

केला. वीणा आता बऱ्यापैकी सावरली होती. मधूनमधून माहेरीही जात होती. मलाही बरं वाटत होतं तिला भेटून.

सहा महिन्यातच तिला नवऱ्याच्या ऑफीसमध्ये नोकरी मिळाली. पहिल्या दिवशी मी तिच्याबरोबर गेले. त्यांच्या घरातून बाहेर पडल्यावर एका बसस्टॉपवर थांबून माझ्या पर्समधले बेंटेक्सचे एक नाजूक मंगळसूत्र तिला घालावयास दिले. तेव्हा तिचे डोळे पाण्यांनी डबडबले. अर्थात, ते साहजिकच होते. पण मी तिला समजावले. ''अगं वीणा, हे तुझ्या सुरक्षिततेसाठी आहे. घरातून बाहेर पडताना तुला हे घालायलाच हवे.'' आमच्या व तिच्या घरच्यांनाही माझे हे नसते 'उद्योग' पटत नव्हते, पण आता अन्यायाला तोंड द्यायचे सामर्थ्य माझ्यात मुरले होते. माझा स्वभावही जिद्दी बनला होता. एकदा तिच्या सासूबाईंनाही मी पटवून दिले. ''वीणा वयानं लहान आहे. तिच्या गळ्यात मंगळसूत्र असले की ती सुरक्षित असते. तिच्याकडे वाईट नजरेनं पाहण्याची कुणाची हिंमत होत नाही.'' अखेर त्यांनाही ते पटवून घ्यावे लागले. नोकरी लागल्यावर दोन वर्षांनीच तिच्या दादाने तिच्यायोग्य एक स्थळ पाहून तिचा पुनर्विवाह केला. अर्थात ह्यालाही माझाच दुजोरा होता. वीणाची संसारयात्रा सुखेनैव सुरू झाली. ह्या गोष्टीला आज चाळीस वर्षे झाली. आता वीणा लेक-जावई-सून-मुलगा-नातवंडं ह्या नात्यात रमली आहे. तिच्या हृदयात मोठी बहीण म्हणून माझे स्थान आहे.

हे फक्त मी माझी जाऊ, म्हणून वीणासाठीच केलं नाही तर आमच्या ऑफीसमधील, आजूबाजूच्या समाजातील दुःखात व रंजल्यागांजल्या स्त्रियांसाठीही करीत राहिले व अजूनही करतेच आहे. आमच्या कोणत्याही मंडळात व घरच्या कार्यक्रमातही सर्व स्त्रियांना समान मानून, जात-पात न मानता आम्ही हळदीकुंकवाला बोलावतो. फुले व वाणही देतो. ही शिकवण मी माझ्या मुलींनाच काय, पण मैत्रिणींना, समजातील अनेक स्त्रियांनाही दिली आहे व त्यांनीही पूर्वापार रूढींना, परंपरांना झुगारून ती चालू ठेवली आहे.

खरं तर, आमच्यावेळीही मान्यवर लेखिका दुर्गाबाई भागवत, विभावरी शिरूरकर, डॉ. इरावती कर्वे, लक्ष्मीबाई टिळक ह्यांनी आपल्या लेखातून स्त्रियांवर होणाऱ्या अन्यायाला वाचा फोडली होती; पण ते समाजात खोलवर रुजायला वेळ लागला. आता मात्र कालानुसार समाजात बरीच सुधारणा झाली आहे. सगळ्याच क्षेत्रात पुरुषांच्या खांद्याला खांदा लावून स्त्री आपल्यावरील अन्यायविरुद्ध लढत आहे. जुन्या रूढींना, परंपरांना छेद देऊन आपले व्यक्तिमत्त्व घडवित आहे. तरीही अजून सासरच्या छळाने जीव देणाऱ्या, हुंडाबळी जाणाऱ्या स्त्रिया

आढळतात हे दुर्दैव म्हणावे लागेल. अर्थात, समाजातही अपवादात्मक घटना घडतातच असे समजायचे.

मी मात्र घरच्या सर्वांच्या स्वभावाविरुद्ध वागून, समाजातील त्रासदायक रूढी-परंपरा मोडून काढण्यासाठी प्रवाहाविरुद्ध पोहून, समाजातील टक्केटोणपे खाऊन हा कौटुंबिक व सामाजिक लढा लढले, थोड्याफार प्रमाणात जिंकलेही.

४.

युद्धे टाळावीतच

- अंजनी खेर

माझ्या संघर्षाला लढाई म्हणावं की, युद्ध असा प्रश्न पडलाय. युद्ध हे सर्वंकष असतं, मोठ्या भूभागावर आणि मोठ्या कालखंडावर पसरलेलं असतं. त्याच्या अंतर्गत लहान-मोठ्या लढाया येतात. आपल्याला काही देश किंवा जमाती युद्धखोर म्हणून माहिती आहेत. त्यांना युद्धाची खुमखुमी असते. ते रीतसर युद्ध पुकारून शत्रूला आव्हान देतात. पण खुल्या युद्धात जिंकण्याची खात्री नसली तर अघोषित युद्ध केलं जातं. यापैकी मोठा कालखंड आणि अघोषित अवस्था हे विशेष घेतले तर माझ्या संघर्षाला युद्धच म्हणावं लागेल. पण ते माझ्यावर येऊन आदळलं. युद्धाची खुमखुमी तर सोडाच, माझ्या मनात साधी कोणाबरोबर स्पर्धासुद्धा नव्हती. पण लग्न लागल्याबरोबर प्रियकराचा नवरा आणि मैत्रिणीची नणंद झाली. मी युद्धात ओढली गेले. युद्ध म्हणा की लढाई, मी एकटी होते आणि समोर कित्येक अक्षौहिणी सैन्य. त्यात बाजारबुणगेसुद्धा होते. या सगळ्यातून पार पडले, जिंकले असं म्हणवत नाही; पण समोरच्यांची खुमखुमी जिरली, त्यांचे तुरे गळून पडले. त्यांनी त्यांना सोयीस्कर असा तह जारी केला. मी तह मागितलाच नव्हता. पण उपजत सौहार्द म्हणून आणि आपले मन-बुद्धी शाबून ठेवायचे तर स्वत:ला राग आणि द्वेषाच्या दाहात जाळायचं नाही म्हणून लढाई किंवा युद्ध जिंकल्याचा टेंभा न मिरवता सहजीवन चालू ठेवलं आहे.

माझ्या वयाच्या सतराव्या वर्षी वडील गेले. आम्ही दोघी बहिणी आणि एक भाऊ अशी धाकट्या तिघांची जबाबदारी मोठ्या भावावर पडली. बऱ्यापैकी बुद्धी आणि शिकण्याची आवड, शिवाय आपल्या सरकारचं त्या वेळचं उदार धोरण, यामुळे कोणावरही आर्थिक भार न पडता माझं महाविद्यालयीन शिक्षण चालू होतं. पण जुनाट विचाराच्या माझ्या आईलाच स्वत:च्या दोन तरुण मुली

घरात खुपत होत्या. त्यात माझ्या धाकट्या बहिणीने आपलं लग्न ठरवलं म्हटल्यावर माझ्या आईने माझ्याही लग्नाची घाई उडवली. दाखवून घेण्याचा प्रकार अन् हुंड्याअभावी येणारे नकार दोनचार वेळा पाहिल्यावर मी जाहीर केलं की, मुलीबरोबर तो 'नारळ'सुद्धा ज्याला नको आहे अशा माणसाशीच मी लग्न करीन आणि तसा एका मैत्रिणीचा भाऊ भेटलासुद्धा. पण नारळ सुद्धा नको म्हणण्याचा उदारपणा हा तत्त्वाधिष्ठित असा, स्त्री-पुरुष समतेच्या विचारातून आलेला, पक्क्या नैष्ठिक पायावरचा नव्हता. लग्न करून त्यांनी त्यांच्या आईसाठी एक फुकटची वरकामाची मुलगी आणली होती.

मी माहेरची कोकणस्थ आणि सासूला, कुठल्या कारणाने ते माहिती नाही, पण कोकणस्थांचा भयंकर तिरस्कार. मोठ्या दोन जावाही कोकणस्थच होत्या. या तिच्या तथाकथित लाडक्या मुलाने कोकणस्थ मुलगी करणार नाही असं तिला वचन दिलेलं असताना माझ्याशी लग्न केलं. ही एवढी स्फोटक पार्श्वभूमी मला माहिती नव्हती. वचन मोडणारा सुशेगात आणि सर्व संताप माझ्या वाट्याला. आपल्याच जातीतल्या दुसऱ्या पोटशाखेबद्दल एखाद्याला एवढा विकृत तिरस्कार असू शकतो हे अगदी अतर्क्य होतं. १९५० च्या मध्यावर जन्मलेली मी. पंडित नेहरूंपासून ते एस. एम. जोशी, ना. ग. गोरे, नरहर कुरुंदकर, नाथ पै वगैरे उदारमतवादी व्यक्तींच्या विचारांवर पोसलेली होते. प्रामाणिकपणा आणि कष्टाळूपणा या गुणांच्या जिवावर आयुष्य घडवू असा विश्वास होता. विवेकवादी, आधुनिक जीवननिष्ठा होती. पुढे घरीदारी दोन्हीकडे हा दुधखुळेपणा ठरला. सामान्य वकुबाच्या पण चलाख व्यक्ती खूप पुढे जातात असं दिसलं. मात्र मला चलाखपणा नसल्याचं दुःख नाही.

आई आणि चार बहिणी यांच्या प्रभावाखाली नवऱ्याचं व्यक्तिमत्त्व खुरटलेलं होतं; पण वरवरची 'मॅचो इमेज' फुलवलेली होती. चमकदारपणे बोलून फड जिंकण्याची कला अंगी होती, रसिकपणाही होता. पण मध्येच फारसं मोठं कारण नसताना संतापाचा भडका उडे. मी नोकरी करून पैसे मिळवायचे नाहीत; फक्त सेवा करून त्यांच्या आईला खूश ठेवायचं असा फतवा निघाला. आर्थिक परिस्थिती वास्तविक निम्नमध्यमवर्गीय. सासू-सासऱ्यांकडे स्वतःची काही आर्थिक कमाई नव्हती. एका खोलीत राहात होतो. मी नोकरी करण्याची खरं तर चांगलीच गरज होती. पण 'माझ्या अंगात धमक आहे, मला बायकोच्या पैशाची गरज नाही.' असं पाच जणी वदवून घेत असत. आईची उधळपट्टी आणि बहिणींची छानछोकी ही वास्तविक झेपत नव्हती; मग ते ताण काढायला मी

होतेच. हा तिढा लक्षात येत गेला तशी मी बंड करत गेले.

उदार, हौशी, रसिक इत्यादी बिरुदं मिरवण्यासाठी सतत नातेवाईकांची केळवणं, डोहाळेजेवणं चालायची. दुसऱ्यांच्या अंगणातल्या तुळशीची लग्नं व्हायची. सतत जहागिरी उतू जात असल्यासारखी फालतू आल्यागेल्यांची सरबराई चालायची. मात्र माझी कोंडी करण्यासाठी मला वैयक्तिक खर्चाला पैसे मिळत नसत. नणंदांच्या जुन्या साड्या नेसाव्यात. अभ्यास-वाचन सोडून सर्व सोम्यागोम्यांच्या सरबराईसाठी पदर बांधावा. नाहीतर मग मी होतेच तुसडी, कंजुष, हट्टी कोकणस्थ!

माझं आयुष्य आणि माझा संसार भरकटत जाऊ द्यायचा नसेल तर मलाच कंबर कसायला हवी होती. कोणाच्याही डोहाळेजवणाला किंवा केळवणाला मी घरात थांबेनाशी झाले. विद्यार्थ्यांच्या घरी जाऊन शिकवण्या करायला लागले. भाषांतराची कामं करू लागले. या कामांमध्ये मुळीच चांगला पैसा मिळत नसे. पण माझी आर्थिक कोंडी करण्याची चाल यशस्वी होऊ शकत नव्हती. घरात जेवण मिळण्याची वानवा झाली. चारचौघात अपमान तर पहिल्यापासून होत होता. शेवटी मी घर सोडलं. पुढील शिक्षणासाठी स्कॉलरशिप मिळवून दुसऱ्या गावी गले. मग नवरा पश्चात्ताप झाल्याचं दाखवून परत न्यायला आला. पण यापूर्वी ही नाटकं होऊन गेलेली असल्याने मी बधले नाही. मोठे दीर-जाऊ माझी बाजू घेऊन सासू-नवरा यांना समजावण्याचा प्रयत्न करत. पण समजावणं म्हणजे प्रश्नाच्या मुळापर्यंत जाऊन कारणं दूर करणं नव्हे, तर तासा-दोन तासात चुटकीसरशी प्रश्न सोडवायचा म्हणजे सासूबाईंना काही दिवसांसाठी आपल्याकडे न्यायचं. पण तिथे इथल्यासारखी मनमानी जमत नसल्यामुळे त्या लवकरच परत यायच्या, की पुन्हा ये रे माझ्या मागल्या.

यांच्या दहशतीला न भिता मी नोकरी धरली तर एकतर तिथे येऊन तमाशा करायचा किंवा तुझ्या नोकरीने माझ्या मनावर ताण येतो म्हणून कांगावे करायचे. याचा कामधंद्यावर परिणाम व्हायला लागला. मिळकत कमी व्हायला लागली. बाजारातली पत कमी होत गेली. मानसोपचार सुरू झाले. पण ते इतके महाग असतात की, कोणालाही ते दीर्घकाळ खरोखरी उपचार होईपर्यंत चालू ठेवणं कठीण आहे.

पळपुटेपणा न करता आयुष्याला स्वत:च्या ताकदीने भीड असं कोणीतरी वेळीच आणि निर्भीडपणे सांगण्याची गरज होती. पण स्वत:च्या चैनीसाठी जमलेल्या बाजारबुणग्यांमध्ये निर्भीडपणा कुठून येणार? आपल्याभोवती आई-बहिणी-नातेवाईक यांचं कडं करून घेऊन मी विचारत असलेल्या प्रश्नांपासून

संरक्षण मिळेल अशी नवऱ्याची कल्पना होती. पण आईला इतर मुलगे होते; बहिणींना आपापले संसार होते. आयुष्यभर यांच्याभोवती कडं करून कोण बसणार होतं?

या युद्धात स्त्रीवादी विचारसरणीने मला मानसिक ताकद पुरवली. माझा स्वत:चा पूर्ण बळी गेला नाही. वर्चस्ववादी पुरुष हा पुरुषवादी विचारसरणीचं उत्पादन असतो आणि बळी पण, हे कळलं. त्यामुळे माझ्या लग्नाच्या 'यशा'बाबत मी लपवाछपवी केली नाही. मला नकळत येणारा अपराधी भाव आला नाही. माझ्या काही मैत्रिणी या बाबतीत लपवाछपवी करतात. खरं म्हणजे इकडे झाकावं तर तिकडे उघडं पडतं अशी या वस्त्राची लांबी-रुंदी असते. पण हा खूप लोकांना कलंक वाटतो एवढं खरं! माझ्या अनुभवावरून मी विद्यार्थिनींना सांगत राहिले की, आयुष्यात लग्न महत्त्वाचं आहे, पण तेवढी एकच गोष्ट महत्त्वाची नाही. येनकेन प्रकारेण ते टिकवून इतर अनेक गोष्टी सोडायच्या एवढं ते महत्त्वाचं नाही. अशी युद्धं संपत नसतात. त्यांचा जोर फक्त कमी होतो. माझ्या आयुष्याची पंधरावीस वर्षं या युद्धात गेली. कोणाचाही पाठिंबा नव्हता. पाठिंबा देणारे तातडीने पाठिंब्यांची किंमत वसूल करू बघतात असं लक्षात आलं. तडजोड घडवायला पुढे येणारे स्वत:ची निष्पक्ष भूमिका जपत बसतात. मग तुम्ही दोघं थोडं थोडं आपापलं म्हणणं सोडा एवढंच सांगतात. जे दोषी असेल त्याच्या पदरात निर्णायकपणे दोष टाकत नाहीत.

आपली ही कहाणी का लिहायची? लिहून काढणं हा एक मन हलकं करणारा उपचार असतो असं म्हणतात. पण अनुभव लपवाछपवी न करता पुढे ठेवले तर दुसऱ्यांना, तरुण मुलींना उपयोग होईल असं वाटतं. संसार यशस्वी होणं ही स्त्रीची जबाबदारी असं आमच्या मनावर बिंबवण्यात आल्याने आम्ही अगदी प्राण कंठाशी येईपर्यंत तडजोडी करत बसलो. पण काही एका मर्यादेनंतर तडजोड नाही असं मुलींनी ठरवायला हवं. लग्न यशस्वी करण्याच्या मोहात पडून स्वत:चं आयुष्य पणाला लावू नये. कुणाच्याच वाट्याला सगळं व्यक्तिमत्त्व संपवून टाकणाऱ्या तडजोडी करणं येऊ नये. पुरुषांच्यासुद्धा! नातं सुधारायची पुरेशी संधी देऊन झाल्यावरही सुधारत नसेल तर संपवावं. कारण युद्ध तांत्रिकदृष्ट्या एखाद्या पक्षाने जिंकलं तरी दोन्ही बाजूंना एवढी हानी झालेली असते की, विजयी पक्षालासुद्धा विषण्णता येते. युद्धे टाळावीतच!

❖❖

५.

श्रीमंत घरात बाईचे आयुष्य खडतरच

– एक अनामिका

माझे वडील पुण्याच्या डेक्कन कॉलेजचे पदवीधर. आई त्याकाळची मॅट्रीक झालेली. त्या दोघांनी माझ्यावर उत्तम संस्कार केलेले आहेत.

त्या काळी घोड्यावर बसायला शिकवण्यासाठी वडिलांनी आर्मीचा रिटायर्ड हवालदार नेमलेला होता आमच्यासाठी. तसेच बॅडमिंटन, स्विमिंग शिकवलेलं. आईवडील त्यावेळचे सरकारी ऑफिसर, त्यांच्या घरची मंडळी तसेच इतर ऑफिसर्स यांच्या बरोबर मिक्सक्लब स्थापून त्यांच्या पिकनिक्स वगैरेत व्यस्त होते.

मला वडिलांनी व आईने गाणं दिलरुबा वादन तसेच हार्मोनियम वाजवायला शिकवले होते. आई स्वत: नाट्यगीतं गात असे. दिलरुबा सुंदर वाजवायची. त्यांनी गंधर्वांचं 'एकच प्याला' नाटक, मला वाटतं तो त्यांचा शेवटचाच प्रयोग असावा, पाहण्यासाठी पुण्याला नेऊन दाखला होता. तशी अनेक नाटकं आणि स्व. हिराबाई बडोदेकरांचं गाणं, स्वरस्वती राणे, माणिक वर्मा यांच्या मैफीलीलाही नेलेलं– अगदी गंगूबाई हनगलाचं गाणंही ऐकवलं होतं. असे सुंदर सुसंस्कार माझ्यावर घडवले होते.

वडिलांचा अनेक साहित्यिकांशी चांगला स्नेह होता. त्यात गोपीनाथ तळवलकरांशी जास्त जवळीक. आज माझं वय ८० वर्षाचं आहे. पण लग्नानंतर जीवनात अनेकवेळा संघर्षाला तोंड द्यावं लागलं. अशावेळी स्वतंत्रपणे वाढलेल्या मला सहनच होतं नव्हता अन्याय! मग नकळतच मन बंड करून उठायचं आणि स्वत:चा मार्ग शोधण्याचा प्रयत्न करायचं, पण स्वत:च्या हक्काच्या व्यक्तीची साथच नसेल तर--- जीवन फरफटतंच जातं! नाही का?

लग्नापूर्वी मी कविता करायची- काहीबाही ललित लेख लिहीत राहायची. त्यावेळी कुमार साहित्याचे प्रवर्तक मा. श्री. विरेंद्र अढीया यांनी मला खूप प्रोत्साहन दिले. अशा मोकळ्या वातावरणात वाढलेली मी ! कलासक्त वातावरणात

वाढलेलं मन---

पण---

मी मॅट्रीकमध्ये असताना, वय वर्षे पंधरा, स्वत: होऊन घरी चालत आलेलं स्थळ. मोठ्या कारखानदाराचा मुलगा. मला तर शिकण्याच्या ध्यासानं पछाडलेलं- आणि मला बघायला मुलाचे वडीलच आले- मुलानं तर पाहिलंही नाही, की मीही मुलाला पाहिलं नव्हतं- तशात माझ्या शिक्षणाची ओढ लक्षात घेऊन मला सासऱ्यांनी पुढं शिकवायचं कबूल केलं- चटकन लग्न जमलं आणि पारही पडलं- केवळ १५ व्या वर्षी, लग्न म्हणजे काय हे कळायच्या आतच, कपाळाला मुंडावळ्या बांधल्या आणि सासरी पाठवणी झाली.

सासरी सावत्र सासूबाई, नणंदा, चुलत दीर असा गोतावळा नांदत होता. त्यात माझं कौतुक असं काही नव्हतंच. माझ्या पूर्वायुष्यातल्या कशाचीच कदर त्यांना नव्हती. शाळेत मी खूप हुशार म्हणून माझा उल्लेख व्हायचा, पण काय उपयोग त्या साऱ्याचा?

माझे पती साधे मॅट्रीकसुद्धा झालेले नव्हते- त्यात मी पुण्याहून, त्याला खेडेगावच म्हणावं लागेल, तेथे गेलेले. माझ्या भाषेची सगळे टिंगल करायचे- काय हवंय म्हटलं की, 'आम्हाला हवा पाणी काही नको' असं उत्तर मिळायचं. जिना चढताना कुठे चाललात विचारलं की - 'वरी' अस उत्तर यायचं. "वरी म्हणजे काय" म्हटलं की पुन्हा हास्याचे फवारे उडायचे- हळू हळू मी बोलणंच कमी केलं.

मात्र त्यामुळे एक झालं, माझं शिक्षणाचं स्वप्न पुरं करण्यासाठी मन धडपड करायचं. मी बाहेरून परीक्षेला बसायचं ठरवलं. सासऱ्यांनी कबूल केल्याप्रमाणे मला शाळेत प्रवेश घ्यायला लावला, पण सासूबाईंना ते पटलं नाही.

सगळ्यांनीच मग माझ्यावर भडिमार केला 'नवरा जर शिकला नाही तर बायकोनं कशाला शिकायचं?' आणि उठता बसता टोमणे ऐकावे लागले.

"आता शिकून कुठे दिवे लावायला जायचंय?" तरीही, तशाही परिस्थितीला तोंड देत मी शाळेत जात राहिले; पण---

दर एक दोन दिवसाआड सासूबाई पट्टेवाल्याला शाळेत पाठवून निरोप पाठवायच्या. मग कसली शाळा आणि कसलं शिक्षण? शाळेतल्या मुलांना तो एक विनोदाचाच विषय झाला होता.

पट्टेवाला दिसला की- वर्गातली सारी मुलं, सगळे एक सुरात म्हणायचे- "घरी बोलावलं आहे." आणि हसत सुटायचे- शेवटी कंटाळून मीच शाळेत

जायचं सोडून दिलं.

तशात निसर्गानंही बिनबोभाट आपलं कर्तव्य बजावलं होतं. माझ्या पोटात त्यांच्या वंशाचा अंकुर वाढत होता, मग तर काय, शिक्षणाला रामरामच ठोकावा लागला.

घरात हातापायाला नोकर चाकर होते, पण माझा घरात प्रवेश झाल्यावर सारी कामं माझ्यावर लादली गेली. नणंदा-दीर यांना तयार करणं, स्कूल युनिफॉर्म घालून त्यांचे टिफिन भरून देणे, जेवणाचं टेबल लावणे- कपड्यांच्या घड्या घालणे– एक ना दोन. नोकरांची लाईन लागलेली, पण सारी कामे मीच करावी अशी सासूबाईंची ऑर्डर– जेणे करून अभ्यास– शिक्षण यापासून मी दूर असावं.

असं का, हे मात्र माझ्या मनाला कळत नव्हतं! खरं तर, त्याकाळी पंधरा वर्ष म्हणजे नकळतचं वय होतं, रीतसर मी मुलाला जन्म दिला. त्यासाठी माहेरी चांगलाच मुक्काम होता. त्या काळात मी बाहेरून परीक्षेला बसायची तयारी चालवली. कुणाच्याही नकळत पुस्तकं, गाइडस्, प्रश्नसंच गोळा केले- मीही हट्टाला पेटले होते.

पतीचा विरोध नव्हता पण साथही नव्हती हेच खरं! दिवस तर कसेही सरतच असतात. शेवटी जवळच्याच गावच्या सेंटरमध्ये परीक्षेला बसले- हे सेंटर घेण्याचं कारण, न जाणो नापास झालेच तर आणखी एक विषय कुचेष्टेला नको मिळायला--- पण आश्चर्य म्हणजे मी ५८% मार्क्स मिळवून मॅट्रीकची परीक्षा उत्तीर्ण झाले होते. सगळ्या पेपर्समधून फोटोसह बातमी प्रसिद्ध झाली- मोठ्या उद्योगपतींची सून ना मी!

मग मात्र मी मागे हटलेच नाही. अगदी उघड उघड बंड पुकारलं. मन पेटून उठलं- इतरांची पर्वा का करायची? सगळी कामं जर मी पार पाडीत असेन, तर विरोध का सहन करायचा?

मग मी सरळ कॉलेजमधेच प्रवेश घेतला. त्यावेळी प्रा. चंद्रकुमार डांगे आणि प्रा. सौ. प्रभावती डांगे यांचे बहुमोल मार्गदर्शन मला लाभले. त्यांनीच मला टीचर्स डिप्लोमा करण्याचा सल्ला दिला. स्व. निर्मलकुमार फडकुलेसरांनीही खूप मार्गदर्शन केले. बरोबरच मला इंग्रजीचा पेपर देण्याचा सल्ला दिला.

टि.डी. चा रिझल्ट लागला आणि मी जिल्ह्यात प्रथम व विद्यापीठात दुसरा नंबर घेऊन पास झाले. त्यावेळचा आनंद कसा सांगू? पण मागे आता सर्वांकडून ''आता काय 'विद्वान' झालात'' ही उपाधी ऐकावी लागत होती.

नंतर सलग मी बी. ए., एम. ए. केलं. कुणाचीही पर्वा न करता, कुणाच्याच कुत्सित वाग्बाणांची दखल न घेता. एम. ए. झाल्यावर पीएच. डी. करणं मनात खूप होतं. स्व. निर्मलकुमार फडकुलेंनीही मला पीएच. डी. करण्यासाठी प्रवृत्त केलं. 'महात्मा बसवेश्वर आणि त्यांच्या शरणी' यावर मी खूप लेखन केलं. प्रबंध तयार करण्यासाठी खूप वाचन, संशोधन केलं पण... ती इच्छा मात्र अपुरीच राहिली.

परंतु आता बोचरी व खोचक बोलणाऱ्यांची सवय करून घ्यावी लागली. अगदी पतिराजांनीही त्यातून मला वगळलं नाही. जरा काही झालं, चुकलं की, "तुम्ही काय विद्वान आहात, तुम्हाला कोण बोलणार?" वगैरे वक्तव्य ऐकून घ्यावं लागे.

अशी बोलणी तर खूप झेलली आहेत. सहन केली आहेत. कष्टानं घेतलेल्या शिक्षणाचा कुठे कसा उपयोग करता येईल यावर लक्ष वेधलं होतं. काही संस्था, महिला मंडळ वगैरेत प्रवेश घेतला. पण बौद्धिक समाधान होत नव्हतं. फक्त तिळगूळ समारंभ, हळदीकुंकू, ट्रीप किंवा काही स्पर्धा यात मन रमत नव्हतं. कुठेतरी काहीतरी खटकतंच होतं. मग आपलं ज्ञान असच गंजणार का--- या विचारानं मन अस्वस्थ होई.

बाहेर पडणाऱ्या स्त्रीला ज्या उपाध्या झेलाव्या लागतात त्या शाब्दिक उपाध्या झेलतच, समाजाचे आपण घटक आहोत– समाजाचं ऋण थोडंफार आपण फेडावं या विचारानं काही करता येतं का पाहण्यासाठी सतत बाहेर जावं लागे--- मग कुत्सितपणे हसत हसत, "तुम्ही विद्वान पंडीत तर आहातच, आता तर काय सामाजिक कार्यकर्त्याही. मग काय विचारायचा आता तुमचा रुबाब." अशी पावलागणिक छेड काढली जायची. मन पेटून उठायचं; निघून जावं, उलट बोलावं-वाटायचं पण मी हळूहळू दुर्लक्ष करायला शिकले.

योगायोगाने, डॉ. अरुणा ढेरे यांचा 'कृष्ण किनारा' कथासंग्रह वाचायला मिळाला. मला त्या कथा इतक्या भावल्या की, मी त्यातील पहिलीच कथा 'राधा' याची नाट्यसंहिता तयार केली. माझ्या काही मैत्रिणींनी मिळून त्या नाट्यसंहितेचं नाट्याभिवाचन करायचं ठरवलं आणि २००२ साली नाट्याभिवाचनाचा प्रयोग थिएटरमध्ये डॉ. अरुणाताई ढेरे यांच्या अध्यक्षतेखालीच सादर केला. तो प्रयोग लोकांना इतका भावला की बऱ्याच ठिकाणी ते प्रयोग सादर केले गेले.

त्या नाट्यसंहितेच्या लेखनाबद्दल माननीय श्रीमंत बाबासाहेब पुरंदरे यांच्या हस्ते माझा सत्कार केला गेला.

या नाट्याभिवाचनाचा शेवटचा प्रयोग सिंबॉयसिसच्या 'विश्वभवन' हॉलमध्ये सृष्टी या संस्थेतर्फे श्री. प्रशांतजी कोठाडीया यांच्यामुळे १३ नोव्हेंबर २००६ रोजी सादर केला गेला. 'चालता बोलता दिवाळी अंक' या मथळ्याखाली हा प्रयोग झाला.

यानंतर लेखनाची उर्मी वाढतच गेली आणि सत्यघटना, भाषांतरित कथेचं सूत्र, ऐकलेल्या प्रसंगावर भाषांतरित कथांचा स्वैर अनुवाद केला. पुढे 'दोन शून्याची बेरीज' हा कथासंग्रह प्रसिद्ध केला.

खरं तर या सर्व अनुभवातून श्रीकृष्णाचं एक वाक्य मनाला खूप भावलं ''स्त्रीचं प्रखर तेज पुरुषांना सहन होत नसावं, असं तर नाही ना?''

असा हा माझ्या जीवनातील संघर्षाचा प्रवास! सध्या मी एका नापास शाळेची मुख्याध्यापिका म्हणून कार्यरत आहे. शाळा कसली, फक्त एकच दहावीचा वर्ग. सकाळी ११.३० ते ५.३० चालणारा.

या वर्गात बालकामगार, दलित, मुस्लीम, खालच्या समाजातील मुलंमुली शिक्षण घेत आहेत. चौथी इयत्ता आणि चौदा वर्षे पूर्ण अशी अट. सतरा नंबर फॉर्म भरून त्यांना दहावीच्या बोर्ड परीक्षेला बसवणे.

हे सर्व विद्यार्थी समाजानं नाकारलेले, टाकाऊ व बंडखोर वृत्तीचे असतात. त्यांना दिशा देण्याचं काम ही शाळा करते आणि अशा शाळेची मी मुख्याध्यापिका आहे याचा सार्थ अभिमान आहे.

'नाम नही, दाम नही- काम चाहिये' या विचारातून मी हे कार्य करते आहे– अगदी विनावेतन !

हे समाधान शब्दात मांडता येणं शक्य नाही

६.

प्रचंड भोवऱ्यातून बाहेर

– विद्या देसाई

एका लग्न समारंभात हळदीच्या कार्यक्रमानंतर आम्ही सर्वजणी मनसोक्त गरबा खेळलो. सर्वत्र उत्साह अगदी ओसंडून वाहत होता. क्षणार्धात मला माझा लग्नसमारंभ दिसू लागला. कधी कधी या सुखांच्या क्षणात काळोखाची बीजेही दडलेली असतात. कालप्रवाह हा सतत वाहात असतो. वयाची सत्तर वर्षे झाली. मागे वळून पाहिले असता जीवनप्रवासाच्या वाटेवर अनेक घटनांचे भोवरे दिसू लागले. त्यातील लग्नानंतरचा समोर आलेला भोवरा प्रचंडच होता.

सोमवार, २६ जून १९६७ रोजी मी विवाहबद्ध होऊन कुंदा मेहताची विद्या देसाई झाले. २ जुलै १९६७ ला म्हणजे लग्नानंतर आठ दिवसांनी माझ्या मोठ्या दिरांना अपघात झाला. महाडहून लगेचच त्यांना मुंबईला नेण्यात आले. आतडे तुटल्याने रक्तस्राव खूप झाला व त्यातच त्यांचा अंत झाला. यावेळी मी माहेरी खेडला होते. नुकतीच लग्नाची सत्यनारायणाची पूजा आटोपली होती. माझा मावसभाऊ महाडवरून ही वाईट बातमी घेऊन आला. हे ऐकून माझ्या पायाखालची जमीनच सरकली. क्षणभर वाटले, सीतेला धरतीमातेने दुभंगून पोटात घेतले त्याप्रमाणे मलाही आपल्या पोटात घ्यावे. एवढे मोठे पुण्य मजजवळ कोठले? माझे आई वडील मला घेऊन महाडला जायला निघाले. माहेरचे सर्वजण मला केविलवाणी, बापडी समजून पाहात होते. वडील म्हणाले,

"हे बघ, प्रसंग वाईट आहे. अशावेळी तुला कोणी बोलले तरी तू कोणालाही बोलू नकोस. शांत रहा."

सासरच्या घरी आल्यावर 'शोककळा' पाहून मन विदीर्ण झाले. मी अजूनपर्यंत मृत्यू इतक्या जवळून पाहिला नव्हता. उतारवयात मोठा मुलगा गेल्याने सासूचे आक्रंदन, पतिनिधनाचे जावेचे दुःख, वडील गेल्याने चार मुलांचे पोरकेपण, मोठ्या भावाचा आधार गेल्याने हताश झालेला माझा नवरा. हे सर्व

पाहून मी एखाद्या पुतळ्यासारखी उभी. तरीही त्यातून काही वक्तव्ये ऐकू येत होती.

"अहो, मागच्या सोमवारी ज्यावेळेला लग्न झाले ना त्याच वेळेला बरोबर अपघात झाला. असतो हो एकेकाचा पायगुण वाईट."

"ह्या पायगुणाने लाखाचा पोशिंदा गेला."

त्यानंतर खूप माणसे समाचाराला यायची. बहुतेकजण मलाच उद्देशून बोलत. माझ्या माहेरी श्रीमंती होती. चार भावंडात मी एकटीच बहीण. माझी आई माझं लवकर लग्न करण्याचे बघत होती, तेव्हा वडील म्हणाले, "उद्या मुलीवर जर संकटे आली तर त्यासाठी ती स्वावलंबी बनली पाहिजे." म्हणून मी बी. ए. झाल्यावरच त्यांनी माझ्या लग्नाचा विचार केला. मला माहेरी चहाची कपबशी देखील कधी उचलावी लागली नाही. आता एवढ्या माणसांचे काम मला कसे जमणार? मी नम्रतेने वागले. मोठ्यांना विचारून जेवण करू लागले. बुद्धी अभ्यासात चालते तर मग ती जेवण करण्यात का नाही चालणार? जिद्दीने प्रसंगावर मात करण्याचा प्रयत्न केला.

मी व माझा नवरा यात संभाषणच नाही. ते मुंबईला नोकरीवर, मी महाडला. जाऊबाई मधून मधून बेशुद्ध पडत. त्यांच्या नाकासमोर व्हीक्सची बाटली धरावी लागे. त्या शुद्धीवर आल्या की, माझा हात झटकून देत. मदत केली तर स्वीकारायची नाही आणि नाही केलं तर करत नाही म्हणून सर्वांना सांगत सुटायचे. अशी दुटप्पी वागणूक असे. 'मी पोळपाट लाटणे घेईन व मुलांना मोठे करेन. नाही तर घर विकून टाकेन' असे सासूबाई ऐकवायच्या. वाचन केले तर वाचून द्यायचे नाही. 'शिकलेल्या मुली म्हणजे नाकापेक्षा मोती जड' असेही ऐकायचे.

कधी कधी सहनशक्ती संपे. कोंडल्यासारखे होई. एकदम भिन्न वातावरण, त्यामुळे वाटायचं, जीवन संपवावं. ह्यामध्ये मला मैत्रिणीने मदत केली. तिने आम्हा दोघांना तिच्या गोरेगावच्या घरात बोलावले. तेथे तिच्या सांगण्यावरून मी नोकरी स्वीकारली. त्याबाबतही विरोधी सूर निघालेच, पण माझ्या नवऱ्याने मला परवानगी दिली. आज चारही मुलांचे सर्व व्यवस्थित आहे. त्यांना खऱ्या नात्यांची किंमत कळली. त्यावेळच्या बोलण्याबाबत दिलगिरीही व्यक्त केली गेली. आमचं एकमेकांकडे जाणं येणं आहे. सर्वजण एकमेकांची अडचण काढतो, प्रेम आहे.

मला वाटतं, मला दिलेले शिक्षण, त्यातून मला आलेला आत्मविश्वास व मैत्रिणीने पुढे केलेला हात ह्या जोरावर माझ्या समोर असलेल्या प्रचंड भोवऱ्यातून मी बाहेर पडले. अशी जिंकली मी लढाई.

❖❖

७.

अन् मी जिंकले!!

– जयश्री थोबडे

मी माझ्या सासूबाईंची थोरली सून!! (धाकटी माझ्यानंतर १२ वर्षांनी आली. तोपर्यंत घरचं वातावरण अगदी आलबेल झालेलं होतं.) काळ आहे ४०/४५ वर्षापूर्वीचा. आम्ही दोघीही (सासूबाई आणि मी) फक्त गृहिणीच होतो. सुनेच्या भूमिकेतून 'सासूच्या' पदावर गेलेल्या माझ्या सासूबाई त्या काळच्या मानानं खूपच सुधारलेल्या; मर्यादित का होईना, पण विचारांचं, वागण्याचं स्वातंत्र्य असलेल्या. माहेरघरून आलेली मी अठरा-वीस वर्षीय सून!! घरात सासू-सासरे, धाकटे दीर, कारणपरत्वे येणाऱ्या माझ्यापेक्षा वयानं बऱ्याच मोठ्या असणाऱ्या नणंदा (माझ्या या सख्ख्या-चुलत नणंदा. ह्यांना सख्खी बहीण नाही.) शिवाय प्रसंगवत येणाऱ्या-जाणाऱ्या नातेवाईकांचा राबता! माझ्या सासऱ्यांचा स्वभाव तापट, सर्वांवर हुकूमत चालविण्याची वृत्ती (मला वाटतं, त्याकाळी थोड्या फार फरकानं घरोघरी कर्त्या पुरुषांची अशीच प्रवृत्ती असायची.) त्यांचा धाक, दरारा आणि मी म्हणेन ती पूर्व दिशा अशा स्वभावामुळे घरच्यांना त्यांच्या जवळपास फिरकण्याची हिंमत होत नसे. सासरे बाहेर मित्रमंडळीत मात्र अगदी 'नॉर्मल' वागायचे. सासूबाई, मुलं, नोकरचाकर त्यांच्यासमोर अगदी दबून असायचे. घरात सरंजामशाही पद्धत!! कोणी एकमेकांशी डायरेक्ट बोलण्याची पद्धतच नाही. सर्रास 'इनडायरेक्ट मेथड.'

सासूबाईंना वर्षांच्या साड्या घ्यायच्यात, मग द्या निरोप घरच्या गड्याकडून- तो गडी म्हणजे मुनीमजी कम् चोवीस तासाचा सेक्रेटरी. मुलांची शाळा-कॉलेजची फी भरायची, सांगा मुनीमजीला. तो सर्व निरोप 'हेडऑफीसला' सासऱ्यांना पोहोचविणार. सासऱ्यांना जेवणात रोज काय काय हवं-दोन भाज्या, चटणी, कोशिंबीरीपासून एखाद्या 'खास' पदार्थांपर्यंतचा मेनू मुनीमाच्या 'थ्रूच' सासूबाईंपर्यंत येणार. सासऱ्यांचं वास्तव्य घराच्या पुढच्या भागाच्या वरच्या संपूर्ण मजल्यावर!

खरं तर आम्हा सर्वांना जागेची खूप अडचण होती. खूप गैरसोय व्हायची, तरीसुद्धा संपूर्ण कुटुंबाच्या गरजेएवढी जागा एकट्या सासऱ्यांच्या अखत्यारीत होती. फक्त स्नानादी प्रातर्विधी व नंतर जेवणासाठी त्यांचं खाली येणं! घरातच असं वातावरण, त्यामुळे भावाभावात पण दिवसाकाठी चार शब्दांची देवाणघेवाण होणं मुष्किल. आईबरोबर काय चार गोष्टी होतील त्या जेवतानाच.

हे वातावरण पाहून मी जाम वैतागून गेले. आई-वडील, बहीण, भावंडं, नातेवाईक शेजारी-पाजारी, मैत्रिणी अशा मोकळ्या वातावरणातून आलेली व थट्टा-मस्करी गप्पा-गोष्टी यांची आवड असलेली मी (माझी आई तर म्हणायची समोर कोणी नसेल तर ही दगडाशीसुद्धा बोलेल. आता आईपुढे मी काय बोलणार?) याउलट सासरच्या 'बोल्डफिल्ड'मध्ये मला खूप कंटाळा यायचा. हातापायाशी नोकरचाकर, ठराविक कामं केली की, वाचन, विणकाम, भरतकाम किती करायचं? उगाच लोळण्याचा तिटकारा. हे कामावरून येईपर्यंत कंटाळवाणं व्हायचं.

खरं तर माझ्या सासूबाई शांत स्वभावाच्या, पण एखादे वेळी क्षुल्लक कारणावरून अशी काही आगपाखड करायच्या की, माझ्या माहेरच्या सातपिढ्यांना 'पाणी भरायला' खाली बोलवायच्या. बऱ्याचवेळा तर मला माझी चूक काय झाली आहे तेच कळायचं नाही. विनाकारण सर्व नोकरचाकरांसमोर रागावून घेताना मलाही खूप राग यायचा. अपमान सहन न होऊन रडायला यायचं. एखाद दुसऱ्या शब्दानं मी त्यांना काही विचारायला गेले की, आगीत तेल ओतल्यासारखं व्हायचं. त्या जास्तच संतापून प्रसंगाशी विसंगत असं बोलत राहायच्या. हे कामावर गेलेले. बऱ्याच वेळा दीर असायचे. त्यांनाही जाणवायचं की, आपली आई निष्कारणच एवढी संतापली आहे. पण त्यावेळी आईला काही सांगावं तर ते समजून घ्यायच्या मन:स्थितीत त्या नसायच्या. मीच तिथून बाजूला निघून जायची.

माझ्याकडूनही काही चुका होत असत, नाही असं मी म्हणत नाही. पण त्या चुका नीट समजावून सांगाव्यात, आकांडतांडव करू नये अशी माझी अपेक्षा असायची.

सासूबाईंच्या रागाचं कारण शोधून काढायचा मी चंगच बांधला. 'ह्यांना' विश्वासात घेऊन सर्व समजावून सांगितलं. माझं कुठं चुकतं, मी काय करायला पाहिजे हे पण आम्ही दोघांच्या विचारानं ठरवलं. माझे दीर यांच्यापेक्षा आठ नऊ वर्षांनी लहान; पण त्यांनाही आम्ही आमचे विचार सांगितले. मोठ्या खुशीने

अन् मी जिंकले!! / २०३

त्यांनी मला योग्य ती साथ द्यायचं मान्य केलं. घरात खेळीमेळीचं, आनंदाचं वातावरण कोणाला नको का असतं? माझी आणि सासूबाईची गट्टी होण्यात 'ह्यांचा' आणि दिरांचा फार मोठा सहभाग आहे.

थोड्याफार निरीक्षणावरून मला सासूबाईंच्या अकारण रागाचं मूळ सापडलं! त्यांच्या ठिकाणी मी स्वत:ला कल्पून पाहिलं आणि नेमकं काय होतंय ते माझ्या लक्षात आलं. सासऱ्यांच्या स्वभावामुळे सासूबाईंना कधी त्यांच्याबरोबर जोडीनं हिंडणं-फिरणं, प्रवास घडलाच नाही. कधी स्वत:च्या पसंतीची साडी नाही, खाण्यापिण्याचे लाड नाहीत. सासूबाई अगदी सुगरण होत्या. पण त्यांच्या स्वयंपाकाचं कधी कौतुक नाही. प्रेमाचे चार शब्द नाहीत. साधं बोलणंही हुकूम सोडल्यासारखं. त्यांच्या सून असण्याच्या काळात घरात इतर वडील माणसांकडूनही असलीच वागणूक मिळालेली. त्यामुळे सासूबाईंच्या सर्व हौसामौजा दडपल्या गेलेल्या. कोणावर सत्ता नाही. सारखं दबून राहायचं. त्यामुळं त्यांना काही करताना आत्मविश्वास वाटायचा नाही. मन सारखं धास्तावलेलं.

त्यांना सून आली त्या वेळी काळाच्या मानानं मुलगा-सून, म्हणजे आम्ही दोघं फिरायला जायचो, नाटक-सिनेमाला जायचो. मी केलेल्या पदार्थांचं यांच्याकडून, दिराकडून कौतुक व्हायचं. नेमका अशाच एखाद्या प्रसंगी त्यांचा राग उफाळून यायचा. त्यांच्या दडपल्या गेलेल्या भावनांचा तो उद्रेक असायचा. हे सर्व मला जाणवलं आणि खरंच, सासूबाईंचा राग यायच्याऐवजी मला त्यांच्याबद्दल सहानुभूती वाटायला लागली.

हळूहळू मी घरच्या वातावरणाची कोंडी फोडण्याचा प्रयत्न चालूच ठेवला. जेवणं झाली की, मी माझ्या खोलीत न जाता, सासूबाईंच्या जवळ बसून इकडच्या तिकडच्या गप्पा करायची. त्यांना वाचनाचा विलक्षण नाद होता. स्मरणशक्ती पण फार चांगली होती. भावगीतं ऐकण्याची फार आवड होती. स्वत:ला भरतकाम, विणकाम काही येत नव्हतं; पण माझ्या प्रत्येक गोष्टीचं कौतुक करायच्या. त्यांच्याजवळ पण गप्पागोष्टींचा भरपूर स्टॉक होता. खूप गोष्टी-वेल्हाळ होत्या. हसायच्या पण फार. पण हे सारं बोलायचं कोणाशी? सासरे म्हणजे काय चीज आहे हे तर वर उल्लेखलंयच! त्यामुळे माझी व सासूबाईंची मैफल चांगलीच रंगायला लागली. मधून मधून 'हे' व दीरही त्यात सामील व्हायचे. आमचा छान ग्रुप जमला. मग मी आणखीन एक सुधारणा केली. संध्याकाळच्या चहाची वेळ आम्हा चौघांची एकच करून टाकली. चहा-फराळ आणि जोडीला खुसखुशीत गप्पा. या वेळात जर सासरे तिथून फिरकले

तर एकदम सर्व चिडीचूप. आमच्या गप्पा, हास्यविनोद सर्व गोंधळ त्यांच्या कानावर थोडातरी जात असणारच. जास्तीत जास्त नाराजी व्यक्त करीत, कपाळाला आठ्या घालीत तिथून जात. ते गेले की, वातावरण लगेच मोकळं व्हायचं.

सासूबाईंशी मी वेगळ्या प्रकारे पण सुसंवाद साधला. सासू-सुनांच्या मतभेदांमुळे गडीमाणसांचं कसं फावतं, ते मुद्दाम आपल्या दोघीत कसे गैरसमज निर्माण करतात हे मी त्यांना प्रत्येक वेळी दाखवून दिलं. त्या खरोखरच मोकळ्या मनाच्या होत्या. स्वत:कडून होणारी चूक माझ्यासमोर कबूल करण्यात त्यांनी कधीच कमीपणा मानला नाही. माझ्याकडून झालेल्या चुकांबद्दल क्षमा मागण्यात मी पण कधी संकुचितपणा दाखविला नाही. त्यामुळे आम्हा दोघीत अनामिक जिव्हाळा निर्माण झाला. आम्ही चांगल्या मैत्रिणी झालो. मी त्यांना अधूनमधून आमच्याबरोबर नाटक, सिनेमाला न्यायची. कधी मैत्रिणींच्या घरीसुद्धा घेऊन जायची. गणेशोत्सवाच्यावेळी गणपतीची आरास दाखवून आणायची. कधी शहरात नवीन झालेल्या बागेत फिरायला, भेळ, आईस्क्रिम खायला न्यायची. अशावेळी कधी 'हे' तर कधी दीर आमच्याबरोबर असायचे. काही कारण नसताना 'ह्यांना' सांगून त्यांच्या पसंतीची साडी घ्यायची. ह्या छोट्या छोट्या गोष्टींमधून त्यांना खूप आनंद मिळायचा. आयुष्यात जे करायला, उपभोगायला मिळालं नाही ते मिळाल्यावर त्यांच्या मनाच्या तळाशी कोंडून राहिलेलं असमाधान निवळलं. पुढे पुढे तर त्या आम्हा दोघांना, दिराला पण स्वत:च आग्रह करून कुठंही जायला परवानगी द्यायला लागल्या. घर सांभाळीत, माझ्या छोट्या मुलांना खेळवत आनंदानं घरी बसत. आज माझ्या सासूबाई हयात नाहीत पण त्या असेपर्यंत आम्हा दोघींच्यामध्ये निर्माण झालेल्या सामंजस्याचं नातं अबाधित राहील, एवढं आम्ही परस्परांना समजावून घेतलं होतं.

म्हणूनच माझ्या स्वत:च्या अनुभवावरून मी सांगते की, सासूसुनेचे संबंध प्रेमाचे, विश्वासाचे व आत्मीयतेचे निश्चितच होतात. केवळ मी त्यांच्या हौसा-मौजा पुरविल्या म्हणून त्यांचा स्वभाव निवळला असं नाही, तर त्यांना समजावून घेऊन, माझ्या वागण्यात मी योग्य तो बदल केला. त्यांनी पण मला योग्य प्रतिसाद दिला. कौतुक केलं, उत्तेजन दिलं. त्यामुळं सर्वांना मन:स्वास्थ्य मिळालं.

सासूबाईंच्याबद्दल, घरच्या वातावरणाबद्दल सर्व व्यक्त केलं. पण ही अर्धी लढाईच जिंकल्यासारखं होतं. खरा संघर्ष तर मला सासऱ्यांशीच करायचा होता. तिथंच माझी खरी कसोटी होती. सर्वात प्रथम मी 'इनडायरेक्ट' मेथडला फाटा दिला. मुनीमजींनी सासऱ्यांचा काही निरोप सांगितला तर त्याप्रमाणे जे

करायचं ते मी स्वत:च करायला सुरुवात केली. सासऱ्यांना सकाळी उठल्याबरोबर लिंबूपाणी लागायचं. मी ते स्वत:च वर घेऊन गेले आणि आदबीनं त्यांच्यासमोर ठेवून, 'आपलं लिंबूपाणी आणलंय' म्हणाले. एक क्षण ते चमकलेच. कारण त्यांना असं काही अपेक्षित नव्हतंच. शक्यतो वर न बघता कपाळाला आठ्या चढवून ते म्हणाले, "का? आज तू कशाला आणलंस? बाबू कुठं गेला?" मी शांतपणे म्हणाले, "तो जरा घरचा भाजीपाला आणायला गेलाय." काही न बोलता त्यांनी लिंबूपाणी घेतलं आणि ग्लास बाजूला ठेवला. ग्लास घेऊन मी खाली आले. पण खरं सांगते. वर जाऊन खाली येईपर्यंत माझा जीव घाबराघुबरा झाला होता. काहीतरी तिरसट-बोचरं ऐकायला मिळणार याची अपेक्षा ठेवूनच मी गेले होते. पण तसं काही घडलं नाही आणि माझा थोडा धीर चेपला. सासूबाई, 'हे', दीर सर्वांनीच 'असं काही करायला जाऊ नकोस बाई - नंतर रडत बसशील' अशी भीती मला घातली होती. खाली सगळेजण वेगळ्याच अपेक्षेनं वाट पाहात उभे होते. पण माझं स्मितहास्य पाहून सारेच खूश झाले. घरात काय काय हवं नको, सणावारांसाठीचे जादा सामान, दिरांची फी, नोकरांचे पगार अशा अनेक गोष्टी मी प्रत्यक्ष जाऊन त्यांना अंदाजे हिशेब सांगून पैसे घेऊन यायची.

कधी मुनीमजींबरोबर तर कधी यांच्याबरोबर जाऊन बाहेरची सर्व खरेदी यायची.

मी सर्व काही व्यवस्थित करते हे सासऱ्यांच्या लक्षात आल्यावर त्यांनी स्वत:च मला सांगितलं, "घरात जरा नीट लक्ष घाल. गडीमाणसांवर लक्ष असू दे. त्यांना पण चहा, जेवण व्यवस्थित देत जा." त्यांच्या इच्छेप्रमाणे, शिस्तीप्रमाणे सर्व सहज करायची. मुळात मला तशी माहेरची सवय होतीच. सासऱ्यांना जेवणात काय हवं ते विचारून, सर्व स्वत: व सासूबाई, स्वयंपाकीणबाईंच्या मदतीने करायची. मला नवीन नवीन पदार्थ करायची फार आवड होती. तसा एखादा नवीन पदार्थ रोजच त्यांच्या पानात वाढायची. कधी सासूबाई तर कधी मी त्यांना जेवायला वाढायचो. अशामुळं माझी भीती कमी झाली. चार दोन घरच्या, कधी माहेरच्या गोष्टी त्यांच्याशी बोलू लागले. कधी सासूबाई, कधी दीर कधी 'ह्यांना' पण संभाषणात सामावून घ्यायची. सासरे पण हळूहळू मोकळेपणानं वागू लागले. माणूस वरून कितीही रागीट, अलिप्त वाटला तरी त्यांच्या मनात पण प्रेम माया कौतुक असतेच. माझ्या सासूबाई तशा फार निगुतीनं संसार करणाऱ्या नव्हत्या. त्यामुळे खरं तर सासरे नाराज असायचे आणि नोकरमाणसांवर लक्ष नसायचं. घराच्या टापटिपीकडे पण कधी लक्ष दिलं नाही. त्यामुळे खरं तर सासऱ्यांना राग यायचा आणि त्यांचा स्वभाव रागीट आहे म्हणून त्या स्वत:ला

व मुलांना त्यांच्यापासून जरा अंतरावरच ठेवायच्या. पण हे अंतर न कळत जवळ आलं आणि सर्वांच्यात बराच मोकळेपणा आला. सासरे बाहेर जाताना सांगून जायला लागले. येताना सर्वांसाठी फळं, मिठाई, यात सासूबाईंच्या आवडीची अधून मधून असायचीच. आम्ही मग त्यांना 'खूश ना' म्हणून चिडवायचो. असं आनंदी मोकळेपणाचं वातावरण घरात असल्यामुळे मला अगदी कृतार्थ वाटतंय...

आज सासू-सासरे दोघेही हयात नाहीत. दुर्दैवानं त्यांची साथ पण निसर्गानं अलीकडेच हिरावून घेतली. मी खूप व्यथित, दु:खी कष्टी झाले. समाधान एवढंच की, माझ्या घरचं घरपण टिकून आहे. मुलांचं योग्य संगोपन केलं. त्यांच्यावर चांगले संस्कार केले. आज मुलगी तिच्या संसारात पती, मुलं यांच्यात स्थिरावली आहे. मुलगा व्यवसायात आहे. त्याचेही 'चार हात' झाले आहेत. मी संसाराच्या जबाबदारीतून बरीचशी मुक्त झाले आहे. गृहिणी म्हणून जगतानाच विचार करताना मनात संमिश्र विचारांच्या लाटांवर लाटा उसळल्या. किनाऱ्यावर काही मोती सापडले. त्याचीही मौक्तिक माला —

मी गृहिणी-मी गृहिणी-मी तर यांची 'अर्धांगिनी'!

मी गृहिणी-मी गृहिणी-मी तर घरची 'स्वामिनी'!!

मी गृहिणी-मी गृहिणी-घरंदाज घरची सून मी 'मर्यादिनी'!!!

मी गृहिणी-मी गृहिणी-मीच कांता, गर्विता अन् समर्पिता!!!

मी गृहिणी-मी गृहिणी-मीच सचिवा, मीच सखी अन् प्रेयसी सहमीलनी!!!

मी गृहिणी-मी गृहिणी-अष्टभुजा मी संकटहारिणी!!!

मी गृहिणी-मी गृहिणी-माता मी तर वात्सल्यमूर्ती!!!

मी गृहिणी-मी गृहिणी-बाळांची ना केवळ माता, शिक्षिका, संस्कारिता अन् पालककर्ती!!!

मी गृहिणी-मी गृहिणी-प्रसंग येता बाका, मीच होते रणचंडिका!!!

मी गृहिणी-मी गृहिणी-भयहारिणी अन् रक्षणकर्ती!!!

मी गृहिणी-मी गृहिणी-माझ्या या 'कुटुंब'विश्वात 'विश्व' कुटुंबात
मी तर आहे पूर्ण समाधानी,
समाधानी, समाधानी!!!

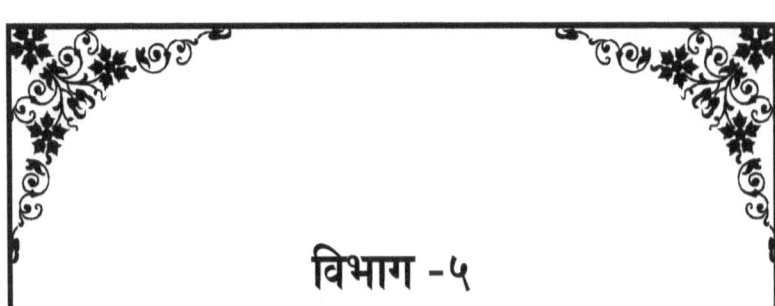

विभाग -५

संघर्ष स्वतःचा स्वतःशी

संघर्ष स्वतःचा स्वतःशी

हा संघर्ष तसा सगळ्यात अवघड. इथे आपणच आपल्यासमोर उभे ठाकतो. दोन्ही बाजू आपल्याच. दोन्ही तितक्याच ताकदवान. पण कोणती बाजू न्यायाची हे कळण्यासाठी विवेक लागतो. स्वतःचं स्वतःवर इतकं प्रेम असतं की आपला स्वभाव वाईट आहे असं कळलं तरी तो आपला म्हणून आपल्याला प्यारा असतो. स्वतःतलाच हिणकस भाग कसोशीनं दूर करून त्याला आरोपीच्या पिंजऱ्यात घेऊन त्याची शहानिशा करणं, आणि आपल्याला हवे तसे विधायक बदल स्वतःत घडवून आणणं ही सोपी गोष्ट नाही. ख्यातनाम कवी आसावरी काकडे यांनी हा आंतरिक संघर्ष फार समर्थपणे उलगडून दाखवला आहे.

१.

एक चांगलं माणूस होण्यासाठी...

– आसावरी काकडे

माझी एक मैत्रिण एकदा मला म्हणाली, ''तुझं बरं आहे... नशीबवान आहेस तू. सगळं तुला घराजवळ, तुला हवं तसं मिळत जातं... काही त्रास नाही...'' माझ्याविषयीची अशी प्रतिमा मला ओळखणाऱ्या अनेकांच्या मनात असेल. काही प्रमाणात ते खरंच आहे. पण पूर्ण खरं नाही. सगळं मला घराजवळ मिळतं; म्हणजे जे घराजवळ मिळतं ते मी चालवून घेते. लांब, गर्दीत जाऊन चिकित्सा करत खरेदी करण्यात वेळ घालवणं मला आवडत नाही. व्यावहारिक पातळीवर जगताना बऱ्याच बाबतीत असा त्रास मी करूनच घेत नाही. आपल्या सर्व क्षमता कशासाठी वापरायच्या, कशासाठी कष्ट घ्यायचे या विषयीची प्रत्येकाची भूमिका वेगळी असते...

माझ्याविषयीची ही 'स्वस्थ, सुखी' वाटणारी प्रतिमा बाहेरून दिसणारी आहे आणि दैनंदिन जगण्याच्या पातळीवर ती खरीही आहे. अपेक्षेपेक्षा बरंच काही मला मिळालंय. पण एक माणूस म्हणून मला हवी तशी मी अजून घडायचीय. एका दीर्घ आंतरिक संघर्षातून ही घडण अजूनही चालू आहे. व्यवहारी जगण्यात अनेक गोष्टी चालवून घेणारी, शक्यतो संघर्ष टाळणारी मी, दुर्लक्ष करून चालण्यासारख्या बऱ्याच गोष्टींचा त्रास करून घेत असते. आयुष्याची पहिली पस्तीसहून अधिक वर्षे वेगवेगळ्या पातळ्यांवरच्या व्यावहारिक संघर्षांना सामोरं जावं लागलं तेव्हा माझ्या प्रतिक्रिया काय होत्या हे आठवताना लक्षात येतंय, की त्यावेळीही माझी हीच वृत्ती होती... ती माझ्यात कुठून, कशी आली? माझ्या आयुष्यात संघर्षाचे प्रसंग किती आले? मी त्यांना कशी सामोरी गेले? त्यातून मी काय मिळवलं?... विचार करता करता लहानपणापासूनचे बरेच प्रसंग डोळ्यासमोर चलत्चित्रासारखे सरकू लागले...

वडील खूप तापट आणि विक्षिप्त वाटण्याइतके एककल्ली होते. त्यामुळे

घरचं वातावरण बरेचदा तंग असायचं. जन्मापासून तेच अनुभवल्यामुळे लहानपणी तरी घरात आरडा-ओरडा, फेकाफेकी... असं झालं की घाबरून गुपचूप बसायचं आणि वातावरण निवळलं की हसा-खेळायला लागायचं... अशी प्रतिक्रिया असायची. आमच्या घरी सणवार, व्रतं, उत्सव, पूजा असं काही व्हायचं नाही. कुणी आपल्याकडे यायचं नाही. आपण कुणाकडे जायचं नाही– अशी आमच्याकडली दहशत वाटावी अशी रीत होती. पण अगदी लहानपणीसुद्धा याविषयी मला कधी राग आला नाही. त्याबद्दल कधी तक्रार केली नाही. उलट तेच मला आवडायचं. आताइतकी वैचारिक स्पष्टता त्यावेळी नव्हती. तरी लोक सणवार करतात त्याचीच चीड यायची... घरच्या एकूण वातावरणामुळे लहानपण खरं तर कोमेजत होतं. पण त्याची तशी जाणीव कधी झाली नाही. इतरांना मिळलं ते आपल्याला नाही मिळत याचं वाईटही कधी वाटलं नाही.

खूप वेळा अस्वस्थ करणारी अगदी लहानपणाची एक आठवण. काही न मिळाल्याची नव्हती, तर मिळाल्याची होती... तेव्हा मी तिसरीत होते. काही तरी स्पर्धा होती. बक्षिस म्हणून रिबिनी वाटल्या गेल्या. सगळ्या मुलींबरोबर मीही एक रिबीन घेतली. पण मला आनंद झाला नाही. उलट आपण मागून घेतली याचंच अपराधीपण सलत राहिलं कित्येक वर्षे... आपण चूक केली, आपण वाईट आहोत... असं मनावर कोरलं गेलं. अजूनही मनाला लावून घेतलेली तिसरीतली मी, मला चांगली आठवतेय...

माझ्या मोठ्या बहिणीपेक्षा मला जास्त मार्क्स मिळायचे नेहमी. पण त्याचा आनंद व्हायच्या ऐवजी- नकोत तिच्याहून जास्त मिळायला, असं वाटायचं- एकदा तर मला का जास्त मार्क्स मिळतात म्हणून रडल्याचं आठवतंय... गोष्टी तशा साध्याच. पण त्यामुळे होणारा मनस्ताप... आंतरिक संघर्ष खूप जास्ती होता... ज्या गोष्टींचा त्रास होणं स्वाभाविक झालं असतं त्या गोष्टी मी बिनबोभाट स्वीकारत होते. मला त्रास देणाऱ्या गोष्टी वेगळ्याच होत्या... आई सांगते की, अजून बोलायला लागले नव्हते त्या लहान वयात मी बरेचदा खूप रडत राहायची... 'भूक लागलीय का? काही दुखतंय का?'... असे रडू येण्याच्या शक्यता असलेले सर्व प्रश्न आई विचारायची. त्या सगळ्याला नको, नाही अशी माझी मान हलायची. मग 'सुखानं रड' असं म्हणत आई माझा नाद सोडून द्यायची... वडलांचा अतितापट स्वभाव माझ्यात उतरला होता म्हणे. जरा काही मनाविरुद्ध झालं की माझी आदळआपट, चिडाचिड, रडारड सुरू व्हायची... हे पाहून आजी मला म्हणायची 'चुकून मुलीच्या जातीला जन्माला आलीय...

बापाच्या पावलावर पाऊल आहे अगदी...'' वयाच्या सहाव्या-सातव्या वर्षी बऱ्याचदा कानावर आलेली ही वाक्यं माझ्यात अपराधी भाव पेरत राहिली... तिसरीतली सलणारी आठवण यामुळेच गडद झाली होती.

घरातील वातावरण दिवसेंदिवस बिघडतच होतं.... हे वातावरण मला न मागता मिळालेलं होतं. ते स्वीकारायचं की नाही असा पर्याय माझ्या समोर नव्हता... पण त्याविषयी माझी काही दृश्य स्वरूपाची तक्रार नव्हती. आपल्याच वाट्याला असं का? असा प्रश्नही मला कधी पडला नाही. थोडी मोठी झाल्यावरही याचं कारण काय? कुणाचं चुकतंय? यावर उपाय काय? असा विचार मनात आला नाही... पण या निमूट वाटणाऱ्या स्वीकारामागे मूळारंभाशी नेणारा अस्फुट आक्रोश होता. त्यातूनच बहुधा न कळत्या लहान वयातच मला आपण जन्मालाच का आलो आहोत आणि आलोच आहो तर त्याचं काय करायचं आहे? असे प्रश्न व्याकूळ करण्याइतक्या तीव्रतेनं पडू लागले. नुसता विचार करण्याखेरीज कोणताच मार्ग समोर नव्हता... मग त्या विचाराचं ओझं पेलवेनासं व्हायचं... जगायला पुरेसं सबळ कारण नसेल तर मग कशाला जगायचं? नकोच जगायला... इथपर्यंत विचार पोचायचे... मनात यायचं, की अशी दिनचर्या असावी की विचार करायला वेळच मिळू नये...

समज येत गेली तसं भोवतीचं सगळं चुकीचं, अपुरं आहे असं जाणवायला लागलं. आपलं आयुष्य भोवतीच्या या माणसांसारखं नको असायला असं वाटायचं. पण तसं नको, तर कसं हवं? त्यासाठी काय करायला हवं? हे कळत नव्हतं... बहुतेक वेळा तंग असणाऱ्या घरातल्या वातावरणाचं कारण वडिलांचा तापट, विक्षिप्त स्वभाव हे आहे हे लक्षात येत होतं. पण त्यावर मला काही उपाय करता येण्यासारखा नव्हता.

माझे वडील बुद्धिमान होते. त्यांच्यात बरेच कलागुण होते. व्यायामानं कमावलेलं शरीर होतं. चारचौघांत उठून दिसेल असं व्यक्तिमत्त्व होतं. जमीन-जुमला, शेतीवाडी, चौसेपी वाडा, भरपूर सोनं-चांदी अशी इस्टेट त्यांच्या नावावर होती. पण यापैकी कशाहीमुळे माझ्या आईला सुख मिळालं नाही. ती आला दिवस सहन करत राहिली... आम्ही अगदी सामान्य आर्थिक स्थितीत वाढलो. आमच्यावर जाणीवपूर्वक कोणतेही संस्कार झाले नाहीत... घरात सतत तंग आणि अस्थिर वातावरण. आणि बाहेरच्या जगात मोकळेपणानं वावरण्याला बंदी... घरात अभ्यासाखेरीज वाचायला फक्त आध्यात्मिक ग्रंथ यामुळे लहानपण नको एवढं गंभीर झालं. व्यवहारी 'स्वभावा'मुळे आम्ही सर्वसामान्य,

अस्थिर आणि क्लेशकारक स्थितीत जगत होतो. आणि तोच 'स्वभाव' माझ्या वाट्याला आला होता म्हणे! वेगवेगळ्या तऱ्हेनं मनावर हे बिंबत राहण्यामुळे मी सतत स्वत:ला कुरतडत राहायची. या अपराधी भावनेच्या पोटात असलेली आंतरिक परिवर्तनाची अत्यंतिक निकड मला सतत अस्वस्थ ठेवत होती. प्रश्नांचं मोहोळ उठवत होती...!

आमची आई आणि आम्ही पाच भावंडं वाट्याला आलेलं भोगत होतोच पण वडील स्वत: सुद्धा 'स्वस्थ' नव्हते. उलट, कुणालाच कधी न कळलेल्या आंतरिक झंझावातात ते हेलपाटत राहिले. त्यांनाही बहुधा स्वत:च्या मर्यादांमधून बाहेर पडायचं होतं पण ते त्यांना जमत नव्हतं. मग अपुऱ्या तयारीनिशी, अतिरेकी मार्गानं अध्यात्माच्या नादी लागून अधिकाधिक गर्तेत जात त्यांनी स्वत:चा सर्वनाश ओढवून घेतला. वयाच्या अवघ्या बावन्नाव्या वर्षीच ते आम्हाला सोडून गेले...! शेवटी ते ज्या अवस्थेत होते त्यातून त्यांची सुटका झाली आणि आमचीही... तो प्रसंग फार विदारक होता... त्याच्या आठवणीनं दु:खापेक्षा भीतीच अधिक वाटायची... तसंच होतं त्यांचं शेवटचं दर्शन! या दु:खद भीतीचं सावट बराच काळ आमच्यावर होतं.

या सगळ्याचा मी प्रचंड धसका घेतला होता. 'वडिलांच्या पावलावर पाऊल टाकून चालणाऱ्या' माझं आयुष्य मला तातडीनं सावरायला हवं होतं... मला माझा असा शेवट होऊ द्यायचा नव्हता. त्यासाठी स्वत:त आमूलाग्र आंतरिक परिवर्तन घडवण्याची गरज मला तीव्रतेनं जाणवली. शिक्षण, बुद्धिमत्ता, सांपत्तिक स्थिती, कलागुण, जात... या कशाहीपेक्षा स्वभाव, रोजच्या जगण्यातलं वर्तन हे अधिक महत्त्वाचं आहे हे मी आमच्या कुटुंबजीवनातून शिकले होते. सर्व गोष्टी प्रयत्नांनी मिळवता येतील, पण 'स्वभाव' कमावणं दुरापास्त आहे हेही घरातल्या उदाहरणानं चांगलंच दाखवून दिलं होतं...

लहानपणापासून वाट्याला आलेलं वरकरणी मी निमूट स्वीकारत होते तरी त्याचा निषेध नकळत आतल्या आत होत राहिला असेल काय? तोपर्यंत कधीही व्यक्त न झालेलं परिस्थिती बदलण्याचं बळ, पुढे मला जे हवंच होतं ते मिळवण्यासाठी माझ्या कामी आलं. माझं आयुष्य मला हवं तसं घडवता येईल असा जोडीदार निवडताना मी पहिला दृश्य स्वरूपाचा संघर्ष केला... या बाबतीतला निर्णय घेताना मला ज्याचं अप्रूप होतं असा 'स्वभाव' असणं ही एकमेव अपेक्षा ठेवून मी व्यावहारिक पातळीवरच्या इतर सर्व गोष्टी नजरेआड केल्या. माझी पसंती व्यावहारिक, परंपरागत रूढ विचारात बसणारी नव्हती. काळजीपोटी

आईचा 'मी तुला मेले...' असा निकराचा विरोध होता. त्यामुळे संघर्ष अटळ होता... परिस्थितीशी आणि स्वत:शीही! पण आंतरिक निकडीशी प्रामाणिक राहात, पडेल ती किंमत मोजत मला हवं ते मी मिळवलं! जाणीवपूर्वक हे सर्व केल्यामुळे लग्नानंतर अनेक अभावांशी कराव्या लागलेल्या संघर्षांबद्दल मुळातच स्वीकारायची भावना होती.

आता राहात असलेल्या दोन बेडरूम्सच्या फ्लॅटमध्ये येण्यापूर्वी पोटभाडेकरू म्हणून मिळालेली एक खोली... बंगल्याच्या बाजूची एक खोली... गावठाण भागातली दीड खोली... हौसिंग बोर्डाच्या दोन खोल्या— अशा घरांमध्ये आम्ही १७-१८ वर्षे राहिलो... अनेक उणीवा गृहीत होत्या. त्याबद्दल तक्रारीचा प्रश्नच नव्हता. पण अधिक हवं याची घाईही नव्हती... लग्नानंतर पहिल्याच वर्षी आजारी झाले. ब्रेन ट्यूमर हे निदान झालं. नोकरी, घर दोन्ही बाबतीत स्थैर्य नव्हतं. दोघांच्या घरातल्यांच्या सहकार्याची अपेक्षा करता येण्यासारखी नव्हती. पुण्यात नवीन होतो. काही माहिती नव्हती. ओळखी नव्हत्या. आणि पैसे तर नव्हतेच... पण अशा काही घटना घडत गेल्या की पुण्यातल्या कमांड हॉस्पिटल मध्ये आजाराचं निदान झाल्यापासून चार दिवसात ऑपरेशन झालं. आईला नुसतं कळवलं होतं. ये म्हटलं नव्हतं तरी ती आली. महिनाभर हॉस्पिटलमध्ये होते... मुंबईच्या लोकलमध्ये चढणं-उतरणं गर्दीच्या रेट्यामुळे कळायच्या आत होऊन जातं, तसं अचानक आलेल्या या प्रसंगातून आम्ही बाहेर पडलो...!

पण बरी होऊन घरी येताना सांगण्यात आलं की 'ट्युमर' कापून काढणं धोक्याचं असतं म्हणून तो काढलेला नाहीये. तो वाढू नये यासाठी आत एक ट्यूब बसवलीय आणि ती आत तशीच राहाणार...! हे ऐकून बरं वाटायला लागलं होतं तरी नव्यानं पुन्हा धडकी भरली... पण असंही समजलं, की मला त्यावेळी ७२ साली उपलब्ध असलेल्यातली जगातली सर्वोत्तम ट्रीटमेंट मिळालेली आहे...! तेव्हा जाणवलं की किती धोकादायक संकटातून आम्ही किती सुखरूप बाहेर पडलोय! तरी शारीरिक आणि मानसिक पातळीवरील या धक्क्यातून सावरण्यात आणि संसार, नोकरी यात स्थिरावून नॉर्मल होण्यात जवळ जवळ दहा वर्षे गेली. वडिलांचा विदारक अंत आणि त्यांच्या शेवटच्या काळात आमच्या कुटुंबात घडलेल्या क्लेशकारक घटनांच्या आठवणी यातूनही ते सावरणं होतं. याच काळात आम्हाला मूल न होण्याचा प्रश्नही येऊन गेला. त्याचा आम्ही फारसा बाऊ केला नाही. सुरुवातीला तर ही इष्टापत्तीच वाटली. मला पारंपरिक रीतीनं संसार करण्याची आवड नव्हतीच. तरी हे सत्य स्वीकारणं आनंददायी

अर्थातच नव्हतं. त्यानं क्लेश देण्याचं आपलं काम बराच काळपर्यंत निभावलं!

या सगळ्यातून दोन गोष्टींमुळे मी खऱ्या अर्थानं सावरले. एक– मी लुना चालवायला शिकले आणि पर्वती जवळच्या घरापासून ससून हॉस्पिटल जवळच्या बँकेपर्यंत लुनानं जाऊ लागले. शारीरिक पातळीवर मी अगदी नॉर्मल झाल्याचा विश्वास यातून मिळाला. आणि दुसरी– मी कविता लिहू शकते याचा शोध मला लागला...! मग मी लिहितच गेले... या लेखनामुळे वैचारिक, भावनिक पातळीवर घुसमटवणाऱ्या आंतरिक संघर्षाला व्यक्त होण्याचा मार्ग मिळाला. मी मोकळी होऊ लागले...

सर्व संघर्षांना व्यावहारिक पातळीवर स्वीकाराच्या मानसिकतेतून सामोरी जात होते. एक प्रकारे शांत होते. तरी त्याचा व्यत्यास असल्यासारखी बिनचेहऱ्याची अस्वस्थता आतल्या आत घुमत राहायची... वैयक्तिक जगण्यातले प्रश्न, मी आहे– ते आहे तसं स्वीकारून किंवा जे मिळणं शक्य नाही ते नकोच आपल्याला, असं म्हणून सोडवून टाकले. आजूबाजूच्या घटना, माणसं, त्याचं जगणं पाहून हे सगळं काय चाललंय? का चाललंय? असे प्रश्न विचलित करायचे. त्यावर विचार व्हायचा खूप. पण विचारांचा प्रवास उपाय शोधण्याच्या दिशेनं होण्याऐवजी कारणं शोधण्याच्या दिशेनं व्हायचा. अमूर्त पातळीवरचा हा प्रवास मनाच्या वेगानं अनेक टप्पे ओलांडत मुळारंभाशी असलेल्या 'आपण मुळात जन्मालाच का आलो आहोत?' या सतत अनुत्तरित राहाणाऱ्या, असंख्य उपप्रश्न पोटात बाळगणाऱ्या आणि एका अर्थी बिनकामाच्या प्रश्नाशी येऊन धडकायचा. हा प्रश्न म्हणजे जिवंत ठेवणारी धग होती. पण तिनं मला कितीतरी काळ तिथल्या तिथेच घुमवत ठेवलं. पार दमछाक केली माझी... यातून सुटका करणारी, विचार करायला उसंत न देणारी, एकेकाळी मला हवी होती तशी, नोकरी आणि संसाराची दिनचर्या मला मिळाली होती. वैचारिक स्तरावर निष्क्रिय करणाऱ्या अस्वस्थतेचा तो काळ होता... तेव्हा कवितेनं आतून धक्के देत मला सक्रिय करायला सुरुवात केली.

लेखनाबरोबर हळूहळू वाचनालाही गती आणि दिशा मिळत गेली. तिथल्या तिथेच हेलपाटणारे विचार मोकळे, सजग आणि 'कृतिशील' होऊ लागले... आत्मपरीक्षणानं विचारलं की माझं मूलभूत प्रश्नांच्या नादी लागणं म्हणजे वर्तमानापासून पळणं तर नाही? समोरची परिस्थिती सुधारण्याचा कृतिशील प्रयत्न करण्याऐवजी या सगळ्याच्या मुळाशी काय असेल असा 'निरुपयोगी' विचार मी का करत असते?... उत्तर आलं, की कोणत्याही गोष्टीच्या मुळाशी जाण्याची ही प्रवृत्ती मी

जाणीवपूर्वक कमावलेली नव्हती. माझा तसा स्वाभाविक कल होता. कॉलेजात गणितं सोडवताना ती सोडवण्यासाठी दिलेली सूत्रं पाठ करण्यापेक्षा ती कशी बनली असतील ते समजून घेण्यात मला रस वाटायचा. मला गणित कसं सोडवायचं असा प्रश्न पडायचा नाही. ते मी बहुतेक वेळा सोडवू शकायची. एखादं नाही सुटलं, तरी ते ओलांडून पुढे जाणं फारसं जड नाही जायचं. पण त्यामागचं सूत्र समजण्याची जिज्ञासा मला बराच काळ अस्वस्थ ठेवायची...

माझ्या क्षमतांच्या मर्यादेत मूलभूत गोष्टी जाणून घेण्यातली अस्वस्थ ठेवणारी जिज्ञासा आणि लहान वयात वेळोवेळी मनात पेरला गेलेला अपराधी भाव, त्यातून निर्माण झालेली आंतरिक परिवर्तनाची निकड या दोन प्रेरणा मला वैचारिक संघर्षाला सामोरं जायला भाग पाडत राहिल्या... सर्व क्षमता ज्यासाठी खर्ची घालाव्यात अशा या दोन गोष्टींमुळे मला बाकी सर्व कमी महत्त्वाचं वाटत होतं...

अशा काळात आमच्या घरी नियमित येणारं स्त्री मासिक आणि साधना साप्ताहिक... मी वाचत होते. त्यातून विचारांना पोषक खाद्य मिळत होतं. ते वाचताना अधिकाधिक अंतर्मुख होऊ लागले. उलघाल वाढली. त्यातून वाट काढण्यासाठी पत्र-संवाद सुरू झाला. स्त्री मासिकातून स्त्री सखी मंडळाची ओळख झाली. मी त्याची सभासद झाले. दर महिन्याच्या कार्यक्रमांना जायला लागले. विद्या बाळ यांचा परिचय झाला... यांतून सामाजिक प्रश्नांची, स्त्री-प्रश्नांची धग जाणवू लागली. माझ्या विचारांच्या परिघात या जाणिवांचा समावेश होऊ लागला. माझ्या प्राधान्याच्या प्रश्नांमुळे दूर राहिलेले हे प्रश्न अधिक निकडीचे आहेत हे लक्षात येऊ लागलं. पण या संदर्भात आपण काही करत नाही, करू शकत नाही ही बोच अपराधीपणाच्या जाणिवेत भरच घालत राहिली...

पण आता व्यक्त होण्याचं साधन हाती आलं होतं. असह्य, उत्कट भावनांना बाहेर पडायची फट सापडली होती. त्यामुळे, पीळ बसेल तसतसा कापसाच्या पेळूतून सुताचा धागा सुटत जातो-तशा आतून कविता येऊ लागल्या. पस्तीस वर्षाचं मौन बोलू लागलं... कवितेमुळे आतल्या घुसमटीतून बाहेर पडता येत होतं. ते केवळ बाहेर पडणं नव्हतं. त्याचवेळी उघडल्या गेलेल्या दारातून बरंच काही आत येत होतं...! शब्दातून व्यक्त होता होता कविता या माध्यमाची ओळख होऊ लागली. कविताविषयक कार्यक्रमातून इतरांच्या कवितांची आणि समीक्षा या नव्या विषयाचीही ओळख होत होती... विचारांचा परीघ विस्तारत होता. समीक्षेच्या स्वरूपाविषयीचे प्रश्न मला सतत सतावणाऱ्या प्रश्नांमध्ये

सामील झाले...

स्वत:हून बाहेर पडायला लागल्यावर माझा वैचारिक संघर्ष चतुर्भुज झाला. आधीचे प्रश्न थोडे मागे सरले. सामाजिक प्रश्नांचं वैविध्य आणि व्याप्ती जाणवत होती. हळूहळू लक्षात येत गेलं की, सामाजिक कार्यात प्रत्यक्ष सहभागी नाही होता आलं तरी त्या संदर्भातली संवेदनशील सजगता आणि त्याविषयीची योग्य जाण असेल तर आपण अप्रत्यक्षपणे बरंच काही करू शकतो. 'विचार' ही पण एक कृती आहे. लेखनाच्या माध्यमातून प्रभावीपणे समाजापर्यंत विचार पोचवणं हाही समाजकार्याचा एक भाग होऊ शकतो... हे मला जमण्यासारखं होतं. ते मी माझ्या परीनं करू लागले... हे करता करता हेही जाणवत गेलं की लेखनातून 'घडण्या'साठी केवळ अंतर्मुख विचार पुरेसा नाही. बाह्य जगाच्या सजग भानात असणं तितकंच आवश्यक आहे...!

कविता, साहित्य, समीक्षा... या बाबतीतही संवादाला बऱ्याच जागा होत्या. नव्या-जुन्या कवितांबरोबर इतर साहित्यप्रकार- आत्मचरित्र, कथा, कादंबऱ्या... याचं वाचन व्हायला लागलं, तसे जिज्ञासू मनाला नवे प्रश्न पडायला लागले. गौरी देशपांडे यांच्या कथा-कादंबऱ्यांमधल्या विचारांनी आमच्या समजूतदार सहजीवनातील समाधान प्रश्नांकित केलं. एकमेकांसाठी केलेल्या तडजोडी आठवून आपलं चुकतंय की काय असं आत्मपरीक्षण होत राहिलं... स्वसामर्थ्यांची जाणीव होत गेली तसतसा अतिरिक्त 'जपलं जाण्या'चा त्रास होऊ लागला. पण यापेक्षा अधिक अस्वस्थ करत मला अंतर्मुख केलं ते अजून लक्षात राहिलेलं वाक्य असं- 'ज्यांची आयुष्याकडून अपेक्षाच पराभवाची, ते पराभवाचंही तत्त्वज्ञान बनवतात.' व्यवहारी जगात कसलीही महत्त्वकांक्षा न बाळगणारी, शक्यतो संघर्ष टाळत आहे हे स्वीकारणारी माझी वृत्ती या वाक्यानं कितीतरी काळ परीक्षानळीत घालून ठेवली होती... दलित आत्मचरित्रांनी घडवलेल्या 'विश्वदर्शना'नं माझ्या संवेदनशीलतेच्या मर्यादांनी स्वत:ची लाज वाटावी असं भान मला दिलं आणि वैचारिक संघर्षाला आणखी एक क्लेश वाढवणारा विषय पुरवला... अधिक वाचन, संवाद आणि स्व-विचार करत अशा प्रत्येक वैचारिक संघर्षातून मी स्वत:विषयीची, जगण्याविषयीची समजूत कमावत होते...

सजग मनाला पडणारे प्रश्न, त्यातून निर्माण होणारी जिज्ञासा यांच्या प्रेरणेतून मी १९९९ साली मराठी विषय घेऊन आणि २००४ साली तत्त्वज्ञान विषयात एम.ए केलं. या निमित्तानं झालेल्या अभ्यासातून, अनुषंगिक वाचनातून नवी अंतर्दृष्टि मिळत होती... पण त्यामुळे प्रश्न सुटण्याऐवजी त्यातील व्यामिश्रताच

अधिकाधिक जाणवत होती... ते मला आणखी खोलात नेत होते. हा वैचारिक प्रवास टप्प्याटप्प्यानं ईशावास्य उपनिषदाच्या अभ्यासापर्यंत घेऊन गेला... मधल्या काळात मराठी कवितांबरोबर हिंदी कविता, बालकविता, कवितांचे अनुवाद, अनुषंगिक विषयांवर लेख लिहिणं... हे सातत्यानं होत राहिलं...

ही सर्व लेखन-वाचन प्रक्रिया मी आतून अनुभवत होते. घडत होते. पण एक नजर सतत स्वत:वर रोखलेली असायची. रोजच्या जगण्यात कधी साध्याशाच गोष्टीनं मी चिडले, रागावले तर तो मला माझा पराभव वाटायचा. खूप मनाला लावून घेतलं जायचं. अधिक वाचन, विचारांमुळे समज जितकी वाढत होती तितकी अशा पराभवाची वेदना तीव्र असायची. वाटायचं, समज नुसती बौद्धीक पातळीवर वाढून काय उपयोग? मला साध्या गोष्टी निभावता येत नाहीत... या पराभवापुढे मला माझ्या नव्यानं मिळवलेल्या पदव्या, माझं प्रगल्भ करणारं वाचन, माझे कवितासंग्रह... त्यांना मिळालेले पुरस्कार... त्यामुळं होणारं कौतुक... माझी नोकरी... या सगळ्या जमेच्या गोष्टी निरुपयोगी वाटायच्या. खरं तर, मनाविरुद्ध काही घडलं तर चिडणं ही स्वाभाविक प्रतिक्रिया आहे. त्यासाठी इतका मनस्ताप करून घेणं अपेक्षित नाही. पण माझं चिडणं वाजवीपेक्षा जास्त आणि रागावण्याचं कारण त्या मानानं किरकोळ असायचं... आणि मुख्य म्हणजे या अपराधी वाटण्यामागे 'बापाच्या पावलावर पाऊल आहे अगदी' ही लहानपणी करून दिलेली जाणीव आणि अशा स्वभावापायी झालेल्या वडिलांच्या कासावीस करणाऱ्या शेवटाची आठवण दहशत बनून उभी असायची...! त्यामुळे माझी अशी प्रत्येक 'चूक' मला लाल निशाण दाखवून सावध करायची.

लेखनातून सुटकेचा मार्ग सापडल्यावर कवितेत न मावणारे असे सर्व छोटे-मोठे स्व-संघर्ष मी डायरीत नोंदवू लागले. स्वत:शी संवाद करणाऱ्या या दैनंदिनीत वेगवेगळ्या मार्गानं माझ्या परिघात येणारे नवे विचार आत्मसात करताना होणारा संघर्षही नोंदवला जायचा. माझ्या 'पराभवा'च्या एका पातळीवरील मृत्यूच्याच- अशा नोंदीबरोबर स्वसंवादातून कमावलेलं उन्नत करणारं... एका पातळीवर पुनर्जन्म घडवणारं आकलनही या दैनंदिनींमध्ये समाविष्ट व्हायचं... (यातील निवडक लेखनाचं एक संकलन 'माझ्या डायरीतील पुनर्जन्मांच्या नोंदी' या नावानं पुस्तकरूपात आणावं असं बरेचदा मनात येतं असतं...)

कवितालेखन, अभ्यास, इतर वाचन... हे सर्व आपल्या जागी चालू होतं तरी आंतरिक परिवर्तनाचा मुद्दा कायम अग्रक्रमावर होता. त्यासाठी कमवत असलेली बौद्धिक प्रगल्भता पुरेशी नाही हे अनुभवत होते. हे इतकं अवघड का

जातंय याची कारणं आणि उपाय शोधणं हा माझा ध्यासविषय बनला होता... एकदा संजीवनी मराठे यांना फोन करून, वेळ ठरवून त्यांना भेटायला गेले होते. बराच वेळ बसले होते. त्यांच्याशी बोलताना कवितेपेक्षा माझ्या मनातल्या या उलघालीविषयीच मी अधिक बोलले. तेव्हा त्या म्हणाल्या, 'स्वत:ला इतकं धारेवर धरू नये गं...' धीर देणारं त्यांचं हे वाक्य माझ्या कायम स्मरणात राहिलं... स्वत:लाही माफ करता यायला हवं हे त्यांनी माझ्या लक्षात आणून दिलं होतं...

स्वत:त बदल घडवण्याची इच्छा इतकी तीव्र होती की त्यासाठीचा मार्ग म्हणून मनाला फारसं पटत नसतानाही 'रेकी'चा कोर्स, ध्यानधारणेचं शिबिर अशा गोष्टी करून पाहिल्या. तीन दिवसाच्या ध्यानशिबिरातील चांगल्या अनुभवानंतरही वडिलांच्या 'आठवणी'नं सावध केल्यामुळे ध्यानधारणा हा आपला मार्ग नाही हे मी ठरवून टाकलं... 'रेकी'चा कोर्स झाल्यावर त्यात सांगितल्यानुसार एकवीस दिवस कोणत्याही शंका मनात न घेता सर्व करून पाहायचं. अनुभवायचं ठरवलं. अनुभवात काही सकारात्मक गोष्टी जाणवल्या. पण त्या श्रद्धेनं स्वीकारता येईनात. कारण त्या बुद्धीनं खोडून काढता येण्यासारख्या होत्या. मग रेकी हे काय तंत्र आहे? त्याचा माणसावर अपेक्षित परिणाम कसा होत असेल? काय प्रक्रिया घडत असेल? असे प्रश्न पडू लागले. मग त्या संदर्भातली पुस्तकं मिळवून वाचली. विचार केला. माझ्यापुरता निष्कर्ष काढला की तीव्र इच्छाशक्ती असेल तर अपेक्षित गोष्टी घडवून आणण्याचं बळ आपल्याला मिळतं. पण अशी इच्छाशक्ती आपल्यात निर्माण कशी करायची? याचं उत्तर मिळालं नाही...

कोणत्याही अनाकलनीय, अनुत्तरित राहाणाऱ्या प्रश्नांची सांगड ईश्वराशी घातली जाते. लहानपणापासून कळत नकळत मनावर ठसलं गेलं होतं, की कर्ता करविता तो आहे. त्याच्या इच्छेशिवाय झाडाचं पानही हलत नाही... हे फारसं बरोबर वाटत नव्हतं. पण ते न मानण्याला पर्यायही दिसत नव्हता... अनेक अनाकलनीय प्रश्नांची उत्तरं असू शकणाऱ्या ईश्वराचं स्वरूप समजून घेणं हा जिज्ञासेचा विषय सतत माझ्या सोबत होता. याच जिज्ञासेनं मला 'ईशावास्य'च्या अभ्यासापर्यंत पोचवलं... मराठीतील गीता-गीताई, ज्ञानेश्वरी... असे ग्रंथ वाचायचा प्रयत्न करत होते. त्यातून काही मिळत होतं. संत तुकारामांची गाथा वाचायला लागल्यावर मात्र प्रथम अडखळायला झालं. अपुऱ्या आणि एकांगी वाचनामुळे, संसाराकडे दुर्लक्ष करून केलेल्या भक्तीविषयी मनात गैरसमज होते. त्यामुळे गाथा वाचण्यात रस वाटेना. पण 'आकांताचे देणे' हा कवी ग्रेस यांचा 'चर्चबेल' या पुस्तकातला छोटासा लेख वाचल्यावर माझे गैरसमज दूर झाले. पुन्हा गाथा

एक चांगलं माणूस होण्यासाठी... / २१९

वाचावीशी वाटू लागली. आवडो न आवडो, कळो न कळो... एकदा तरी गाथा वाचायचीच असा निश्चय केला. अशा ग्रंथांची पारायणं करण्यातल्या निर्बुद्ध श्रद्धेला मी नावं ठेवत होते... स्वत:ला आव्हान देत, बुद्धीनं ठरवून मी गाथा वाचायला घेतली. हळूहळू त्यात गुंतत गेले. यात काहीतरी जवळचं आहे असं जाणवत होतं. तरी अभंगामधून व्यक्त होणारा ईश्वरभेटीचा आकांत समजू शकत नव्हता. ईश्वराची-निर्गुण निराकाराची भेट म्हणजे नक्की काय साधायचं?... स्वत:ला धारेवर धरत, स्वत:शी वाद घालत, स्वत:ची कसोटी पाहात अखंड आत्मपरीक्षण करणारा तुकोबांचा ईश्वरभेटीचा ध्यास- म्हणजे आंतरिक परिवर्तनाचाच ध्यास होता काय? दिलीप चित्रे यांच्या 'पुन्हा तुकाराम' या पुस्तकात मला माझ्या या विचारांना पुष्टी मिळाली. तुकोबा ते विठोबा हा प्रवास गाथेतील अभंगामधून उलगडत जातो... विठोबा हे तुकोबांचं महत्तम रूप आणि तुकोबा हे विठोबाचं लघुत्तम रूप आहे... अशा विचारांनी मला तुकोबांच्या ईश्वरभेटीच्या आकांताचा मला समजेल असा अर्थ सांगितला... 'लाहो' या शब्दाची, त्यात अनुस्यूत असलेल्या आकांताची ओळख इथेच झाली. हाच लाहो माझ्यासाठी आदर्श बनला...!

'आंतरिक पविर्तनाचा लाहो' या स्वरूपाच्या, माझ्या क्षमतांच्या मर्यादितल्या आत्मसंघर्षातून मी काय मिळवलं? माझा चांगलं माणूस होण्याचा छोटासा ध्यास इतक्या संघर्षानंतर सफल झालाय का?... या मनोगताच्या निमित्तानं विचार करताना जाणवतंय, की अजूनही पुरेसं परिवर्तन झालेलं नाहीय. पण मी आता थोडं स्वत:ला माफ करायला शिकलेय... हेही जाणून घेतलंय, की सतत घडत राहणं हाच आपल्यातल्या 'स्व'चा धर्म आहे... या आंतरिक घुसळणीनं जिज्ञासा निर्माण करत वाचन, अभ्यास, विचार, आणि लेखन करायला भाग पाडलं. कमावलेल्या प्रत्येक शहाणपणाची सांगड आंतरिक परिवर्तनाशी घातली. केवळ बौद्धिक कमाईच्या निरुपयोगीपणाची जाणीव सतत जागी ठेवली. आणि सर्वात महत्त्वाचं म्हणजे "I will not allow the history to repeat" या वडिलांच्या तोंडून ऐकलेल्या वाक्याचा, तेव्हा कधीच न समजलेला अर्थ प्रत्यक्षात उतरवला... त्यांचाच हरलेला आंतरिक संघर्ष वाटाड्या बनून माझ्या संघर्षात सामील झालेला होता काय?...

आज घडीला विचार करताना मनात येतंय, की अजूनही न संपलेला हा सगळा संघर्ष आत्मकेंद्री आहे का? हे छोटंसं यश माझ्यापुरतंच आहे का? की माझ्या जवळच्या, भोवतीच्या, माझ्या कवितेनं जोडल्या गेलेल्या अनेकांपर्यंत पोचतेय माझी कमाई?

❖❖

विभाग -६

रे तुझ्यावाचून काही येथले अडणार नाही

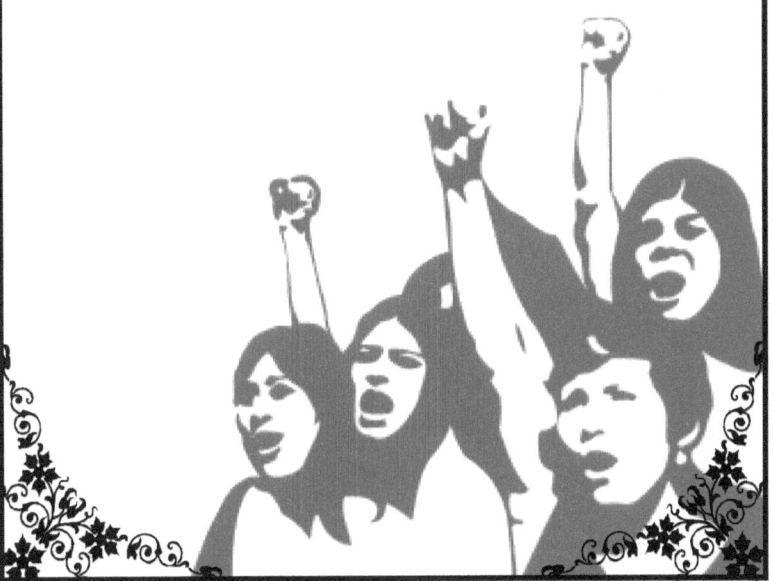

रे तुझ्यावाचून काही येथले अडणार नाही

पती-पत्नीचे नाते हा एक विचित्र तिढा आहे. त्याची सुरुवात प्रेमाने एकमेकांजवळ येण्याने झाली तरी त्याचा शेवट कुठे आणि कसा होईल याची कोणतीही खात्री देता येत नाही. प्रेम आणि तिरस्कार या एकाच नाण्याच्या दोन बाजू आहेत, त्यामुळे प्रेमाचे रूपांतर तिरस्कारात कधीही होऊ शकते. पती-पत्नी संबंधात विसंवाद येण्यासाठी कोणतेही लहान-मोठे कारण पुरते आणि मलमलीच्या कापडाला लागलेली कीड जशी हळूहळू सगळे कापड खाते, तसा विवाहातील विसंवाद वाढत जाऊन तो व्यक्तीच्या सुखी-समाधानी आयुष्याचा नाश करून टाकतो. कुटुंबसंस्थेत पुरुषाचे प्राबल्य असल्याने मन मारून, दबून, शोषिताचे आयुष्य जगणारी स्त्रीच असते. स्त्रीच्या प्रभावाखाली गुदमरून स्वातंत्र्य हरवून बसलेला पुरुष विरळाच असेल, पण सर्वसाधारण नव्वद टक्के विवाह हे स्त्रीच्याच हुंदक्याखाली टिकून राहिलेले असतात आणि हे सोसणे जेव्हा असह्य होते तेव्हा पती-पत्नींनी घटस्फोट घेऊन विभक्त राहाणे हेच श्रेयस्कर असते. विवाहसंस्थेच्या प्राबल्यामुळे काही काही शब्दांवर किटाळ येत गेले आणि त्यांच्यावर स्त्रीमध्येच काहीतरी खोट आहे असा शिक्का बसत गेला. प्रौढ कुमारिका, परित्यक्ता, विधवा या शब्दांप्रमाणेच घटस्फोटिता या शब्दानेही त्या बाईकडे बघण्याचा एक विशिष्ट दृष्टिकोन तयार झाला आणि हा दृष्टिकोन कधीही निरोगी स्वरूपाचा नव्हता. या बाईची लफडी असणार, ती चालू असणार, तिच्यातच बाई म्हणून काहीतरी कमतरता असणार-इथपासून तर्कवितर्कांना सुरुवात होते आणि मग एकट्या राहणाऱ्या अशा स्त्रीकडे पुन्हा बाई म्हणून वाकड्या नजरेने पाहिले जाते.

आयुष्यात नवऱ्याशी झगडा करत जगणे जितके कठीण आहे, तितकेच घटस्फोट घेऊन पुन्हा नव्याने आपले आयुष्य उभे करणेही कठीण आहे, पण अशक्य नाही. 'रे तुझ्यावाचून काही येथले अडणार नाही' असे खडसावून सांगत स्वत:ला सिद्ध करून दाखवणाऱ्या अनेक स्त्रिया आहेत. आजच्या तरुण पिढीत तर शिक्षणाने समर्थ आणि भक्कम आर्थिक कमाई करणारी स्त्री विनाकारण आपल्या पाठीचा कणा मोडल्यासारखी कुणाकडे दबून आपले आयुष्य रडत- कुढत काढणार नाही. आज सुदैवाने घटस्फोट शब्दाला असलेला कलंकही हळूहळू दूर होऊ लागला आहे, कारण घटस्फोटितांची संख्या वाढू लागली आहे. पण मागच्या पिढीत घटस्फोटाबद्दल खुलेपणाने बोलणेही अवघड होते. आपल्या खाजगी जीवनाबद्दल उघडपणे बोलणे वा लिहिणे हे शिष्टसंमत समजले जात नसे. अशा वेळी आयुष्यात खूप काही सोसलेल्या तीन स्त्रियांनी मोकळेपणाने आपले अनुभव खुले केले आहेत, पण 'सोसणे' हा त्यांचा मोठेपणा नाही. त्या केवळ सोसण्यात दबून राहिल्या नाहीत. रडणे, चिडणे, संतापाने स्वत:च्या प्राक्तनाला दोष देणे हे सगळे पहिली प्रतिक्रिया म्हणून नैसर्गिकच असते, त्यातून राखेतून भरारी मारणाऱ्या फिनिक्स पक्षासारखे त्यांचे जीवन अग्निपरीक्षेतून अधिक उजळून निघाले. मुख्य म्हणजे त्यांना निजखूण सापडली. त्यांनी स्वत:तल्या क्षमता ओळखल्या आणि त्या अधिक खंबीरपणे आपले जीवन आनंदाने व्यतीत करू लागल्या. एक घटस्फोट झाला, म्हणजे आयुष्यातला सगळा आनंद संपतो थोडाच? आयुष्यात अशा कितीतरी गोष्टी आहेत, ज्यांची आव्हाने पेलण्याने तुम्ही चिरकालीन आनंदाचे धनी होता. फक्त हे समजून तसे वागायला येणारे समर्थ मन तयार व्हायला पाहिजे.

अनामिका ही एक अत्यंत विद्यार्थीप्रिय हुशार प्राध्यापक आहे तितकीच ती एक अतिशय संवेदनाक्षम, भावूक, हळवी कवी आहे. प्रतिभेचे एक लखलखते मोरपीस तिच्या सुंदर चेहऱ्यामागे मला नेहमीच दिसते आणि त्याचे विविध विभ्रम तिच्या लेखनातून अनेकदा उमटले आहेत. खाजगी आयुष्यात सोसलेल्या अनावर दु:खाला पचवून तिची कविता ताठ मानेने उभी आहे, कारण ती स्वत: अशा ताठ मानेने जगायला शिकली आहे. घरात एक पैसाही न कमवणारा नवरा आणि सासू व नणंद अशा तीन बलाढ्य विरोधी पक्षांपुढे तिचा विरोध गर्भगळित पक्ष्यासारखा कातर झाला.

शिक्षण घेण्याची जबरदस्त इच्छा, पदरात दोन मुले आणि त्यानंतर झालेला घटस्फोट- या सगळ्या भूकंपासारख्या खचणाऱ्या जमिनीवर अनामिका न डगमगता ताठ उभी राहिली. तिने स्वत:चे विश्व उभे केले आणि मनात कोणताही कडवटपणा न ठेवता ती आयुष्यावर प्रेम करायला शिकली. वाईटातून अनेकदा चांगले उगवून यावे, तशी गवताच्या मोलाने पायदळी तुडवली जाता जाता ती वाचली आणि तिच्या आयुष्याचा डेरेदार वृक्ष तिने फुलवला.

'कोणीतरी अशीच' या नावाने लिहिणाऱ्या मैत्रिणीने तिच्या आयुष्याची परवड अशीच 'राखेतून भरारी' मध्ये व्यक्त केली आहे. न्यायासाठी दोन्ही नवऱ्यांच्या बाबतीत कोर्टाची दारे ठोठावण्याची वेळ तिच्यावर आली. पहिल्या प्रेमलग्नात ती फसवली गेली आणि कोर्टाच्या, दिल्लीच्या वाऱ्या करून कंटाळल्यावर अखेर तिने परस्पर संमतीने घटस्फोट घेतला. दुसऱ्या लग्नात तर सुखाचे चार दिवसही तिच्या वाट्याला आले नाहीत. सावत्रपणा न करताही तिच्यावर सावत्रपणाचा शिक्का बसला आणि नवऱ्याच्या सर्व प्रकारच्या व्यसनांनी कुठलेही सुख तिच्या पदरात टाकले नाही, पण नारी समता मंचच्या कार्यकर्त्यांच्या आधाराने तिने कोर्टात लढा दिला. आज एकाच छताखाली राहून ते दोघे परक्यासारखे एकत्र राहातात, ना संभाषण ना सहवास, पण तिला निदान घर सोडावे लागले नाही, पोटाची चिंता मिटली आणि मुख्य म्हणजे आपल्यासारख्या अडल्या स्त्रियांसाठी ती कार्यकर्ती बनली, आपल्या आवडीच्या मंडळात येऊ लागली आणि आपल्या आयुष्यात पूर्णपणे गमावलेला आत्मविश्वास तिने परत मिळवला. आयुष्यात इच्छा असूनही कित्येक भुका मारून जगावे लागते, पण त्यासाठी रडत कुढत न बसता, आपल्या आहे त्या जीवनात सकारात्मक विचार करत समाधानाने जगणे हेच तिच्या लढ्याचे श्रेयस आहे.

गीतालीसारखी निर्भीड, स्पष्टवक्ती, परखड, दोन्ही बाजूने समतोल विचार करणारी आणि स्पष्ट शब्दात जगापुढे नाव लपवून न ठेवता त्याचा लेखाजोगा मांडणारी स्त्री लाखातसुद्धा एखादी असू शकेल की नाही याची शंका आहे. ती विज्ञान शाखेची डॉक्टरेट आहे. फर्गसनसारख्या सुकीर्त महाविद्यालयात तिने तिची पूर्ण करिअर केली. नारी समता मंचची ती अध्यक्ष आहे. 'मिळून साऱ्याजणी' सारख्या स्त्रियांच्या प्रश्नाला वाहिलेल्या

मासिकाची पूर्णवेळ संपादक आहे. शिवाय 'पुरुष उवाच' नावाचा एक समर्थ गट ती चालवते. त्याच नावाचा एक उत्तम दिवाळी अंक काढते. उत्तम कार्यकर्ती, उत्तम लेखिका, उत्तम संपादक, उत्तम वक्ती, उत्तम संघटक असे कितीतरी गुण तिच्यात आहेत. एक स्त्री म्हणून सर्व स्त्रीसुलभ भावना तिच्यामध्येही आहेत, पण तिच्या व्यक्तित्वातच कणखरपणा आहे. लग्नातला स्वप्नाळूपणा तिच्याकडे कधीच नव्हता. तिला सुरुवातीपासूनच विवाहातील वास्तवाचे पूर्ण भान आहे आणि मुख्य म्हणजे आयुष्यातील कटू अनुभवातून ती खूप शहाणपण शिकली. एकनिष्ठा आणि योनीशुचिता हेच विवाहाचे दोन मुख्य आधार आहेत, अशा भ्रमात तरुणपणी तीही होती; पण पुढे नवऱ्याला मैत्रीण असणेही ती समजू शकते, पण त्याच सडेतोडपणे आपल्यालाही मित्र असणे नवऱ्याने मान्य करायला हवे हा आग्रह धरते. तात्त्विक आणि तार्किकदृष्ट्या तिचा मुद्दा सडेतोड आहे, आणि तो नवऱ्यापुढे लावून धरण्याचे धारिष्ट्य तिच्यात आहे. घटस्फोटानंतरही त्याच्याशी मैत्री ठेवायला काय हरकत आहे, इतका आधुनिक विचारही ती करू शकते. लोकांच्या टीकेला शून्य किंमत देऊन आपण आपल्याशी प्रामाणिक असण्याच्या सच्चाईचा तिच्या लेखनात जागोजागी प्रयत्य येतो. या अनुभवांनीच एकाधिक नाती आणि स्त्री-पुरुषातील लफडी यात असलेला फार मोठा फरक तिच्या लक्षात आला. विवाहसंस्थेतील ढोंग-दांभिकपणा ती बरोबर दाखवून देते, पण त्याचबरोबर स्त्री म्हणून स्वत:ला अगर दुसऱ्या स्त्रीला झुकते माप देण्याची तिची वृत्ती नाही. स्त्री-पुरुष समानतेचा सामाजिक न्याय तिच्या रक्तात भिनला आहे. तिचा संघर्ष हा एका समर्थ, विचारी स्त्रीचा संघर्ष आहे, म्हणूनच कोणताही विचार स्वत:च्या व्यक्तिगत आयुष्यापुरता मर्यादित न ठेवता एका व्यापक समाजिक जाणिवेच्या आणि स्त्रीचळवळीच्या संदर्भात ती मांडते याचे मोल अधिक आहे.

❖❖

१.
श्रेयस्, माझ्या लढाईचं

- अनामिका

आज आयुष्य बरचसं स्थिरस्थावर झालंय असं वाटतंय. एका प्रचंड मोठ्या लढाईची धामधूम थांबलीय आणि मी केवढी तरी शांत आहे. शांतपणे कॉलेजला येतेय जातेय, नेहमीच्या कामांव्यतिरिक्त आता कोणताच ताण मनावर नाही. अवघी तळमळ शांत होऊन गेलीय. खूप भाग्यानं मिळावं असं हे शांत सुरात, हळुवार पुढे सरकणारं माझं आयुष्य आता मला खूप जपायचंय.

पण तरी मागे वळून पाहावसं वाटतंच एकेकदा, आपोआप आणि मग खूप आश्चर्य वाटतं आपण कुठून कुठे आलो? हा एवढा प्रवास? खरंच? आपण? आपण केलाय? खरचं, खरं वाटत नाही...असं खूप काही मनात येतं आणि वाटतं हा प्रवास कसला म्हणायचा? ही तर एक प्रचंड मोठी लढाई होती, अत्यंत जीवघेणी...मी कशी पेलली ही लढाई? कशी लढले अशी एकाकी? कसा मार्ग मिळत गेला या सगळ्यातून? आज हे सर्व आठवलं तरी अंगावर एक काटा उभा राहतो आणि नकळत डोळ्यातून पाणी टपटपायला लागतं.

मला आठवतात ते दिवस ३५ वर्षापूर्वीचे. मी कॉलेजच्या शेवटच्या वर्षाला होते आणि आईनं एके दिवशी मला सांगितलं, तुझं लग्न आम्ही ठरवतोय. हे 'आम्ही' म्हणजे माझी आई व माझे सावत्र पिता. एक मोठे इनामदार. ज्यांच्यासमोर काहीच बोलण्याची प्राज्ञा नव्हती, ते ठरवतील तीच आता पूर्व दिशा होती. "आई, मला लग्न नाही गं करायचं, मला पुढे खूप शिकायचंय. एम. ए. करायचयं." मी खूप कळवळून म्हटलं पण कुणीच माझं काही ऐकलं नाही. कारण 'ते' माझे सख्खे वडील कुठे होते? माझे पपा असते तर मी त्यांच्या गळ्यात पडून त्यांना सगळं सांगितलं असतं ना. आणि मग शेवटी ते लग्न झालं. मी सासरी आले. तसं मन खूप उदासच होतं पण मी तरीही या मधल्या काळात माझं मन घट्ट तयार केलं होतं. या नव्या घटनेचा मनापासून

स्वीकार केला होता. विवाह या शब्दानेही प्रत्येक मुलीच्या मनात ज्या गोड भावना, स्वप्नं निर्माण होतात ती माझ्याही मनात आपोआप निर्माण झाली होती. सगळ्या मुलींसारखीच डोळ्यात स्वप्नं घेऊन मी या घरी आले. हळूहळू इकडेतिकडे पाहात होते, माझं आजवरचं आयुष्य कसं लाडाकोडाचं समृद्ध असं होतं. सावत्र वडिलांचं आयुष्यात येणं सोडल्यास त्याआधीचं जीवन प्रेमानं भरलेलं होतं, मुली आहेत, त्यांनी जगावं आरामात फुलपाखरा, फुलासारखं नाजूकपणे मजेत- असा माझ्या आईपपांचा दृष्टिकोन, अन् मी एवढी मोठी झाले तरी ते फुलपाखरी नाजूकपण माझ्यातही तसंच उरलेलं...

पण त्या घरी गेले आणि हळूहळू माझा भ्रमनिरास व्हायला सुरुवात झाली, माझे पती, जे इंजिनिअर आहेत, पार्टनरशिपमध्ये एक कारखाना लवकरच सुरू करणार असं जे काही मला सांगण्यात आलं होतं ते सर्व खोटं होतं हे हळूहळू माझ्या लक्षात यायला लागलं. हा माणूस दिवसरात्र काहीही न करता, सतत घरातच बसून असे. त्याच्या आईचीच सर्व घरगुती कामे करीत असे. मी आधी नवीन होते. काही विचारू शकत नसे; पण हळूहळू विचारायला लागलेच की, "कारखाना कधी सुरू होणार? तुम्ही असे चोवीस तास घरातच बसून असता त्याचा मला खूप त्रास होतो." तेव्हा त्यांच्याकडून टोलवाटोलवीची उत्तरे मिळू लागली. याच्याच जोडीला धक्कादायक आणखी एक प्रकार घडायचा होता. तो असा की, आमच्या लग्नानंतर काही दिवसातच माझ्या पतीची मोठी बहीण, जी त्याच गावात राहत असे ती, नवऱ्याशी भांडून कायमचीच आपलं सामानसुमान घेऊन आमच्या घरी आली आणि मग एक नवे महाभारत घरात धुमसायला लागले. सासूबाईंची सगळीच सहानुभूती मग तिच्याकडे गेली, त्या मुळातच जुन्या मताच्या, कडक शिस्तीच्या भोक्त्या, पण मी प्रयत्नपूर्वक जमवून घेत होते, मनावर खूप ताण होते आणि त्यातच आता या बाई आल्यावर मी खूप खूप प्रयत्नाने उभा ठेवू पाहात असलेला डोलारा हळूहळू ढासळतोय हे माझ्या लक्षात यायला लागले आणि शेवटी तसंच झालं. अंतर्बाह्य युद्धाचा प्रसंगच घडू लागला. घरात एकाविरुद्ध तीन असे वातावरण निर्माण झाले. माझ्या पतीने एक पैसाही कधी मिळवण्याचा प्रयत्न केला नाही. तो तसाच आपसात जगत राहिला. त्याच्या कर्तृत्ववान होण्याची वाट पाहात पाहात नऊ वर्षे लोटली. मी दोन मुलांना जन्म दिला. मला सासरच्या एवढ्या गर्भश्रीमंत घरात अहोरात्र कामाला जुंपल गेलं, सतत मनावर दहशत, तिरस्कार घेऊन माझं जगणं, पण तरीही दुसऱ्या मुलीच्या गरोदरपणात नववा महिना सुरू असताना मी पूर्ण केलेली एम.

ए. ची परीक्षा; अख्खं घरच माझ्या परीक्षेविरुद्ध, कोणाच्याही सहानुभूतीचा स्पर्श नाही. पुढे अथक प्रयत्नातून मला मिळालेली कायमस्वरूपी कॉलेजमधील प्राध्यापिकेची नोकरी. पण त्यानंतर 'त्या'ने असूयेने पेटून उठणं, माझ्याविरुद्ध वाहू लागलेले संशयाचे वारे, असह्य होत गेलेले माझे जीवन खचत जाणे, अन् एके दिवशी निराशेच्या अतिरेकानं बेशुद्ध पडणं अन् त्यावेळी शेजाऱ्यापाजाऱ्यांनी माझ्या आईला कळवणं. तिने मला माहेरी आणलं ते कायमचंच.

अन् इथे पुन्हा एका नव्या स्थित्यंतराची सुरुवात; एम. ए. ची डिग्री हाती अन् पुन्हा एकदा नोकरीचा शोध. एखाद्या कॉलेजमध्ये नोकरी मिळणं सोपं नव्हतं. मग एका प्रिंटींग प्रेसमध्ये संपादकीय विभागात पार्टटाईम नोकरी, सकाळी एका ज्युनिअर कॉलेजमध्ये दोन तास शिकवणं. आर्थिक तणाव खूप. कारण दोन मुलांची जबाबदारी, शिक्षण करणं, संध्याकाळच्या वेळी घरात ब्युटी पार्लर सुरू केलं. अशी त्रिस्थळी यात्रा सुरू असतानाच माझ्यावर आणखी एक घाव पडायचा होता. त्या लोकांनी मुलांच्या कस्टडीसाठी माझ्यावर केलेली केस, त्यांच्याकडची आर्थिक सुबत्ता पाहून कोर्टानं मुलाची जबाबदारी त्यांच्याकडे देणं, परत परत माझं खचणं, कोसळणं, मुलांसाठी अविरत तळमळत राहाणं, माझ्या मनात जी जिद्द होती काहीतरी करण्याची, कुणीतरी होण्याची, मुलांना घडवण्याची - ती अशी परत एकदा कोसळली होती पण तरी माझ्या मुलीसाठी मला परत एकदा उभं राहावं लागलं.

सख्यांनो, या सर्व घटनांना तशी आता तीस वर्षे सहज लोटलीत. भूतकाळ आठवायचा नाही म्हणतात. पण काय काय नाही घडलं या तीस वर्षात? राबणं, सतत राबणं, मनावर अविरत टेन्शन घेऊन पुढे जात राहाणं, एकाकीच चालत राहणं, सगळंच जीवनच कसं दुखावणारं, घायाळ करणारं, परत परत माझ्या मनात येत राहायचं, असं का नशीब माझं? माझा दोष काय होता? का मलाच अशी माणसं भेटली? का मला असं एकटं जगावं लागलं. माझ्या या सगळ्या प्रश्नांना उत्तर शेवटी एकच मिळायचं की, हे तुझं प्राक्तन आहे, कोणीही बदलू न शकणारं. हे सोसावं- भोगावचं लागतं आणि लागणार, नियतीचं दान स्वीकारावचं लागतं शेवटी. मीही निमूटपणे ते स्वीकारलं अन् त्यातून खूप सुंदर गोष्टीही मला मिळाल्या अन् या गोष्टी फक्त माझ्या होत्या. मला कधीही सोडून न जाणाऱ्या. हे आज आयुष्याच्या उत्तरार्धात मला उमगतंय. स्वाभिमान आणि कष्टाचं महत्त्व, प्रेम म्हणजे काय? काय असतं आईपण? माझी मुलगी तर नेहमी माझ्याबरोबरच राहिली; पण माझा मुलगा मला अठरा

वर्षांनी परत भेटला. अठरा वर्षांनी एखाद्या तुरुंगातला कैदी सुटावा, त्याने स्वत:ची सुटका करून घ्यावी अन् तो घरी यावा तसा तो मला अचानक भेटला होता, जन्मभर मी मुलाच्या प्रेमासाठी तळमळले होते पण आता तो मला खूप जपत होता. अन् आज या मुलांच्या प्रेमात आकंठ भिजलेली असताना मला माझ्यातल्या आईपणाचाही एक वेगळा साक्षात्कार होतोय, त्याचा अर्थ मला वेगळ्या रीतीने कळलेला आहे.

आजवर या सर्व भोगलेल्या दु:खांचा मला खूप संताप यायचा, पण आज दु:खाचाही खरा अर्थ मला उमगतोय. जेव्हा खूप दु:खदायक घटना घडत असतात तेव्हा आपण रडत असतो, सोसत असतो. पण त्याक्षणी आपण कुणीतरी घडतही असतो, ते आपल्याला कळतही नसतं. हे घडणंच दु:खानं दिलेलं खूप मोठं देणं असतं. जगण्याचं एक प्रगल्भ भान आपल्याला येत असतं.

आज मला मनापासून वाटतंय माझ्या त्रासाशी, माझ्यावर सतत कोसळणाऱ्या समस्यांशी मी प्राणपणाने झुंज दिली, त्रागा, आक्रस्ताळेपणानं कधीही वागले नाही, प्रामाणिकपणानं चालत राहिले फक्त! अनेकदा संकटात रक्ताच्या नात्यापेक्षा मानलेली नाती मदतीला उभी राहिली. यातून नात्यांचे अर्थ स्पष्ट होत गेले. कसं वागायचं हे मला उलगडलं. आपले-परके यातला फरक मला जोखता येऊ लागला. त्यातूनच मी माझ्या संपूर्ण जीवनानुभवाचा शांत स्वीकार करू शकले आहे, यातून मी स्त्रियांचे प्रश्न समजून घेतले, ते सोडवण्यासाठी त्यांना मदत केली. लढणं दु:खाचं असतं, कारण त्यात आपण जखमी होत असतो, मीही सतत जखमी होत होतेच, पण जखमी होताना मनाने परिपक्व होत गेले. माणूसच नाही तर निसर्ग, परमेश्वर, प्रेम या सगळ्याच गोष्टींचे अर्थ समजून मी प्रत्येक क्षणी जीवनावर, त्यातील सौंदर्यावर भरभरून प्रेम करू लागले आणि हे सर्व या लढाईचेच श्रेयस् आहे असे मला वाटते.

❖❖

२.

दुभंगून जाता जाता...

- कोणीतरी अशीच

यूं तो मरने के लिये सभी जहर पीते है ।
जिंदगी तेरे लिये, जहर पीया है मैंने ।

खडतर आयुष्यातल्या लहान मोठ्या थपडा खात, अत्यंत गरिबीत मी लहानाची मोठी झाले. आयुष्य हे माझ्यासाठी एक आव्हानच होते. कदाचित लहानवयात वैधव्य आलेल्या आईकडून मिळालेल्या 'जिद्दीचे स्त्रोत' माझ्यात पाझरले असावेत असे वाटते. आधुनिकतेचे वारे अंगावर घेत स्त्री सुशिक्षित, सुसंस्कारित व आत्मबलाने मार्ग काढत राहिली. परंतु तिच्याकडे माणूसपणाच्या दृष्टिकोनातून पाहिले जाते का? वास्तवता काय म्हणते? 'नातिचरामि' म्हणून सप्तपदीत साथ देणारा, शपथ घेणारा आयुष्यातला जोडीदार एखादं झुरळ झटकावं इतक्या सहजतेनं तिला झटकतो तेव्हा कुठे जाते 'नातिचरामि' ही शपथ?

माझ्या आजी-आजोबा-मामांचा भक्कम आधार असला तरी, त्यांच्याच घरात एका खोलीत स्वतंत्रपणे कुठलीही आर्थिक मदत न घेता स्वाभिमानाने राहणाऱ्या आम्ही माय-लेकी. खाजगी नर्सिंग कोर्स करता करता, श्रीमंताघरच्या पोळ्या व वरकाम करणारी माझी आई फार शिकलेली नव्हती. आत्मविश्वास व जिद्द तिच्या हाती होती. तिने मला थोडेफार शिक्षण आणि भरपूर संस्काराची शिदोरी दिली. ऐन तारुण्यात मी पण काही स्वप्नं रंगवत होते. तशात मामांच्या घरात असणाऱ्या भाडेकरूंचा नातेवाईक तरुण मुलगा माझ्या प्रेमात पडला. माझी कुवत व परिस्थिती ओळखून मी त्याच्यापासून लांबच राहायचा प्रयत्न करत होते. पण त्याने चिकाटी सोडली नाही. नंतर मीही त्यात गुंतून गेले. आर्थिक परिस्थिती अभावी कॉलेज शिक्षण न घेता केवळ हुशारीच्या जोरावर १८ व्या वर्षी नोकरी करू लागले. त्या तरुणाच्या शिक्षणालाही मी आर्थिक हातभार लावला. तो परप्रांतिक असल्यामुळे घरातून थोडाफार विरोध झाला.

नंतर संमतीने आम्ही लग्न केले. त्या अवधीत तो काही दिवस म्हणून दिल्लीत सुप्रीम कोटात प्रॅक्टीस करू लागला. दिल्लीला नेण्याचे आश्वासन देऊ लागला. मी त्याचे आई-वडील, दोन लहान भाऊ ह्यांची काळजी घेत नोकरी करत होते. त्याने मला दिल्लीला नेलेच नाही आणि अचानक एक्स पार्टी डायव्होर्सचा कागद माझ्या हातात पडला. माझं तर विश्वच उद्ध्वस्त झालं! नंतर आठ वर्षे मी गुजरात-दिल्ली करत होते. एकवीस वेळा माझं दिल्लीला जाणं झालं. कुणाला तरी सोबत घेऊन दिल्ली वाऱ्या करत होते. निकाल माझ्या बाजूने लागला तरी त्यात काही अर्थ नव्हता. शेवटी परस्पर संमतीने घटस्फोट घेतला. नोकरीतले सहकारी, मैत्रिणी, नातेवाईक व आईचा पाठीवरून फिरणारा हात- त्यामुळे मी बरीचशी सावरले. परंतु 'लग्न' नावाचा मी धसकाच घेतला. पण इथेही नियतीने माझी पाठ सोडली नाही. आईला हृदयविकाराचा झटका आला. तिला माझ्या भविष्याची काळजी वाटू लागली. तिने पुन्हा लग्न करण्याचा धोशा लावला. मला पुन्हा आगीतून फुफाट्यात पडायची इच्छा नव्हती. तिच्या प्रकृती अस्वास्थ्यामुळे व इतर नातेवाईकांच्या आग्रहामुळे माझा नाईलाज झाला. मी अट घातली की, घटस्फोटित पुरुष नको. विधुर, माझ्या वयाला अनुरूप, एखाद-दुसरं मूल असलेला चालेल. भविष्यात मूल झालं नाही तरी त्या मुलांना मी प्रेमाने आईची माया देईन, सांभाळीन व जोडीदाराने मलाही समजून घ्यावे. भक्कम आधार देऊन सुखा-दुःखात साथ द्यावी हीच इच्छा होती. तसा योग लवकरच आला. त्या व्यक्तीला मी पारदर्शीपणाने माझी परिस्थिती सांगितली. माझी सरकारी नोकरी न सोडणे, सावत्र आई बाबतचा सामाजिक दृष्टिकोन व व्यसन वगैरे असल्यास स्पष्ट सांगण्यास सांगितले. सर्व गोष्टी होणाऱ्या पतीने कबूल केल्या. लग्न झाले. त्यानंतर काही काही गोष्टी माझ्या लक्षात येऊ लागल्या. गरीब परिस्थितीत तुला नोकरी करावी लागली. आता 'मैं हूं ना' म्हणून नोकरी सोडणे भाग पाडले. नवऱ्याची ड्रिंक पार्टी, सिगारेट, गुटखा, सारखं चिडचिड करणं, पैशाची उधळण आणि ८ वर्षाच्या मुलाने शाळेत किंवा कुणाकडे गेल्यास वस्तू, पैसे चोरणे, पालक म्हणून प्रगती पुस्तकात खोटी सही करणे, अभ्यास न करणे, खोटे बोलणे वगैरे बाबी मला खटकत होत्या. मी आपुलकीने, प्रेमाने त्याला समजून सांगत होते. पण यश मिळत नव्हते. मुलगा-मुलगी दोघांची सर्व प्रकारे काळजी घेत होते. मी कुठेही कमी पडले नाही असे प्रामाणिकपणे सांगू शकते. परंतु सावत्र आई वाईटच असते हे मुलांच्या ठायी रुजवण्यात आले. मुले पूर्वीसारखी आई आई करेनाशी झाली. मातृत्वाची

भुकेली मी वेदनेने तळमळत होते. मुलीचे लग्न १८ व्या वर्षीच करण्यात आले. तेव्हा मी सर्व पुढाकार घेऊन व्यवस्थित कार्य केले. मुलीच्या पहिल्या बाळंतपणाचे वेळी मी विष घालून बाळाला मारीन (कारण मी वांझोटी होते) म्हणून तिचे बाळंतपण सासरीच केले. बारशाची सर्व तयारी मी करून ठेवली. परंतु मी आईकडे गावाला गेल्यावर (आईचे मोतीबिंदूचे ऑपरेशन झाले होते) गुपचूप मित्रमंडळी, नातेवाईक सर्वांना बोलावून माझ्या गैरहजेरीत बारसे उरकून घेतले.

सासूबाई अखेरपर्यंत माझ्याकडेच होत्या. त्यांचे पथ्यपाणी, घाण स्वच्छ करण्यापर्यंत सर्व सेवा केली. तरीही मला यश नाही. आई कॅन्सरने हालहाल होऊन गेली. माझा पती मृतमित्राच्या पत्नीस वहिनी वहिनी म्हणत गुंतत गुंतत चालला होता. विरोध करत होते. अपशब्द, मारहाण, सहन करत होते. पूर्वीच्या नवऱ्याप्रमाणे ह्यानेही गुपचूप माझ्या ह्या संध्यापर्वात घटस्फोटाचा दावा दाखल केला. सासरच्या लोकांची मदतीसाठी दारे ठोठावली. प्रतिसाद मिळाला नाही. नारी समता मंचातल्या विद्या बाळ यांची नुकतीच ओळख झाली होती. साद घालताच त्या मदतीसाठी धावून आल्या. धीर दिला. श्री. अजित कुलकर्णीसारखे सेवाभावी वकील लहान भावाच्या आपुलकीने एक नवा पैसाही न घेता माझ्या पाठीशी उभे राहिले. एकाच घरात राहून आम्ही कोर्टात लढत होतो. मनुष्यबळ नाही, आर्थिक बळ नाही, संध्यापर्वाची हतबलता. अक्षरशः मोडून पडले होते मी. नारी समता मंचाच्या आधारगृहात येणाऱ्या पीडीत बाया बघून स्वतःचे दुःख विसरून त्या बायांच्या अंतरंगात शिरले व स्वतःचे दुःख कुरवाळणे सोडून दिले. कुणासाठी काहीतरी करावे हा सामाजिक दृष्टिकोन सापडला. निकाल माझ्या बाजूने झाला. माझे पती हायकोर्टात गेले. नंतर कंटाळले, नंतर नाईलाजाने श्री कुलकर्णी वकील, माझे पती व मी मिळून तडजोड केली. आजही कायद्याने आम्ही पती-पत्नी आहोत, परंतु मनाचे काय? आजही नवऱ्याचे वागणे पूर्वीसारखेच आहे. काही अटींचे पालन करून एका छपराखाली राहातो इतकेच. मी माझं आयुष्य नारी समता मंच, सखी मंडळ व इतर गोष्टीत गुंतवून घेतलं आहे. विद्याताईंनी मला कधीही एकटं पडू दिलं नाही. उलट गमावलेला आत्मविश्वास तसेच जीवन जगण्याची नवी दिशा दिली.

कवी श्री. सुरेश भट यांच्या शब्दात किंचित फरक करून इतकेच सांगते

दुभंगून जाता जाता, मी अभंग झाले ।
चिराचिरा जुळला माझा, आत दंग झाले ।।

❖❖

३.

माझ्या समस्या : माझे निर्णय

– गीताली वि. मं.

स्वभावत: मी एकान्तप्रिय आहे. माझ्या पहिल्या नवऱ्याला सामाजिक कामाची फार ओढ होती. तो 'माणूस-वेडा' होता. तो एकटा राहू शकायचा नाही. आपल्याकडे सामाजिक काम करायचं म्हणजे माणसाला खाजगी आयुष्यच राहात नाही. मग मला एकांत कसा मिळणार? म्हणून आम्ही ठरवलं की त्याने त्याच्या वयाच्या तिसाव्या वर्षी नोकरी सोडून सामाजिक कामात झोकून द्यायचं आणि मी प्राध्यापकी करून घर-मुली सांभाळायच्या. मला स्वत:ला स्वत:ची मुलं नको होती; कारण मला वाटायचं की जग काही इतकं सुंदर नाही की जेणेकरून आपण कुणालातरी आवर्जून या जगात जन्माला घालावं. पण 'समंजसपणा', 'दुसऱ्याचं मन राखणे' वगैरे मूल्यं वडिलांकडून अंगी बाणवलेली. त्यामुळे नवरा, सासरा-सासू, आई-वडील वगैरेंचा विचार करून स्वत:चं मूल न होऊ देण्याच्या लहानपणापासून केलेल्या 'ठाम निश्चयाला'- माझ्या आईच्या भाषेत म्हणजे 'हिचं नेहमी काहीतरी जगावेगळंच असतं'- तिलांजली दिली.

लग्नानंतर काही वर्षं खूपच चांगल्या सहजीवनाची होती. इतकी की आमच्या मित्रमंडळीत आम्हाला 'आदर्श रोमँटिक कपल' समजत, जे खोटं नव्हतं असं आजही वाटतं. परंतु नंतर नंतर आमच्यात ताण यायला लागले. बाई, बाटली, हिंसाचार ही पुरुषांना उद्ध्वस्त करणारी त्रिसूत्री होतीच; पण मानवी नात्यात असं काळंपांढरं करताही येत नाही. अनेकानेक पदर नात्याला असतात. शिवाय आम्ही दोघंही साधारणपणे सगळे लोक ज्या पद्धतीनं विचार-आचार करतात, त्या पठडीतले नव्हतो. त्यामुळे आमचा गुंता तर एका पातळीवर 'एकमेवाद्वितीय' असा होता. (खरं म्हणजे प्रत्येकाचं नातं आपआपल्या परीनं तसंच असतं.) पण आमचं नातं आमचं आम्हाला सांभाळता आलं नाही, 'तिसऱ्यां'ची मदत लागली म्हणून असं म्हटलं. हे 'तिसरं' कोण? तर कित्येक

जणं होती या प्रवासात!

लग्न करताना माझी 'ठाम समजूत' होती की हे काही आयुष्यभराचं वगैरे नाही. माझा नवरा देखणा, उमदा, रसिक (पुढे तो रंगेल-रगेल झाला, असं मला वाटतं) आणि मुख्य म्हणजे चंचल स्वभावाचा होता. शिवाय मी काही सुंदर वगैरे नव्हते; मात्र हुशार, कर्तबगार आणि धाडसी होते. आमचं लग्न मोडायला माझं रूप हा घटक अजिबात नव्हता; कारण माझा नवरा मला शेवटपर्यंत म्हणायचा, की तुझी 'एका तळ्यात होती बदके पिले सुरेख' सारखी गत आहे. तू राजहंस आहेस, पण तुला कळत नाही. असो, आत्मस्तुती फार झाली. त्यामुळे त्याचं दुसऱ्या स्त्रीवर प्रेम बसल्यावर मला धक्का, विश्वासघात वगैरे वाटलं नाही. पण दु:ख जरूर झालं. मात्र हे अपेक्षित असल्यामुळे आपण घटस्फोट घेऊन मोकळं होऊ, असं मी म्हटलं. मुळात मला लग्न करायचंच होतं असं नाही; त्यामुळे मला खूऽप अवघड वाटत नव्हतं. मुली एकटीनं वाढवणं तसं व्यवहारात करतच होते. त्यामुळे तोही प्रश्न नव्हता. नोकरी होतीच. स्वत:चं घर या सुमारास घेण्यासाठी धडपड चालू होती. एका अर्थाने घटस्फोट घेऊन स्वतंत्र आयुष्य जगणं माझ्यासारख्या 'एकान्तप्रिय' माणसाला सोपं आणि आवडणारंही होतं. पण?

इथेच जटिल समस्येला सुरुवात झाली. त्याला मलाही सोडायचं नव्हतं; कारण माझ्यावर खूप प्रेम होतं, माझ्याशिवाय जगता येत नव्हतं. आणि 'तिच्या' शिवायही जगता येत नव्हतं. माझी प्रेमाची कल्पना तेव्हा फक्त एकनिष्ठा म्हणजेच प्रेम! शुचितेची कल्पना म्हणजे दोघांचेही एकमेकांशिवाय कुणाशीही 'संबंध' असता कामा नयेत, अशी होती. आमच्यातला 'तिढा' वाढायला लागला. मलाही या काळात अनुभवायला मिळालं, की माझ्या नवऱ्याचं दुसऱ्या बाईवर प्रेम आहे म्हणून माझ्याविषयीची प्रेमभावना कमी झाली नव्हती. उलट, काही बाबतीत आम्ही जास्तच एकमेकांजवळ आलो होतो, 'मोकळे' झालो होतो.

स्त्री-पुरुष नात्यातलं प्रेम असं एकापेक्षा जास्त व्यक्तींवर असू शकतं, असं माझी मैत्रीण आणि आमचे प्राध्यापक मित्रही सांगत होते. मी एकदम घटस्फोट घेऊ नये, प्रयोग करून बघायला काय हरकत आहे? कारण माझ्या नवऱ्याच्या प्रामाणिकपणावर, उत्कटतेवर आणि चांगुलपणावर आम्हा सगळ्यांचाच विश्वास होता. पण मला असं एक पुरुष-दोन बायका हे 'त्रिकूट' पारंपरिक आणि बाईचं शोषण करणारं वाटत होतं. मी नवऱ्याला म्हटलं— ठीक आहे, मी घटस्फोट घ्यायचा आग्रह सोडीन; पण एका अटीवर. जशी तुला 'मैत्रीण' असेल तसा मलाही 'मित्र' असेल! हे मी म्हणण्याचाच अवकाश माझा नवरा

इतका बिथरला! माझ्या पातिव्रत्याच्या कल्पना, एकनिष्ठतेचा विचार किती तकलादू होता, म्हणून माझ्यावर आगपाखड करायला लागला. अर्थात पूर्वीही माझे पातिव्रत्याचे विचार म्हणजे नवऱ्याने कितीही बायकांशी संबंध ठेवावेत आणि मी फक्त त्याच्याशीच एकनिष्ठ राहीन, असे नव्हतेच. आणि ते त्यालाही 'नीट' माहीत होतं. पण त्याला मला सोडायचं नव्हतं आणि मैत्रीणही हवी होती. माझी अट पूर्ण न्याय्य असल्यामुळे आमच्या मित्र-मैत्रिणींनी पण ती अट लावून धरली. खरंतर अट म्हणण्याचं कारणच नाही. हे स्वाभाविक असायला हवं. परंतु पुरुषप्रधान व्यवस्थेत हे कसं बसणार? मी माझ्या आई-वडिलांना, सासू सासऱ्यांना ही गोष्ट सांगितली. मला चोरून काही करायचं नव्हतं. माझ्या वडिलांना हे मान्य नव्हतं. ते म्हणत होते, 'एकाने गाय मारली म्हणून दुसऱ्यानी वासरू मारू नये. लग्नाचे काही नियम असतात. घटस्फोट घे, मग तुझा रोज नवा मित्र माझ्या घरी आला तरी माझी हरकत नाही.' मी म्हणत होते, की लग्नाचे नियम हे काय त्रिकालाबाधित आहेत का? या प्रकारचे आमचे तात्त्विक मतभेद होत होते.

मला स्वत:ला नवरा सोडून दुसरा मित्र असणं म्हणजे दोघांशिवाय जगता येत नाही वगैरे, अशी स्वत:ची अवस्था होऊ द्यायची नव्हती. त्यामुळे मी स्वातंत्र्य-समतेसाठी लढत होते; पण मनातून शांत होते. याचा अर्थ मी राग-लोभ-मत्सर-हेवा यांवर पूर्ण ताबा मिळवला होता असं मला अजिबात म्हणायचं नाही. परंतु मुख्यत: स्त्री-पुरुष नात्याकडे, प्रेम या संकल्पनेकडे, बघायची माझी दृष्टी बदलली होती. आपण एकाहून अधिक मुलांवर प्रेम नाही का करू शकत? तसंच काहीसं या 'एकाधिक' नातेसंबंधाविषयी मला वाटत होतं. आधी नवऱ्याचे दुसऱ्या बाईबरोबर 'संबंध' आहेत का? किती? कुणाबरोबर? वगैरे प्रश्नांनी मी अस्वस्थ होऊन असुरक्षित व्हायची. कधी कधी रागाने अंगाचा तिळपापड व्हायचा. या सगळ्यातून 'सुटका' झाल्यासारखं मला या नवीन विचारामुळे वाटलं, हे मला सगळ्यांना आवर्जून सांगायचं आहे.

हे सगळं, 'गुऱ्हाळ' कशाला लावलंय? 'असल्या' गोष्टी चारचौघांत सांगायच्या असतात का? असली घाणेरडी धुणी सगळ्यांसमोर धुणं सुसंस्कृतपणाला धरून आहे का? असे अनेक प्रश्न आपल्या मनात आले असतील आणि ते स्वाभाविकही आहे. परंतु मला सर्व घटना-घडामोडी स्त्रीप्रश्नासंदर्भात मांडायच्या आहेत. घटस्फोट घेऊन स्वतंत्रपणे, बाणेदारपणाने मुलींना वाढवलं. किती ग्रेट इ. म्हणून बाईच्या लैंगिक सुखाचा अधिकार हिरावून घ्यायचा आणि तिच्या 'पावित्र्या'चे गोडवे गायचे, उदात्तीकरण करायचं ही पुरुषप्रधान व्यवस्थेची 'ट्रिक'

आहे. जी असं करणार नाही तिला 'चालू' म्हणून मोडीत काढायचं, ही त्याची दुसरी बाजू आहे. मग आपल्याला 'चालू', 'तसली', म्हणू नये म्हणून घटस्फोटिता, कुमारिका, विधवा इ. बायका जिवाचा आटापिटा करून दुसऱ्या पुरुषाबरोबर 'साधी' मैत्रीही न करून आपली शुचिता पटवून देतात. त्यामुळे त्यांची खूपच कुचंबणा होते. 'एकट्या' राहाणाऱ्या बाईकडे समाज अगदी डोळ्यात तेल घालून बघत असतो. तिच्याकडे कोण पुरुष आला, ती कुणाबरोबर बाहेर गेली. इ. साधी नोकरीच्या ठिकाणच्या सहकाऱ्याबरोबर घरापर्यंत लिफ्ट घेतली, तर नाना तर्ककुतर्क, बाईचा नको जीव करून टाकतात. मी विचार केला, वाघ म्हटलं तरी खातो वाघोबा म्हटलं तरी खातोच! आपण लक्षच द्यायचं नाही. लोक काही का बोलेनात!!

'एकाधिक' नात्याविषयी, मित्र-मैत्रिणींबरोबर खूप चर्चा झाल्या होत्या. त्यातले अनेक भावनिक- शारीरिक- आर्थिक- व्यावहारिक गुंते समोर येत होते. माझा स्त्री-प्रश्नाचा विचार करता एक निर्णय पक्का होता, की शक्यतो विवाहित मित्र करायचा नाही. असलाच तर त्याच्या बायकोचा पण अशा नात्यांविषयी विचार होऊन तिलाही 'मित्र' असेल. एकाधिक नात्यात अतिशय जबाबदार वागणूक, एकमेकांच्या भावनांचा मान राखणं आणि संयमाची गरज असते. त्यातल्या सर्व व्यक्ती आर्थिकदृष्ट्या स्वतंत्र आणि स्वावलंबी (विशेषत: भावनिक दृष्ट्या) असाव्या लागतात. प्रामाणिकपणे वागून, व्यावहारिक बाबतीत स्पष्टता असायला लागते. उत्स्फूर्तता–उत्कटता दुसऱ्याच्या स्वातंत्र्यावर गदा आणणार नाहीत ना, याचा विवेकही करावा लागतो.

पुरुष पुरुष आहे, श्रीमंत आहे, उमदा आहे वगैरेंमुळे सर्रास विवाहबाह्य संबंध ठेवत असतात; तसंच स्त्रियांही सुंदरतेच्या, मादकतेच्या जोरावर पुरुषांबरोबर चोरून संबंध ठेवून विवाहबाह्य संबंधात अडकतात. एखाद्या पुरुषाचा अनेक बायकांबरोबर संबंध असेल, तर ते त्याच्या 'पुरुषार्थाचं' लक्षण मानलं जातं. याउलट, बाईच्या अवतीभवती पुरुष असले, तिचा अनेकजणांबरोबर खुल्लमखुल्ला संबंध असेल, तर ती 'चालू', 'कुलटा' वगैरे समजली जाते. आणि एखादीने चोरून असं काही केलं, तर ती आतल्या गाठीची आणि म्हणून अधिकच वाईट ठरते. या सगळ्या पुरुषी दुट्टप्पीपणाला शह द्यायचं मी ठरवलं होतं.

माझ्या नवऱ्याला माझी ही उघड भूमिका अजिबात झेपत नव्हती. त्याला वाटत होतं, की तो रोमँटिक हिरो आहे; त्याच्यावर मैत्रिणी भाळतात, त्यामुळे तो मैत्र्या करायला मोकळा आहे. पण मी? एकनिष्ठा म्हणजेच प्रेम मानणारी,

'लैंगिक संबंधाविषयी' फारसं आकर्षण नसणारी, पांढरपेशी बाई कसं काय असं म्हणूसुद्धा शकते? इथेच बाईच्या लैंगिकतेचा कळीचा मुद्दा येतो, असं मला वाटतं. 'दुसरी'कडे या प्रकारची वाट नसल्यामुळे बाया नवऱ्याच्या लाथा, शिव्याशाप खातात, नवऱ्याची बायकांशी असलेली लफडी सहन करतात; पण त्याच्याबरोबर राहातात. त्यामुळे कधीमधी कसं का होईना 'ते' सुख (?) त्यांच्या वाट्याला येतं. यात बाईच्या स्वत्वाचा केवढा अपमान आहे, याची जाणीवच तिला करून दिली जात नाही. उलट यात तिचा मोठेपणा, पातिव्रत्य, पावित्र्य इ. संकल्पना तिच्या डोक्यात, तन-मनात ठासून भरलेल्या असतात. अन्यायाची जाणीवच होऊ द्यायची नाही, हा बाईचा बचावाचा पवित्रा पण कळत नकळत असू शकतो, असं मला अनेक केसेस बघितल्यावर जाणवलं.

माझ्या विचारांमध्ये झालेल्या बदलामुळे नवऱ्याचं मैत्रिणींबरोबर जाणं मला पूर्वीसारखं संतापजनक होत नव्हतं. मात्र माझा एक आग्रह होता की खोटारडेपणाने वागून, फसवणूक करून त्यांच्यातल्या कुणी 'संबंध' ठेवू नयेत. माझ्या नवऱ्याला यात कुठेतरी अपराधीपणाची बोच होती; कारण तो माझ्याशी वाईट वागू लागला. एका टप्प्यावर मी म्हटलं, ठीक आहे. मला मित्र असण्याची घाई नाही; पण तू निदान उघडपणे असं म्हणू शकला पाहिजेस की 'माझ्या बायकोला माझ्या मैत्र्या मान्य आहेत, पण मला तिचे मित्र झेपत नाहीत. म्हणून तिला ते नाहीत.' पण तिथे त्याचा पुरुषी अहंकार आड येत होता. यातून त्याचं वागणं बिघडत गेलं.

मधल्या काळात आम्ही माझ्या आग्रहाखातर परस्परसंमतीनं घटस्फोट घेतला. कारण मला वाटत होतं, की याची पुरुषी 'त्रिसूत्री' आहे. मला एक बायको म्हणून याचा त्रास अगतिकतेनं सहन करायला मी मला झेपेल तितके दिवस प्रयत्न करायला तयार होते. घटस्फोट घेतल्यावर पहिले काही दिवस त्याला पण मोकळं वाटलं, अपराधी भाव कमी झाला. पण नंतर पुन्हा आपलं येरे माझ्या मागल्या सुरू झालं. या काळात नारी समता मंचाच्या माझ्या मैत्रिणींनी मला खूप मदत केली. खुनाच्या धमक्या, आई-वडिलांना मारून टाकण्याच्या धमक्या, अंगावर धावून येणं, दारूच्या नशेत माझ्या बिल्डिंगमध्ये येऊन मी कशी 'वाईट चालीची' आहे वगैरे बरळणं, यामुळे अनेकदा मी एकटी बाहेर पडत नसे. माझ्या सोबतीला मंचातल्या मैत्रिणी, 'पुरुष उवाच' चे मित्र, माझे कॉलेजमधले सहकारी पोहोचवायला वगैरे येत. या सगळ्यावरून आमच्या बिल्डिंगमधल्या एका 'खानदानी आजोबांनी' मी वेश्याव्यवसाय करते, अशी

पोलिसात तक्रारही केली. त्यावेळी विद्या बाळ माझ्या बरोबर आली होती. पोलिस अधिकारी स्वतःच खूप ओशाळलेला होता. मंच पाठीशी असल्यामुळे मी या प्रसंगांनी खचले नाही. शिवाय वेश्या म्हणजे 'तसल्या, घाणेरड्या' वगैरे मी अजिबात मानत नाही. काय परिस्थितीत त्या हा धंदा करतात, त्यांचे प्रश्न काय आहेत, याची पूर्ण जाणीव असल्यामुळे आमच्या खानदानी आजोबांची कीव करत हा प्रश्न आम्ही हसण्यावारी नेला आणि मी बिल्डिंगमध्ये ताठ मानेने वावरत राहिले.

मी मंचाची सचिव झाले, तेव्हा आमच्याकडे कायदेशीर सल्ला देणाऱ्या एका ॲडव्होकेटनी 'असल्या' बाईला सचिव कसं केलं,' असा 'नैतिक' प्रश्नही उपस्थित केला होता. मात्र मंचातल्या मैत्रिणींची भूमिका याविषयी स्पष्ट असल्यामुळे मला त्रास झाला नाही. एकाधिक नाती आणि स्त्री-पुरुषांची लफडी यांत फरक कसा करायचा? मला वाटतं, की जी नाती विवाहितासंदर्भात जोडीदाराला फसवून असतील अथवा आपापसातच एकमेकांशी प्रामाणिक न राहाता काहीतरी फायदा उकळण्यासाठी अथवा शोषणावर आधारित असतील त्यांना 'लफडी' म्हणावं. एकाधिक नात्यात शोषण, फसवणूक वर्ज्य असून प्रामाणिकपणा आणि समभाव अपेक्षित आहे.

एकाधिक नाती म्हणजे स्वैराचार नाही, व्यभिचार नाही हे पक्कं लक्षात ठेवायला हवं. त्यामुळे मला कधीही अपराधीपण वाटलं नाही. आपण अनैतिक काहीतरी करतो, असंही वाटलं नाही.

माझ्या दोन्ही मुलींना माझी भूमिका मी स्पष्टपणे सांगण्याचा प्रयत्न केला होता. समाजामध्ये एकूणच स्त्री-पुरुष नात्याकडे स्वच्छ नजरेने बघितलं जात नाही. त्यामुळे त्यांना प्रत्यक्ष अप्रत्यक्ष त्रास झाला, ताण आला; परंतु त्यांनी मला वाईट कधी ठरवलं नाही. हे माझ्यासाठी फार महत्त्वाचं आहे. माझ्या मुलींची एकाधिक नाती असली तर काय? तर काय? माझ्या बाबतीत जे माझं मत होतं, तेच त्यांच्या बाबतीतही आहे. त्यांनी आर्थिक दृष्ट्या स्वतःच्या पायावर उभं राहून प्रामाणिकपणे, कुणाचीही फसवणूक न करता स्वच्छ-स्पष्ट भूमिकेवर ते करावं; त्यांनी 'लफडी' आणि एकाधिक नाती यातील फरक नीट समजून घ्यावा, असा माझा आटोकाट प्रयत्न होता आणि पुढेही राहील.

एकाधिक नाती निभावायला अजिबात सोपी नाहीत, हे पुनःपुन्हा लक्षात घ्यायला हवं. यातली एखादी व्यक्ती जरी बेजबाबदार, अप्रामाणिक अथवा भावनिक दृष्ट्या कमकुवत असेल, तर नात्यांचा विचका होतो. अतिशय तणावपूर्ण

आयुष्य वाट्याला येतं. पुण्यात अवतीभवती अशी बरीच नाती दिसतात. त्यांना त्याविषयी बोलायचं नसतं. त्यांचं खाजगीपण जपण्याचा अधिकार अर्थातच त्यांना आहे. मी हे एवढं विस्तारानं सामाजिक बांधिलकीपोटी लिहिलं आहे. पुरुषप्रधान पायावर उभारलेल्या विवाहसंस्थेला यातून धडका देऊन समतेचा आग्रह धरणंही आहे.

माझ्या पहिल्या नवऱ्याचं निधन झाल्यावर मी दुसरं लग्न करण्याचा निर्णय घेतला, तेव्हा मंचात जरा खळबळ उडाली. आता हे काय नवं? ही पुन्हा दोन पावलं मागे जाऊन प्रस्थापित पुरुषप्रधानतेचा पाया असणारी लग्नसंस्था का स्वीकारते आहे? लग्नाचा एक वाईट अनुभव पुरेसा नाही का? इतके दिवस शिरा ताणून एकाधिक नात्यांविषयी बोलत होती त्याचं काय? इ.इ. माझी भूमिका त्याविषयी अशी होती की— एक तर एकाधिक नात्यातील ताणतणावांनी मी थकले होते. दुसरं म्हणजे पहिल्या पतीच्या निधनामुळे माझ्या सुरक्षेचा प्रश्न त्या पातळीवर मिटला होता. तिसरं आणि महत्त्वाचं कारण मला वाटत होतं, की एखाद्या व्यवस्थेत बदल बाहेरून धडका मारून करता येतात, तसेच आतूनही करता येतात. माझा दुसरा नवरा माझ्यापेक्षा १७ वर्षांनी लहान आणि अविवाहित होता. तेव्हा माझं असंही म्हणणं होतं, की समाजात अशी व्यस्त वयाची नाती- पुरुष मोठा बाई लहान- उघडपणे आणि- बाई मोठी पुरुष लहान- छुप्या पद्धतीनं सर्रास असतात. या प्रौढ, वयाने मोठ्या बाया, अनेकदा विधवा, परित्यक्ता किंवा कुमारिका असतात. पुरुष पुढे आपल्या वयाची बायकोही करतो; पण हे नातं अनेक वेळेला चोरून किंवा बायकोवर दाब आणून चालूच ठेवतो. यात दोन्ही बायकांवर अन्याय होतो. मला तो धोका पत्करायचा नव्हता. आमचं लग्न हे त्या अर्थी पारंपरिक पद्धतीनं नव्हतं. माझ्या मनात तर आम्ही दोघांनीही आपापल्या घरी राहूनही नवरा-बायको असावं, असं होतं. मी बाई असल्यामुळे सासरच्या नात्यातलं 'गृहीतकर्तव्य' मी करणार नाही असंही स्पष्ट केलं होतं. अर्थातच इतक्या जवळच्या नात्यात आधी ठरवून सर्व काही सुरळित मनाजोगतं होत नाही. तरी पण माझा नवरा शांत आणि स्थिर स्वभावाचा असल्यामुळे सहजीवन सुकर होतं.

आमच्या या वयातल्या फरकामुळे माझे एक पुरुष सहकारी म्हणाले होते— ''मॅडम, तुम्ही स्त्रीमुक्ती वगैरे म्हणता पण तुमचा हा तर 'बालिका जरठ' विवाहाच्या उलट प्रकार आहे.'' मी त्यांना म्हटले, वयाच्या दृष्टीनं ते खरं आहे; पण त्या प्रथेत मुलीला आवाज, हक्क, अधिकार काहीच नव्हतं. इथे चांगला

कमावता, स्वत:च घरदार असणारा पस्तिशीतला सज्ञान पुरुष आहे आणि दुसरं म्हणजे काही दिवसांनी त्याला आपल्या निर्णयाचा पश्चात्ताप झाला, तर मी त्याला लगेच या बंधनातून मोकळं करीन आणि याहूनही महत्त्वाचं म्हणजे त्याला पन्नाशी-साठीत पण चांगली बायको मिळू शकेल. कार्यालयातल्या सहकारी महिलेनं म्हटलं, म्हणजे मॅडम 'आता तुमचं नाव काय?' मी म्हटलं, आधी होतं तेच. तेव्हा त्या हुश्श करत म्हणाल्या, 'आत्ता तुम्ही किती का लग्न करा ना, रेकॉर्डमध्ये बदल करावा लागत नाही हे माझ्यासाठी महत्त्वाचं!' अशा अनेक गमती!

लग्नांतर्गतही एकाधिक नाती परस्पर संमतीनं प्रामाणिकपणे जोपासता येऊ शकतात. आजही माझा एकाधिक नात्यावर तेवढाच विश्वास आहे. पण सध्या तरी मला त्या जंजाळात अडकायचं नाही! विवाहित व्यक्ती जेव्हा एकाधिक नात्याविषयी आदराने बोलते, तेव्हा मला वाटतं, की त्याचा समाजावर निदान एकाधिक नात्याविषयी विचार तर करून बघू या, असाही परिणाम होऊ शकतो.

आम्ही सत्यशोधक पद्धतीने लग्न केलं. तेव्हा मी मंचाची अध्यक्ष होते म्हणून मंचातील सर्व प्रकल्पातल्या सहकारी, आधारगृहातल्या निवासी मैत्रिणींना आवर्जून बोलावलं होतं. कारण मला वाटलं, की त्यांना माहीत असावं मी काय व का करते आहे.

कुणाला मी हे सर्व अपराधी भावनेतून, समर्थन म्हणून सांगते आहे का, असंही वाटू शकतं. पण मला वाटतं, चळवळीत जेव्हा आपण काही समाजमान्यता नसलेल्या गोष्टी काही वेगळा विचार करून चांगल्या हेतूनं करत असतो, तेव्हा आपल्याकडून ते पोहोचवण्याचा प्रयत्न तरी करावा. त्यावर चर्चा, वाद होऊ शकतात. आमचं लग्न म्हणजे एक सामाजिक 'कार्यक्रमच' झाला असाही काहींचा आक्षेप होता. पण एका अर्थानी लग्न ही एक सामाजिक संस्था आहे म्हणून तर हे सर्व सांगण्याचा आणि त्यातील शोषण, अन्याय दूर करण्यासाठी स्वत: काय काय करू शकू, याचा घेतलेला शोध आहे.

मला काहीतरी फार भव्यदिव्य कळलंय, असा माझा अजिबात दावा नाही. हे प्रयोग आहेत. समता, न्याय, मैत्रभाव मनात धरून केलेले. ते फसूही शकतात. फसले तर काय? दु:ख होणारच. पण या प्रवासात गाठीशी 'अनमोल' असंही खूप सारं मिळालंच आहे ना. त्याची ती किंमत म्हणायचं आणि पुढच्या प्रवासाला लागायचं— शांत मनानं, तृप्त भावनेनं!

❖❖

विभाग - ७

दुर्धर सांगाती

दुर्धर सांगाती

रोजचं जीवन जोपर्यंत सुरळीत चालू असतं तोपर्यंत तब्येतीची किंमत समजत नाही. आपल्या एवढ्या मोठ्या शरीरात कुठेतरी एवढासा काटा बोचला तरी आपण अस्वस्थ होतो आणि तो काटा निघेपर्यंत आपल्याला दुसरं काही सुचत नाही. काचेच्या खिडकीवर अचानक एखादा मोठा दगड येऊन आदळावा आणि काचेला शेकडो तडे जावेत, तशीच माणसांच्या मनाची अवस्था होते, जेव्हा अचानक कळतं की आपल्याला एखाद्या गंभीर आजारानं खिंडीत गाठलंय, मागे जाण्याचे सगळे दोर कापले गेलेत, आता मार्ग एकच– शत्रूच्या हातात आपली मान द्यायची. छे, छे, दुसराही एक मार्ग असू शकतो- शत्रूशी दोन हात करायचे, तळहातावर शिर घेऊन लढायचं. शत्रू प्रचंड बलवान, पत्तासुद्धा न लागू देता आतून पोखरणारा आणि आपली शस्त्रे तर दुबळी; पण आहे त्या शस्त्रांनिशी लढायचं, जय-पराजय या तर पुढच्या गोष्टी; आणि या शत्रूपुढे जय, पराजय या शब्दांना तसे अर्थच नाहीत. केव्हा ना केव्हातरी मृत्यू अटळ आहे हे प्रत्येकालाच माहीत असते, म्हणून मरण म्हणजे पराभव नव्हे, तुम्ही किती निकरानं एखाद्या रोगाशी सामना करता, त्याला आपल्यातून दूर करण्यासाठी झटता– ही लढाई महत्त्वाची. त्यातली जिद्द, जिजिवीषा, आत्मविश्वास, श्रद्धा, चिकाटी ही महत्त्वाची. आजारानं एखाद्याला नैराश्य ग्रासतं, स्वत:ला दुर्दैवी समजून तो मनानेच खंगू लागतो, 'औषधोपचाराचा काही उपयोग होत नाही. मी पूर्वायुष्यात काहीतरी पाप केलं असणार, म्हणून माझ्या नशिबी हे भोग आले' अशीही काहीजण स्वत:ची समजूत करून घेतात. स्वत:ला असाहाय्य समजून रोगाच्या

बळजबरीला शरण जाणारी माणसे आपला मृत्यू अधिकच अलीकडे आणतात, लोक त्यांची कीव करतात. 'कॉवर्डस् डाय मेनी टाईम्स बिफोर देअर डेथ, व्हेलियंट डाईज बट वन्स' असे एक शेक्सिपअरचे वचन आहे. भित्रे लोक आपल्या मरणापूर्वी अनेक मरणे मरतात, पण शूर माणसे फक्त एकदाच मरतात. मरणाशी दोन हात करणारी अशी काही शूर माणसे आपल्या अवतीभोवती असतात, पण त्यांची लढाई आपल्यापर्यंत पोचत नाही, अशा काही शूर स्त्रियांची आत्मकथने या भागात समाविष्ट केली आहेत.

ही लढाई अजिबात सोपी नाही. ती निःशब्द असते आणि प्रामुख्याने फक्त आजाराशी नसते, तर आपल्या स्वतःशीच असते. आपणच आपल्या मनाशी झुंजणे आणि आपल्यात बदल घडवून आणणे हे या लढ्याचे मर्मस्थान आहे, आणि ते ज्याला कळते, तो तरतो, वाचतो; अगदी लढाईत बळी पडला तरी शूराचं मरण स्वीकारतो. लढाईला सुरुवात झाली आहे हे ही कधी उशिरा कळतं. अचानक काहीतरी अनपेक्षित व्हायला लागतं, कुठेतरी एखादी गाठ, ताप, हातपाय गळून जाणे, थकवा येणे, डोकेदुखी आणि मग काही दिवस बायकांच्या सवयीने बायका दुखणी अंगावर काढतात, घरच्यांपासून लपवून ठेवून कामाचा रोजचा गाडा ओढत राहतात, मात्र काही दिवसांनी आतूनच काही गंभीर असल्याची जाणीव होते, डॉक्टरची भेट अनिवार्य ठरते, तपासण्या सुरू होतात, काळजीचे ढग जमा होऊ लागतात आणि जेव्हा काही गंभीर आजाराचं निदान होतं, त्यावेळी काळजाचा ठोका चुकतो. काही क्षण घरातले सगळेच निःशब्द होतात. डॉक्टरांचे निदान हा पहिला मोठा आघात असतो आणि तो पचवणे ही पहिली परीक्षा. आपल्याला अमुक आजार झालाय हे मान्य करायला सुद्धा मन तयार नसते. मलाच का? माझं काय चुकलं? मी तर किती निरोगी होते, खाण्यापिण्याची काळजी घेत होते, व्यायाम करत होते, मग मलाच का? मी कोणाचं काय वाईट केलं, काय पाप केलं म्हणून मला ही शिक्षा, असे वाट्टेल ते विचार मनात येऊ लागतात. पुढचे विचार असतात ते कुटुंबाचे. मुलं लहान असतात, वा अर्धवट वयाची, संसार अर्धामुर्धा झालेला. आयुष्यात कितीतरी गोष्टी करायचे ठरवलेले असते. आपण नसल्यावर नवऱ्याचे, मुलांचे कोण करणार, आपल्यापाशी किती दिवस उरलेत, वगैरे टोकाच्या कल्पनाचित्रांनी मन क्षणोक्षणी भरून

जाते. हातपाय गळून जातात, डोळे मधूनमधून सारखे पाण्याने भरून येतात. कुणाशी बोलताना हा विषयही काढू नयेसे वाटते. स्वत:बद्दल कीव, अनुकंपा वाटू लागते. मग हॉस्पिटलच्या वाऱ्या सुरू होतात. ऑपरेशन? केमो? रेडिअेशन? ॲन्जिओग्राफी? ॲन्जिओप्लास्टी? बायपास? हे सगळे शब्द दुसऱ्यांच्या संदर्भात ऐकलेले असतात. त्यावेळी ते फक्त शब्द असतात. ज्यावेळी प्रत्यक्ष या अनुभवातून जाण्याची व्यक्तीला वेळ येते, तेव्हा त्यातली भीती, वेदना, दुःख, असहाय्यता याची किंमत मोजणं किती कठीण आहे हे जाणवायला लागतं, धैर्यशील व्यक्तीच्या बाबतीत हे वळण फार महत्त्वाचे असते, कारण तुम्हाला जगण्याच्या मार्गाकिडे स्वत:ला खेचून आणायचे असेल तर इथे तुमची जिद्द पणाला लागते. सकारात्मकतेएवढे प्रभावी शस्त्रच तुमच्या हाती असते आणि ते तुम्ही किती प्रभावीपणे वापरू शकता यावर तुमच्या लढाईचे स्वरूप ठरते. कोणाचा देवावर वा अन्य काही महाराजांवर विश्वास असतो. प्रार्थना, श्रद्धा यांचे बळ त्यांच्याबाबतीत सकारात्मकतेला आधार देतात. आपल्यापेक्षा वाईट परिस्थितीतले आजारी लोक पाहून आपण धीर धरू लागतो. आजारामुळे जगण्यावर येणारे निर्बंध मान्य करून जगायला शिकू लागतो. नैराश्याचे ढग हळूहळू पांगू लागतात. रोगट मनोवृत्तीतून बाहेर येत प्रसन्नपणे काही गोष्टी करायला सुरुवात होते. घरातली स्त्रीच आजारी असेल तर साऱ्या घरावर आजारपणाची कळा येते, मात्र तिनेच चेहरा हसरा ठेवला, तर घरही हसू खेळू लागते. औषधोपचारांइतकेच दुर्दम्य आशावाद हे मोठेच टॉनिक आहे, आणि ते ज्याला पचवता येते तो लढण्याचे सामर्थ्य मिळवतो.

डॉ. धैर्यशीलराव शिरोळे यांच्या एका पुस्तकात त्यांनी कमलची सत्यकथा लिहिली आहे. ती वाचून कोणाही सहृदयाच्या डोळ्यात पाणी आल्याशिवाय राहाणार नाही. कमल ही मध्यम वयाची पुण्यातील एक सामान्य स्त्री. १९८७ च्या मार्च महिन्यात तिला स्तनांचा कर्करोग झाल्याचे निदान झाले. स्तनाचा संपूर्ण भाग अगदी खरवडून काढून उरलेली त्वचा बरगड्यांवर इतकी ताणून शिवावी लागली होती की छातीवर एखादा पत्रा ठोकल्यासारखे कमलला वाटे. आत खडीचे धारदार दगड भरावे तसे तिला दुखायचे. रोज बोटांनी दाबून दाबून एक वाटी भरेल इतके पाणी डॉक्टर काढीत. ड्रेसिंग करून घरी आल्यावर ती तडफडत असायची. हा

प्रकार दहा दिवस चालला. काही महिन्यांनी जखमेच्याच ठिकाणी एक गाठ आली. पुन्हा ऑपरेशन, पुन्हा तसेच ड्रेसिंग, पुन्हा मरणप्राय यातना. याच सुमारास टिळक महाराष्ट्र विद्यापीठाची संस्कृत अभ्यासक्रमाची जाहिरात तिच्या वाचनात आली. आपले मन दुसरीकडे कुठेतरी गुंतवणे आणि संस्कृतचे प्रेम या दोन्ही ओढीतून तिने प्रवेश घेतला. याच वेळी रोगाच्या पेशी अन्यत्र पसरू नयेत, म्हणून तिच्यावर कोबाल्ट रेडिअेशनचे उपचार रुबी हॉस्पिटलमध्ये सुरू झाले. रिक्षाच्या हादऱ्याने हातपाय गळाटून जात. छातीची त्वचा जळून संपूर्णपणे काळीठिक्कर पडली. भूक मंदावली. पाणीसुद्धा गिळणे दुरापास्त झाले. जरा काही दिवस जातात तो खोकला सुरू झाला. क्षयरोगाचे निदान झाले. इंजेक्शने, गोळ्या सुरू झाल्या. पण या हल्ल्याने कमलच्या देहाची रणभूमी मात्र पार उद्ध्वस्त झाली. फेब्रुवारी १९८८ मध्ये चाचणी परीक्षा झाली. तिला कापरे भरले, हातात पेनही धरवेना. पण मनावर ताबा मिळवून तिने पेपर पूर्ण केला आणि चांगले गुण मिळवले. त्यामुळे एक वेगळाच आनंद मिळून तिचा आत्मविश्वास वाढला. संस्कृत साहित्याच्या अलौकिक श्रीमंतीत ती काही काळ आपले दु:ख विसरत असे, पण वर्षाच्या आतच नियतीने चांदीच्या तबकाखाली भरजरी शेल्यात झाकलेला दुसरा नजराणा तिला दिला. दुसऱ्या स्तनाचे ऑपरेशन! १२ एप्रिल १९८८. एवढ्या आघातानेही ती स्वस्थचित्त राहिली. "एवढ्या बलदंड नियतीला माझ्यासारख्या अबलेच्या मागे लागून काय मिळते? नियतीचा हा टोकाचा अट्टाहास पाहून मला तिची कीव येते" ही तिचे शब्द काळीज चिरत जाणारे आहेत. तिने आपला अभ्यासक्रम परिस्थितीशी दोन हात करून पूर्ण केला, पण अखेर नियतीच्या क्रूर हाताची घट्ट पकड तिच्यावर बसलीच. कमलला पराभूत कोण म्हणेल? कमलची लढाई वाट्याला येणाऱ्या कितीतरी स्त्रिया आहेत, त्यांना कमलच्या उदाहरणाने लढण्याची जिद्द लाभावी.

या विभागात अनुराधा पोतदार यांच्या मृत्यूशी झालेल्या झुंजीचे असेच एक चित्रण आले आहे, आणि ते त्यांच्या मुलीने लिहिले आहे. आई आणि मुलगी यांचे नातेच असे अतूट आहे की आईच्या शेवटच्या काही दिवसांचे इतके उत्कृष्ट चित्रण लेकीशिवाय कोणी करू शकणार नाही. आजाराच्या चक्रव्यूहात सापडलेल्या आईच्या भाववृत्ती, तिचा बदलत

जाणारा मूड, कधी हळवा बनलेला, कधी कणखर बनलेला तिचा स्वभाव, तिच्या असह्य वेदना, त्या सहन करण्याची प्रचंड ताकद आणि मनिषाच्याच शब्दात 'साक्षात् मृत्यूविरुद्ध चाललेला तिचा सविनय कायदेभंग' - मनीषानं हे सगळं इतकं समर्थपणे उभं केलंय-अगदी काळजावर दगड ठेवून, जवळच्या व्यक्तीच्या मृत्यूबद्दल इतके सविस्तर लिहिणे सोपे नाही. डोळ्यातून वाहणाऱ्या अश्रूंना शब्दांचे बांध घालत मनीषा मनावरच्या प्रचंड दडणपणातून इथे मोकळी झाली आहे. या लढाईचा शेवट नितांत सुंदर आणि सुखात्म झाला हे तिचे शेवटचे वाक्य 'मरणात खरोखर जग जगते' या ओळींची प्रचिती आणून देणारे आहे.

'कॅन्सर माझा सांगाती' हे आरती हळबे यांचे आत्मकथन आणि 'माझा पुनर्जन्म' हे आसावरी कानडे यांचे आत्मकथन या दोन्ही कथा सकारात्मक विचारांच्या विजयगाथा आहेत. आरती हळबे आजाराच्या अथपासून इतिपर्यंत प्रत्येक पायरीवर स्वत:ला इतक्या आश्चर्यकारकरीतीने सावरीत गेल्या आहेत की शेवटी त्या कॅन्सरला धन्यवाद देतात. कॅन्सरमुळे आयुष्यात एक नवी दृष्टी, नवे क्षेत्र त्यांच्या कर्तृत्वासाठी खुले झाले. आजाराचे विष पचवून आज त्या आनंदाचे गाणे गाताहेत. आसावरी ही एम्. एस्सी, पीएच्.डी. आघारकर इन्स्टिटयूटमध्ये ज्येष्ठ संख्याशास्त्र संशोधक शास्त्रज्ञ, देशविदेशात संशोधन पेपर सादर करणारी विद्वान स्त्री. तिला तर लाखात एखाद्यालाच होतो अशा रोगाने गाठले आणि तिच्या कर्तृत्वपूर्ण आयुष्यावरच प्रहार झाला. ज्या रोगाचे निदान होणे आणि त्यावर औषधोपचार होणे कठीण, अशा साऱ्या हालचालीच गोठवून टाकणाऱ्या महाभयंकर आजाराशी तिने दिलेली टक्कर म्हणजे तिची शौर्यगाथाच आहे. या लढ्यानंतर पुन्हा माणसात येणं आणि कामाला लागणं म्हणजे काय दिव्य आहे ते समजायला त्या अनुभवातूनच जावे लागेल.

पतीपत्नीच्या अतूट नात्याच्या कथा अनेकांनी ऐकल्या असतील. 'फिरूनी नवी जन्मेन मी' या नावाचे अनुभवकथन या भागात अनिता नागले यांनी लिहिले आहे. अर्ध्या डावातून अचानकपणे तरुण पती सोडून गेला, तेव्हा साहजिकच आपण तरी आता कशाला जगायचे, आयुष्य संपले तर बरे, अशा प्रचंड मानसिक दु:खाखाली दडपल्या गेलेल्या अनिताने स्वत:च्या मानसिक दुबळेपणाशी लढा दिला आणि त्या आयुष्यात

समर्थपणे उभ्या राहिल्या. पतीचे निधन हा आयुष्यावर झालेला मोठा आघात तर खरा, पण त्यानंतर स्वत:चे आयुष्य स्वत: उभे करणे हा स्त्रीला स्वत:च्या स्वत्वाचा झालेला साक्षात्कार आहे आणि ही निजखूणच तिला जगण्याचे बळ देऊ शकते.

रजनी दोशी या गृहिणीनेही पतीच्या आजारात अस्वस्थ मनाला ताब्यात ठेवत मुंबईसारख्या अनोळखी शहरात पैशाची सोय कशी केली याचा अनोखा अनुभव 'माझ्या कसोटीचा क्षण' यामध्ये लिहिला आहे. वृत्तपत्रातूनही अशा आधुनिक सावित्रीच्या काही विजयगाथा आपण वाचत असतो. ८ ऑगस्ट २०११ च्या महाराष्ट्र टाईम्समध्ये पहिल्या पानावर लीडला फोटोसकट एक बातमी आली होती. पुण्यातील कोथरूड भागात राहणाऱ्या पल्लवी सावंत यांनी मृत्यूच्या दारात तळमळत असलेल्या विजय सावंत या आपल्या पतीच्या शस्त्रक्रियेसाठी २५ ते ३० लाख रुपये मोठ्या शर्थीने उभे केले, पण लिव्हर खराब झाल्याने लिव्हर ट्रान्सप्लांट करण्यासाठी दाता मिळेना, तेव्हा या आधुनिक सावित्रीने पतीच्या प्राणासाठी स्वत:च्या प्राणांची बाजी लावून आपल्या यकृताचा भाग कापून देऊन पतीचे प्राण वाचवले. ही अत्यंत जोखमीची शस्त्रक्रिया असून त्यात पल्लवी यांचीच स्थिती काही काळ गंभीर बनली होती. स्वत:च्या प्राणाबरोबर दिलेला लढा देण्यासाठी किती प्रचंड मानसिक बळ या स्त्रीने खर्च केले असेल, त्याची मोजदाद पैशात वा कौतुकाच्या थापेने करता येणार नाही. एवढे सगळे करूनही ही बाई विनयाने सांगते, "लिव्हर ट्रान्सप्लांटनंतर यांची प्रकृती सुधारत असली, तरी माझी दिवसेंदिवस खालावत गेली, पुन्हा बाहेर येणे शक्य नाही असे वाटत होते, पण सर्वांच्याच निर्धाराने हा वैद्यकीय विजय मिळवला नि पुन्हा स्वत:च्या पायावर उभी राहिले. पैशासाठी फ्लॅट आणि दुकानावर कर्ज घेतले, पण सर्वांच्याच मदतीमुळे हे लिव्हरधनुष्य पेलणे शक्य झाले." तिच्या या जिद्दीला खरोखर सलाम करावासा वाटतो.

राष्ट्रपतीपदक विजेत्या लावणीसम्राज्ञी कै. विठाबाई नारायणगावकर यांची एक गोष्ट सांगतात की त्या नऊ महिन्याच्या गर्भारशी असतानाही नाचत होत्या आणि एका कार्यक्रमात तर त्यांना कळा येऊ लागल्यावर त्या आत आल्या, बाळंत झाल्या आणि पुन्हा स्टेजवर येऊन त्यांनी

कार्यक्रम पुढे चालू केला. कोणत्या मातीच्या बनलेल्या असतील अशा बायका? त्यांचीच कन्या संध्या माने, अपघातात त्यांचे दोन्ही पाय मोडले, त्यात रॉड टाकले, त्यामुळे दोन वर्षे त्या अंथरुणाला खिळून राहिल्या. मात्र कला जोपासण्याची जिद्द त्यांनी सोडली नाही. तमाशा फड सुरू करण्यासाठी त्यांनी जिवाचे रान केले. अपघातामुळे त्यांचा एक पाय सहा इंचाने लहान आहे, तरी त्या सर्व प्रकारची नृत्ये सफाईने करून रसिकांची वाहवा मिळवत आपला फड चालवतात. संकटांवर मात करण्याची जिद्द, त्यासाठी घेतलेले अपार कष्ट आणि त्यातून उभा राहिलेला स्वत:चा फड हा लढ्यातून यशाकडे झालेला प्रवास त्यांच्या यशाला अधिकच झळाळी देणारा आहे.

६ ऑगस्ट २०१२ च्या सकाळमध्ये एक बातमी होती, अशीच एका छोट्या मुलीच्या लढ्याची. यवतमाळ जिल्ह्यातील हर्सुलमधल्या शिरीन नावाच्या मुलीची. ती घर झाडते, फरशी पुसते, भांडी घासते, कपड्यांच्या घड्या करते, आईला स्वयंपाकात मदत करते, कांदा चिरते, तांदूळ निवडते. मोबाईलवरून कॉल करते. गेम खेळते, टी.व्ही. लावते, सुईत दोरा ओवून कपडे शिवते, मेंदी काढते. ती हे सर्व करते ते एकाच पायाने, तिला दोन्ही हात नाहीत, आहे तो फक्त एक पाय. शाळेची बॅग उघडणे, पुस्तके वह्या भरभर बाहेर काढणे, चित्रे काढणे, रंगवणे, चेन लावणे हे सर्व ती एका डाव्या पायाच्या अंगठ्याने करते. शिरीन तबस्सुम शेख समशेर हे तिचे नाव, घरची अत्यंत गरिबी, पण मग कोणत्या सामर्थ्यावर ती आज उभी राहिली? शिवणकाम आणि मेंदी रेखाटून ती आज पैसे कमावते आहे. शरीराने पंगू असणारी माणसे मनाने किती खंबीर होऊ शकतात याचे हे उदाहरण आहे. २ मार्च २०१२ च्या सकाळमध्ये दिशा नवनीत जानी नावाच्या पुण्यातील दहावीच्या मुलीची बातमी अशीच एका जिद्दीच्या लढ्याची आहे. दहावीच्या पूर्वपरीक्षेला जाण्यासाठी छोट्या भावासह ती सिमला ऑफिस चौकात आली. खाजगी कंपनीचा भरघाव टेम्पो ट्रॅव्हलर थेट तिच्या अंगावर आला. जीव वाचवण्याच्या प्रयत्नात ती खाली कोसळली. तिच्या दोन्ही पायावरून टेम्पोचे चाक गेले. चालक न थांबता निर्दयपणे निघून गेला. दोन्ही पायांवर शस्त्रक्रिया झाली, पण व्हीलचेअरवर बसून तिने दहावीची परीक्षा दिली. तुमच्या शरीराला इजा झाली, तरी जोपर्यंत मन पंगू होत नाही तोपर्यंत तुम्ही समर्थ व्यक्तीच असता.

❖❖

१.

तिचा लढा शेवटच्या श्वासापर्यंत

– मनीषा राजाज्ञा

१५ ऑक्टोबर २०१० ला आईने शेवटचा श्वास घेतला. अनपेक्षितपणे आमच्या आयुष्यात आलेले हे कॅन्सररूपी वादळ आमच्यापासून आईला हिरावून आता शांत झाले होते. सतत नव्या कल्पना, नवे उपक्रम, नावीन्याचाच ध्यास असलेले आईचे व्यक्तिमत्त्व आता निमाले होते.

३५ वर्षे नोकरी करून, रिटायर होण्यापूर्वीच आपल्या पुढील काळाचे नियोजन आईने करून ठेवले होते. निवृत्त होण्यापूर्वी आदल्या दिवशी आईने आपल्या डायरीत लिहून ठेवले होते.

मी एक मध्य बिंदू, भोवती अनेक वर्तुळे.
एक वर्तुळ प्रेमाचे, एक कर्तव्याचे,
एक नात्याचे, एक गोत्याचे,
एक जबाबदारीच्या जाणीवेचे

वयाच्या साठाव्या वर्षी या अनेक वर्तुळांमधून प्रयत्नपूर्वक थोडीफार बाजूला होऊन, आपल्या कर्तव्याच्या, जाणिवांच्या नात्यांच्या कक्षा तिने रुंदावल्या होत्या. साहित्य विषयाला वाहून घेतलेल्या मंडळाबरोबर महिलांना लिहिते करण्यासाठी "स्वानंद सखी फिचर्स"; एकट्या राहाणाऱ्या स्त्रियांसाठी "आम्ही साऱ्याजणी", तिच्या सारख्या बाग वेड्यांसाठी 'बाग मैत्र', ज्येष्ठांचे निवृत्तीनंतरचे आयुष्य अधिक अर्थपूर्ण, अधिक आनंददायी व्हावे, त्यांच्यासाठी जीवनाच्या धकाधकीत कळत नकळत अस्पर्श राहिलेल्या अनेक गोष्टी करता याव्यात यासाठी 'ज्येष्ठ विरंगुळा केंद्र', असे अनेकानेक प्रकल्प तिने अत्यंत जिद्दीने पुढील दहा वर्षात प्रत्यक्षात आणले होते. तिच्या संपूर्ण आयुष्यालाच एक रेखीवपणा होता.

माझ्या कळत्या वयापासून मी आईला कधी आजारी असे पाहिलेच नव्हते. तिच्यात कामाची ऊर्जा एवढी प्रचंड होती की, तिने त्यासाठी आपली

तब्येत प्रयत्नपूर्वक चांगली ठेवली होती. रोजचा व्यायाम कधी चुकला नाही.

अचानक एक दिवस कोल्हापूरहून बहिणीचा फोन आला. 'आईला खूप बरे नाही आहे. आईला दवाखान्यात अॅडमिट करतेय. ताबडतोब नीघ.' मला काही कळेचना, आईला एवढे बरे नाहीये? आपल्याला एवढी कल्पना कशी आली नाही? खरे तर, आईचे पहिले वहिले 'आरसा' नावाचे पुस्तक छापून झाले होते. आईचा एकाहत्तरावा वाढदिवस होता. एकोणतीस ऑगस्टला. त्याच वेळेस त्या पुस्तकाचा प्रकाशन समारंभ आम्ही भावंडे करणार होतो. मी १० दिवसांपूर्वीच आईला भेटून आले होते. खूप दमलेली, थकलेली वाटली होती. मला पाहून तिला खूप आनंद झाला होता. पण तरीही नेहमीप्रमाणे म्हणालीच होती, ''कशाला गं एवढी दगदग करत येतेस?'' विश्रांतीला माझ्याकडे येण्याचे तिच्याकडून कबूल करवून घेऊनच मी परत आले होते आणि आज अचानक हा फोन. तशीच धावत गेले. आई ICU मध्ये होती. खूप चाचण्या झाल्या व शेवटी न्यूमोनियाचे निदान झाले. त्यावर उपचार सुरू झाले. नेहमी चार दिवसात खडखडीत बरी होणारी आई, या वेळेस मात्र खूपच अशक्त वाटत होती. तिचा डावा पाय अव्याहत दुखत होता. तिचे चालणे सुद्धा बदलले होते. चार दिवसांनी दवाखान्यातून आई घरी परतली. दादा गेल्यावर गेली सहा-सात वर्षे आई एकटीच कोल्हापूरला राहिली होती. तिची काळजी अशी कधीच वाटली नव्हती. पण या वेळेस मात्र तिला घरी सोडून येताना मन कासावीस होत होते. शेवटी माझ्या पाठोपाठ दोन तीन दिवसात आईने सांगलीला विश्रांतीला येण्याचे कबूल केले. तिच्या प्रिय बागेची पुढील पाच सहा दिवसांची शिस्त लावून, घराची व्यवस्था लावून लवकरात लवकर परत जायच्या इराद्यानेच आई सांगलीला माझ्याकडे आली. कधीही निवांतपणे न राहाणारी आई विश्रांतीला येतीय यांचे मला खरंच खूप बरे वाटत होते. अगदी हौसेने आईसाठी स्वतंत्र खोली मी तयार ठेवली होती. तिला मनसोक्त लेखन-वाचन करता यावे यासाठी स्वतंत्र टेबल खुर्ची, छानसा फ्लॉवर पॉट, सगळे जय्यत तयार होते. गाडीचा हॉर्न वाजला, आणि आईच्या स्वागताला छानसा बुके घेऊन मी धावतच दारात गेले. शालीमध्ये गुरफटून घेतलेली, शांत, मंद पावले टाकीत येत असलेली आई मला ओळखीची वाटेना. कोणतीही फुले बघून आनंदित होणारी आई! तिचे त्या फुलांकडे पण लक्ष गेले नाही. आई खूपच दमली होती, आजारी होती. थोडी स्थिरस्थावर झाली, आणि दोन दिवसांनी मला म्हणाली, ''मी लवकर बरी व्हावे ही तुमची इच्छा असेल, तर मला लवकरात लवकर माझ्या घरी जाऊ द्या. मी जितकी

लवकरात लवकर कामाला लागेन, तेवढी लवकर मी बरी होईन.'' तिला खूप काही करायचे होते. नवनवे प्रकल्प तिच्या मनात तयार होते. लहान मुलांसाठीच्या बारा पुस्तिकांचा नवा संच तयार होत होता. पण पायाच्या दुखण्याने मात्र आई पुरती बेजार झाली होती. काही केल्या पायाच्या वेदना थांबत नव्हत्या. जेवणासाठी सुद्धा ती पाच मिनिटे स्थिर बसू शकत नव्हती. रोजचे पेपर पूर्ण वाचल्याशिवाय खाली न ठेवणारी आई, पेपर हातात सुद्धा धरत नव्हती. आता मात्र हे सगळेच दुखणे काहीतरी गंभीर आहे असे मला वाटू लागले. मग डॉक्टरांकडे गेलो आणि मग ते वेगवेगळ्या टेस्टचे दुष्ट चक्र सुरू झाले. पूर्ण शरीराचे एम. आर. आय. केले. त्याचा रिपोर्ट आणायला मी एकटीच गेले. डॉक्टरांचा रिपोर्ट वाचताना बदलत जाणारा चेहराच सांगत होता, की काहीतरी गंभीर आहे. मी माझा सगळा धीर एकवटून डॉक्टरांना मात्र विचारत होते, ''काही गंभीर नाही ना?'' डॉक्टरांनी केलेले निदान होते 'कॅन्सर'. हा एकच शब्द अक्षरश: माझ्यावर वज्राघात करून गेला.

आईला कॅन्सर? छे, काहीतरीच काय? तिच्या शिस्तबद्ध आयुष्यात डायबेटीस, बी. पी., हार्टअ‍ॅटॅक या नव्या पिढीच्या लेकरांना प्रवेशच नव्हता. वयाच्या एकाहत्तराव्या वर्षातील उत्साह, जिद्द, चिकाटी, शिस्त, नवनव्या सुचणाऱ्या कल्पना, सारे पाहिले की वाटायचे, आईचे आयुष्य असेच सुरू राहाणार आहे. अनंत काळापर्यंत, तिच्या रसरशीत डोलणाऱ्या बागेसारखे, नवोन्मेषाचे साज लेवून; आणि मी आत्ता काहीतरी भलतंच ऐकत होते. सांगलीला येण्यापूर्वी आम्ही नोकरीनिमित्त जतला होतो. जतहून कोल्हापूरला येता जाता वाटेत मिरजेत 'सिद्धिविनायक कॅन्सर हॉस्पिटल' ची इमारत दिसायची. एक अनाम, गूढ भीती मनात दाटून यायची. चोरट्या नजरेने मी ते आवार; रुग्णांचे, नातेवाईकांचे तणावग्रस्त चेहरे पाहायची; ते वातावरण मला लांबूनही जाणवायचे. पण त्याच वेळेस असेही वाटायचे की, ''छे! हे सारे काही खूप लांब आहे आपल्यापासून.'' पण ते वातावरण मात्र माझ्या सुरक्षित आयुष्याला अगदी अस्वस्थ करीत असे. एकही कॅन्सरग्रस्त व्यक्ती मी आयुष्यात कधी पाहिलीही नव्हती. त्या वेळेस मला कुठे कल्पना होती की, काही दिवसांनी मीही माझ्या आई सोबत इथेच येणार होते, अटळ मृत्यूच्या कराल दाढेपासून वाचण्यासाठी, किंवा किमान त्याच्यापासून शक्य तेवढे लांब पळण्यासाठी. भित्यापाठी ब्रह्मराक्षस म्हणतात ना? पण खरोखरच माझ्यापुढे हा राक्षस उभा ठाकला होता. मला ब्रह्मांड आठवले. घरी जाऊन रिपोर्ट आईला दाखवण्याचे, त्या प्रसंगाला सामोरे जाण्याचे धारिष्ट्य

माझ्यात नव्हते. बराच वेळ घराबाहेर काढून, शेवटी जड पायाने घरी आले. आई बाहेरच्याच खोलीत, खुर्चीत बसली होती. आईकडे न पाहाता थेट आत निघून गेले. पण किती वेळ हा लपंडाव चालणार? माझा चेहरा आईच्या काळजीने, प्रेमाने व्याकूळ झाला होता, तिच्या नजरेला नजर देण्याचे धैर्य तर नव्हतेच पण तिच्याकडे नुसते बघण्याचेही धाडस माझ्यात नव्हते. डोळे इतके भरून येत होते की, मला सगळेच धूसर दिसू लागले होते. मुळातच हुशार असणाऱ्या आईने क्षणात ताडले की काहीतरी गंभीर आहे. हाक मारून तिने मला समोर बसायला सांगितले. अगदी समोरच्याच खुर्चीवर. तिच्या स्पष्ट व खणखणीत शब्दात 'माझं जगून झालंय' ती म्हणत होती. काही क्षणापूर्वी तिला आपल्याला कॅन्सर आहे हे देखील माहीत नव्हते पण तीच आई पुढच्या क्षणाला मरणाला भिडली होती. न घाबरता- न डगमगता.

लढाऊ वृत्ती तिच्या स्वभावातच होती. वयाच्या केवळ १८ व्या वर्षी दोन्ही घरचा विरोध पत्करून आई-दादांनी आंतरजातीय विवाह केला होता. अनंत अडचणी, आर्थिक ओढाताणीला तोंड देत ती जिद्दीने शिक्षण घेत होती, लग्नात फक्त एस.एस.सी. असलेल्या आईने दादांच्या समंजस साथीने एम. ए., बी. एड. पर्यंतचे शिक्षण घेतले होते. डी. एड. ला असताना एकदा कॉलेज मधील मुलींचे दुसऱ्या दिवशी नवीन साड्या नेसायचे ठरले. आईची आर्थिक ओढाताण चालू होती. नवीन साडीचा विचार तर ती स्वप्नातही करू शकत नव्हती. पण परिस्थितीला शरण जाईल ती माझी आई कसली? जवळ असलेल्या प्लेन पांढऱ्या भिवंडी सिल्कवर रात्रभर बसून सांभाळून ठेवलेल्या वेगवेगळ्या रंगीत धाग्यांनी गव्हाची फुले व फ्रेंच नॉटने भरतकाम केले. साडी शक्य तेवढी नव्यासारखी सजवून मानाने कॉलेजला गेली. अशा जिद्दी आईसोबत मग सुरू झाली त्या कॅन्सर विरुद्धची आमची लढाई. मरण अटळ आहे हे माहीत असले तरी त्याच्याविरुद्ध लढण्याचे मानसिक बळ तिच्यात होते. आम्हीही तिला हेच सांगितले होते, की कॅन्सर असला तरी तू बरी होऊ शकशील. आता खूप उपचार आहेत. पूर्ण बरी नाही तरी आयुष्य वाढवणे नक्कीच आपल्या हातात आहे. हे तिला पटले आणि मग तिने उपचारास परवानगी दिली आणि तिची खऱ्या अर्थाने मृत्यूच्या विरोधात लढाई सुरू झाली.

रोज नवीन दवाखाना, नवीन डॉक्टर. आई होती खुटखुटीत पण तिचे एकाहत्तर वय सुरू होते. पायाच्या दुखण्याने बेजार होती पण कोणतीही तक्रार न करता या सर्वाला सामोरी जात होती. चेहऱ्यावर वेदनेचा लवलेशही नाही.

एका अवस्थेत स्थिर पंधरा मिनिटेही बसू शकत नव्हती, पण टेस्टसाठी थंडगार वातावरणात, कर्णकर्कश्य आवाजात तासभर त्या यंत्रात झोपून होती. हातपाय गार पडले होते, चेहरा व्याकूळ झाला होता व एकाच अवस्थेत झोपून पाय प्रचंड दुखत होता. हे एक दिव्य झाले, अशा कित्येक दिव्यांना सामोरी जात होती रोज. आईबरोबर प्रत्येक क्षणाला जवळ राहावे; तिच्या प्रत्येक त्रासात, सोसण्यात बरोबरीने सामील व्हावे असे वाटत होते. त्रासदायक, वेदनादायक चाचण्यांसाठी आईला एकटीला सोडून जाताना जीव तुटायचा. पाय जड व्हायचे, परंतु मनावर दगड ठेवून बाजूला व्हावे लागायचे.

रोज नव्या आशेने, काहीतरी सकारात्मक ऐकायला मिळेल म्हणून आईचे रिपोर्ट घेऊन रोज वेगवेगळ्या डॉक्टरांना भेटत होते. कोणी म्हणायचे चार महिने आयुष्य असेल, तर कोणी सहा महिने. मी अगदी हतबल झाले होते. प्रत्येक होणाऱ्या टेस्टचा रिपोर्ट निगेटिव्ह. मी अगदी एकतरी सकारात्मक गोष्ट व्हावी म्हणून कासावीस झाले होते. काही म्हणजे काही आशादायी घडत नव्हते. आईचे आयुष्य एवढे कमी आहे हे तिला सांगायचे नाही हे आम्ही तिन्ही भावंडांनी ठरवले होते आणि तिच्या लढण्याला बळ द्यायचा निश्चय केला होता. आईच ती. तिचा आपल्या मुलांवर विश्वास होता. आम्ही सांगत होतो, थोडा त्रास होईल, पण तू बरी होशील. मुळातच सकारात्मक विचार करणारी, आयुष्यभर प्रेम करणारी, प्रत्येक क्षण सत्कारणी लावण्यासाठी धडपडणारी व्यक्ती होती ती.

आयुष्यभर ती एक लढाई लढत होती ती त्या सतत पळणाऱ्या घड्याळासोबत. तिला एवढे प्रचंड काम करायचे असायचे की प्रत्येक क्षण कसा वाचवू? तो सत्कारणी कसा लावू? हाच तिचा ध्यास असायचा. यातूनच किती बारीक निरीक्षणे तिने नोंदवली होती. बागेला पाणी घालताना एक बादली भरेपर्यंत दहा कुंड्यांना पाणी घालून होते. कॉफीला आधण येईपर्यंत मान डावी कडून उजवीकडे पाच वेळा फिरवून होते. पेपर वाचताना घोट्यातून पाय फिरवून व्यायाम होतो. दोनच वर्षांपूर्वी आईचे हार्नियाचे अत्यंत जटिल असे सहा-सात तासाचे ऑपरेशन झाले होते. दुसऱ्या दिवशी आई कॅथेटरची पिशवी हातात घेऊन कॉरीडॉरमध्ये फेऱ्या मारत होती. आपले काम कोणालाही करायला लागू नये हा तिचा कटाक्ष होता. विश्रांतीमध्ये वेळ वाया न जाऊ देता तिने दवाखान्यात बसून नवीन बारा पुस्तिकांच्या लेखनाचा आराखडा तयार केला होता. कोणत्याही अडचणीत, संकटात गडबडून-गोंधळून न जाणे हे तिचे खास स्वभाववैशिष्ट्य होते. अशा आमच्या आईने कॅन्सरविरुद्ध पूर्ण ताकदीने लढण्याचा निश्चय केला

होता. कारण तिला तिचे सामाजिक कार्य, उपक्रम, लेखन सगळं भरभरून करायचं होतं.

मग रेडिएशनचे उपचार चालू झाले. तिथले वातावरण खरोखरच खूप तणावपूर्ण असायचे. कॅन्सर हॉस्पिटल असल्याने पेशंट पण बऱ्याच गंभीर अवस्थेतील असायचे. एरवी कधीच तिने हात हातात घेतला नव्हता. पण आता मात्र मी आणि आई जेव्हा रेडिएशनला जायचो तेव्हा मात्र नकळत आईचा हात माझ्या मांडीवर यायचा. आपला नंबर यायची वाट बघत बसलो की आई माझा हात हातात घेऊन बसायची. या दिव्यात तिला माझा थोडातरी आधार वाटतोय हे मला खूप बरे वाटायचे. रेडिएशन रूमच्या बाहेर सगळीकडे धोक्याच्या सूचना, चिन्हे असायची. बघून काळजात चर्र व्हायचं. पण आई शांतपणे खोलीत जायची. ते प्रचंड यंत्र, त्रासदायक वाटण्यासारखा खोलीतला गारवा, अवघड शांतता, त्या वातावरणात आईला तिथे एकटीला सोडून जाताना ब्रह्मांड आठवायचे. पण आई मात्र शांत, संयमी. त्या खोलीत ती एकटीच. टेक्निशियन बाहेरून बटण दाबायचे, शेक द्यायचे. मी आर्त मनाने तो दरवाजावरचा लाल दिवा बघत बसायचे. हिरवा दिवा लागल्याबरोबर पुन्हा आत जाऊन आईला खाली उतरवायचे आणि घेऊन यायचे. आईही वाटच बघत असायची. तिच्या चेहऱ्यावर कृतज्ञतेचे भाव असायचे. एकदा असाच शेक सुरू होता आणि मी रोजच्या प्रमाणे दिवा हिरवा झाल्याबरोबर आत जाऊन उभी राहिले. आई किंचित ग्लानीत होती. तिला हिरवा दिवा लागलेला कळलाच नव्हता. तिला वाटले मी आधीच आत आले. ती इतकी घाबरली, म्हणाली, "बाळा, मला काही नाही गं त्रास होत. तो शेक चांगला नसतो गं, नको गडबडीत आत येऊस, एखादे किरण सुद्धा तुला धोकादायक आहे." खरं तर, ती त्याच किरणात रोज राहात होती, पण मला त्रास होईल म्हणून कासावीस झाली होती. मला अगदी गलबलून आले.

माझ्याकडच्या उपचारानंतर आई सांगलीहून कोल्हापूरला गेली. आधीच छोट्याशा चणींची आई, आता तर खूपच अशक्त झाली होती. तिने केमोथेरपी नको म्हणून स्पष्टच सांगितले. तिचा आधीचा त्रास बघून आम्ही ते नाईलाजाने मान्य केले.

मग होमियोपॅथीचे औषध सुरू झाले. डॉक्टरांनी सर्व केस हिस्ट्री घेतली. सलग बोलून आई खूप दमली होती. डॉक्टरांनी शेवटचा प्रश्न विचारला, "तुम्हाला या आजाराबद्दल, औषधांबद्दल काय वाटतंय? तुमचं म्हणणं काय?"

आई दृढ, निश्चयी स्वरात, ठामपणे म्हणाली, ''मी जर पुन्हा पहिल्यासारखी जगू शकणार असेन, पूर्ण कार्यक्षमतेने काम करू शकणार असेन आणि माझे आयुष्य स्वावलंबीपणे जगू शकणार असेन तर मला नक्कीच आयुष्य हवे आहे. होय, मला जगायचेय, माझे अर्धे प्रोजेक्टस पूर्ण करायचेत, खूप कल्पना आहेत, त्या प्रत्यक्षात आणायच्यात. मी निराश झालेले नाही. मी आयुष्याला कंटाळलेले नाही.'' ती दमली होती. श्वास जड झाला होता; पण नंतर मात्र ती ठाम निश्चयीपणाने बोलली; ''पण जर मी या आजारातून बरी व्हायची शक्यता नसेल, परावलंबी आयुष्य जगावे लागणार असेल तर मला हे आयुष्य नको. मी आजपर्यंत मानानेच जगलेय, माझ्या सन्मानाला बाधा येईल असे आयुष्य मला नको. जेव्हा अशी वेळ येईल, तेव्हा माझे औषधोपचार थांबवा. मला सन्मानाने सक्षम असेन, तोपर्यंत मी निर्णय घेईनच. पण तुम्हीही नंतर असाच निर्णय घ्या.'' तिचे बोलून झाले होते. ती तशीच होती- शांत, निश्चल, ठाम.

रिटायर झाल्यावर तिने अशाच ठामपणे थोडसं कठोर होऊन ठरवलं होतं, की आता या कौटुंबिक पाशातून थोडं बाजूला व्हायचं. सर्व जबाबदाऱ्या, कर्तव्यं पार पाडली आहेत. आता मात्र आपल्या आवडत्या गोष्टींसाठी जास्ती वेळ द्यायचा. दादा गेल्यावर आम्ही तिच्या बाबतीत जरा जास्तीच हळवे झालो होतो. आमच्या प्रेमाचा, काळजीचा थोडा अतिरेकच व्हायला लागल्यावर तीच सावध झाली, भानावर आली. ती म्हणाली होती. ''मला तुम्ही मुले आहात, जवळ आहात, प्रेमाने बोलावता, मी तुमच्याकडे येऊ शकते. पण कोणत्याही कारणाने ज्या स्त्रिया एकट्या राहातायत, त्यांनी काय करावे? त्यांनी कुठे जावे? त्यापेक्षा आम्हीच एकत्र येतो. ग्रुप करतो. एकमेकींना मदत करतो.'' ती नेहमीच अशी समतोलपणे, भावनांच्या आहारी न जाता निर्णय घेत असे. मला आठवतंय, माझा मामा एकदा म्हणाला होता, ''लहानपणी कोपऱ्यात बसून साने गुरुजींच्या कथा वाचून मुळूमुळू रडणाऱ्या मुलीला एवढ्या कणखर स्त्री मध्ये रूपांतरीत होताना पाहाणे खूप छान वाटतेय.''

आई कोल्हापूरला गेल्यावर, आठ-दहा दिवसांनी भेटायला गेले, आई अगदी वाट बघत होती. मी परस्पर गावात जाऊन, कामे करून मगच आले आईला भेटायला. आई मात्र माझी सकाळपासूनच वाट बघत होती. मी गेले, आई आतल्या खोलीत होती, माझा आवाज ऐकला आणि अक्षरश: तिरपिटत, झोक जात, आई वेगाने बाहेर आली. एवढ्या श्रमाने ती दमली होती. तिने मला शब्दश: मिठी मारली. लहान मुलांच्या निर्व्याजपणाने म्हणाली, ''राजा, मी खूप

वाट बघत होते गं तुझी.'' माझ्या मिठीत ती अगदी शांत झाली. आता मी तिची आई होते आणि ती माझी मुलगी. थोड्या वेळाने जड पावलाने परत यायला निघाले. आईची नजर कासावीस झाली होती. मृत्यूच्या छायेत आई घाबरली नव्हती. अगदी नक्कीच. पण खूप हळवी झाली होती. खरे म्हणजे तिच्या स्वभावात ते बसत नव्हते, पण ती मला जवळ घेऊन माझा पापा घेत होती. नेहमी आमच्या अडीअडचणींचा विचार करणारी, दगदग करून येऊ नको म्हणणारी आई, आता मात्र मला म्हणत होती. ''खूप दगदग होती गं तुला, डोकं खूप दुखतं तुझं. पण तरीपण येत जा काय, माझ्यासाठी. मी तुझी वाट बघत असते.'' भाऊ-वहिनी कॅन्सर कळल्यापासूनच महिनाभर रजा काढून अखंड तिच्या बरोबर होते. तिचा पाय अजून पण खूप दुखायचा. रात्र रात्र जागी असायची. झोपेशी हिचे पहिल्यापासूनच सख्य नव्हते आणि असह्य यातनांमुळे अख्खी रात्र तळमळत असायची. भाऊ तासन्तास तिची पाठ आणि पाय दाबत असायचा. थकव्यामुळे तिला मध्येच ग्लानी यायची. अर्धा तास डोळा लागायचा आणि एकदम दचकून उठायची. ''किती वेळ बसलास रे, दमला असशील, झोप आता.'' कळवळून म्हणायची. छोटीशी नात अखंड पिंगा घालायची तिच्या भोवती. आईच्या प्रत्येक हालचालीतून छोटी मृण्मयी अचूक अंदाज करायची. आजीला आत्ता काय हवंय ते. आईला अशक्तपणामुळे खुर्चीचे हात देखील टोचायचे, मृण्मयी पटकन हाताला मऊ ओढणी गुंडाळायची, पाय ठेवायला स्टूल द्यायची. एक दिवस आई म्हणाली, ''माझे काही बरे वाईट झाले तर वाईट वाटून घेऊ नका, खूप खूप केलंत तुम्ही सगळ्यांनी, तुम्ही सगळे खूप चांगले आहात म्हणून जगावं वाटतं. पण मृत्यू अटळ आहे. तुम्ही वाईट वाटून घेऊ नका.'' आई कधीच आध्यात्मिक नव्हती. ती विचारपूर्वक देव-धर्म-ज्योतिषापासून लांब राहिली होती. तिची वैचारिक बैठक पक्की होती. समोर मृत्यू असूनही ती कधी विचलित झाली नाही. माझे वडील गेल्यावर पण तिने विचारपूर्वक धार्मिक विधी नाकारले होते. लोकांचा रोष पत्करून पण ठाम राहिली होती. आईच्या बागेवर त्यांचे खूप प्रेम होते, त्यांच्या रक्षा विसर्जनाच्या दिवशी भावाला सांगून, त्यांची रक्षा घरी आणून, सर्व कुंड्यांमध्ये तिने मिसळली. वडील गेल्यावर ती ठामपणे उभी राहिली, अतिशय अर्थपूर्ण आयुष्य जगली. तिला याबाबतीत कधी भावूक झालेली पाहिली नव्हती. पण तिच्या मृत्यूपूर्वी साधारण ८-१० दिवस आधी खूप आजारी होती तेव्हा ती म्हणाली, ''आज दादांचा भास झाला गं. त्यांच्या पांढऱ्या शुभ्र कपड्यात माझ्या ते अगदी जवळ होते.'' आई खूप हळवी

झाली होती.

पुरे पन्नास वर्षांचे अत्यंत समृद्ध सहजीवन होते त्यांचे. किती अवघड प्रसंगात त्यांनी एकमेकांना अगदी मनोभावे साथ दिली होती. सुरुवातीला त्यांची अगदीच ओढाताणीची आर्थिक परिस्थिती होती. आमच्या जन्माच्या वेळेस बाळंतपणात अंगाला लावायला, बाळाला अंघोळ घालायला बाई ठेवणे शक्यच नव्हते. आपल्या आर्थिक परिस्थितीमुळे बायकोचे हाल होऊ नयेत, म्हणून आईला अंगाला तेल लावून, मालीश करण्यापासून ते बाळाला अंघोळ घालण्यापर्यंतचे काम दादांनी आनंदाने केले होते. समोरच्याला जाणवू न देता, ओझे वाटू न देता, प्रेम करण्याची विलक्षण ताकद माझ्या दादांच्यात होती. इतकी विलक्षण सेवाभावी वृत्ती असलेली अन्य व्यक्ती मी माझ्या आयुष्यात कधी पाहिली नाही. एरवी फारसे उघडपणे न बोलणारी आई, यापूर्वीही मोठ्या ऑपरेशननंतर अर्धवट ग्लानीत असताना अशीच हळवी झाली होती. अर्धवट शुद्धीत असताना म्हणाली होती, ''मनीषा, आता आपले दादा नाहीत काय गं?'' पुन्हा या क्षणी तिला तिच्या या जिवलग सख्याची, अशीच अनिवार आठवण येत होती.

आता आईच्या फुप्फुसात पाणी व्हायला लागलं होतं, पाणी काढण्यासाठी दवाखान्यात नेले होते. दुसऱ्या दिवशी सकाळी बहिणींना फोन करून त्यांना बोलावले. ते येईतोपर्यंत वेळ होऊ नये म्हणून मुलीला, डॉक्टर जावयाला बोलावलं. एक क्षणही न गोंधळता तिने क्षणार्धात योग्य निर्णय घेऊन सर्व गोष्टी योग्य क्रमाने पारही पाडल्या होत्या. आत्ता, अगदी तिच्या स्वतःच्या जीवन मरणाचा प्रश्न असतानाही, ती न घाबरता, न गोंधळता प्रत्येक संकटावर मात करायला बघत होती.

शेवटी अँब्युलन्स आली, ती न झोपता, अँब्युलन्समध्ये बसून होती. अत्यंत कष्टाने तिचा श्वास चालू होता. मी अँब्युलन्सच्या दारापाशी बसून होते. गाडी खड्ड्यातून गेली, दार जोरात वाजले. आई त्या अवस्थेत मला सांगत होती, बाजूला सरक. कोणत्याही क्षणी मृत्यू गाठेल अशा माझ्या आईला त्याही परिस्थितीत तिच्या मुलीची काळजी होती. किती सावधचित्त आणि किती प्रेम!

आम्ही एकदाचे त्या दवाखान्यात पोहोचलो, आईचा निकराचा लढा चालू होता. शिवाजी महाराजांसाठी बाजीप्रभूने खिंड लढवली होती, पण इथे मात्र आईच खिंड लढवत होती, मृत्यूला थोपवत होती. अँब्युलन्समध्ये निर्धारानं बसलेली आई, तिची देहबोली स्पष्ट सांगत होती. नाही! मी नाही अजून हार मानलेली. तिचा तो सविनय कायदेभंगच चालू होता, साक्षात मृत्यूविरुद्ध! जणू

ती सांगत होती. “हो रे, बाबा, तू न्यायला आल्यावर मला यावंच लागेल, तुझा कायदाच तो. पण मी अशी दीनवाणी येणार नाही तुझ्याबरोबर. मी आयुष्यभर जशी जगले ना, तशीच येईन सन्मानाने, फरफटत नाही.” आता तिला त्या दवाखान्यात डॉक्टर जावयाला समोर बघून सुरक्षित वाटत होतं. तिने प्रेमाने, विश्वासाने जावयाचा हात हातात घेतला. डॉक्टरांनी व्हेंटिलेटर लावण्याचा निर्णय घेतला. तिने तेही विचारून घेतले, छान हसून व्हेंटिलेटर लावायला परवानगी दिली. मी प्रेमाने आईच्या चेहऱ्यावरून हात फिरवला. तिच्या गारगार कपाळावर ओठ टेकले. माझ्याकडे बघून, माझ्या बहिणीकडे बघून ती म्हणाली, “मी बरी होईन ना?” हेच तिचं शेवटचं वाक्य! आयुष्याबद्दल तिला हाव नव्हती. पण तिची सकारात्मक, जिद्दी, विजीगीषू वृत्ती विचारत होती, “मी जगेन ना!” व्हेंटिलेटर लावला आणि दुसऱ्या मिनिटाला तिला सिव्हीअर हार्ट अ‍ॅटॅक आला. तिने गेले तीन तास मृत्यूला अक्षरशः थोपवलं होतं. तिला डॉक्टरांपाशी आपण सुरक्षित आहोत हा विश्वास आला, आणि मगच हार्टअ‍ॅटॅक आला. पण या लढवय्या आईची जिद्द बघून यमदूतही वरमला. चक्क दीड मिनिटं बंद असलेलं आईचं हृदय परत धडधडू लागलं. आई पांढऱ्या शुभ्र चादरीवर शांतपणे झोपली होती. पांढरी चादर फडफडत होती, मला वाटलं, यमदूत शरणागतीचे निशाण फडकवत होता. मग बहुधा आईच्यात आणि यमदेवात तह झाला, आईचा आणि मृत्यूचा मान राखण्याचा. मग आयुष्यभर हुलकावणी देणाऱ्या निद्रेने आईला आपल्या कवेत घेतले. थकलेली आई शांतपणे तिच्या कुशीत शिरली. मगच मृत्यूने तिचा ताबा घेतला; शांतपणे, सन्मानाने. आता लढाई संपली होती. ना मृत्यू हरला होता, ना मृत्यू जिंकला होता. ज्या मृत्यूच्या भीतीने आम्ही अक्षरशः घाबरून गेलो होतो, या क्षणी मात्र मला तो नितांत सुंदर व सहृदय वाटला. त्याच्या एका हळुवार स्पर्शाने आईची त्या जीवघेण्या, आशा-निराशेच्या फेऱ्यातून सुटका झाली होती. सगळ्या यातना, सुख-दुःखाच्या पलीकडे आई चिरनिद्रा घेत होती. होय, हा तिच्यासाठी सुखान्तच होता.

❖❖

२.

'कॅन्सर माझा सांगाती'

– आरती हळबे
(शब्दांकन : अविनाश हळबे)

माझ्या सत्यकथेचं नाव ऐकून दचकला असाल! पण, कॅन्सर खरंच माझा असा मित्र आहे, ज्याने माझ्या जीवनाचा दृष्टिकोनच बदलून टाकला. प्रत्येक माणसाच्या जीवनात कधीकधी एखादाच असा प्रसंग येतो जो एका क्षणात त्याला उद्ध्वस्त करू शकतो. पण हाच प्रसंग सकारात्मक पद्धतीने हाताळला गेला तर आपले जीवन संपूर्णपणे बदलू शकणारा 'टर्निंग पॉईंट' ठरतो. माझ्या बाबतीत नेमकं हेच घडलं.

तसं म्हटलं तर मी माहेरहून आणि सासरहूनही एका सुशिक्षित, सुखवस्तू घरातली. आमचे चौकोनी कुटुंब. पती अविनाश टाटा मोटर्समध्ये डिव्हिजनल मॅनेजर, मी एक सुगृहिणी, मुलगी अमिता शिक्षण संपवून एका आय टी कंपनीत नोकरी करणारी आणि मुलगा चैतन्य - कॉलेजकुमार. एकंदरीत आमचा संसार सुखाचा चाललेला होता. टाटांच्या कोणत्याही कंपनीत कर्मचाऱ्यांची जितकी काळजी घेतली जात असेल तितकी इतरत्र अपवादानेच आढळेल. याचाच एक भाग म्हणून आमच्या टाटा मोटर्समध्ये मॅनेजिअरल ग्रेडच्या कर्मचाऱ्यांसाठी पतीपत्नीच्या वार्षिक आरोग्य तपासणीची एक सुविधा उपलब्ध आहे. आम्ही दोघेही या योजनेचा लाभ घेऊन दरवर्षी तपासणी करून घेत असू. सप्टेंबर २००५ मध्ये आम्ही पती-पत्नी अशाच वार्षिक आरोग्य तपासणीसाठी 'रत्ना हॉस्पिटलमध्ये' गेलो. इतर तपासण्या झाल्यावर मी 'गायनिक चेक अप' साठी हॉस्पिटलच्या गायनॉकॉलोजिस्ट डॉ. मीता नाखरे यांच्याकडे गेले. त्यावेळी मॅडमना माझ्या एका ब्रेस्टमध्ये थोडा घट्टपणा जाणवला. शंका नको म्हणून त्यांनी मला 'मॅमोग्राफी' नावाची तपासणी तातडीने करून घेण्यास सांगितले. 'मॅमोग्राफी' हा काय प्रकार असतो, याची घरात कोणालाही नीट कल्पना नसल्याने दुसऱ्या दिवशी मी एकटीच हॉस्पिटलमध्ये गेले.

"एकट्याच आलात? बरोबर कोणी नाही का?" या तिथल्या डॉक्टरांच्या प्रश्नाने काही म्हटले तरी काही गंभीर गोष्ट असावी, अशी पाल मनात चुकचुकून गेली. 'मॅमोग्राफी' झाल्यानंतर त्या टेस्टचा रिपोर्ट डॉ. नाखरे यांच्याकडे आला. डॉक्टर मॅडमनी तो सांगायला मला आत बोलावले व पाण्याचा ग्लास पुढे केला. आता काय ऐकायला मिळणार आहे, या विचाराने माझ्या हाताच्या मुठी नकळत ओलसर होऊ लागल्या. त्या गंभीर मुद्रेने एकदा रिपोर्टकडे पाहात होत्या, तर एकदा माझ्याकडे.

"काय आलाय रिपोर्ट?" कणभर शब्द उच्चारायला मणभर ताकद लावून मी विचारले.

"तुमच्या ब्रेस्टमध्ये गाठ निश्चित आहे, पण ती... 'त्याची' नसू सुद्धा शकते." कॅन्सर हा शब्द न उच्चारता त्या म्हणाल्या. "पण काळजी करू नका. आपण आणखी तपासण्या करून मगच ठरवूयात... जरा दोन मिनिटे बाहेर थांबता का?" डॉक्टर.

मी काही न बोलता बाहेर जाऊन तिथल्या बेंचवर बसले. थोड्या वेळाने मॅडमनी मला पुन्हा आत बोलाविले आणि म्हणाल्या, "मी तुमच्या मिस्टरांच्या कंपनीतल्या मेडिकल ऑफिसर डॉ. गोखल्यांशी बोलले आहे. त्यांच्या सूचनेप्रमाणे आपण त्या गाठीची पुढील तपासणी ऑन्कॉलॉजिस्टच्या सल्ल्याप्रमाणे करून घेऊ आणि मगच काय ते ठरवू."

???

"एकट्याच आलात, बरोबर कोणी नाही का?" या डॉक्टरांच्या प्रश्नामागचे गांभीर्य आता मला कळून चुकले आणि 'ऑन्कॉलॉजिस्ट' याचा अर्थ कॅन्सरतज्ज्ञ ही माहितीही कोणी न सांगता उमगली.

घरी येताच अविनाशना मी सगळी हकिकत सांगितली, त्यांनी तातडीने प्रसिद्ध कॅन्सरतज्ज्ञ डॉ. शैलेश पुणतांबेकरांची अपॉइंटमेंट घेतली. तपासणीनंतर डॉक्टरांनी ती गाठ कशाची हे समजण्यासाठी "बायोप्सी" नावाची पुढील तपासणी करून घेण्यास सांगितले. बायोप्सीत शरीराच्या त्या विविक्षित भागातला किंवा गाठीतला एक छोटासा तुकडा काढून घेऊन तज्ज्ञ पॅथॉलॉजिस्टकडून तपासला जातो. या तपासणीतून ती गाठ म्हणजे साधे ट्यूमर आहे का इतर कोणत्या तरी व्याधीची आहे हे कळते.

२९ सप्टेंबर : बायोप्सीचा रिपोर्ट आणून तो डॉ. शैलेशना दाखविण्यासाठी अविनाश डॉक्टरांकडे गेले - एकटेच! रिपोर्ट कळल्याबरोबर घरी फोन करायचे,

असे घरातून निघताना ठरले होते. पॅथॉलॉजी लॅबमधून तो रिपोर्ट घेऊन अविनाशनी डॉक्टर शैलेशच्या असिस्टंट डॉ. गीतांजली यांना दिला. तो वाचून मॅडमनी हळुवारपणे पण जे सांगितले ते ऐकल्यावर अविनाशना घरी फोन करण्याचे धाडस झाले नाही. कारण आता रिपोर्टने त्यांच्या हाता-पायातच नव्हे तर तोंडातही मणामणाचे शिसे ओतले होते. माझ्या ब्रेस्टमधील गाठ दुसरी तिसरी कशाची नसून कॅन्सरचीच आहे, यावर त्या रिपोर्टने शिक्कामोर्तब केले होते!

अविनाशने घरी येऊन ही बातमी खालच्या मानेने सांगताच एकच हल्लकल्लोळ उडाला. ब्रेस्ट कॅन्सर म्हणजे नक्की काय असते हे कोणालाच माहिती नव्हते, पण 'कॅन्सर म्हणजे मृत्यूच' हा समज सगळ्यांचाच पक्का होता. आता पुढच्या हालचाली वेगाने करणे भाग होते, कारण जितका वेळ जाईल तितका कॅन्सर वेगाने पसरत जातो हे एव्हाना कळून चुकले होते. डॉक्टरांकडे या समस्येवर आता एकच उपाय होता, जो एका स्त्रीच्या दृष्टीने स्त्रीत्वालाच आव्हान देणारा होता. तो म्हणजे शस्त्रक्रिया करून एका बाजूची ब्रेस्टच काढून टाकणे हा होय! हे... हे म्हणजे झाडावरचे एखादे फळ खराब दिसले म्हणून आख्खी फांदी तोडून टाकण्यासारखे होते. वेळप्रसंगी जातिवंत झाडावर आगंतुकपणे वाढणाऱ्या बांडगुळालाही असेच काढावे लागते हे खरे... पण, तोच न्याय माणसाला? हे प्रारब्ध म्हणावे का नियतीची क्रूर चेष्टा? काही म्हटले तरी सत्याला सामोरे जाणे भाग होते. अविनाशचा मूळचा पिंड अध्यात्माचा असल्याने त्याने समर्थांची

होणार ते होत जात । प्रपंची जाहला आघात । डळमळेना ज्याचे चित्त । तो सत्वगुण ।।

ही ओवी आठवून स्वतःच्या मनाची समजूत काढायला सुरुवात केली. पण माझे काय? मी तर एक सर्वसामान्य गृहिणी. साक्षात मृत्यू समोर ठाकला असताना मी काय करायचे? स्वतःच्या मनाची कशी समजूत काढायची? रडवेल्या तोंडाने आपल्या आईकडे पहाणाऱ्या मुलांना कसे सावरायचे? एकेक प्रश्न अक्राळविक्राळ राक्षसाचे रूप घेऊन माझ्यासमोर उभे राहू लागले. एकदोन दिवस संपूर्ण विषण्ण अवस्थेत गेले.

दुःखाचा आघात कितीही मोठा असला तरी त्यातून लवकरात लवकर बाहेर येणे भाग होते. समोर दोनच मार्ग दिसत होते. एक म्हणजे कॅन्सरपुढे हार मानून शरण जाणे आणि दुसरा म्हणजे परमेश्वरावर पूर्ण श्रद्धा ठेवून पण जास्तीत जास्त वैद्यकीय उपाय करून त्याच्याशी यशस्वी सामना करणे. आम्ही दोघांनी थोडा विचारविनिमय केला. ही गोष्ट जगापासून लपवून काहीच फायदा

होणार नव्हता. कारण कॅन्सर होणे म्हणजे कोणतीही लाजिरवाणी गोष्ट किंवा काही गुन्हा नव्हता जो जगापासून लपवावा. उलट, जगाला विश्वासात घेतले तर त्यांचा पाठिंबा व सर्व प्रकारची मदत मिळण्याची शक्यता जास्त होती. परमेश्वराची प्रार्थना आणि त्याबरोबरच वैद्यकीय उपचारात कमतरता करायची नाही असेही ठरविले. मी आणि अविनाशनी दुसरा मार्ग निवडला आणि ते सकारात्मकतेकडे टाकले गेलेले पहिले पाऊल ठरले!

सुदैवाने प्रत्यक्ष शस्त्रक्रिया करणारे डॉ. शैलेश पुणतांबेकर यांचे काका डॉ. सतीश पुणतांबेकर व त्यांची पत्नी डॉ. संजीवनी हे आमच्या जवळच्या नात्यातले होते. या दोघांनाही या गोष्टीची कल्पना देऊन आम्ही आमच्या घरी बोलावले. त्यांनी 'ब्रेस्ट कॅन्सर सर्जरी' हा एकूण प्रकार काय आहे, हे नीट समजावून, असे पेशंट ऑपरेशननंतरही वीस-वीस वर्षे व्यवस्थित जगू शकतात, हे सोदाहरण सांगून माझे आत्मिक बळ वाढवले. ही सर्व चर्चा मुद्दाम मुलांसमोरच करण्यात आली. त्यामुळे काही प्रमाणात का होईना, पण मुलेही सावरली. अविनाशने नंतर आपले नातेवाईक व शेजारीपाजारी यांना क्रमाक्रमाने बोलावून हे सांगायला सुरुवात केली. प्रथम उलटीच प्रतिक्रिया घडे. मला 'कॅन्सर' झालाय हे ऐकताच त्यांना प्रचंड धक्का बसे. महिला तर रडायला लागत. मग मला व अविनाशना त्यांची समजूत काढावी लागे! हा प्रकार फारच विचित्र होता, पण त्यांचे गैरसमज दूर झाल्यावर मात्र नातेवाईक व शेजारी यांनी आमच्या मागे मनोधैर्याची एक भक्कम फळी उभी केली. सकारात्मकतेकडे हे दुसरे पाऊल होते!

२ ऑक्टोबर २००५ ! ऑपरेशनचा दिवस उजाडला. पहाटेच आमचे जवळचे नातेवाईक व मैत्रिणीही हॉस्पिटलमध्ये आल्या. पण, मी एव्हाना मनाने इतकी भक्कम झाली होते की थिएटरमध्ये जाताना स्ट्रेचरवर पडल्या पडल्या सर्वांना ''आलेच'' असे म्हणत हात हालवून बायबाय केले व माझे दैवत शेगावचे श्रीगजानन महाराज यांची प्रार्थना करत ॲनेस्थिटिस्टची सुई टोचून घेतली. काही क्षणात माझे भान हरपले व डॉ. शैलेश पुणतांबेकरांचे कुशल हात शस्त्रक्रिया करू लागले.

तासाभराने डॉ. शैलेश थिएटरमधून बाहेर आले व त्यांनी ऑपरेशन यशस्वी झाल्याची बातमी दिली. याबरोबरच सर्व नोडस् निगेटिव्ह आढळल्याने ऑपरेशननंतर रेडिएशन अथवा केमोथेरपीची ट्रीटमेंट घ्यावी लागणार नाही, अशी बातमी सांगून सर्वांचा आनंद द्विगुणित केला. रेडिएशन आणि केमोथेरपी

हे काय प्रकार आहेत हे नीट माहिती नसूनही थिएटरबाहेरच्या सर्वांना मनापासून आनंद झाला. सकारात्मकतेचे तिसरे पाऊल आता दैवानेच टाकले होते!

काही वेळाने मी शुद्धीवर आले. अविनाशने रेडिएशन व केमोथेरपीची ट्रीटमेंटही घ्यावी लागणार नाही हे सांगून मला काहीसा दिलासा दिला. ऑपरेशनमुळे दुखऱ्या भागात वेदना होत होत्या तरी एका दिव्यातून निभावून निघाल्याने मला बरेही वाटत होते. होता होता रात्र झाली आणि एकदम मला आठवण झाली. आज २ ऑक्टोबर म्हणजे अविनाशचा वाढदिवस! माझ्या कॅन्सरच्या दुखण्याची बातमी कळल्यापासून आम्हा सर्वांचेच याकडे दुर्लक्ष झाले होते. पण, मुले मात्र हे विसरली नव्हती. त्यांनी पटकन कुठून तरी केक आणला आणि हॉस्पिटलमध्ये रात्री साडेदहा वाजता केक कापून डॉक्टरांसकट सर्वांनी अविनाशचा वाढदिवस साजरा केला! सकाळी डॉक्टरांनी कॅन्सरची गाठ कापली व मला नवजीवनाचे 'प्रेझेंट' मिळाले, तर रात्री अविनाशने वाढदिवसाचा केक कापला आणि माझ्या रूपात त्याला जगातले सर्वोच्च प्रेझेंट मिळाले! ऑपरेशननंतर माझे पुढे काय होणार आहे याची कल्पना नसूनही आमच्या आयुष्यातल्या एका आनंदाच्या दिवसाकडे आम्ही पाठ फिरवली नाही. सकारात्मकतेचे हे चौथे पाऊल होते!

घरी आल्यावर उर्वरित नातेवाईक/हितचिंतकांचा ओघ सुरू झाला. पण त्यांना कॅन्सरबद्दल नीटशी माहिती नसल्याने काही मंडळी बोलताना 'कॅन्सर' म्हणजे जगणे कॅन्सल' या भावनेने नकळत निरवानिरवीची भाषा बोलत. माझ्याकडे बघताना 'हे आरतीचे अखेरचे दर्शन' अशा रीतीने पाहात होते. असे करताना आपण किती मोठी घोडचूक करतोय याची त्यांना गंधवार्ताही नसे. नाही म्हटले तरी या गोष्टीचा माझ्या मनावर हळूहळू परिणाम होऊन मनोधैर्य थोडे ढासळू लागले. नेमकी याच वेळी मला 'आस्था ब्रेस्ट कॅन्सर सपोर्ट ग्रुप'ची माहिती मिळाली. त्यांच्याशी संपर्क साधल्यावर त्यांच्या कार्यकर्त्या माझ्या घरी आल्या. त्यांनी स्वत:ची व आस्था ग्रुपच्या अनेक सभासद स्त्रियांची नावानिशी उदाहरणे देऊन कॅन्सरच्या ऑपरेशननंतरही स्त्रियांना पहिल्यासारखे जीवन जगता येते हे पटवून दिले व माझ्या मनाला पुन्हा उभारी आणली. ही उभारी इतकी मिळाली, की मी नंतर त्यांच्या सभांना आवर्जून जाऊ लागले. हे सकारात्मकतेकडे टाकलेले पाचवे पाऊल ठरले.

हा ग्रुप जॉईन करण्याचा निर्णय माझ्या जीवनाला आणखी कलाटणी देणारा ठरला. कारण इथे नुसत्या सभा, बैठकी नसून हा ग्रुप अशा तऱ्हेच्या अनेक कॅन्सरपीडितांना वारंवार भेटी देऊन काउन्सेलिंगद्वारे त्यांच्या खचलेल्या

मनांना उभारी आणण्याचे काम करत होता. कण्हत, कुंथत, जगापासून स्वत:ला दूर ठेवत जीवन जगणाऱ्या आपल्या भगिनींना पुन्हा माणसात आणत होता. त्यांच्यासाठी निरनिराळी संमेलने, नाटके, अवेअरनेस प्रोग्रॅम्स आयोजित करत होत्या. मग मीही त्यात सामील झाले.

इथे मला माझ्यातला एक सुप्त गुण सापडला. तो म्हणजे हसत खेळत, पण मुद्देसूदपणे समोरच्या व्यक्तीस आपले म्हणणे सकारात्मक रीतीने समजावून देण्याचा उर्फ काउन्सेलिंग करता येण्याचा! या गुणाच्या रूपाने मला जणू अलिबाबाची गुहाच सापडली. माझा हा गुण लक्षात येताच मी अशा प्रकारच्या कॅन्सरपीडित स्त्रियांच्या मनाला आणि जीवनाला उभारी देण्यासाठी काउन्सेलिंगला जाण्यास सुरुवात केली. 'घायलकी गती घायल जाने' या न्यायाने एक कॅन्सर पेशंटच दुसऱ्या कॅन्सरग्रस्त पेशंटला परिणामकारक रीतीने समजावून सांगू शकतो हा अनुभव फारच बोलका ठरला.

उपास्य दैवतावर श्रद्धा, सकारात्मक विचारसरणी, कुटुंबीय आणि हितचिंतकांचा आधार यामुळे मी या सर्व दुष्टचक्रातून बऱ्यापैकी बाहेर येऊ शकले खरे, पण या गोष्टी सर्वांनाच मिळतातच असे नाही. उलट कॅन्सरच्या बाधेपेक्षा त्याच्या भीतीनेच बहुतांशी रोगी आणि त्यांचे नातेवाईक जास्त खचून जातात असे आढळून आल्याने मी कॅन्सरविषयक मदतकार्य आणि समुपदेशनाचे काम आणखी जोमाने सुरू केले. हे सकारात्मकतेकडे टाकलेले सहावे पाऊल ठरले.

ब्रेस्ट कॅन्सरच्या ऑपरेशननंतर काही स्त्रियांना ऑपरेशन झालेल्या बाजूचा हात प्रचंड प्रमाणात सुजून एखाद्या मलखांबासारखा टणक आणि जड होण्याचा त्रास होतो. याला 'लिंफेडिमा' असे म्हणतात. याही बाबतीत बऱ्याच पेशंटस्‌ना नीट माहिती नसते. ही सूज कमी करून हात पुन्हा हलका करण्याची ट्रीटमेंट एका विविक्षित यंत्राद्वारे देता येते. या ट्रीटमेंटचे डेमॉन्स्ट्रेशन देण्यासाठी आस्था ग्रुपने एक शिबिर आयोजित करण्याचे ठरविले. मी शिबिराची संपूर्ण जबाबदारी अंगावर घेऊन हिरीरीने ती यशस्वी करून दाखवली. या शिबिरात डेमॉन्स्ट्रेशन देताना चाळीस स्त्रियांवर मोफत उपचारही करण्यात आले. या शिबिरातून कॅन्सर पेशंटस्‌ना काऊन्सेलिंगची किती आवश्यकता असते हे मला आणखी प्रकर्षाने जाणवले.

हे सर्व करत असताना कॅन्सरबाबत काही गोष्टी सर्वांसमोर यायला हव्यात, गैरसमज दूर व्हायला हवेत असे मला आतून सतत जाणवू लागले. अविनाशच्या मदतीने मी माझ्या अनुभवावर आधारित असा एक लेख बनवला

आणि दै. सकाळच्या 'मुक्तपीठ' या सदरासाठी पाठविला. सकाळने या लेखाला अतिशय सकारात्मक प्रतिसाद देऊन ७ जून २०१० ला हा लेख छापला. पुढे कोल्हापूरच्या 'विश्वपंढरी' या धार्मिक मासिकाने हा लेख पुनर्मुद्रित केला.

हा लेख वाचल्यावर अनेकांनी माझे अभिनंदन तर केलेच, पण अनेक कॅन्सरग्रस्त रुग्णांनी माझ्याशी संपर्क साधून माझ्या समुपदेशनाचा लाभ घेण्यास सुरुवात केली. दैनिक जागरणतर्फे प्रसिद्ध होणाऱ्या 'सिटी प्लस' या इंग्रजी पाक्षिकाने आणि 'डीएनए' नेही माझी मुलाखत घेऊन छापली. याबरोबरच 'स्टार माझा'नेही जागतिक कॅन्सर दिनानिमित्ताने माझी मुलाखत प्रसारित केली. सकाळमधूनही माझी आणखी एक मुलाखत प्रसिद्ध झाली. यात माझा मोबाईल नंबरही दिला होता ज्याचे रूपांतर मी हेल्पलाईनमध्ये केले. या सर्व गोष्टींमुळे आणखी अनेक पेशंटस् माझ्याशी संपर्क साधू लागले. हे सर्व पाहिल्यावर, माझे कॅन्सरचे ऑपरेशन करणारे डॉ. शैलेश पुणतांबेकर यांनी जुलै २०१० मध्ये मला बोलावून त्यांच्या 'गॅलक्सी केअर लॅप्रोस्कोपी इन्स्टिटयूट' या मोठ्या हॉस्पिटलमध्ये कॅन्सर पेशंटस्ना काऊन्सेलिंग करण्यासाठी संधी उपलब्ध करून दिली. त्यासाठी तिथेच एक सुसज्ज केबिनही मला देण्यात आली.

सुरुवातीस आठवड्यातून एक दिवस व काही काळातच आठवड्यातून दोन दिवस मी तिथे जाऊन कॅन्सरग्रस्त रुग्ण आणि त्यांच्या जवळच्या नातेवाईकांना समुपदेशन करून, कॅन्सरबाबतचे गैरसमज दूर करून, त्यांच्या मनातली मृत्यूची भीती घालवून कॅन्सरच्या ट्रिटमेंटनंतरही दैनंदिन जीवन कसे व्यवस्थित जगता येते हे स्वत:च्या उदाहरणातून सांगण्यास सुरुवात केली. या समुपदेशनासाठी फी घ्यावी का असा प्रश्न उपस्थित झाल्यावर अविनाशनी 'आपल्या घरावर साधुसंतांची कृपा आहे. संत हे द्यायला आलेले असतात... घ्यायला नाही. मग आपण त्यांच्या शिकवणीचे थोडे तरी अनुकरण करायला नको का?'' असा विचार मला सांगितला. याबरोबरच, कॅन्सर ट्रीटमेंट किती खर्चिक असते हे माहीत असल्याने, पेशंटस्ना खर्चाच्या बाबतीत थोडातरी दिलासा मिळावा हा विचार आम्ही केला. दोनही विचारांमुळे मी हे समुपदेशन विनामूल्य करण्यास सुरुवात केली. सुरुवातीस मी फक्त स्त्रियांनाच आणि ते सुद्धा ब्रेस्ट कॅन्सर पेशंटस्ना समुपदेशन करीत असे. पण काही काळातच डॉ. शैलेश यांच्या मार्गदर्शनामुळे मी सर्व प्रकारच्या कॅन्सर स्त्री-पुरुष पेशंटस् आणि त्यांच्या नातेवाईकांना समुपदेशन करू लागले. याबरोबरच निरनिराळ्या सेवाभावी संस्थांकडून गरजू कॅन्सर पेशंटस्ना वैद्यकीय सहाय्य आणि आर्थिक मदत कशी मिळू शकते हेही मार्गदर्शन करण्यास सुरुवात

केली.

आजवर मी ६०० पेक्षा जास्त कॅन्सरग्रस्त आणि त्यांच्या कुटुंबीयांना समुपदेशन करून, या व्याधीशी यशस्वी सामना करून जगण्याची नवी जिद्द निर्माण करण्याचे काम केले आहे. याशिवाय त्यांना कोणत्याही वेळी गरज पडली तर संपर्क साधता यावा म्हणून मी माझा मोबाईल अखंड चालू ठेवून एक हेल्पलाईनही उपलब्ध करून दिली आहे. अगदी मध्यरात्रीही पेशंट वा घरच्यांना अस्वस्थ वाटू लागले तरी ते माझ्याशी संपर्क साधून आपला ढासळलेला आत्मविश्वास परत मिळवू शकतात. गरजूंना औषधे आणि उपचार यात मदत मिळवून देण्यातही मी प्रयत्नशील असते. त्यासाठी 'गॅलक्सी'च्या डॉ. शैलेश यांपासून वॉर्डबॉईजपर्यंत सर्वांचे भरघोस साहाय्य मिळते. काही सेवाभावी मंडळी व संस्थाही आता माझ्या मदतीसाठी पुढे येत आहेत. कोणावर ही वेळ न येवो, पण तशी परिस्थितीच निर्माण झाली तर संबंधितांनी माझ्या ९९२२०८४७०० या हेल्पलाईनचा उपयोग करून घ्यावा. हे सर्व करत असताना कॅन्सरबाबत असणारे अनेक गैरसमज मला दूर करून वस्तुस्थिती नीट समजावून सांगावी लागते. त्यापैकी काही मी सर्वांच्या माहितीसाठी देत आहे.

१) कॅन्सर हा कोणत्याही प्रकारचा संसर्गजन्य रोग नाही. त्यामुळे घरातल्या एखाद्याला तो झाला तरी दुसऱ्याला त्याची लागण होणे असंभव आहे. या रुग्णाबरोबर दैनंदिन व्यवहार करण्यास काहीच हरकत नाही.

२) 'कॅन्सर म्हणजे मृत्यू' हेही खरे नाही. आजकाल निरनिराळ्या प्रकारच्या कॅन्सरवर अनेक प्रभावी वैद्यकीय उपाय उपलब्ध आहेत. वेळीच उपचार झाले तर तो निश्चितच आटोक्यात येऊ शकतो.

३) कॅन्सर होण्यापाठीमागे कोणतेही विविक्षित कारण सांगता येत नाही. पण आजकालची धकाधकीची जीवनशैली, चौरस आहार / व्यायामाचा आभाव, व्यसनाधीनता, घर किंवा व्यावसायिक ताणतणाव यामुळे त्याचे प्रमाण वाढत चालले आहे हे मात्र खरे.

४) तंबाकू, गुटखा, धूम्रपान यांमुळे तोंड अथवा घशाच्या कॅन्सरला आमंत्रण मिळते.

५) कॅन्सरवर ॲलोपॅथीबरोबर आयुर्वेद, होमिओपथी उपचार घेण्यास हरकत नाही. तज्ज्ञ डॉक्टरांच्यामार्फत त्याचा आवश्य लाभ घ्यावा.

६) कॅन्सरवरचे इलाज तज्ज्ञांमार्फतच करावेत. ऐकीव माहितीवर अवलंबून न राहाता तातडीने वैद्यकीय उपचार सुरू करावेत. उपचारास वेळ लागल्यास तो

पुढे पसरत जातो.

७) आपल्या आराध्यदैवतावर पूर्ण श्रद्धा असावी. नामस्मरण, पूजापाठ प्रार्थना, ध्यान यांचा आत्मिक बळ वाढविण्यास निश्चितच उपयोग होतो. परंतु वैद्यकीय उपचारात कोठेही कमतरता करू नये.

८) कॅन्सरच्या रुग्णाला वैद्यकीय उपचाराबरोबर मानसिक आधाराची नितांत आवश्यकता असते. हा आधार नीट मिळाला तर तो रुग्ण लवकर त्यातून बाहेर येऊ शकतो.

९) कॅन्सरवरील वैद्यकीय उपचारांबरोबर 'मी यातून पूर्णपणे बरा / बरी होणार आहे' ही सकारात्मक विचारसरणी अत्यंत फलदायी होते.

१०) स्त्रियांनी मॅमोग्राफी ही तपासणी चाळीशीनंतर दरवर्षी करून घ्यावी. कॅन्सर रुग्णांनी बरे झाल्यानंतरही डॉक्टरांच्या सल्ल्याने ठराविक कालावधीनंतर तपासण्या सुरू ठेवाव्यात.

११) कॅन्सर = कॅन + सर. कॅन म्हणजे करू शकणे आणि सर म्हणजे जिंकणे. याचाच अर्थ कॅन्सरला आपण जिंकू शकतो !

एक ना अनेक, माझे काम चालूच आहे आणि चालूच राहणार आहे. मध्येच शरीरात एखादी छोटी समस्या निर्माण झाली तर मला कॅन्सरचा रिकरन्स झाल्याची संभावना होते. डॉक्टरी तपासण्या होऊन रिपोर्ट मिळेपर्यंत घरातल्या सगळ्यांचाच जीव टांगणीला लागतो. एक दिवस कळते, की तपासणीतून वेडेवाकडे काही निघाले नाही, म्हणजे उद्भवलेली समस्या ही कॅन्सरची नाही. मग मी हसते व पुन्हा नव्या जोमाने काम करू लागते. सकारात्मकतेकडे एक आणखी पाऊल.

'कॅन्सर' हा शब्द उच्चारला, की कोणालाही समोर स्मशानच दिसते. पण परमेश्वरावरील श्रद्धा, मनातली सकारात्मकता आणि त्याला चांगल्या समुपदेशनाचा आधार मिळाला, की त्या स्मशानाचेही रूपांतर नंदनवनात करता येते, हा माझा अनुभव आहे. फरक फक्त त्याकडे बघण्याच्या दृष्टीचा आहे. एक शायर म्हणतो -

''सोचके बदलो सितारे बदल जाएंगे,
नजरको बदलो नजारे बदल जाएंगे
कश्तियाँ बदलनेकी जरूर नही,
दिशाओंको बदलो, किनारे बदल जाएंगे''

एकेकाळी माझे मन कॅन्सरच्या आघाताने उन्मळून पडले होते. पण परमेश्वरावरील श्रद्धा, कुटुंबीय, शेजारीपाजारी, डॉक्टर मंडळी व सपोर्ट ग्रुपच्या

सकारात्मकतेने त्याला नवी उभारी आली. त्याचा प्रभाव इतका होता, की अनेक दुर्दैवी स्त्रीपुरुषांच्या आयुष्यात नवजीवन फुलविण्याचे सामर्थ्य माझ्यात आले!

एक काळ असा होता की कॅन्सर माझ्याच वाट्याला का आला असा प्रश्न मी माझे दैवत श्रीगजानन महाराजांना कळवळून विचारला होता. पण आता चेहऱ्यावर मृत्यूची छाया घेऊन आलेल्या पेशंट आणि त्याच्या नातेवाईकांना काउन्सेलिंग केल्यावर जेव्हा मला त्यांच्यात जगण्याचा आत्मविश्वास आणि नवजीवनाचे हास्य विलसताना दिसते तेव्हा असे वाटू लागले आहे, की बरे झाले महाराजांनी कॅन्सर माझ्या वाट्याला दिला, नाहीतर इतक्या लोकांमध्ये जगण्याची जिद्द निर्माण करून त्यांचा दुवा- आशीर्वाद संपादन करण्याची संधी मला कशी मिळाली असती? महाभारतातला एक श्लोक याबाबत खूप बोलका आहे.

'न त्वहं कामये राज्यं, न स्वर्गं, नपुनर्भवम्
कामये दुखःतप्तानां प्राणिनां आर्तनाशनम्'

(हे मानवा, तू राज्योपभोग, स्वर्गसुख आणि जन्मोजन्मी मला अनेक उत्तमोत्तम भोग मिळावेत अशी इच्छा करू नकोस, तर या जगातील दुःखाने गांजून गेलेल्या अनेक प्राण्यांचे क्लेश नाहीसे व्हावेत याची इच्छा धर आणि तसे प्रयत्नही कर)

मला कॅन्सरची बाधा झाली नसती तर मीही इतर स्त्रियांप्रमाणे चूल आणि मूल, रांधा-वाढा-उष्टी काढा - यातच आयुष्य घालवले असते. पण, कॅन्सरमुळे माझे जीवनच बदलले. मी आणि माझा संसार ही भावना दूर जाऊन समाजासाठी काहीतरी चांगले काम करण्याची संधी मिळाली; म्हणून आता मी कॅन्सरला आपला शत्रू न मानता मित्र मानते. आपल्या जीवनात सुख-दुःखाचा वाटेकरी होणाऱ्या, आपली प्रगती होण्यासाठी साहाय्य करणाऱ्या व्यक्तीला आपण मित्र म्हणतो, तसेच! पण, मित्र मानले म्हणून त्याने मर्यादा ओलांडायचा प्रयत्न केला तर औषधोपचार, रेडिएशन, केमोथेरपीचा धाक घालून त्याला लांबच ठेवते. अविनाशनेही आपल्या बायकोच्या या मित्राला खिलाडूपणे मान्यता दिली आहे. कॅन्सरही असाच माझा सांगाती आहे... शेवटपर्यंत साथ देणारा!

३.

माझा पुनर्जन्म

- डॉ. आसावरी कानडे

मोठ्या मुलाचे लग्न झाल्या झाल्याच धाकटा मुलगा शिकण्यासाठी म्हणून परदेशी गेला. तो परतल्यावर त्याचे लग्न करायचे आणि मग आपण नोकरीतून स्वेच्छा निवृत्ती घ्यायची असे मी मनाशी पक्के ठरवूनच टाकले. तसे पाहता अजून पाच वर्षे सर्व्हिसची असताना मी हा असा निर्णय घेणे धाडसाचे होते. परंतु वयाच्या एकोणिसाव्या वर्षापासून सलग छत्तीस वर्षे नोकरी, त्याबरोबरच माझे स्वत:चे शिक्षण एम्. एस्. सी., पीएच. डी पर्यंत. घरातल्या जबाबदाऱ्या सांभाळताना स्वत:साठी वेळच देता आला नव्हता. मन व शरीर त्याच त्या एकसुरी आयुष्याला कंटाळले होते. त्यांना बदल हवा होता आणि शेवटी धीर करून जानेवारी २०११ मध्ये तीन महिन्याची नोटीस देऊन टाकली. अपेक्षेप्रमाणेच माझ्या ह्या निर्णयावर माझे वरिष्ठ व संस्थेचे संचालक अचंबितच झाले व त्यांनी मला माझ्या निर्णयावर फेरविचार करावयास एक महिन्याची मुदत दिली. पण मी माझ्या निर्णयावर ठाम होते. त्याप्रमाणे फेब्रुवारी २०११ ला राजीनामा नोटीस देऊन मी मे २०११ पासून सेवानिवृत्त झाले.

स्वेच्छानिवृत्ती नंतरची बरीच स्वप्ने मी रंगवली होती. जशी की- प्रदर्शने बघणे, पुस्तके वाचणे, चांगल्या वक्त्यांची भाषणे ऐकणे, नाटक सिनेमा पाहाणे, मैत्रिणींबरोबर सहलीला जाणे व त्याबरोबरच स्वत:ला थोडेसे कामात (व्यावसायिक) गुंतवून घेणे. त्याप्रमाणे मी हळूहळू मैत्रिणींबरोबर वेळ देऊ लागले. परंतु मी जेथे जाईन तेथे मला सगळ्यांकडून एकच प्रतिक्रिया मिळायची, "तुझा चेहरा एवढा काळा का पडलाय? डोळे सुजल्यासारखे का वाटतायत?" साधारणपणे जानेवारी-फेब्रुवारीपासूनच मलाही माझ्या चेहऱ्यातील हा बदल जाणवला होताच. त्याबरोबरच तोंड आल्यासारखे होऊन दोन-तीन महिने मला सर्वच अन्न खूप तिखट लागायचे. मी घरगुती, होमिओपॅथी औषधे घेऊनही फरक न पडल्यामुळे मोठमोठ्या तीन-

चार डॉक्टरांकडे गेले. बहुतेकांनी हा 'VRS syndrom' आहे किंवा 'post menaposal symptoms' आहेत म्हणून औषधे दिली. तसेच चेहऱ्यावरील काळेपणासाठी असंख्य ब्युटी पार्लस, स्कीन स्पेशालिस्ट, ॲलर्जी स्पेशालिस्ट ह्यांचे दवाखाने पालथे घालून महागड्या टेस्टवर भरपूर पैसेही गमावून बसले पण गुण काही आलाच नाही.

आता तर मला घरातून बाहेरच पडावेसे वाटेना. एकीकडे स्वेच्छा निवृत्ती नियोजनाचे वाजलेले बारा व त्यातून नऊ-दहा तास घरात घालविणे (की ज्याची छत्तीस वर्षे कधीच सवय नव्हती) म्हणजे माझ्यासाठी काळ्या पाण्याची शिक्षाच होती. एकतर घरामध्ये दोन वयोवृद्ध म्हणजे वय वर्षे पंचाऐंशीच्यावर असलेल्या स्त्रिया. त्यांचे रोजचे टीव्ही बघणे -त्यामध्ये मी स्वत:ला ॲडजस्ट करू शकत नव्हते. परंतु त्यांची मात्र माझ्याकडून अपेक्षा!

त्यामुळे मी स्वत:ला वाचनात गुंतवून घेतले. होमिओपॅथीचा क्लास लावला. ज्ञानेश्वरी व दासबोध ऐकायला जायला लागले व आठवड्यातून दोनदा कन्सल्टन्सीची कामे सुरू केली. पण हे सगळे सुरळीत व्हायचेच नव्हते जणू! मला स्कूटर चालवताना त्रास होऊ लागला. पाय उचलताना अशक्तपणा जाणवू लागला. त्यामुळे जिने चढण्यावर नियंत्रण आले. हळूहळू मला जाणवू लागले की, माझ्या हातातली ताकद पण कमी होतीय! पाण्याची घागर, दुधाचे पातेले किंवा पाण्याचा तांब्यासुद्धा उचलता येईना. खाली बसल्यावर उठता येईना. झोपल्यावर उठता येईना. रोजची अंघोळ, कपडे घालणे, केस विंचरणे ह्या सर्व गोष्टी अवघड होऊन बसल्या. ऑर्थोपेडिक डॉक्टरांच्या सल्ल्यानुसार भरपूर रक्त तपासण्या झाल्या. सर्व रिपोर्टस् नॉर्मल येत होते. थॉयरॉईडच्या तपासण्या केल्या. त्यापण नॉर्मल आल्या. B_{12} deficiency असू शकेल म्हणून दहा इंजेक्शन्सचा कोर्स केला. पण सुधारणा काही दिसेना. शेवटी एका फिजिशिअनची गाठ घेतली.

त्या डॉक्टरांनी मला तपासल्या तपासल्या दहा मिनिटांमध्येच संभाव्य रोगाचे निदान कागदावर लिहिले. डॉक्टरांनी माझे बौद्धिक घेऊन, रोगाचे गांभीर्य, दुर्मीळता, त्यावरील स्टिरॉइडची लाँग टर्म ट्रीटमेंट व त्या ट्रीटमेंटचे फायदे-तोटे सर्व समजावून सांगितले. त्यांच्या म्हणण्यानुसार ९९% हाच रोग (Dermato myocytis) असावा आणि त्याची खात्री करण्यासाठी ताबडतोब उद्याच्या उद्या सांगितलेल्या सर्व रक्त/लघवी तपासण्या करून घ्याव्यात. त्यात जर काही पॉझिटिव्ह साईन्स मिळाल्या तर पुढे बायोप्सी करायची. दुर्दैवाने ब्लड रिपोर्टस्

रोगाच्या निदानास पुष्टी देणारेच निघाले. त्यांनी ताबडतोब दुसऱ्या दिवशी बायोप्सीसाठी हॉस्पिटलमध्ये ॲडमिट होण्यास सांगितले. तीन दिवसांनी गणपती येणार होते. त्यामुळे डॉक्टरांना दोन दिवसात सोडण्याची विनंती करून मी दवाखान्यात ॲडमिट झाले. मसल नर्व्ह आणि स्कीनच्या बायोप्सीसाठी ॲनेस्थेशिया द्यावा लागला. तरीही मूळची तब्येत चांगली असल्यामुळे त्यातूनही मी लवकर बाहेर आले. इकडे डॉक्टरांनी त्यांच्या सर्व MD/DNB च्या विद्यार्थ्यांना रेअर केस बघून त्यावर प्रत्येकाने प्रेझेंटेशन करावे असे सांगितले. त्यामुळे दुसऱ्या दिवशी पंचवीस एक विद्यार्थी व स्वत: डॉक्टर माझ्याच समोर माझ्या आजाराचे कारण, लक्षणे, संभाव्य उपाय यावर चर्चा करू लागले. त्यांनी फक्त पुस्तकातच हा आजार वाचलेला होता प्रत्यक्षात पेशंट आत्ताच बघायला मिळत होता. त्यामुळे त्यांनी माझे फोटोसुद्धा काढले. बायोप्सीचे रिपोर्टस् मिळायला दोन-चार दिवस लागणार होते. डॉक्टरांची परवानगी घेऊन मांडीवरची व घोट्यावरची जखम घेऊन मी घाईने घरी आले. कारण दुसऱ्या दिवशी गणपती यायचे होते. यथासांग गणपतीची पूजा झाली व आता मी गौरींची तयारी करू लागले. वर्षाचा मोठा सण! इतकी वर्षे रजा घेऊन मी हा सण करत असे. ह्यावर्षी स्वेच्छा निवृत्ती घेतल्यामुळे मोठ्या उत्साहाने मोठ्या जोमात साजरा करायचा माझा मानस होता. दुखण्याकडे दुर्लक्ष करत, होता होईल तेवढ्या उत्साहाने मी हळद कुंकू केले. पण येणारा प्रत्येक जण माझ्याकडे पाहून मी जे विसरू पाहत होते त्याचीच आठवण करून देऊ लागला. "तुमच्या तब्येतीला काय झालंय?" "तुम्हाला व्ही. आर. एस. मानवली नाही." वगैरे वगैरे. त्याच रात्री बायोप्सीचे रिपोर्टस् आले व ते रोगाच्या निदानास पक्के करणारे ठरले. डॉक्टरांच्या म्हणण्यानुसार ट्रीटमेंटला उशीर करून चालणार नव्हता. दुसऱ्या दिवशीच मला दवाखान्यात ॲडमिट होण्यास सांगितले. ह्या सर्व प्रकारात इतक्या तातडीच्या चाचण्या, तातडीने दवाखान्यात ॲडमिशन हे सर्व माझा मुलगा दवाखान्यातच वरच्या हुद्द्यावर असल्यामुळे व त्याच्या सहकारी मित्र व परिचित डॉक्टरांच्या मदतीमुळे हे सहज शक्य झाले हे मात्र खरे. ह्या रोगावरचे उपाय व त्याचे दूरगामी परिणाम लक्षात घेता, बायोप्सी रिपोर्टस् बंगलोरच्या लॅबमधून कन्फर्म केले. त्यामुळे स्टिरॉईडस्चा हाय डोस सलाईनमधून पाच दिवस दिला. सलाईन लावताना, रक्तवाहिनी न सापडणे, आऊट जाणे, थंडी वाजणे, बधीरपणा येणे इत्यादी अडचणींना सामोरे जावेच लागले. दोन-तीन दिवसांमध्येच माझ्या चेहऱ्यावरील काळेपणा कमी झाल्याचे सर्वांनाच प्रकर्षाने जाणवले.

Dermatos myocytis हा Autoimmune disease आहे. ह्यात शरीरातील immunity खूप वाढते. शरीरातील antibodies healthy tissues वर attack करतात. ट्रीटमेंटद्वारा स्टिरॉईडस्ने immunity कमी करायची होती. immunity कमी करणे म्हणजेच इतर आजारांना आमंत्रण देणे होय. त्यांच्या म्हणण्यानुसार -osteoporosis, cataract, Hypertension, diabetis, liver function disturb होणे, Heart attack येणे ह्यापैकी आजार होण्याची शक्यता होती. त्यामुळे नियमित तपासण्या करणे आवश्यक होते व काळजी घेणे पण आवश्यक होते. आठवडाभर हॉस्पिटलमध्ये राहून मी घरी आले खरी, पण अतिशय अशक्तपणा आला होता. माझ्या मदतीसाठी चोवीस तासासाठी एक बाई ठेवली. नियमित औषधे, आहाराच्या साहाय्याने पंधरा दिवसात घरातल्या घरात चालण्याइतकी ताकद आली.

मी बाहेर पडू शकत नसल्यामुळे माझ्या मैत्रिणी, नातेवाईक मंडळी नेहमी माझ्याशी गप्पा मारायला येऊ लागली. त्यामुळे माझा वेळ खूपच चांगला जाऊ लागला. प्रत्येक जण काही ना काहीतरी वाचायला देऊन जायचे. त्यामुळे ह्या काळात वाचन पण बरेच झाले. "मजेत कसे जगाल?" व तत्सम पुस्तकांमुळे आजाराकडे, जीवनाकडे सकारात्मक दृष्टिकोनातून बघण्याचे शिक्षण मिळाले.

दहा पंधरा दिवसांनी डॉक्टरांकडे तपासायला जायचे होते. डॉक्टरांच्या अपेक्षेप्रमाणे तब्येतीत सुधारणा दिसत होती. त्यांनी रिक्षाने बाहेर हिंडावयास परवानगी देताच एक दीड महिन्यामध्येच मी कन्सल्टन्सीची कामे परत सुरू केली. काही कामे घरूनच लॅप-टॉप वर करू लागले व स्वतःला बऱ्यापैकी एंगेज ठेवू शकले. मी जेवढी कामात असे तेवढाच मला माझ्या आजाराचा विसर पडे. खरे तर घरातले सर्वच जण मला मधून मधून आठवण करून देत असत की, "विश्रांती घे किंवा सलग चार-पाच तासापेक्षा जास्त वेळ काम करू नकोस. तू स्वतः एक पेशंट आहेस."

एकामागून एक संकटाची मालिकाच माझ्या मागे लागली होती. त्याच दरम्यान मला एका कार्यक्रमाला जाण्याची संधी आली. आजारपणानंतर प्रथमच मी अशी बाहेर पडत होते. अर्थातच मैत्रीण माझ्याबरोबर असणारच होती. ती रिक्षा घेऊन कोपऱ्यावर माझी वाट पाहत होती आणि चालता चालता गल्लीमध्ये मी पाय अडखळून तोंडावर पडले. नाका-तोंडातून भरपूर रक्त वाहू लागले. रस्त्यावर जवळपास कोणीच नव्हते. मला तर उठून उभे राहता येत नव्हते. तशीही परिस्थितीत मी मैत्रिणीला मोबाईलवरून रिक्षा वर घेऊन यायला सांगितले.

तोपर्यंत जवळचे दोन-तीनजण मदतीला धावले. त्यांच्या मदतीने मी उभी राहून रिक्षात बसले व तडक हॉस्पिटलला गेले. मुलाला फोन करून हॉस्पिटलच्या दाराशी बोलावून घेतलेच होते. नाकाचे व हनुवटीचे एक्स-रे काढून शेवटी ओठाला आतून बाहेरून ११ टाके पडले. स्टिरॉईडस् चालू असल्यामुळे इतर औषधे घेण्यावर नियंत्रण येत होते. आता खाण्या पिण्यालासुद्धा त्रास होऊ लागला. पण त्यातूनही पंधरा वीस दिवसात जखमा भरून आल्या पण त्यांचे डाग मात्र कायमचे राहिले.

पुढे एक-दोन महिन्याच्या औषधोपचाराने माझ्या हातातील स्नायूंची ताकद परत मिळविण्यात साठ-सत्तर टक्के यश आले व माझी मी सर्व कामे करू लागले. थोडासा बदल म्हणून डॉक्टरांच्या परवानगीने मी ८/१० दिवसांसाठी राजस्थानला जाऊन आले. तिथे मी बरेचसे गड चढले व खूप सलग चालू शकले. त्यामुळे माझा आत्मविश्वास मला परत मिळाला. परंतु डॉक्टरांच्या अपेक्षेप्रमाणे पायातील स्नायूंची ताकद मात्र काही फारशी परत आली नाही. पुढच्या दुसऱ्या ट्रीटमेंटचा (IVIG - Intra Venous Immuno Globulin) विचार करावा का असा प्रस्ताव त्यांनी मांडला. ही ट्रीटमेंट महागडी (२ लाख रु.चे वर) तर होतीच पण त्याचे दूरगामी परिणाम पण दुर्लक्षून चालणार नव्हते. किडनीवर विपरीत परिणाम किंवा हृदयविकारासारख्या आजारांना भावी आयुष्यात सामोरे जाण्याची शक्यता सांगितली होती. दोन डॉक्टरांपैकी एका डॉक्टरांची थोडे दिवस वाट पाहण्याची तयारी होती परंतु दुसरे डॉक्टर मात्र ताबडतोब IVIG सुरू करावी ह्यासाठी मागे लागले होते. ह्या IVIG मध्ये शरीरातील अ‍ॅन्टीबॉडीज नव्या अ‍ॅन्टीबॉडीजनी रिप्लेस केल्या जाणार होत्या. त्यासाठी दिवसातले सात-आठ तास, सलग पाच दिवस सलाईनमधून इंजेक्शन द्यावे लागणार होते. सलाईन देताना खूप थंडी, ताप, डोकेदुखी ह्यासारख्या संभाव्य अडचणींची कल्पना डॉक्टरांना दिलेली होतीच.

आणखी एखाद्या डॉक्टरांचे मत घ्यावे असे घरातले सर्वचजण व दोन्ही डॉक्टरांनी ठरवले व त्याप्रमाणे दुसऱ्या डॉक्टरची अपॉइंटमेंट मिळवणे हेच माझे काम झाले.

तीन चार महिन्याच्या आजारपणात हे मात्र मला कळून चुकले की ईश्वरावरील श्रद्धेबरोबरच तुमचा आत्मविश्वास, स्वत:च्या कामाबद्दलची निष्ठा, सकारात्मक विचार हेच तुम्हाला आजारपणातून बाहेर येण्यास मोलाचे सहकार्य करतात. एकामागून एक संकटांची मालिकाच माझ्या मागे लागली होती.

"हा आजार लाखात एकाला होऊ शकतो. ह्या आजारावर खूप दिवस महिने किंवा कदाचित वर्षेसुद्धा सातत्याने औषधे घ्यावी लागतील. एवढे करूनही १०० टक्के आजार बरा होऊ शकेल याची खात्री नाही. बरा झालाच तर परत उद्भवणार नाही याची सुद्धा खात्री देता येत नाही. ह्या आजाराचा शेवट हा कदाचित् अकाली मृत्यूसुद्धा असू शकतो." डॉक्टरांनी जेव्हा ह्या परखड शब्दात सांगितले तेव्हा आजाराविषयी मी अगदी खंबीरपणे, संयमाने जरी ऐकून घेतले तरी मनातल्या कुठल्यातरी कोपऱ्यात थोडीशी भीती, निराशा ही उमटलीच!

लाखात एक नेमकी मीच का? वैद्यकीयदृष्ट्यासुद्धा डॉक्टरांना याचे उत्तर देता आले नाही. स्वाभाविकच नशीब, दैव ह्या गोष्टींनाच मी जबाबदार ठरवून मोकळी झाले. आजपर्यंत मला अभिमान होता की, इतरांना ह्या वयात होणारे कोणतेही आजार मला नाहीत. पण ह्या माझ्या अभिमानाला छेद देणारा व कोणालाही कधीही न होऊ शकणारा आजार मला झाला व देवाने मला एक प्रकारची शिक्षाच दिली जणू! पण शिक्षा तरी कशाची? आणि ती सुद्धा एवढी मोठी? बाकीच्या इतरांना होणाऱ्या आजारावर, उदाहरणार्थ, ब्लड प्रेशर, डायबेटीस, अगदी कॅन्सरसारख्या रोगांवर खात्रीशीर इलाज सध्या उपलब्ध आहेत व शंभर टक्के निरोगीपणाची खात्रीसुद्धा आहे. पण ह्या माझ्या आजाराच्या इलाजाच्या अनिश्चिततेमुळे मी देवाकडे वळले. स्तोत्र, जपजाप्य ह्याकडे जास्त कल होऊ लागला. अजूनी एका मुलाचे लग्न व नातवंडे बघण्यासाठी किमान आयुष्य देवाने मला द्यावे अशी याचना मी त्याच्याकडे करू लागले.

परंतु दासबोध, ज्ञानेश्वरी ऐकता ऐकता मन हळूहळू शांत होऊ लागले. "आजार देणारा जो आहे तोच त्यावर इलाजही देईल." "आपण कोणाचेही वाईट केले नाही तर आपलेही काही वाईट होणार नाही." ह्या विचारांवर पकड पक्की व्हायला लागली आणि मन स्थिर झाले. मनाने ॲक्सेप्ट केले की आपल्याला जरी हा दुर्धर आजार झाला असला तरी औषधांच्या जोडीला मनाची उभारी, मनाची सकारात्मकता व देवावरील श्रद्धा ह्या आधारे आपण ह्या आजारावर विजय मिळवू शकू. सुरुवातीला मला चेहऱ्यावरील सूज, काळेपणा ह्यामुळे लोकांमध्ये मिसळायला आवडत नसे. पण माझ्याहून खूप वाईट अवस्थेतून जाणारे लोक जर का सहजपणे वावरू शकतात तर मला इतके अवघड का वाटावे? असा मी विचार करू लागले. माझे मन आता 'तरी बरं' ह्या उक्तीची पुनरावृत्ती करत देवाचे आभार मानू लागले. "तरी बरं, अपघातात हातपाय मोडला नाही," "तरी बरं, डॉक्टरांचं निदान लवकर व अचूक ठरलं."

मुळातच असलेली ठणठणीत तब्येत व मनाची सकारात्मकता ह्यामुळे कोणतीही अन्य गुंतागुंत न होता माझे शरीर ट्रीटमेंटला चांगले, किंबहुना अपेक्षेपेक्षा चांगलेच प्रतिसाद देऊ लागले. आता तब्येत थोडी सुधारल्यावर मन व शरीर रिकामे बसण्यास कुरूकुरू लागले. डोक्याला काहीतरी खुराक असला तर आजाराची जाणीव होणार नाही हे नक्कीच होते. हळूहळू मी एकेका व्यक्तींशी बोलून मला घरून काही काम करणे शक्य आहे का? ह्याचा अंदाज घेतला. बऱ्याचशा संस्था ज्या समाजातील दुर्लक्षित घटकांसाठी काम करत होत्या अशा संस्थांशी संपर्क साधून आपण काही समाजोपयोगी काम करू शकू का? ह्याची चाचपणी केली. माझ्याकडील सांख्यिकी शास्त्राचे ज्ञान व गेल्या तीस-पस्तीस वर्षातील कामाचा अनुभव, याचा लोकांकडे असलेल्या, मोठ्या प्रमाणावर साठवलेल्या व गेले कित्येक दिवस स्टॅटिस्टिशियनच्या अभावामुळे तसाच विश्लेषण न करता पडून राहिलेल्या डाटाचे योग्य प्रकारे विश्लेषण करण्यास उपयोगी पडेल असे माझ्या लक्षात आले व त्याप्रमाणे मी तीन संस्थांसाठी घरून काम करू लागले व त्यातून मला एक आत्मिक समाधान मिळू लागले.

औषधांच्या नियमित डोसाचे प्रमाण हळूहळू कमी करण्यास डॉक्टरांनी सुरुवात केली व शेवटी मे २०१२ मध्ये steroids पूर्णपणे थांबली. मी तर सुटकेचा श्वास घेतला. पण दैवाला हे मंजूरच नव्हते जणू! मे अखेरीस परत अंगावर काळे डाग, पुरळ (rashes) दिसू लागले. मनात धस्स झाले. डॉक्टरांच्या २/३ तपासणीनंतर जुन्या आजाराने पुन्हा डोके वर काढल्याचे (Relapse) निदान पक्के झाले. परत steroids ना सुरुवात झाली. त्याचवेळेस डॉक्टरांच्या सल्ल्यानुसार दवाखान्यातील त्वचारोग तज्ज्ञांकडून तपासणी करून त्यांची पण औषधे घेण्यास सुरुवात केली. जून/जुलै २ महिने औषधे घेऊनसुद्धा त्याचा अपेक्षित परिणाम दिसत नव्हता. आजाराचे प्रमाण वाढतच होते. हातापायातील ताकद जाण्याबरोबरच आता तर केसपण मोठ्या प्रमाणात गळू लागले होते. आवाज खूप खोल जाऊ लागला. औषधाचा oral dose ह्या पेक्षा वाढविणे शक्य नसल्यामुळे परत सलाईनमधून steroidsचा मोठा डोस देण्याचे ठरले. आता परत गौरी-गणपतीचेच दिवस असल्यामुळे त्याच्याआधीच ट्रिटमेंट पूर्ण व्हावी ह्यासाठी लगेच (ऑगस्ट १२) ५ दिवस हॉस्पिटलमध्ये admit होऊन ट्रिटमेंट घेतली. परंतु ह्यावेळेस सलाईनमधून दिलेल्या औषधांचासुद्धा फारसा किंवा कदाचित काहीच चांगला परिणाम दिसला नाही. डॉक्टरांच्या म्हणण्यानुसार

Relapse जोरात असल्यामुळे, आजार औषधांना जुमानत (+ve response) नव्हता. न्युरो फिजिशियनच्या म्हणण्यानुसार IVIG हाच शेवटचा एकमेव उपाय होता. नेहमीच्या फिजिशिअनचे म्हणणे होते थोडी वाट पाहू. पण आजाराचे वाढते प्रमाण पाहता तिसऱ्याच पुण्यातील प्रसिद्ध न्यूरो सर्जनचे मत घ्यावे असे सर्वानुमते ठरले. त्यांचे म्हणण्यानुसार steroidsच्या जोडीने Immuno-suprresant दिल्यास पुढे steroids कमी कमी (tapering) करत पूर्ण थांबविण्याच्या (withdrawal) काळात त्याचा चांगला support मिळू शकतो. पण ह्याचेही अर्थात दुष्परिणाम असू शकतात. आता आणखी एका औषधाची भर पडली. दोन महिने ही सर्व औषधे चालू असतानासुद्धा हातापायाच्या ताकदीत काही वाढ झाली नाही. उलट चालताना तोल जाऊ लागला. चालण्यातला विश्वासच कमी झाला. तोंडावर व डोळ्यावर खूप सूज दिसू लागली. IVIG ला पर्यायच उरला नव्हता. आता ह्या ट्रिटमेंटविषयी गूगलवरून सविस्तर माहिती मिळविण्यास सुरुवात केली. Treatment चे स्वरूप, परिणामांची किती टक्के शक्यता, किती दिवसात परिणाम दिसणार, दुष्परिणाम काय व नंतर steroids तरी थांबणार का अशा मनात उमटलेल्या अनेक प्रश्नांची उत्तरे वेगवेगळ्या resources मधून घेण्यास सुरुवात केली. शेवटी treatment घेण्याचे पक्के केले व मनाचा निर्धार केला. दिवाळीच्या आधीच (oct. 12) आठवडाभर हॉस्पिटलमध्ये राहून २६ बाटल्यांचा (immuno globucel) हा कोर्स पूर्ण केला. हे औषध घट्ट व चिकट असल्यामुळे vein मधून जाण्यास फारच त्रास (वेदना) झाला. त्याबरोबरच तीव्र डोकेदुखी, दम लागणे ह्यासारख्या तक्रारींनी जोर धरला. ८/१५ दिवसात treatment चा जो परिणाम दिसायला हवा होता तो दिसत नव्हता. हळूहळू धीर खचू लागला. डॉक्टरांच्या म्हणण्यानुसार शरीर ह्या अशा प्रकारच्या औषधांना immune झाले होते. हॉस्पिटलमधील दोन्ही डॉक्टर व तिसरे पुण्यातील डॉ. ह्यांच्या मते मुंबईतील ह्या आजाराचे विशेष तज्ज्ञांकडून तपासणी करण्याचे ठरविले. (नोव्हें. १२) त्यांच्या मते treatment ok आहे व थोडे दिवस वाट पाहू असेच ठरले.

ह्या दरम्यान अशक्तपणाबरोबरच दृष्टीवर पण परिणाम दिसू लागला. डोळ्यांच्या स्नायूमधला अचानक अशक्तपणा हे कारण असेल असे डॉ.चे मत पडले. अचानक २/३ फूटावरची व्यक्ती अंधुक दिसू लागली. आजपर्यंत कधी चष्मा न लागल्यामुळे आता एखादेवेळेस नंबर आला असेल म्हणून नेत्ररोग तज्ज्ञांकडून डोळे तपासून नंबर काढला. हौसेने छान भारीपैकी चष्मा करावयास

टाकला. १५ दिवसांनी चष्मा घेतल्यावर जेव्हा घालून पाहिला तेव्हा फारसे स्पष्ट काही दिसेना. दुकानदाराच्या म्हणण्यानुसार चिठ्ठीतल्या नंबरप्रमाणेच चष्मा केला होता. परत नंबर तपासला तर तो बराच वाढलेला असल्याचे लक्षात आले. दर महिन्याला नंबर तपासून त्याप्रमाणे नवीन चष्मा करणे क्रमप्राप्तच झाले. हे सर्व steroidsचे दुष्परिणाम होते. त्यामुळे दोन्ही डोळ्यात मोतीबिंदू झाल्याचे निष्पन्न झाले. आता -१.५ वरून नंबर -६ पर्यंत वाढला. जाड भिंगाचा चष्मा वापरू लागले. आधीच पायात अशक्तपणा व त्यात आता दृष्टीतही अधूपणा त्यामुळे परत हालचालींवर बंधन आले. steroids थांबल्याशिवाय cataractचे ऑपरेशन करणे शक्य नव्हते. शेवटी मार्च १२ मध्ये पंधरा दिवसांच्या अंतराने दोन्ही डोळ्यांची Operation झाली. परिचितांच्या डोळ्यांच्या Operationचे अपयश माहीत असल्यामुळे मन एकीकडे धास्तावलेलेच होते. पण तरीसुद्धा मनाने आहे त्या परिस्थितीत स्वत:ला accept केले होते. पहिल्या डोळ्याच्या ऑपरेशननंतर स्वच्छ व स्पष्ट दिसावयास लागल्यामुळे मनाला जरा उभारी आली. दुसऱ्या डोळ्याच्या Operationच्या वेळेस एकीकडे operation नंतर अनुभवास येणारा दृष्टीतील स्पष्टपणा ह्याचे अधीरपणा/आकर्षण होतेच पण; त्याबरोबरच operationच्या वेळेस द्यावे लागणाऱ्या भूलीचे injection बद्दल धास्तीपण होती. 'अज्ञानात सुख असते' त्याप्रमाणे पहिल्या डोळ्याच्या operation वेळेस काहीच माहीत नव्हते. पण आता परत त्याच process मधून जायचे होते. नेमके दुसऱ्या डोळ्याच्या operationच्या दिवशी सारखी electricity जात येत होती. जरी हॉस्पिटलमध्ये पर्यायी व्यवस्था (Back-up) सुसज्ज होती तरी मन जरा चरकलेच. मागच्या वेळेप्रमाणे ३ तासानंतर जेव्हा डोळ्यावरील पट्टी काढली तेव्हा मला सर्व वस्तू double दिसू लागल्या. आता मात्र माझा धीर खचला. operation ठीक तर झाले आहे ना? अशा वाईट विचारांचे काहूर उठले. पण तज्ज्ञांच्या मते भूल जास्त झाल्यामुळे असे होऊ शकते व भूल पूर्ण उतरल्यावर सर्व काही ठीक होईल. त्याप्रमाणे ४/५ तासानंतर नीट दिसू लागले. परंतु दोन्ही डोळ्यांची operation झाल्यावर दृष्टीत एकदम १०० टक्के परिणाम दिसला नव्हता. परत तपासण्या झाल्या. आता डोळ्याच्या आंतरपटलावर सूज दिसून आली. steriods वर खूप दिवस असल्यामुळे post-operative complications येऊ शकतात. असे तज्ज्ञांनी सांगितले व डोळ्यातील औषधांमध्ये भर पडली अजूनही. ती औषधे चालूच आहेत. हळूहळू दृष्टी (बाह्य) मध्ये सुधारणा होऊन त्याबरोबरच अंर्तदृष्टी (मनाची सकारात्मक दृष्टी) सुधारण्यास ह्या

सर्व process चा मोठा हातभार लागला.

अजूनी गाथा संपलेलीच नाही. आता हातापायांचे joints (सांधेदुखी) दुखू लागले आहेत. हा पण स्नायूंच्या अशक्तपणामुळेच असे डॉ. चे मत आहे. Now I have managed to tackle these illneses positively & gracefully.

ह्या सर्व आजारपणाच्या काळात ॲलोपथींच्या औषधाबरोबरच बाराक्षाराच्या औषधांची पण जोड होती हे मला आवर्जून सांगावेसे वाटते. माझ्या क्लासच्या डॉक्टरांकडून मी ही औषधे घेत होते व ती औषधे रोगाच्या मूळाशी असलेल्या भावनांवर (मानसिक स्थिती) इलाज करून रोगाचे प्रमाण कमी करण्यास सहाय्यभूत ठरत होती हे नि:संशय खरेच होते.

तसेच कित्येक प्रसंगी निराशेच्या गर्तेत मन बुडून गेलेले असताना मानसिक उभारी व पाठबळ देण्याचे काम माझे पती, दोन्ही मुले व सुना ह्यांनी केल्यामुळेच मी आज खूपच सावरलेली व ठणठणीत आहे. आता तर धाकट्या मुलाचे लग्नपण ठरले आहे. ही पण एक उभारीचीच गोष्ट आहे. सर्व नातेवाईक, मित्रमंडळी व परिचितांच्या शुभेच्छांमुळेच हे अशक्याचे शक्य झाले आहे. ईश्वराची कृपा व सर्वांच्या सदिच्छा नेहमीच मला लाभो व उत्तरोत्तर माझ्या तब्येतीत सुधारणा होवो अशी परमेश्वरचरणी नम्र प्रार्थना!

❖❖

४.

फिरूनी नवी जन्मेन मी

– अनिता नागले

तो माझ्या आयुष्यातील काळा दिवस होता. त्या दिवशी माझ्यावर जणू आभाळच कोसळले. माझे पतीपरमेश्वर गेले. अर्ध्या डावातून उठून गेले. संसाराचे, मायेचे पाश तोडून निघून गेले. "मी कशासाठी जगू? त्यांच्याशिवाय माझे आयुष्य म्हणजे रखरखीत वैराण वाळवंट. परमेश्वरा! वाळवंटात तडफडून, होरपळून मरण्यापेक्षा मला सुद्धा घेऊन जा... मला नको हे जीवन. आता जगून मी काय करू? आयुष्यभराची साथ-संगत, सोबत तुटली. आता साथ उरली फक्त दु:खाची! दु:ख-दु:ख आणि दु:ख... ते तरी किती?" "दु:ख एवढं एवढं, त्यात आभाळ माईना! दु:ख केवढं केवढं, त्याला पाताळ पुरेना!" असं दु:ख मी कसं सहन करू?

---"तुला सहन करावंच लागेल"--- कोण बोलले? माझ्या कानात?--- ह्या गर्दीच्या महासागरातील एकही व्यक्ती नाही!--- अग वेडे! विसरलीस! तुझ्या बाळांची परीक्षा आहे. मकरंदचा उद्या शेवटचा पेपर आहे. मंदारची चार दिवसांनी परीक्षा सुरू होत आहे. फायनलची परीक्षा-निर्णायक प्रश्न त्याच्या करीअरचा आहे... चल ऊठ, डोळे पूस--- मन घट्ट कर--- हिंमत धर--- पत्नी म्हणून तुझे आयुष्य संपले तरी आई म्हणून शिल्लक आहे. आपल्या कर्तव्याला चुकू नकोस.

माझ्या मनाच्या आतल्या आवाजाने मला भानावर आणले. मी मन घट्ट केले आणि शांत केले. गर्दीचा महासागर उसळला होता. आप्त, परिचित, अल्पपरिचित सारे सारे होते. पण 'माझी व्यक्ती' त्यात नव्हती. तिच्याशिवाय माझे जग शून्यवत झाले होते.

आतापर्यंत माझ्या जीवनाची गाडी कशी सुरळीतपणे रुळावरून धावत होती. सभोवताली हिरवळ होती. फुलांचे ताटवे होते. थोडे फार खाचखळगेही

होते. पण त्याचा फारसा त्रास झालाच नाही. गेल्या एका वर्षात ह्या आगगाडीने एक वळण घेतले. आमचा प्रवास एका घनदाट जंगलातून सुरू झाला. वातावरण भयानक होते. काळश्वापदे ठिकठिकाणी दडून बसली होती. त्याचा मनावर विलक्षण ताण होता आणि आता! गाडीने अजून एक वळण घेऊन वाळवंटातून प्रवास सुरू केला आहे. ॲक्सीडेंटची आशा आहे. पण ते मृगजळ ठरण्याचा संभव आहे. ह्या प्रवासात माझ्या पतीचे शब्द माझ्या कानात घुमत आहेत— 'तुला जगायचंय--- तुला जगायचंय--'

खरंच, मला जगायचंय! पण जगणं किंवा मरणं आपल्या हातात थोडंच असतं? शेवटी, किती जगायचं हे कोणालाच कळत नाही. पण मग, जगायचं तर अशी का जगतेस! नीट ताठ मानेने, आत्मविश्वासाने जग! तुझं दुःख फक्त तुझ्यापाशीच ठेव. इतरांजवळ त्याचे प्रदर्शन नको. भांडवल तर नकोच नको. खऱ्या- खोट्या सहानुभूतीचीही अपेक्षा नको. इतरांच्या आनंदात स्वतःचा आनंद बघ. तुझ्या दुःखाचे त्याला विरजण लावू नकोस. अजून तुझ्या अंगात ताकद आहे. आजपर्यंत कार्यबाहुल्यामुळे ज्या गोष्टी तुला करता आल्या नव्हत्या, त्या करून घे. जीवनाची कितीतरी क्षेत्रे तुला खुली झालीत. त्यातल्या आवडीच्या क्षेत्रात तू स्वतःला झोकून दे. काय म्हणाले होते पती तुला? आठवतं?--- 'तू अशा रीतीने वाग की इतरांनी आदर्श म्हणून तुझ्याकडे बोट दाखवावे.'

आज बावीस वर्षांच्या समर्थ आयुष्यानंतर मागे वळून पाहाताना माझं मलाच आश्चर्य वाटतं--- मी हे सर्व कसं सहन केलं? कुणी दिली ही ताकद मला? कुणी शिकवला हा विवेक? हे तत्त्वज्ञान? माझ्या मृत पतीच्या आत्म्याने! छे! छे! त्यांनी फक्त दाखवला मार्ग, पण ताकद दिली ती माझ्या दुःखाने. दुःखाने? होय, दुःखानेच!

त्या वर्षात मला दुःखाचे जे फटके बसले त्यांनी मी प्रथम पूर्णपणे खचले. वादळात उन्मळून पडलेल्या केळीसारखी माझी अवस्था झाली होती. पण दुःखाचे आघात एकामागून एक होतच राहिले, तसे तसे माझे मनोधैर्य वाढत चालले. निराशेने मला नियतीशी दोन हात करण्याचे बळ दिले.

दुःखाच्या अंजनामुळे माझी दृष्टी साफ झाली. स्वच्छ झाली. आजवर सुखाच्या कोषात अडकून पडल्यामुळे मला आजूबाजूचे भान नव्हते. मी पूर्णपणे आत्मकेंद्रित होते. दुःखामुळे माझ्या जाणिवा विशाल झाल्या आहेत. अनेक दुःखी माणसे मला दिसू लागलीत. दुःख हे माझ्या एकटीकडे नाही, ते विखुरलेले आहे. वेगवेगळ्या प्रकारचे आहे. ते सोबतीला घेऊनच तुम्हाला जीवनाची वाटचाल

करावी लागते.

जीवन म्हणजे तरी काय? किती क्षणभंगुर! रामदास स्वामी म्हणतात, ''मरे एक त्याचा दुजा शोक वाहे। अकस्मात तोही पुढे जात आहे ।'' असे जग म्हणजे एक स्वप्नच आहे. 'यथा काष्ठं च काष्ठं च' या न्यायाने मला माझ्या पतीचा सहवास घडला आणि संपला. तेवीस वर्षांच्या वैवाहिक जीवनाच्या सुखद स्मृती हा माझा एक ठेवा आहे. तो घेऊन तृप्ततेने माझे उरलेले आयुष्य समाधानाने घालवत आहे---घालवणार आहे.

❖❖

५.
माझ्या कसोटीचा क्षण

– रजनी दोशी

'तुम्ही सही दिली तर मी ऑपरेशन करीन'' हे शब्द मी ऐकले आणि माझ्या कानात जणू शिशाचा तप्त रस ओतल्याचा भास झाला. कळू लागल्यापासून निर्णय घेण्याचे काम पालक (आईवडील) करीत. लग्नानंतर आमची एकत्र कुटुंब पद्धती. गृहखाते, व्यवहार, येणे-जाणे वगैरे सासूबाई निर्णय घेत. मुलींच्या बाबतीत निर्णय ओघानेच पतीकडे. माझ्या बाबतीत गृहिणीची कर्तव्ये पार पाडली जात होती. परंतु संसारात छोटे वादळ आले.

१९८५ ची घटना. चालताना दम लागतो म्हणून डॉ. गुलाटींकडे (कार्डिऑलॉजिस्ट) मिस्टरांच्या तपासणीसाठी गेलो असता, त्यांनी मुंबईला डॉ. मेहता फिजिऑलॉजिस्टकडे जाण्याचा सल्ला दिला. डॉ. मेहतांनी तपासणी केली व अँजिओग्राफी केली. निर्णय सांगितला- ब्लॉक आहेत. बायपास सर्जरीशिवाय पर्याय नाही. १९८५ साली 'बायपास' हा शब्द क्वचितच कानावर पडत होता. पुण्यात या सर्जरीची मशिनरी नव्हती. मेजर ऑपरेशन, तेही हृदयाचे! प्रसंग बाका होता. आमच्या बरोबर आलेले दीर माझ्या निर्णयाकडे पाहात होते. 'भाभी, तुमच्या वडिलांना फोन करून विचारायचे का?'' वडील वृद्ध, गुडघ्याच्या दुखण्याने हैराण. निर्णय घ्यायला असमर्थ. कोणालाच या नव्या सर्जरीची माहिती नव्हती. डॉक्टरांना मी धीर धरून विचारले, ''ऑपरेशन करणे जरूरीचे आहे का?'' उत्तर आले - ''अहो, पेशंटची तब्येत नाजूक आहे. पुण्याहून मुंबईपर्यंत पेशंट कसा आला हेच आश्चर्य आहे.'' ''ठीक आहे, पण ऑपरेशन यशस्वी होईल ना?'' मी कसेबसे डोळ्यातील पाणी अडवत विचारले. डॉक्टर म्हणाले, ''ऑपरेशन केले नाही तर कुठेही अॅटॅक येऊ शकतो. मी ८० टक्के खात्री देऊ शकतो.'' माझी स्थिती क्षणभर नाकातोंडात पाणी गेल्यासारखी झाली होती.

शेवटी देवाचे नाव घेऊन निर्णय घेतला. सही दिली. फॉर्मवर सही

करताना हात थरथरत होते. तोंडचे पाणी पळाले होते. जसलोक हॉस्पिटलमध्ये अॅडमिट केले. खोलीच्या समोरचा समुद्र खवळला होता. मोठमोठ्या लाटा किनाऱ्यावर येण्यासाठी धावत होत्या. किनारा त्यांना थोपवत होता. माझ्या डोळ्यातील अश्रूंचा पूर आडवायचा प्रयत्न माझे डोळे करीत होते. मुलींचे निष्पाप चेहरे डोळ्यासमोर येत होते, पलंगावर माझे सौभाग्य तळमळत होते, आणि फोनची घंटी वाजली. खाली ऑफीसमध्ये बोलावले. क्लार्कने ऑपरेशनची फी, औषधे, इंजेक्शनने वगैरेची किंमत साठ हजार सांगितली आणि म्हणाले, "हे पहा, पैसे ऑफीसमध्ये जमा करायचे आहेत. आज शनिवार. बँक १२.३० पर्यंत उघडी असते. आता १० वाजले आहेत. आज पैसे जमा केले तर आम्ही सोमवारी ऑपरेशन करू." माझ्या डोळ्यासमोर काजवे चमकू लागले. पुण्याहून गाडीने जायचे म्हटले तरी, कितीही वेगाने गाडी चालवली तरी, अडीच तासात अंतर कापणे शक्य होणार नाही. फी, डिपॉझिट, बँक हे शब्द फेर धरून नाचायला लागले. अशा प्रकारचे शब्द माझ्यापर्यंत आले नव्हते पण त्यांनीच मला धडपडायला सुरुवात केली. मोठा कसोटीचा क्षण होता तो! एकदम आठवले, माझ्या पतीशी बोलताना ऐकले होते. त्यांच्या अशीलाचा भाऊ पेडर रोडवर राहात आहे. पण कॉन्टॅक्ट कसा करायचा? ह्यांच्या जवळची टेलिफोन डायरी मी पाहिली- पुण्यातील आमच्या अशीलाला सर्व हकिकत नमूद केली.

फोनवर बोलता बोलता गळा दाटून येत होता. परिस्थिती सांगत असताना त्या देवमाणसाने धीर दिला "भाबीजी, आप चिंता मत कीजीए. आपका रूम नंबर बताइये. पंदरह मिनीटमे आदमी पैसे लेकर आएगा." आणि खरोखरच प्लॅस्टिकची पिशवी (६० हजार रुपयांच्या नोटा असलेली) घेऊन एक माणूस आला व माझ्या हातात देऊनही गेला. नाही चिठ्ठी, नाही चपाटी. ऐन वेळी धावून आलेला मित्र आणि कसोटीच्या क्षणी आलेली त्यांची आठवण. सर्वच परीक्षा बघणारे. मी लिफ्टने ऑफिसात गेले. सर्व व्यवहार पूर्ण करून रूममध्ये आले. चेहऱ्यावर हसू आणत तब्येतीची चौकशी केली.

मागे वळून पाहाताना माझे मलाच आश्चर्य वाटते, सही काय किंवा ऑपरेशन फी काय, मोठे प्रश्न मी एकटीच्या जोरावर निभावले. खरोखर, आयुष्यात घडणारी घटना जीवनावर कमालीचा प्रभाव टाकून जाते. मग स्वत:चा विनिंग फॉर्म्यूला तयार करते. आज माझ्या पतीची प्रकृती उत्तम आहे. जीवनाची कर्तव्ये पार पाडण्यास, जीवनाचा आस्वाद घेण्यास आम्ही सिद्ध आहोत.

❖❖

विभाग - ८

आव्हान विशेष मूल वाढवण्याचे

आव्हान विशेष मूल वाढवण्याचे

कुठल्याही झाडाचं कोणतंही फूल सुंदर असतं.
कुठल्याही आईचं कसलंही मूल सुंदर असतं.

ही माझी कविता अनेक कवीसंमेलनात टाळ्या घेऊन जायची, पण एका कवीसंमेलनानंतर एक आई डोळे पुसत म्हणाली, "माझा मुलगा मतिमंद आहे, म्हणून तुमची कविता मला जास्तच भावली" माझ्या कवितेचा मला लक्षातही न आलेला एक वेगळा अर्थ मला मिळाला आणि त्याहीपेक्षा जास्त आनंद म्हणजे एका मतिमंदाच्या आईलाही आपले मूल सुंदर आहे याचा साक्षात्कार व्हावा याचा!

मूल गतिमंद वा मतिमंद असणे, मंगोलिअन असणे किंवा काही विकृती घेऊन जन्माला येणे हे अनेक आईवडिलांवर कोसळलेले एक अनपेक्षित संकट असते. आजाराप्रमाणे प्रथम- मीच का? माझ्याच नशीब असे मूल का आले? असे प्रश्न! क्षणोक्षणी जाळणाऱ्या नातेवाईकांच्या आणि शेजाऱ्यांच्या कुत्सित नजरा, शेरेबाजी. आपला रोजचा दिनक्रम उलटा-पुलटा करणाऱ्या तडजोडी, डॉक्टरांची ट्रीटमेंट आणि भवितव्याविषयी काळजी, घरात अन्य मुले असतील, तर त्यांचे भावविश्व विस्कटू नये म्हणून घ्यायची खबरदारी... एक ना दोन; आयुष्यभर अशा समस्यांच्या चक्रव्यूहात पालक सापडतात. पालक म्हणजे विशेषत: आई, तिचे हृदय ज्याने घडवले तो विधाता तिला अशा या विशेष मुलाचा राग राग न करता, त्रागा न करता आहे ती परिस्थिती मान्य करायला शिकवतो. यामध्ये खरा संघर्ष असतो तो आपल्या अहंशी! आपण कोणीतरी आहोत ही भावनाच इथे पणाला लागते. या विभागात आपले अनुभव लिहिणाऱ्या

दोन आयांनी जे मानसिक आर्त भोगले आहे, त्याला सलाम करायला हवा.

संजीवनी बोकील- मराठी कवितेतले एक जाणते, समंजस व्यक्तित्व. 'नको सोडू माझी शाळा'सारख्या तिच्या कवितांनी शासनमान्यता आणि लोकप्रियता दोन्ही मिळवले. तिच्या कविता अतिशय संवेदनशीलतेने स्त्रीच्या जगण्याचे वास्तव मांडणाऱ्या. बी.ए., एम.ए.च्या दोन्ही परीक्षांमध्ये सुवर्णपदके मिळवणारी, एक विद्यार्थीप्रिय शिक्षिका म्हणून नावलौकिक मिळवणारी संजीवनी बोकील. 'उघड्या दाराचं घर' हा तिने लेकीवर लिहिलेला लेख कोणाही सहृदय वाचकाचे हृदय पिळवटून टाकणारा आहे. पण या लढाईत हतबल होऊन, हातातली शस्त्रे टाकून अश्रू गाळत बसणाऱ्यांपैकी संजीवनी नाही. तिने मुलीला तर भक्कम आधार दिलाच, पण त्याहीपेक्षा समर्थपणे सावरले स्वत:ला! मनाच्या अनेक चढउतारातून, खाचखळग्यातून तिने प्रवास केलाच, पण मग तिने लिहिले आहे. "मग लक्षात आलं की मला कुणाशीच लढायचं नाहीये. मला लढायचंय माझ्याशीच! सत्य न स्वीकारणाऱ्या माझ्या अडाणी मनाशी... त्याच्या अडेलतट्टू स्वभावाशी! सत्याचा स्वीकार हेच त्यासाठी प्रभावी अस्त्र आहे. अग्न्यास्त्रावर वरुणास्त्र सोडावं तसं!"

हे अस्त्र उचलल्यावर तिची लढाई संपली. खाचखळग्यातून सरळ वाट सापडली आणि सकारात्मक दृष्टीने ती सगळ्या प्रश्नांकडे पाहू लागली. वजाबाकीच्या गणितापेक्षा बेरजेचे गणित श्रेष्ठ आहे हे कळल्यावर काळ्यातल्या पांढऱ्या छटा दिसू लागतात. खरे तर हे निमूटपणे शिवधनुष्य पेलणेच आहे आणि आयुष्यभरच पेलून धरणे आहे. कोणत्याही बक्षिसाची अपेक्षा न करता!

वयाची ऐंशी वर्षे ओलांडलेल्या एका वृद्ध मातेनेही गतिमंद मुलीला त्या काळात कशी उभी केली याचा लेखाजोगा मांडला आहे. ही आई त्यासाठी स्वत:च समुदेशक झाली आणि तिने मुलीत आत्मविश्वास जागवला. एकेक विषय सोडवत तिला मॅट्रिक केले आणि पदवीधर मुलाबरोबर संसार थाटण्याइतकी क्षमता तिच्यात निर्माण केली. तिची दोन्ही मुले अभ्यासात हुशार निघाली हा एक चांगला अपघातच! इंग्रजीमध्ये पेशन्स हा एक शब्द आहे, ज्याचे चपखल भाषांतर मराठीत सापडत नाही. पण आई आणि पेशन्स हे समीकरण गतिमंद वा मतिमंदांच्या

आईला बरोबर लागू पडते. धीर, चिकाटी, आशावाद आणि सहन करण्याची प्रचंड ताकद यामुळे दु:स्वप्नांचे सुस्वप्न करण्याचा चमत्कार केवळ आईच करू शकते. या दोन्ही आयांनी जे भोगले ते शब्दांत मांडणे अशक्य आहे, पण तरीही प्रश्नांच्या भोवऱ्यातून बाहेर येत त्यांनी मागे वळून आपली लढाई वाचकांसमोर मांडली आहे.

१.

उघड्या दारांचं घर

– संजीवनी बोकील

ससून रुग्णालयातल्या त्या मोठ्या हॉलच्या मधल्या बाकावर बसलेल्या माझ्या मुलीला पाहून त्या योगायोगाची मला मोठी गंमत वाटली. बरोबर त्या खोलीच्या मधून जाणाऱ्या पॅसेजमध्ये तिची खुर्ची होती. तिच्यावरच्या शिक्क्याप्रमाणे बॉर्डर लाईन केस. इकडे तळं आणि तिकडे मळा... दोन्हीच्या मध्ये... एक पाऊल पलीकडे पडलं असतं तर ती अगदी इतरांसारखी झाली असती. मग कुणी तिच्याकडे मागे वळून पाहिलं नसतं... खुसखुसलं नसतं. मग माझ्या सगळ्या रात्री गाढ झोपेनं अभिमंत्रित झाल्या असत्या आणि समारंभाच्या गर्दीत मी तिच्यासह अगदी आनंदाने, इतरांसारखीच मनमोकळेपणे वावरू शकले असते.

पण तसं व्हायचं नव्हतं. म्हणूनच मी तिला घेऊन या ससूनच्या महासागरात तिष्ठत होते. तिच्या उणिवेच्या सर्टिफिकेटसाठी. जे दरवर्षी रिन्यू करून घ्यावं लागतं—

खूप गर्दी होती. नंबर यायला खूपच अवकाश होता. आपल्या असाहाय्य पाल्यापेक्षा जास्त असाहाय्य होऊन बसलेल्या त्या दुर्दैवी पालकात मला बसवेना. लेकीला घेऊन मी उठले. त्या हॉलच्या भिंतीवर शरिराच्या विविध अवयवांची जी प्लास्टर ऑफ पॅरिसची उठावदार मॉडेल्स लावली होती– हृदयाची– मेंदूची... तिला तिथे तिथे थांबून ते ते समजावून सांगण्याचा प्रयत्न करू लागले. माझ्यातल्या शिक्षिकेची कसोटी लागली होती. तिला ते काही समजत होतं, काही नव्हतं आणि काही समजून घ्यायचा कंटाळा येत होता. हे सर्व कळत असूनही किंवा कळत असल्यामुळेच!

एक वेळ एखाद्या झऱ्याचा प्रवाह थांबवता येईल पण मुलांचा कंटाळा थोपवणे म्हणजे अवघड काम! तेच करता करता पुढे सरकणं चाललं होतं...

याचं कोणी निरीक्षण करत होतं हे माझ्या जाणिवेतही नव्हतं. नको असणारा काळ थोडा कमी नकोसा करण्याचा तो फक्त एक लहानसा प्रयत्न होता एवढंच.

आणि मग सोनलचा नंबर लागला. समोर त्या विशिष्ट क्षेत्रात तज्ज्ञ होऊन शिरकाव करू पाहणारी शिकाऊ डॉक्टर मंडळी. त्यांनी मला विचारलं तुम्ही तिला काय दाखवत होतात? आम्ही पाहात होतो. मी शांतपणे म्हटलं, ''मेंदूचं कार्य- जे तिच्या बाबतीत नीट घडत नाही-, आणि हृदयाचं कार्य- जे तिच्या बाबतीत नीट घडावं असं मला वाटतंय ते—''

एक क्षणभर शांतता होती आणि मग आपल्या भावना सावरण्यासाठी इंग्रजीचा आधार घेत त्यांनी म्हटलं- ''तुम्ही इतरांपेक्षा फार वेगळ्या आहात आणि तुमच्या मुलीला त्याचा फायदा नक्की मिळेल.''

मग तिची आय क्यू टेस्ट झाली आणि ती घेणाऱ्या डॉक्टरने मला म्हटलं की ''हिच्या आधीच्या टेस्टमध्ये हिची गतिमंदत्वाची जी ग्रेड दिली आहे त्याच्या पेक्षा मला ती कमी असावी असं वाटतंय. म्हणजे थोडक्यात हिची कमतरता तेवढी नाहीये असं मला वाटतंय. हिची पुन्हा टेस्ट घ्यावी असं मला वाटतंय. तुम्ही उद्या सकाळी येऊ शकाल का?'' मी म्हटलं ''कुठेही आणि कधीही—''

दुसऱ्या दिवशी समोर बसलेल्या डॉक्टरमावशींशी सोनलचं असं काही ट्यूनिंग झालं की मुलाखत एक तास चालली. गप्पांचा ओघ सोनलला हवा तसा वाढत होता. बाहेर बसलेल्या मला केबिनमधलं संभाषण ऐकू येत होतं. सोनलनं नुकत्याच त्यांच्या शाळेला नृत्य स्पर्धेत मिळालेल्या पहिल्या नंबरबद्दल सांगितलं. मग सरांनी मोठी पार्टी दिली की नाही असं विचारल्यावर सोनल म्हणाली, ''नाही, मीच सरांना एक ग्रीटिंग दिलं'— 'अच्छा? कुठून आणलं गं?' 'आणलं नाही, मी स्वतः तयार केलं' 'अरे वा! कसं केलंस?' 'वर वर्तुळातली नक्षी काढली आणि आईने सांगितलेलं लिहिलं की... नुकत्याच केलेल्या ग्रीटिंगच्या आत लिहिलेला शब्द न शब्द खडाखड म्हणून दाखवत सोनल म्हणाली— 'तुमच्यासारखे शिक्षक कष्ट करतात आणि त्याची फुलं आमच्या बागेत फुलतात. तुमच्या कष्टाला, तुमच्या जिद्दीला आमचे सलाम—'

'ग्रेऽऽट—' डॉक्टरीणबाईंची प्रतिक्रिया बंद दाराआडूनही माझ्यापर्यंत आवाजातल्या तेवढ्याच कंपनासह पोचली— टेस्ट संपली. दोघी बाहेर आल्या. माझे दोन्ही हात हातात घेत डॉक्टर म्हणाल्या, ''अभिनंदन! जरी ती बॉर्डर लाइन असली तरी She is using her fullest intelligence. ही गोष्ट सामान्य

व्यक्तीच्या बाबतीतरी घडेलच असे नाही— 'and the credit goes to you''

मी अर्थातच याचं श्रेय तिच्या शाळेला, तिच्या शिक्षकांना दिलं— खऱ्याखुऱ्या मनानं! तिथे येताना पाय किती जड होते. देवानं तिला इतकी शक्ती का दिली नाही की तिचं एक पाऊल त्या सीमेपलीकडच्या मळ्यात पडावं असं मन पुन्हा पुन्हा आक्रंदत होतं. आणि आत्ता जाताना पाय हलके होते- बंदिस्त तळ्यातल्या माझ्या लेकीच्या हाताला निदान तळ्याचे काठ तरी लागले होते. आजवर दोन सुवर्णपदकं घरातल्या शोकेसमध्ये लावली होती. आज हे आणखी एक पदक आईपणाच्या मऊ फलकावर लागले होते. आणि आधीच्या दोन पदकांपेक्षा ते कितीतरी जास्त मौल्यवान होते.

आणि त्यानंतर अशी अनेक पदकं मिळत राहिली... 'नाही रे' च्या तळ्यातून खूप 'आहे रे' च्या मळ्यात नेणारी...

त्यातलाच हा एक प्रसंग. अगदी अलीकडचा...

बालगंधर्व रंगमंदिराच्या भव्य रंगमंचावरचा मखमली पडदा सरकला आणि पुढच्या रांगेमधली मी माझ्या हातातला कॅमेरा सरसावून बसले. टाळ्यांचा कडकडाट रंगमंचावरच्या त्या नेपथ्याला कडाडून दाद देणारा. साक्षात गोकुळच साकारलं होतं तिथं सोनलच्या शाळेतल्या अडसूळ सरांनी!

हिरवीगार झाडं... अधेमधे चरणाऱ्या गाई आणि एका बाजूला सजवलेल्या अंगणात नंदलालाच्या बारशाची जय्यत तयारी!

"भरपूर नटून थटून ये हं. यशोदामैय्या आहेस तू!" असा सरांचा आदेश पाळण्यासाठी सोनलला भरपूर नटवून पाठवली होती मी! चममच करणारी लाल साडी, चमकदार खड्यांचे दागिने आणि तिच्या काळ्याभोर केसांचा मोकळा दाट संभार. गोबऱ्या गालांची गोंडस सोनल अशी साजिरी दिसत होती रंगभूषेनंतर, की माझ्या डोळ्यात दहिवर दाटून आले. त्या अर्ध्या तासात तिला यशोदामातेची बरीच रूपं दाखवायची होती! रोल तसा छोटाच पण महत्त्वाचा.

इतक्या भव्य रंगमंचावरचं नाटक आणि तेसुद्धा स्पर्धेसाठी सादर केलं गेलेलं! आपल्या गतिमंदत्वाच्या आणि मतिमंदत्वाच्या साऱ्या सीमा सांभाळत आणि सरांनी घेतलेल्या मेहनतीचं चीज करत मुलांनी प्रयोग सादर केला आणि त्यानंतर अर्ध्या तासाने सुरू झाला बक्षिस समारंभ!

तब्बल पाच प्रमुख पाहुण्यांच्या मनमुराद भाषणानंतर (त्यांच्या परिचयाची प्रवक्त्यांची पाच भाषणे), परीक्षकांनी त्यांच्या गुणवत्तेची पुरेपूर प्रचीती देणारे मुद्देसूद भाषण (दुपारी १२ पासून दाखल झालेल्या व संध्याकाळचे ६ वाजत

असताना कंटाळून गेलेल्या विशेष मुलांचा चेहरा न पाहता) केले. आणि आता बक्षिस समारंभ अशी उत्साहवर्धक घोषणा झाली.

एका मागून एक क्रमांक जाहीर होत होते... मुले उत्साहाने स्टेजकडे धावत जात होती... आणि आता 'वैयक्तिक बक्षिसे'.... माझ्या शेजारी एव्हाना येऊन बसलेली सोनल तिच्या शाळेचा पहिला क्रमांक कधी जाहीर होतो यासाठी सरसावून बसलेली! माझे कान मात्र तिच्या वैयक्तिक बक्षिसासाठी आतुरलेले. तिसरे, दुसरे, प्रथम... बक्षिसे जाहीर झाली... त्यात सोनलचे नाव नव्हते... मी हिरमुसून तिच्याकडे पाहिले. त्या दुःखाचा लवलेशही तिच्या चेहऱ्यावर नव्हता "आई, आमच्या शाळेचं नाटक छान झालं ना? येईल ना आमचा पहिला नंबर?" ती पुन्हा पुन्हा विचारत होती. 'आमच्या सरांना दिग्दर्शनाचे पहिले बक्षिस मिळणारच बघ!' असंही आत्मविश्वासाने सांगत होती.

आणि एवढ्यात 'आता सांघिक पहिला क्रमांक' अशी घोषणा झाली.... सोनलच्या शाळेचे नाव पूर्ण व्हायच्या आतच सगळे गोकुळ चीत्करत आनंदध्वनी घुमवत स्टेजवर चढले... मोठी ट्रॉफी घेणाऱ्या गर्दीत सोनल दिसतही नव्हती... ट्रॉफी घेऊन घोळका खाली उतरला. उत्साहानं फुललेल्या चेहऱ्यानं सोनल माझ्या शेजारी न बसता आपल्या वर्कशॉपच्या घोळक्यात जाऊन बसली... वैयक्तिक स्वार्थाच्या सगळ्या अभिलाषांच्या कुंपणापलीकडे... माझ्यापेक्षा कितीतरी मोठी होऊन... सामान्यातली असामान्य आणि याचं सारं श्रेय तिला असं घडवणाऱ्या फक्त परमेश्वराचं, ज्याने राग-लोभ-मत्सराचा स्पर्शही नसलेलं एक स्वच्छ तळं तिच्या हृदयाच्या जागी ठेवलं... गढूळपणाचा शाप नसलेलं... नितळ, निरागस मनाचं पारदर्शी तळं...

माझ्या सगळ्या कार्यक्रमांच्या तालमी मी माझ्या घरी घेते. हेतू हा, की सोनलला नवा नवा परिवार मिळत राहावा. आजपासून तालमी सुरू असं म्हटलं की सोनलची मेनू ठरवायची गडबड सुरू होते. आमच्या एका कार्यक्रमाच्या रंगीत तालमीच्या वेळी १०/१२ जणाचं पोटभर जेवण होईल एवढे डबाभर आप्पे आणि चटणी घेऊन ती तिच्या बाबांबरोबर हजर झाली होती. तालमींच्या वेळी मधे मधे लागणारी कॉफी सोनल इतकी बेस्ट बनवते की माझ्या कलावंत मित्रमैत्रिणींनी त्यासाठी तिला 'दिलखुश इनाम' दिलेली आहेत.

मात्र तालमी हॉलमध्ये चालत असताना स्वयंपाकघरातनं तिचे कान बाहेर असतात. तालीम संपून मंडळी घरोघरी परतली की—'अमक्याला काढून टाक त्याची वाक्ये नीट येत नाहीत' असा परखड सल्लाही तिच्याकडून न मागता मिळतो.

तिच्याकडून रेसिपी घेऊनही 'तुझ्यासारखे आमचे होत नाहीत गं' असा प्रामाणिक मतप्रवाह तिच्याकडे वरचेवर येत असतो आणि एखाद्या पाककुशल आजीबाईसारखा 'पुन्हा नीट करून बघ. काहीतरी विसरली असशील' अशी फुंकरही तिच्याकडून घातली जाते. घरी सतत येणारे फोन घेणाऱ्या तिचा आवाज ऐकून ती गाणं शिकते का हो? असा प्रश्न पं. संजीव शेंड्यांसारख्या संगीतज्ज्ञाकडून मला फोन केला जातो. 'नंतर सांग फोन करायला— अशा माझ्या वाक्यातली वैतागाची कडू घंटा काढून 'तुम्ही प्लीज १० मिनिटांनी फोन कराल का?' असे सुधारित मधुर वाक्य ती कुठल्याही व्यक्तिमत्त्व विकासाच्या शिबिराला न जाता कशी उच्चारते— मला तरी ठाऊक नाही.

हे मन तरी रामदासांच्या भाषेत किती अचपळ! समाधानाच्या क्षणी धावत नेमकं अशा ठिकाणी जाऊन पोहोचतं जिथे ठेच लागली होती... रक्तबंबाळ झालं होतं ते सहेतुक, अहेतुक शेऱ्यांनी, उद्‌गारांनी! 'ही कितवीत आहे?', 'चष्मा खरा आहे का हो हिचा?' पासून ते 'आई म्हणून तुला शंभर पैकी शंभर मार्क' पर्यंत... अनेक उद्‌गार... अनेक प्रश्न... शब्दांत रूपांतर न झालेले अनेक 'करुणामय' कटाक्ष!

आणि तिथंच आठवतं मृणाल नाडगौडाचं एक वाक्य. 'तू विशेष आई आहेस म्हणून ती तुझ्या पदरात घातली आहे देवानं... तुझी जबाबदारी ओळखून वागायला हवं तुला!'

ही जबाबदारी म्हणजे एक न संपणारी लढाई! आणि गंमत म्हणजे अर्जुनासारखे समोर आपलेच! कधी कधी शत्रूचा भाडोत्री पोशाख घालून उभे! नॉर्मल आणि ॲबनॉर्मलमध्ये एक सबनॉर्मल नावाची जमात असते हे ठाऊक नसणारे प्राथमिक शाळेतले शिक्षक- तिला नापास करून माझ्यावर वार करणारे माझ्याच शाळेतले शिक्षक! ''दहा चित्रं अशी सांगा की त्यात परीक्षेतले एक चित्र असेल. मी दहा चित्रं तिच्याकडून काढून घेईन पण तिला आपल्याला परीक्षेतलं चित्र काढता आलं हा आत्मविश्वास मिळेल'' अशी विनवणी करूनही परीक्षेतल्या चित्राशिवायची बारा चित्रं सांगणारे शिक्षक... लग्नसमारंभात तिच्याकडे सहानुभूतीनं पाहणाऱ्या नजरेची संसर्गजन्य साथ पसरवणारे माझेच नातेवाईक... सगळ्यांच्या हातात अशी छुपी शस्त्रे, की लढावं कसं? मग लक्षात आलं, की मला कुणाशीच लढायचं नाहीये. मला लढायचंय माझ्याशीच! सत्य न स्वीकारणाऱ्या माझ्या अडाणी मनाशी... त्याच्या अडेलतट्टू स्वभावाशी! सत्याचा स्वीकार हेच त्यासाठी प्रभावी अस्त्र आहे. अग्नेयास्त्रावर वरुणास्त्र सोडावं तसं!

ज्या क्षणी मी हे अस्त्र उचललं आणि वापरायला सुरुवात केली त्या क्षणी माझी लढाई संपली... निरर्थक आकांत संपला... अशक्य अपेक्षांचा अट्टाहास संपला...

आणि मग सुरू झाली तहानंतरची शांत वातावरणनिर्मिती! ज्याचा सूत्रधार होता माझा नवरा! त्यानंच एक तराजू माझ्यासमोर धरला. ज्याचं एक पारडं माझ्या चिंतांच्या ओझ्याने वाकून पार खाली टेकले होते आणि याचे कारण माझे दुसरे पारडे पूर्ण रिकामे होते. सत्याच्या स्वीकारानंतर काही निर्णय घेण्याइतकं मन सशक्त झालं... मी शिकत गेले... दोन सुवर्णपदकं मिळवण्याइतकं मन ओतत गेले. एकीकडे कवितालेखनाची फांदी फुटली... कवीसंमेलनाच्या मांडवांवर वेल चढत राहिला... लोकमान्यतेची, प्रतिष्ठेची फळं येऊ लागली.... माझं दुसरं पारडं त्या सकारानं, क्रिएटिव समाधानानं भरलं आणि मग माझ्या तूळ राशीचं चिन्ह माझ्यासमोर दिसू लागलं.

वाटलं, मारलेली रेघ न पुसता लहान करण्याची बिरबलाची युक्ती मला सापडली आहे. परिस्थितीनं मारलेल्या त्या अपूर्ण रेघेशेजारी मी माझ्या कष्टप्राप्त साफल्याची एक अशी मोठी रेघ मारली की नशिबानं मारलेली ती रेघ छोटी दिसू लागली. माझ्या लेकीकडे काय नाही हेच जिथे दिसत होतं, तिथे तिच्याजवळ किती किती आहे याचा साक्षात्कार मला होऊ लागला.

एक शाळा सोडून दुसऱ्या शाळेत गेली तरी तिला जुन्या शाळेतल्या शिक्षकांना भेटावंसं वाटतं. एक जिम सोडून सोयीसाठी तिला दुसऱ्या जिममध्ये घातलं तरी शाळेच्या स्नेहसंमेलनात नटल्यावर त्यांना दाखवायला नि कौतुक करून घ्यायला ती आधीच्या दोन्ही जिममधल्या तायांना भेटायला फोन करून जाते. त्या सगळ्यांचे फोन तिच्या मोबाईलमध्ये फीड केलेले आहेत. सणावारी ती त्यांना आठवणीनं सोप्या स्पेलिंगचे एस. एम. एस. पाठवते. त्यांनी पाठवलेली उत्तरं जपून ठेवते. तिला कंप्यूटर उघडून मेल वाचता येते. भावाच्या मुलांचे सनयचे व्हीडिओ ती पाहात असताना तिच्या चेहऱ्यावरची आनंदी आई सहज वाचता येते...

वाटतं, सगळी दारं उघडी असलेलं घर आहे हे... सगळीकडून वारं वाहतं... कोवळं जुनं ऊन आत येतं... निर्मळ थंडावा आहे तिथे... सुगंधच सुगंध पसरलेला आहे आणि ती कस्तुरी दुसरी तिसरीकडे कुठे नसून तिच्याच ठायी आहे आणि फक्त तिच्याच ठायी असू शकते...

❖❖

२.
गतिमंद मुलीला उभं करताना

– उषा अभ्यंकर

संत तुकारामांनी म्हटल्याप्रमाणे रात्रंदिन आम्हा युद्धाचा प्रसंग. संसारात, आयुष्यात आहेच. खरं तर, कधी आपल्याला घरातल्या लोकांशी, बाहेर, ऑफीस, तर काही वेळा घरातल्या लोकांना तोंड देत ती लढाई करावी लागते.

आपण करत असलेल्या प्रयत्नांना चांगल यश आलं की, मग सगळेजण नावाजायला जगतात. त्याचं श्रेय उपटण्याचा प्रयत्न करतात मग म्हणतात. ''जो प्रयत्न तू केलास, तो योग्य मार्गाने होता'' पण तोवर सगळ्यांच्या उलट-सुलट प्रश्नांना उत्तरे द्यावीच लागतात हे अनुभवातून सांगते मी. असो.

माझे वय सध्या ८० वर्षांचे आहे. मला तीन मुली, एक मुलगा. जेव्हा परमेश्वर कृपेने मुलांची वाढ, प्रगती, योग्य प्रकारे होत असते तेव्हा काहीच प्रश्न नसतो. निसर्गनियमानुसार ती मोठी होतात. फारसं काही करावं लागत नाही.

पण जेव्हा एखाद्या मुलाच्या बाबतीत एखादा प्रॉब्लेम उत्पन्न होतो तेव्हा आई-वडिलांची सर्व बाजूने परीक्षा असते. अशा वेळी गडबडून न जाता, निराश न होता किंवा नवराबायकोनी त्यासाठी एकमेकांवर दोषारोप न करता तेव्हा स्वस्थ चित्ताने मुलाच्या प्रगतीचा विचार करावा लागतो. म्हणजे तो प्राब्लेम यशस्वीरीत्या सोडवला जातो. स्वत: त्या प्रश्नांचा अभ्यास करून, योग्य व्यक्तीच्या मार्गदर्शनाखाली ते करावं लागतं आणि त्याचबरोबर शेजार-पाजार, घरातली माणसं, बाहेरच्या लोकांच्या प्रश्नांना थंड डोक्याने उत्तरं द्यावी लागतात. मनावर ताण आलेलाच असतो.

हे सगळं लिहिण्याचं कारण मी या सगळ्या अनुभवातून गेले आहे.

माझ्या तिसऱ्या मुलीच्या बाबतीत, म्हणजे वैजूच्या बाबतीत, असं झालं.

बालपणी ती फार रडकी होती. डॉक्टर म्हणायचे, ''हिला काही होत नाही. झोप, खाणं, पिणं व्यवस्थित आहे. मग रडू दे. फक्त तिला मारणे,

रागावणे, भीती दाखवणे, कोंडून ठेवणे असे कधीही करू नका. नाहीतर कायमचा तिच्या मनावर परिणाम होईल. थोडे दिवसांनी थांबेल रडणं!' त्या प्रमाणे मी, कधीही स्वत: तर केलं नाहीच, पण तिच्या विनाकारण रडण्याला कंटाळून घरातलं कुणी करायला लागलं तर करू दिलं नाही.

तिची तशी प्रगती सामान्य मुलींसारखी होती. तीन-चार वर्षानंतर तिचे रडणे देखील जवळ जवळ थांबले होते. पण जेव्हा तिला शाळेत घातले तेव्हा माझ्या असे लक्षात आलं की ही गतिमंद आहे. नशीब माझं, मतिमंद नाही.

मी माँटेसरीचा कोर्स, लग्नाच्या आधी केला होता. त्यामुळे मला बालमानसशास्त्राची माहिती होती. त्याच्या उपयोग मी चारही मुलांना वाढवताना केला. पण हिच्या बाबतीत मला त्याचा चांगलाच उपयोग झाला. मला यश आलं, ती खूपच सुधारली, पण शैक्षणिक प्रगती मॅट्रिकच्या पुढे होऊ शकली नाही.

आता मुख्य सांगायचे म्हणजे वैजूच्या बालपणातील वर्तनाबद्दल. ती मला अजिबात सोडत नसे. शाळेत घातल्यावर बरेच दिवस, म्हणजे जवळ जवळ महिनाभर, रडारडी झाल्यावर ती शाळेत बसायला लागली. आपण आईजवळ नाही म्हणजे असुरक्षित आहोत, असे तिला वाटायचे. तसंच मी फक्त तिच्याशीच बोलायचे, दुसऱ्या कुणाशी बोलायचे नाही. हाताने माझे तोंड तिच्याकडे वळवत असे. मग मी थोडी समजूत घातली की, ऐकायची.

तिला हुजूरपागेत घातले. पण तिथल्या मुली हुशार. त्या तिला त्रास द्यायला लागल्या. तेव्हा मग काहीतरी प्रतिकार करायचा म्हणून ती त्यांच्या अंगावर धावून जायची. तेव्हा माझ्या लक्षात आले, की इथे हिला अभ्यास झेपणार नाही. ही पासच होणार नाही. म्हणजे आणखी प्रॉब्लेम. तेव्हा मग तिला तिथून काढून आदर्श विद्यालयात घातली. मीच तिचा अभ्यास घेत असे. इथे त्या मानाने सोपे पेपर काढतात. ह्या शाळेत ती शांत झाली. मी तिला पोचवायला गेले की मुलींना खाऊ द्यायची आणि सांगायची, हिला तुमच्याबरोबर जेवायला, डबा खायला घ्या बरं कां? मुली रोज खाऊसाठी माझी वाट पाहायच्या. त्या सुद्धा लहानच होत्या. ही पहिलीतली हकीगत आहे. तिथे तिचं अभ्यासाचं मार्गी लागायला लागलं. तिची खरी आवड गृहिणीची होती. ती आता एक उत्तम गृहिणी आहे. संसार नीट करायचा. स्वच्छता, नीटनेटकेपणा, पदार्थ करणे, माणसे जोडणे आणि ती टिकवणे ह्याची तिला फार आवड होती.

मी तिचं नेहमीच कौन्सेलिंग करत असे. "हे बघ, तुला एकदा वाचून लक्षात राहात नाही. काही हरकत नाही. पण चार वेळा वाचलंस की नक्की

लक्षात राहील. तू बघ करून.'' अशा मुलांना आईचा मोठा भावनिक, मानसिक आधार वाटतो. त्याची त्यांना गरज असते, तो मी तिला आवर्जून देत असे. ''फक्त आईचं ऐकायचं'' अशी त्यांची मानसिकता. शिवाय परीक्षेत पास झाली की बक्षीस देत असे ''म्हणजे मला सुद्धा येतं. मला येईल'' असा तिचा आत्मविश्वास वाढत असे. मी तिला म्हणायची, ''तुला अभ्यासाची आवड नाही. पण हे बघ, आपल्याला कोणी फसवू नये, सगळ्या विषयातली थोडी थोडी प्राथमिक माहिती असावी म्हणून तुला एस. एस. सी. व्हायला हवं! तू का काळजी करतेस, मी आहे ना?'' ते तिला पटल होतं. म्हणून मला वेळ असला, मी अभ्यासाला हाक मारली की, लगेच येत असे. लक्ष देत असे, आणि यावं म्हणून प्रामाणिक प्रयत्न करत असे.

ती ९ वी पर्यंत काठावर का होईना, पण पास होत गेली. दहावीला गाडं अडलं. एवढ्या विषयाचं एकदम तिला आकलन होईना. पहिल्या वर्षी सगळ्या विषयांना बसली आणि मराठी, इतिहास, भूगोल हे विषय कसे तरी सुटले. तेच आमच्यासाठी खूप होतं. मग मी तिला एकेका विषयाला बसवायचं ठरवलं. एका वेळी जास्त विषयांचा तिच्या डोक्याला त्रास होतोय असं माझ्या लक्षात आलं.

घरातली, बाहेरची, नातेवाईक म्हणायचे, ''कशाला एवढा त्रास घेऊन दिवस-रात्र प्रयत्न करतेस? ती संसार उत्तम करेल.'' पण हल्लीच्या जगात मुलगी किमान एस. एस. सी तरी हवी ना? बाकीचे गुण मग कळणार होते; म्हणून मी तिला सांगायची, ''कोणी काही बालले तर तू कोणाच्या बोलण्याकडे लक्ष देऊ नकोस. आपण त्यांना पास होऊनच दाखवू. म्हणजे सगळ्यांची तोंडं बंद होतील.''

माझ्या कौन्सेलिंगचा चांगला उपयोग झाला. त्यामुळे तिने मला चांगली साथ दिली. लोकांच्या बोलण्यामुळे 'मी अभ्यास करणार नाही' असं म्हटलं असतं तर मी काहीच करू शकले नसते आणि त्यावेळी एक गोष्ट प्रामुख्याने, नव्हे प्रकर्षाने मला जाणवली की, प्रत्येक आईवडिलांना बालमानसशास्त्र समजले पाहिजे. त्यांना लग्नाच्या आधी दोघांना ट्रेनिंग मिळायला हवं. नाहीतर अज्ञानामुळे, आई-वडिलांच्या चुकीच्या निर्णयामुळे पाल्याचं आयुष्यभराचं नुकसान होतं.

मग लोकं म्हणायला लागली की, आईने खूप प्रयत्न केले आणि वैजूला जगात समर्थपणे उभी केली.

❖❖